நகர்புறக்காடு

ஆதித்யா அன்பரசு

ISBN 979-8-89186-349-1

"நாளை" என்ற ஒரு வார்த்தையை,
புத்துணர்ச்சி மருந்தாய் உட்கொள்ளும்
ஒவ்வொரு தொழிலாளிக்கும்
இந்த புத்தகம் சமர்ப்பணம்

பொருளடக்கம்

முன்னுரை		*vii*
அறிமுகம்		*xiii*
1.	புதிய பயணம்	1
2.	கனவுகளின் உலகம்	21
3.	பணம் காய்க்கும் மரம்	53
4.	இருள்நேரம்	93
5.	ஓர் மகிழ்ச்சி	124
6.	சோம்பேறி நாள்	136
7.	ஆசையின் மறுபக்கம்	183
8.	பெரிய முதலாளி	193
9.	ஐவரின் திட்டம்	218
10.	தீபாவளி மாதம்	238
11.	கார்காலம்	258
12.	பயணத்தின் முடிவு	273
முடிவுரை		*295*

முன்னுரை

"நகரம் = கிராமம்". இவை இரண்டுக்கும், என்ன வித்தியாசமென்று கேட்டால் அனைவருக்கும் பதில் சொல்லத்தெரியும். ஆனால், எங்கள் ஊரில் வந்துகேட்டால், இதற்கு பதில் சொல்வது கஷ்டம். ஏனென்றால், இடத்தின் ஒருமுனையில் விவசாயமும் நடக்கும். அதுவே, மறுமுனையில் நிறுவனமும் இயங்கும். நான் பள்ளி செல்லும்போது, என் அப்பா, தனது புத்தம்புதிய சைக்கிளை, தினமும் காலையில் துடைப்பார். அது, இன்னுமும் புதிதாகவே இருக்க வேண்டுமென்ற எண்ணம் அவருக்கு. அன்றைய காலத்தில், மிதிவண்டிதான் பெரும்பாலான வீட்டிலும் பிரதானமாக இருக்கும். ஒருசில வீட்டில் மட்டுமே பெட்ரோலால் இயங்கும் மொபட்டுகள் இருக்கும். பைக் அல்லது புல்லெட் வண்டிகளில் ஒன்றிரண்டு பேர் வருவதை பார்த்திருக்கிறேன். ஒருவர், தான் வைத்திருக்கும் வாகனத்தைப்பொறுத்தே, அவர்களின் பொருளாதார நிலையை கணக்கிட்டுக்கொள்ளலாம்.

ஆனால், இந்த வாகனங்கள் இல்லாத குடும்பங்களுக்கு, அரசுப்பேருந்துகள் தான் ஆபத்பாந்தவன். ஒருசில நாட்கள் சரியான நேரத்திற்கு வரும். சிலநாட்கள் மிக தாமதமாக வரும். சிலநாட்கள் வராமலே இருந்துவிடும். அப்பொழுதெல்லாம், "நடை" மட்டுமே மக்களுக்குத்தெரிந்த வாகனம். என் அம்மா, தன் கணவனுக்காக மூன்று அடுக்குள்ள டிபன்பாக்ஸை, மதிய உணவிற்காக தயார் செய்து கொடுப்பார். கொடுக்கும்போதே, ரசம் சிந்திவிடும் என்பதால் மெதுவாய் செல்லுங்கள் என்று கூறிவிடுவார். அப்பா, தனது பளபள மிதிவண்டியை எடுத்துக்கொண்டு கிளம்புவார்.

காலை 8.30க்கு நிறுவனத்தில் வேலை ஆரம்பித்துவிடும். இன்றுவரையில் அதுதான் நிலைமை. அப்பாவுக்கு நிறுவனத்தில் தைக்கும் பணி. இரவு 8.30 வரை வேலை இருக்கும். வாரம் முழுவதும் வேலை இருக்கும். சிலநாட்கள், இரவு முழுவதும் வேலை இருக்கும். சனிக்கிழமை மாலை சம்பளம் தந்துவிடுவார்கள். அப்பாவும், அவருடன் பணிபுரியும் ஆட்களும் சம்பளம் வாங்கியவுடனே நேராக சாராயக்கடைக்குச் சென்றுவிடுவார்கள். வாரத்தின் ஆறுநாட்கள், தாங்கள் கஷ்டப்பட்டு சம்பாதித்த பணத்தின் ஒரு பகுதியை, அந்த ஒரு மணிநேரத்தில் குடித்து தீர்த்திருப்பார்கள்.

பள்ளி விடுமுறை நாட்களில் நானும், அவருடன் வேலைக்குச் சென்றிருக்கிறேன். ஒரிருமுறை, வார இறுதிநாட்களில், என்னை மிதிவண்டியின் பின்சீட்டில் உட்காரவைத்துவிட்டு, அவர் சாராயக்கடைக்குச் சென்று குடித்துவிட்டு வருவார். அப்பொழுது, அங்கே உட்கார்ந்துகொண்டு, சாராயக்கடையில் இருந்து வெளிவரும் நபர்களை கவனிப்பேன். கடைக்கு உள்ளே செல்லும்போது சிரித்துக்கொண்டும், நண்பர்களோடு பேசிக்கொண்டும் செல்லும் நபர்கள், வெளியில் வரும்போது சண்டை போட்டுக்கொண்டும், கெட்டவார்த்தைகள் பேசிக்கொண்டும், வெளியில் வந்தபின்பு, வாந்தி எடுத்துக்கொண்டு இருப்பதையும் பார்த்திருக்கிறேன்.

அப்பா குடிப்பதினால், ஒவ்வொரு சனிக்கிழமை இரவும் அம்மாவுக்கும், அப்பாவுக்கும் பெரிய சண்டையாய் இருக்கும். நானும், என் தம்பியும் பயந்துகொண்டே பார்த்துக்கொண்டிருப்போம். அடுத்தநாள் ஞாயிற்றுக்கிழமை, அப்பாவுக்கு விடுமுறை. அன்று ஒருநாள் மட்டும் வீட்டில் மாமிசம் எடுப்பார்கள். மதிய உணவிற்காக சுடச்சுட கறியை தயார் செய்வார் அம்மா. அதை சாப்பிட்டுவிட்டு நன்றாக மதியம் உறங்குவோம். அடுத்தநாள் வழக்கம்போல், காலையில் தனது மிதிவண்டியை துடைத்துக்கொண்டிருப்பார் அப்பா.

என் சிறுவயதில், இதுதான் எனக்குத்தெரிந்த என்குடும்ப மற்றும் என் நகரத்தின் செயல்பாடு. காலங்கள் உருண்டோடி நிகழ்காலத்துக்கு வந்து யோசித்துப்பார்த்தால், என் நகரம் எவ்வாறு மாறி இருக்கிறது என்று நான் யோசிப்பேன்? இப்பொழுது, மிதிவண்டிகள் காணாமல் போய்விட்டன. அதற்குப்பதிலாக, பெட்ரோலில் ஓடும் இருசக்கர வாகனங்கள் வந்துவிட்டன. என் கண்ணுக்கு எட்டியவரை காடுகள் இருந்தன. ஆனால், இப்பொழுது அவை எல்லாம் வீடுகளாகவும், நிறுவனங்களாகவும் மாறிக்கொண்டிருக்கின்றன. ஏதோ ஒன்றிரண்டு வீட்டில் மட்டும் இருந்த ஆண்ட்டனா டிவி மறைந்து, அனைவரின் வீட்டிலும் கலர்டிவிக்கள் வந்துவிட்டன.

நான் பள்ளிப்படிப்பை முடிக்கும்வரை, என்மனதில் என் நகரத்தைப்பற்றி ஒரு அழகான ஓவியத்தை வரைந்திருந்தேன். அதில், அழகான வீடுகள், பெரிய திரையுள்ள திரையரங்கங்கள், விளையாட்டு மைதானங்கள், சுலபமாக சம்பாதிக்கக்கூடிய வேலைகள் என மனதில் நகரத்திற்கு அழகான வண்ணங்களை மட்டுமே கொடுத்தேன். உண்மையில், எதையுமே வெளியில் இருந்து பார்த்தால், அவை அழகாய் மற்றும் கவர்ச்சியாய்த் தெரியும். அதேவேளையில், நாம் அதனுள் செல்லும் போதுதான், அதன் இன்பதுன்பங்கள், வெற்றிகள்,

தோல்விகள், முயற்சிகள், வலிகள், வேதனைகள், அசிங்கங்கள், அருவருப்புகள், துரோகங்கள் என அனைத்தும் தெரியவரும்.

நான், பத்தாம் வகுப்பு முடிக்கும்போது, காலச்சூழ்நிலையால் நானும் நகரத்தின் ஜோதியில் ஐக்கியமாக வேண்டும் என பெற்றோர்கள் முடிவுசெய்துவிட்டார்கள். அதாவது, படிப்பு போதும், நீ வேலைக்குப்போ என்று சொல்லிவிட்டார்கள். அப்பொழுதிலிருந்து, இந்த நகரத்தின் உண்மையான வண்ணங்களை நான் கவனித்து வருகிறேன். அந்த வண்ணங்கள் சிலநேரம், என்மீது பூமாலையாய் விழுந்திருக்கிறது. பல நேரங்களில் சேறாய்மாறி, என்மீது வாரி இறைத்திருக்கிறது.

இந்நகரத்தைப்பற்றி ஒவ்வொரு முறை யோசிக்கும்போதும், எனக்கு ஒருவித ஆச்சரியத்தையே தந்துள்ளது. ஏனென்றால், "ஒரு சிறிய கிராமமாய் இருந்த பகுதி. தண்ணீருக்காக பெண்கள் இடுப்பிலும், தலையிலும் குடத்தை வைத்துக்கொண்டு கிலோமீட்டர் கணக்காய் நடக்கவேண்டிய பகுதி. நடக்கும்போது சாலையில் இருபகுதியிலும் மலநாற்றம் வீசும் பகுதி என இருந்த இடம், தற்பொழுது நகரமாய் வளர்ந்துள்ளது. வளர்ந்து கொண்டிருக்கிறது".

டெக்ஸ்டைல் தொழிலே இங்கு பிரதானம். அதை மையமாய் வைத்து ஆயிரக்கணக்கான நிறுவனங்கள் இருக்கின்றன. அந்த நிறுவனங்கள், இலட்சகணக்கான நபர்களுக்கு வேலைவாய்ப்புகளை வாரி வழங்குகிறது. நேரடியாகவும், மறைமுகமாகவும்.

"உழைத்தால் சோறு. இல்லையேல் உனக்கேது வாழ்வு". இதுதான் இந்த நகரத்தின் தார்மீக மொழி. விவரமானவர்கள் முதலாளி ஆவார்கள். வெகுளிகள் என்றும் தொழிலாளராகவே இருப்பார்கள். உலகமே இருண்டாலும், நாள் முழுவதும் இந்நகரம் விழித்திருக்கும். நாடு தழுவிய வேலை நிறுத்தங்களை இந்நகரம் ஒருபோதும் சட்டை செய்யாது. அடிப்படைவசதிகள், அப்படி என்றால் என்னவென்று கேட்கும். இந்த நகரத்தின் நடுவே ஒரு ஆறு ஓடியதே என்று கேட்டால், இல்லவேயில்லை. அது கழிவுநீர் ஓடும் கால்வாய் மற்றும் குப்பைகளை கொட்டுமிடம் என்று சொல்லும். நிலங்கள் பாழ்படுகிறதே என்று கேட்டால், நாம் வளர்கிறோம் அல்லவா என்று சொல்லும். உண்மை, நேர்மை என்பதை உன்னோடு வைத்துக்கொள் என்றும், எனக்கு, எப்போதும் பாலப்பாடம் எடுக்காதே என்று சொல்லும்.

உழைக்கத் தயாராய் இருந்தால், இந்நகரத்தின் மீது காலை வை. சரி, எத்தனை மணி நேரம்? அதையெல்லாம், நீயே முடிவ செய்துகொள்! ஒரு நாள் முழுவதுமா? ஆமாம். உன்னால் முடிந்தால்

செய். இரத்தம் சுண்டச்சுண்ட வேலை செய். வாரஇறுதியில் காசை வாங்கு. நேராய் சாராயக்கடைக்குச் செல். ஆனந்தமாய் குடி. மீண்டும் என்னிடம் வா!, வந்து, நாள் முழுவதும் வேலையைச் செய். ஆள் கிடைக்கவில்லையா? வெளியூரில் இருந்து கூட்டி வா. அப்பொழுதும் போதவில்லையா? அப்போது, வெளி மாநிலங்களில் இருந்து கூட்டி வா. எத்தனை பேர்கள் வந்தாலும், நான் விழுங்கிக்கொள்வேன். சோறு இல்லை என்று புலம்பாதே, இங்கே வா. உனக்கு சோறு கிடைக்கும். ஆனால், சுவையாய் வேண்டும் எனக்கேட்காதே. வாழ வழியில்லை என்று நோகாதே. பெட்டி போன்று வாழ்வதற்கு இடம் கிடைக்கும். அங்கு வசதிகள் இல்லையென்று கவலைப்படாதே!.

தினமும் பேருந்து நிலையங்களிலும், இரயில் நிலையத்திலும் வந்திறங்கும் நபர்களைப் பார். அவர்களுக்கு, நான்தான் ஆபத்துபாந்தவன். என்னிடம் குறைகளைக் காணாதே. ஏனென்றால், "நான்தான் உங்களுக்கு விடிவெள்ளி". நான்தான், உங்களுக்கு அனைத்தும். "நான் நகரமா அல்லது கிராமமா என்று கேட்காதே. அது எனக்கே தெரியாது". படிக்கவில்லை என்று கவலைப்படாதே. அதைவிட, உனக்கு அனுபவக்கல்வியை சொல்லித்தருவேன். நான் சொல்லித்தரும் படிப்பு, நீ மேலை நாடுகள் சென்று படித்தாலும் வராது. விவரமாய் இரு. இது மட்டும்தான் உனக்கு, நான் சொல்லித்தரும் பாடம். இந்த பாடங்களை சொல்லித்தரும் நான் யார் தெரியுமா? என் பெயர் திருப்பூர். என்னிடம் வா! அது போதும் எனக்கு!

நான், இந்த நகரத்தில் கிட்டதட்ட 12 வருடங்களாக உற்பத்தி பிரிவு, அலுவலகம் மற்றும் விற்பனைப் பிரிவு என மாறிமாறி பணிபுரிந்திருக்கிறேன். எனக்கு, இதனால் கிடைத்த அனுபவப்பாடங்கள் அதிகம். இத்தனை வருடங்களில் நான் ஏகப்பட்ட மனிதர்களை சந்தித்திருக்கிறேன். பணமே பிரதானம் என்றிருக்கும் முதலாளிகளை. அம்மா, அப்பா, மகன், மகள் என்று குடும்பமே வேலைக்குச் செல்வதை. இங்கே வேலை செய்தால் முன்னேறலாம் என்று இந்நகரத்திற்கு வரும் நபர்களை. குடியின் மூலம் தங்கள் வாழ்க்கை மற்றும் குடும்பத்தின் நிலையை சீரழித்தவர்களை. அந்த குடிகாரர்களை திருமணம் செய்துகொண்டு, வேறுவழியில்லாமல் குடும்பத்தை நடத்த வேலைக்குச் செல்லும் பெண்களை, ஏமாற்றுகார்களை, கடன்காரர்களை, கந்துவட்டிகாரர்களை, ஊரைவிட்டு ஓடிவரும் ஜோடிகளை, தங்கள் அருகில் வேலை செய்யும் பெண்களை காமப்பார்வை பார்க்கும் நபர்களை, எல்லை மீறும் முறைதவறிய ஜோடிகளை, கடன் மேல் கடன் வாங்கும் நிறுவனங்களை, ஒரு வரைமுறையே இல்லாமல்

இங்கே வந்து குவியும் ஏழை வடமாநிலத்தவரை மற்றும் அவர்களை, நிறுவனங்கள் நடத்தும்விதங்களை என நான் 12 வருடங்களாக, இவையாவையும் கவனித்து வருகிறேன். இதுவே, என்னை இந்த நாவலை எழுதத் தூண்டியது.

அன்பரசு ஆதித்யா

அறிமுகம்

திருப்பூர். இந்தியாவின் அனைத்துப் பகுதிகளிலும், இந்நகரத்தைப் பற்றிய சிறு பரிட்சயமாவது இருக்கும். டெக்ஸ்டைல் வணிகத்தில் உள்நாட்டு ஏற்றுமதியிலும், வெளிநாட்டு எற்றுமதியிலும் குறிப்பிடத்தகுந்த நகரம்தான் திருப்பூர். இந்நாட்டில் பெரிய நகரங்கள் என்று கணக்கிட்டால் ஒரு பத்து தேறும். இந்த நகரங்களுக்கு, அரசாங்கங்களின் தனி கவனிப்பு இருக்கும். நாட்டின் பிரதமர் மற்றும் துறை சார்ந்த அமைச்சர்கள் வெளிநாட்டு முதலீடுகளை இங்கே கொண்டுவருவதற்கு பிராயத்தனம் செய்வர். அதுபோலவே, நாட்டிலுள்ள சில மாநிலங்களும் முதலீட்டு ஈர்ப்பு மாநாட்டை நடத்தி, முதலீடுகளை தங்கள் மாநிலத்திற்கு கொண்டு வருவர். இதனால், நகர மேம்பாடு மற்றும் அங்கு வாழும் மக்களின் வாழ்க்கைத்தரம், அவர்கள் வாங்கும் ஊதியம் மற்றும் சலுகைகள் என்று அனைத்தும், மற்ற சிறிய நகரங்களை விட அதிகமாக இருக்கும்.

இந்த பெரிய நகரங்களுடன் ஒப்பிட்டால், சிறிய நகரங்கள் மலைக்கும், மடுவுக்கும் உள்ள வித்தியாசம்தான். ஒரு குழந்தையை, பெற்றோரால் பாராட்டி, சீராட்டி வளர்ப்பது போன்றுதான் பெரிய நகரங்கள். தானே தத்தித்தத்தி நடந்து, விழுந்து, புரண்டு, அடிபட்டு, கஷ்டபட்டு வளரும் குழந்தையைப்போல் தான் சிறிய நகரங்கள். இதுபோன்ற, ஒரு சிறியநகரத்தின் வாழ்க்கை முறையைப்பற்றி யாரும் அதிகமாக அறிந்துகொள்ள விரும்பமாட்டார்கள். இந்த சிறியநகரத்தில் வாழும் மற்றும் இந்த நகரத்திற்கு வரும் தொழிலாளர்களைப் பற்றித்தான் இந்நாவல் பேசப்போகிறது.

ஒரு நகரத்தைப்பற்றி அந்நகரத்தில் வாழும் ஒவ்வொருவரும், ஒருகதை சொல்லுவர். கதை என்பது ஒவ்வொருவரின் பார்வையைப் பொறுத்தது. ஒரு சிறுவனைப் பொறுத்தளவில் விளையாட்டு, பூங்கா, நண்பர்கள் என இவையைச் சுற்றியே கதைகள் இருக்கும். ஒரு செல்வந்தனுக்கு தொழில், பணம், நிலம், சொத்து என அதைப்பற்றிய கதைகள் இருக்கும். ஒரு வறியவனுக்கு இன்று சோறு கிடைத்தால் போதும் என்றிருக்கும். ஆனால், ஒருவகை ஆட்களுக்கு மட்டும், இந்த நகரத்தை ஆட்டுவிக்கும் சக்தி இருக்கும். அந்த வகை ஆட்கள் யார்? வேறு யார். தொழிலாளர்கள் தான்.

ஆம். ஒரு நகரம் தங்குதடையின்றி ஒளிர, இவர்கள் மெழுகுவர்த்தியாய் உருகுவார்கள். அந்நகரம் வீறுநடை போடுவதற்கு,

இரவு, பகல் பார்க்காமல் ஓடுவார்கள். இந்த நகரம் விழாமல் இருக்க, எந்நேரமும் தாங்கிப் பிடிப்பார்கள். மழையோ, வெயிலோ எதுவாக இருந்தாலும் ஓய்வெடுக்கத் தெரியாத ஜீவன்கள். வாழ்க்கை என்பது என்னவென்று புரிதலையே மாற்றி எழுதியவர்கள். அவர்களைப்பற்றி மற்றும் அவர்கள் பார்வையில் இந்த நகரத்தைப்பற்றி கதை சொல்வதே நியாயமாக இருக்கும்.

ஒரு தொழிலாளியைப் பொறுத்தளவில், எங்கே வேலை கிடைக்குமோ அங்கே ஓடுவான். அது எவ்வளவு தூரமாக இருந்தாலும், அவன் கால்களுக்கு ஓய்வு கிடையாது. இந்தக்கதை, மூன்று வகையான தொழிலாளர்களைப் பற்றியது. ஒன்று, நகரத்தின் அருகிலேயே பிறந்து வளர்ந்தவர்கள். இரண்டாவது வகை, நகரத்தை நோக்கி வேலைதேடி, நல்ல வாழ்க்கைவேண்டி வெளி மாவட்டங்களில் இருந்து வருபவர்கள். கடைசியாக, வேலை செய்தால் மூன்றுவேளை உணவு கிடைக்கும் என்று வெளி மாநிலங்களில் இருந்து வருபவர்களை பற்றித்தான் இந்த நகர்புறக்காடு பேசப்போகிறது.

ஒவ்வொரு தொழிலாளிக்கும் என்ன ஆசை இருக்கும்? நல்ல சம்பளம், வாரம் ஒருநாள் விடுமுறை, அந்த விடுமுறையில் பணம் இருந்தால் ஆட்டுக்கறி, பணம் குறைவாக இருந்தால் கோழிக்கறி எடுத்து சாப்பிட்டுவிட்டு, மதியநேரம் போடும் குட்டித்தூக்கம், கந்துவட்டி இல்லாத வாழ்க்கை, சொந்தமாக ஒரு மோட்டார் சைக்கிள், அந்த மோட்டார் சைக்கிளை கடனில்லாமல் வாங்குவது, குடும்பத்துடன் ஒரு சினிமா, எப்படியாவது ஒரு சொந்தவீடு கட்டுவது, ஒரு பவுனாவது தங்க நகை, அப்படி வாங்கும் தங்கநகையை அடகு கடையில் மூழ்காமல் காப்பாற்றுவது, மாதசீட்டு போட்டு பணம் சேர்ப்பது, குடிகார கணவனிடமிருந்து பணத்தைக் காப்பாற்றுவது, சாலையில் கார் செல்லும்போது ஏக்கமாக வேடிக்கை பார்த்துவிட்டு ஒதுங்கிச் செல்வது, திரைப்படத்தில், ஹீரோ ஒரே பாட்டில் முன்னேறுவதை பார்த்து, தாங்களும் அதேபோல் முன்னேறுவோம் என்று கற்பனை செய்து சிலாகித்துக்கொள்வது. தீபாவளிக்கு முந்தைய நாளுக்குள் குழந்தைகளுக்கு புதுத்துணி எடுத்துவிடுவது, அந்த குழந்தைகளை, கடன் வாங்கியாவது தனியார் ஆங்கிலப்பள்ளிகளில் சேர்ப்பது என ஒவ்வொரு தொழிலாளியின் ஆசை என்பது, அவனின் குடும்பத்தை பற்றியும் மற்றும் குடும்ப வளர்ச்சியை பற்றித்தான் இருக்கும்.

சர்க்கரை அளவு அதிகமாகிவிட்டது என்று இவர்கள் காலையில் ஓட மாட்டார்கள். ஆனால், கம்பெனிக்கு நேரமாகிவிட்டது என்று ஓடுவார்கள். இவர்கள், ஒவ்வொரு மாதமும் ஆயிரக்கணக்கில் செலவு

செய்துகொண்டு, உடற்பயிற்சி கூடத்திற்கு செல்ல மாட்டார்கள். ஆனால், பொதிசுமக்கும் கழுதைகள்கூட தோற்குமளவிற்கு மூட்டைகளை சுமப்பார்கள். கொழுப்புகளை கரைப்பதற்காக கிரீன் டி அருந்தமாட்டார்கள். ஆனால், நேரமின்மை காரணமாக உணவிற்கு பதில் டியை மட்டுமே அருந்தி வயிற்றை நிரப்பிக்கொள்வார்கள். வகை, வகையான உணவுகளைப்பற்றிய பெயர்களைக்கூட அறிந்திருக்க மாட்டார்கள். ஆனால், வாரம் ஒருமுறை சாப்பிடும் அசைவ உணவை அமிர்தம் போல் சாப்பிடுவார்கள்.

அவர்களின் மன அமைதிக்கு யோகா தேவையில்லை. எப்படியும் சம்பளம் வந்துவிடும். அதனால், கொஞ்ச பிரச்சனைகளையாவது சமாளிக்கலாம் என்று தங்கள் மனதை அமைதிபடுத்திக் கொள்வார்கள். பணக்காரர்களைப்போல் கோவில்களில் அமர்ந்து மணிக்கணக்கில் பிராத்தனை செய்ய மாட்டார்கள். தங்களின் குறைகளை இரண்டுவரி திருக்குறள் போல் கடவுளிடம் ஒப்புவித்துவிட்டு ஓடுவார்கள். உலகம் இவர்களை ஒருபோதும் மதிக்காது. ஆனால், இவர்கள் இல்லையென்றால் உலகம் ஒரு கணம்கூட இயங்காது. அப்படிப்பட்ட ஐந்து தொழிலாளர்களின் வாழ்க்கையில் நடக்கும் இன்ப, துன்பங்களைப் பற்றி பார்க்கலாம் வாருங்கள்.

புதிய பயணம்

பேருந்து, தேசிய நெடுஞ்சாலையில் வந்து கொண்டிருந்தது. அந்த பேருந்திற்குள், பாடல் குறைந்த சத்தத்துடன் ஒலித்துக்கொண்டிருந்தது. அந்த பாடலின் வரிகளுக்கேற்ப நடத்துனர் பாடிக்கொண்டு வந்தார். பேருந்தின் ஓட்டுனர் சாலையில் கண்ணும், கருத்துமாய் பார்த்து பேருந்தை வேகமாக ஓட்டிக்கொண்டு வந்தார். சீக்கிரம் வேலை முடிந்தால், கொஞ்ச நேரம் தூங்கலாம் என்ற எண்ணம் அவருக்கு. பயணிகளில் ஒருவர் தூக்கத்தில் போட்ட குறட்டைச்சத்தம், பேருந்தில் பாடும் பாட்டின் சத்தத்தைவிட அதிகமாக இருந்தது. நடத்துனர், பயணிகள் அமர்ந்திருக்கும் இருக்கைகளை பார்த்தார். பெரும்பாலான பயணிகள் தூங்கிக் கொண்டிருந்தனர். ஒருசிலர் மட்டுமே முழித்திருந்தனர். அவர்களில் குருவும் ஒருவன். வாட்டசாட்டமான இளைஞன். மீசையும், தாடியும் தற்போதுதான் அவன் முகத்தில் முளைத்தது போல் இருந்தது. அவனருகில், ஒரு பெண் அமர்ந்திருந்தாள்.

கனவுதான் அனைத்திருக்குமே அடிப்படை. அந்தக்கனவு, உன்னை ஒவ்வொரு தடவையும், வெற்றிக்கு அழைத்துச்செல்லும் என்று அப்துல்கலாம் சொன்னதாக, ஆசிரியர் வகுப்பறையில் சொன்னதை, குரு இப்பொழுது எண்ணிப்பார்த்தான். ஆனால், இப்பொழுது அவன் கனவு காணும் நிலையில் இல்லை. தான் செய்தது சரியா என்று தனக்குத்தானே கேட்டுக்கொண்டான். கண்டிப்பாக இல்லை. ஆனால், வேறுவழி இல்லை. இனி வாழ்க்கையை எப்படி ஆரம்பிப்பது? என்னால் சமாளிக்க முடியுமா? என்று அவன் மனதில் கேள்விகள் ஓடிக்கொண்டிருந்தது. எதிரே வரும் பேருந்தின் பிரகாசமான ஒளி, அந்த இரவை பகல்போல் மாற்றிவிட்டது போல் உணர்ந்தான்.

பேருந்து சென்று விட்டாலும், அந்த ஒளி அவன் கண்ணை கூசச் செய்தது. "ஜன்னல் ஓரத்தில் உட்கார்ந்தாலே இப்படித்தான் இருக்கும்" என்று அவன் கை மீது கைவைத்தாள் கவிதா. அவளைப்பார்த்த குரு, "நீ தூங்கு. கொஞ்ச நேரத்துல ஊர் வந்துடும்" என்றான்.

"பரவால்ல. எனக்கு தூக்கம் வரல. நீ ரொம்ப யோசிக்காதே. எல்லாம் சீக்கிரம் சரி ஆகிடும்" என்று பெருமூச்செறிந்தாள். அவள் கழுத்தில் புதிதாக கட்டப்பட்ட தாலி, பேருந்து செல்லும் வேகத்துக்கு ஏற்ப குதித்துக்கொண்டிருந்தது.

"நான் அவசரப்பட்டுவிட்டேனா? கல்லூரி படிப்பை முழுவதுமாக முடித்திருக்கலாம். ஆனால், அதற்குள் எல்லாம் முடிந்துவிட்டது. மீண்டும், என் பழைய நிலைக்கு நான் திரும்ப முடியாது" என்று குரு எண்ணிக்கொண்டு, மீண்டும் ஜன்னல் வழியாக எதிர்வரும் வாகனங்களை பார்த்துக்கொண்டிருந்தான். அவன் தோள்மீது தலைவைத்து படுத்துக்கொண்டு "எம்மேல கோவமா" என்று கேட்டாள் கவிதா.

அவளைப்பார்த்து இல்லையென்று மெல்லியதாக புன்னகை செய்தான். "என்ன... ஒரு ஆறுமாசம் கழிச்சு தெரிஞ்சிருந்தா, ஓடுறதுக்கு வசதியா இருந்துருக்கும். அப்போ, நம்ம ரெண்டு பேர் கைலேயும் டிகிரீ சர்டிபிகேட் இருந்துருக்கும். நம்ம வாழ்க்கைய ஆரம்பிக்கவும் வசதியா இருந்திருக்கும்".

"எல்லாம் சீக்கிரம் சரியாயிடும்" என அவனின் ஒரு கையை இறுக்கி கட்டிக்கொண்டாள்.

குரு நடந்தவற்றை நினைத்துப்பார்த்தான். "இருவருக்கும், கல்லூரியில் படிக்கும்போது காதல் மலர்ந்தது. வழக்கம்போல், இளம்ஜோடி காதல் வானத்தில் பறந்தது. இருவர் வீட்டிலேயும், இதைப்பற்றி தெரியவர பிரச்சனை ஆரம்பமானது. வழக்கம்போல் பெண் வீட்டில், வேறொரு பையனுடன் கல்யாணத்திற்கு ஏற்பாடு செய்ய, பயந்துபோன ஜோடி, நண்பர்கள் உதவியுடன் மாலை மாற்றிக்கொண்டது. நண்பனின் உறவினரிடம் சென்றால் வேலைக்கும், தங்கும் இடத்திற்கும் ஏற்பாடு செய்வார் என்று நண்பன் சொன்னதைக்கேட்டு, புதுநகரத்திற்கு பயணம் செய்தது இந்த புதுஜோடி. கையில் கொஞ்சந்தா பணம் இருக்கிறது. அதற்குள், ஒரு வேலை கிடைத்துவிடவேண்டும். தங்குவதற்கு மோசமில்லாத அறை. இந்த இரண்டும் கிடைத்துவிட்டால் போதும். பாதி கிணற்றைத் தாண்டிவிடலாம்" என்று மனதில் கணக்கு போட்டுக்கொண்டிருந்தான்.

"நாம போய் அங்கே எறங்குனா, நம்மள கூட்டிட்டுப்போக, உன் பிரண்டோட மாமா வந்துடுவாரா?" என்று கவிதா கேட்க, "நாம பஸ்சுல ஏறும்போதே பேசிட்டேன். எறங்குனதுக்கு அப்புறம், போன்ல கூப்பிட சொல்லியிருக்கிறார்".

"நமக்கு வேலை கெடச்சுடும் தானே" என்று அவள் சற்று சந்தேகத்துடன் கேட்டாள்.

"கவலப்படாதே. கண்டிப்பா கெடச்சுடும். அந்த ஊரைப்பத்தி, நானும் கேள்விபட்டிருக்கிறேன். யார் போனாலும், வேண்டாமுனு திருப்பி அனுப்பாத ஊரு. அதனால, நமக்கு சீக்கிரம் வேலை கெடச்சுடும். எப்படியும் சமாளிச்சுடலாம்".

சூரியன் இன்னும் வானத்தில் தெரியவில்லை. ஆனால், பேருந்து நகரத்தின் எல்லையை தொட்டிருந்தது. பேருந்தில் தூங்கியவர்களை, பேருந்து நடத்துனர் எழுப்பிக்கொண்டிருந்தார். குருவும், கவிதாவும் ஒருவரையொருவர் பார்த்தனர். நீ சொன்னது போல, "நாம புது வாழ்க்கைய ஆரம்பிக்கப்போறோம். கண்டிப்பா, நல்ல நெலமைக்கு வருவோம். அப்போத்தான், நம்ம ஊருக்கு திரும்பி போவோம்" என கவிதா சொன்னாள்.

"ம்ம்ம்.... சரி" என்று தலையாட்டிவிட்டு, தங்கள் பெட்டிகளை எடுத்தான் குரு.

பேருந்து, பேருந்து நிலையத்துக்குள் வந்து நின்றது. பயணிகள் ஒவ்வொருவராக இறங்க ஆரம்பித்தனர். குருவின் மனதில் ஒரு தயக்கம் இருந்துகொண்டே இருந்தது. இனி, நாம் இருக்கப்போவது இந்த புது நகரத்தில் தான். ஆனால், இந்நகரத்தைப்பற்றி நண்பர்கள் சொல்லிக்கேட்டதை தவிர, வேறு எதுவும் தெரியாது. புதுஇடம், புதுமக்கள், புதுவேலை இதையெல்லாம் நான் எப்படி கடக்கப்போகிறனோ" என்று நினைத்தான்.

"எல்லாரும் எறங்கியாச்சு. நாம மட்டுந்தான் பாக்கி" என்று அவனை இழுத்தாள் கவிதா. இருவரும் பேருந்தைவிட்டு இறங்கினார்கள். "டீ வேணுமா.... டீ வேணுமா சார்" என்று ஒரு வடஇந்திய ஆள், டீ விற்றுக்கொண்டு குருவை கடந்து போனான். அவனை நிறுத்தி, தேநீரை வாங்கி பருகினர் இருவரும். தேநீரில் ஏலக்காய் வாசம் கவிதாவின் மூக்கை நிரப்பியது. ஆனால், அதன் சுவை நாக்கை வாயிலிருந்து வெளியே துரத்துவது போல் இருந்தது. அவள், குருவை பார்த்து டீ நல்லாவே இல்லை என்றாள். ஆனால், அவன் கவிதா சொன்னதை கவனிக்காமல், வேறு எங்கோ பார்த்துக்கொண்டிருந்தான். அவன் பார்த்த திசையில் வரவேற்பு பலகை இருந்ததை கவிதா கவனித்தாள்.

"திருப்பூர் உங்களை வரவேற்கிறது."

*****

முகம் முழுவதும் வேர்வைத்துளிகள் லட்சுமிக்கு. கடிகாரத்தைப் பார்த்தாள். கொஞ்சநேரமே இருந்தது. சாப்பாடு வைத்த குக்கரில்

விசில் அடித்தது. காய்கறியை வேகமாக நறுக்கிக்கொண்டிருந்தாள். "இந்தவாரம், எப்படியாவது கந்துவட்டிக்காரன்கிட்ட இருக்குற கடன அடச்சுட வேணும். காரங்காத்தாலயே, ஊட்டு முன்னாடி வந்து நிக்கிறான். இவன்கிட்ட, கடன் வாங்காதீங்கனு எத்தன தடவ சொன்னாலும், கேட்காம வாங்கறது. அப்புறம், இவனப்பார்த்தா ஓடி ஒளிஞ்சுக்கறது. கடைசியில, நான்தான் மாட்டிக்குறேன்" என்று நினைத்தாள்.

அதற்குள், இரண்டாவது விசில் அடித்தது குக்கரில். நறுக்கிய காய்கறிகளை ஒரு வாணலியில் போட்டு, அதில் எண்ணை ஊற்றி வதக்கிக்கொண்டே, கார்த்தி என்று சத்தம் போட்டாள். காய்கறிகளை வதக்கியதில் ஏற்பட்ட புகை, அந்த சமையலறை முழுவதும் ஆக்கிரமித்தது. லட்சுமியால், அந்த புகையில் நிற்க முடியவில்லை. தினமும் சமைத்து பழக்கமானாலும், இப்பொழுதெல்லாம், அவளால் புகையில் நிற்க முடிவதில்லை. நிறுவனத்திலும் அதிகமான வேலைகள். வீட்டிலும் வேலைக்குப் பஞ்சமில்லை. என்ன செய்ய முடியும்? அனைத்தையும் விட்டுட்டா போகமுடியும்? இருமிக்கொண்டே, காய்கறிகளை வதக்க ஆரம்பித்தாள். கார்த்தி அவள் மகன். நன்றாக தூங்கிக்கொண்டிருந்தான். மீண்டும் சத்தம் போட்டாள். தலையை சொறிந்துகொண்டே எழுந்து உட்கார்ந்தான்.

"வா தம்பி. டீ ஆறிடப்போகுது. உனக்கும் காலேஜ்க்கு நேரமாகுது பார். எனக்கும் பஸ் வந்துடும்" என்றாள். சமையலறையில் புகை அதிகமாக வரவே, புகை வெளியேறுவதற்காக ஜன்னலை திறக்க, வெளியில் இருந்துவந்த குளிர்க்காற்று அவள்மீது பட்டு, கொஞ்சம் அவளை சாந்தப்படுத்தியது. வேலைகளை கொஞ்சம் மெதுவாய் செய் என்று சொல்வதுபோல் குளிர்க்காற்று அவள் முகத்தை வருடியது.

லட்சுமிக்கு, டெக்ஸ்டைல் நிறுவனத்தில் வேலை. 7.30 மணிக்கு ஆட்களை அழைத்துச் செல்லும் பேருந்து வந்துவிடும். வாரத்தில், ஆறு நாட்கள் வேலை இருக்கும். ஒருநாள் மட்டும் விடுமுறை. கிட்டத்தட்ட, அந்த கம்பெனியில் 10 வருடங்களாக வேலை செய்கிறாள். காலையில் 5 மணிக்கு எழுந்துவிடுவாள். வீட்டை கூட்டிப்பெருக்கிவிட்டு, குளித்துவிட்டு வந்து, அவசரமாக சமையல் செய்ய ஆரம்பிப்பாள். காலை வேளைக்கும், மதியத்திற்கும் உணவை தயார்செய்துவிட்டு வேலைக்கு கிளம்பிவிடுவாள். இரவு வருவதற்கு ஒன்பது மணி ஆகும். வந்தபிறகு, இரவு உணவை தயார்செய்து சாப்பிட்டுவிட்டு, பாத்திரங்களை கழுவிவைத்துவிட்டு தூங்கச்செல்ல 11 மணி ஆகிவிடும்.

ஒருவேளை, கம்பெனி பேருந்தை விட்டுவிட்டால், யாராவது கொண்டு போய்த்தான் விடவேண்டும். அரசுப்பேருந்தில் செல்வதாக இருந்தால், இரண்டு பேருந்துகள் மாறவேண்டும். அதன்பின்பு, கொஞ்சநேரம் நடக்கவும் வேண்டும். கம்பெனி, அப்படிப்பட்ட ஒரு பகுதியில் அமைந்திருந்தது. அதனால், அனைத்து வேலைகளையும் அவசரஅவசரமாக முடிக்கவேண்டும். இதுதான், அவள் கடந்த 10 வருடங்களாக நாள் தவறமால் செய்யும் வேலை.

அதற்குள், அடுத்த விசில் அடித்தது. இது எத்தனாவது விசில் என்று தெரியல்லையே என்று யோசித்தாள். கார்த்தி சமையலறைக்கு வந்து டியை எடுத்து குடிக்க ஆரம்பித்தான். "சாமி.... இன்னைக்கு, எப்படியாவது இந்த கரண்ட் பில்ல மட்டும் கட்டிடு. நாளைக்குத்தா கடசித்தேதி".

"மா, நா காலேஜ்க்கு போறதா? இல்ல, கரண்ட்பில் கட்ட ஓடறதா? அந்த ஆள் போகமாட்டாரா?" என்று கோபத்துடன் கேட்டான்.

"உனக்குத்தெரியாதா அந்த ஆளைப்பத்தி? இந்தக்காச கொடுத்தா, இதுக்கும் லாட்டரி சீட்டு வாங்குவாரு. இல்லன்னா, இந்த காசுக்கு குடிச்சுடுவாரு. அப்புறம், ஊட்டுல கரண்ட் இல்லன்னா என்னைக் கேக்காதே" என லட்சுமி தன் மகனைப்பார்க்க, "சரி, கொடுங்க என்று சலிப்போடு வாங்கிக்கொண்டு, சாப்பாடு என்ன?" என்று கேட்டான்.

"பருப்பு கொழம்பு சாப்பாடு. முட்டை பொரியலும் செஞ்சுருக்கேன் சாமி".

"அட என்னமா... வாரத்துல மூணு நாளு இப்படித்தான் செய்றே. எப்படி சாப்புடறது? பூரி செஞ்சு, எத்தன நாள் ஆச்சு தெரியுமா?"

"கவலப்படாத. இன்னைக்கு நைட் வந்து செஞ்சு கொடுக்குறேன்".

"நீங்க வந்து, மாவு பிசைஞ்சு, சுட்டுக் கொடுக்க நடுராத்திரி ஆயிடும்" என்று கோபமாக டியை குடித்துக்கொண்டே, தன் அறைக்குள் சென்றான். அடுத்த விசில் அடித்தது. அடுப்பை நிறுத்தினாள் லட்சுமி. குழம்பு கொதித்துக்கொண்டிருந்தது. ஒரு துணியை எடுத்து, குழம்புச்சட்டியை கையில் சூடுபடாமல் இறக்கிவைத்துவிட்டு மணியைப் பார்த்தாள். பேருந்து வருவதற்கு சிறிது நேரமே இருந்தது. சாப்பாட்டுத்தட்டை எடுத்து, அதில் சாப்பாடு போட்டு, குழம்பை ஊற்றி, மின்விசிறி அருகில் வைத்துவிட்டு, தலைவாருவதற்குச் சென்று சீப்பை எடுத்தாள்.

கார்த்தி, டிவியை பார்த்துக்கொண்டிருந்தான்.

கண்ணாடியைப் பார்த்தபின்பு, தன் முகத்தில் சுருக்கம் விழுந்ததை கவனித்தாள். இப்படி எத்தனை நாள்தான் ஓடவேண்டும் என்று தெரியவில்லையே என்று பெருமூச்செறிந்தாள். தன் மகன், எந்த கவலையுமின்றி டிவியை பார்த்துக்கொண்டிருப்பதை ஏக்கத்துடன் பார்த்தாள். வீட்டின் மேற்கூரையை பார்த்து, இந்த ஓடுகளை, எப்பொழுது மாற்றிவிட்டு கான்கீரீட் தளம் அமைப்பது என்று தெரியவில்லையே என்று யோசித்தாள். கான்கீரீட் தளம் அமைப்பது இருக்கட்டும். முதலில், வீட்டிற்கு சுண்ணாம்பாவது அடி. மூன்று வருடங்களுக்கு முன் அடித்தது. உனக்கு, பெயிண்ட் அடிக்கவே வக்கு இல்லை. இதில், கான்கீரீட் தளம் அமைப்பதற்கு ஆசையா? என்று வீட்டின் சுவர், லட்சுமியைப் பார்த்து சிரித்தது.

ஆசைப்படவும், கொஞ்சம் தகுதி வேண்டும் என்று மனதில் நினைத்துக்கொண்டு தலையை வாரினாள். அப்போது கண்ணாடியில், அவள் அணிந்திருந்த கம்மல் கருகிப்போய் இருந்ததை கவனித்தாள். தன் காதில், போட்டிருந்த கம்மல் மட்டுமில்லை, கையில் போட்டிருந்த வளையல்களும் கருகிப்போய் இருந்தது. அனைத்தும் கவரிங் நகைகள். தங்கத்தில் போடுவதற்கும் அவளுக்கும் ஆசை தான். ஆனால் நகைக்கும், அவளுக்கும் ஏழாம் பொருத்தம்.

கல்யாணம் முடிந்து வரும்போது, அவளிடம் 30 சவரன் நகை இருந்தது. இப்பொழுது 3 கிராம்கூட இல்லை. வீடு கட்டுவதற்கு, அனைத்து நகைகளையும் அடகுவைத்தாள். கணவன், அதை கடைசிவரை மீட்டுக்கொடுக்கவே இல்லை. கடைசியாய் மிஞ்சியது ஒரு ஜோடி வளையல்கள் மட்டும்தான். அதுவும் அடகுக்கடையில் இருந்தது. எப்படியோ, அந்த வளையல்களை கஷ்டப்பட்டு மீட்பாள். ஆனால், வீட்டுக்கு சொந்தக்காரர்கள் வந்துவிட்டு செல்வதுபோல், மீண்டும் அடகுகடைக்கே சென்றுவிடும். லட்சுமி, அந்த வளையல்களை அணிந்து எத்தனை வருடங்கள் ஆனது என்றே மறந்தேவிட்டாள்.

பேருந்து வரும்நேரம் என்று அவள் மனதில் மின்னல் வெட்டியது. வேகமாக வந்து, தனது டிபன்பாக்ஸில் சாப்பாட்டைப் போட்டு, மூடியை மூட முயற்சித்தாள். ஆனால், அந்த மூடி மூடமாட்டேன் என்று அடம்பிடித்தது. டிபன்பாக்ஸின் ஓரமெல்லாம் வெடித்திருந்ததைப் பார்க்கவே, அந்த டிபன்பாக்ஸ் வெடிவிபத்தில் சிக்கியது போல் இருந்தது. அதைக்கூட, செலவாகுமே என்று மாற்றாமல் இருந்தாள். தன் பலம்கொண்டு மூடியை அழுத்தினாள். ஒருவழியாக, எப்படியோ கஷ்டப்பட்டு அதைமூடி, கூடையில் வைத்துவிட்டு சாப்பாடு போட்டத்தட்டை எடுத்து, வேகமாக, நின்றுகொண்டே

சாப்பிட ஆரம்பித்தாள். கணவனைக்கூட சமாளித்துவிடலாம். ஆனால், இந்த டிபன்பாக்சை சமாளிக்க முடியவில்லையே என்று நினைத்துக்கொண்டே, வேகவேகமாக சாப்பிட்டு முடித்தவள், வீட்டைவிட்டு கிளம்பினாள். அப்பொழுது மகனிடம், "ஊட்டுச்சாவிய கரண்ட் பொட்டில வச்சுடு. சாப்பாடு ஹாட்பாக்ஸ்ல போட்டு வச்சிருக்கேன். மறக்காம சாப்புட்டுட்டுப்போ" என்றாள்.

"சரி, சரி எத்தன தடவ சொல்வே மா?"

"சரி சாமி. மறக்காம கரண்ட் பில்ல கட்டிடு" என்று வேகமாக நடந்தாள். அவள் வீட்டைவிட்டு வெளியே வரும்போது, அவள்முன்னே, ஒருவன் வந்து நின்றான். கையின் அக்குளில், ஒரு சிறிய பையை இடுக்கி வைத்துக்கொண்டு, விரைப்பாக கந்துவட்டிக்காரன் நின்று கொண்டிருந்தான். பெரும்பாலான வீடுகளில் கடன் கொடுத்திருக்கிறான். தினவசூல், வாரவசூல் என்று ஏகப்பட்ட திட்டம் அவனிடம் இருக்கிறது. சம்பளம் வாங்குவதில், ஒரு பங்கு இவனுக்கு வட்டியாகவே போய்விடும். அந்த அளவிற்கு, இவனுடைய வட்டி விகிதங்கள் இருக்கும்.

வங்கிகள், இவனைப்பார்த்து வாய்பிளக்கும் அளவிற்கு வட்டி வாங்குவான். ஒரு வங்கி, வாடிக்கையாளர்களிடம் இருந்து, ஒரு ஆண்டில் வசூலிக்கும் தொகையை சர்வ சாதாரணமாக இவன் ஒரு மாதத்தில் வசூலித்துவிடுவான். இவனைப்போன்ற ஆட்கள், இந்த நகரம் முழுவதும் வியாபித்து இருந்தார்கள். இவர்கள் வேலையே, அக்குளில் பையை இடுக்கிக்கொண்டு ஒவ்வொரு வீடாக, ஒவ்வொரு கடையாக காலையிலேயே வசூலுக்கு சென்று விடுவார்கள். இந்த கந்துவட்டிக்காரனின், பானை வயிற்றைப் பார்க்கும்போதே தெரிந்துவிடும், மக்களின் இரத்தத்தை எவ்வளவு உறிஞ்சியிருப்பானென்று.

சிலர் அவசரத்திற்கு வாங்குவார்கள். சிலர், இவனிடம், பணம் வாங்குவதே வாடிக்கையாய் வைத்திருப்பார்கள். எப்படியும் சம்பளம் வாங்கி கொடுத்துவிடலாம் என்று நம்பிக்கை தான். ஒருவேளை, பணம் வாங்கி கொடுப்பதற்கு தாமதமானால், வட்டிக்கும் வட்டி விழும். அதைவிட, வாங்கிய நபருக்கு ஏக கெட்டவார்த்தைகள் விழும். சிலசமயம், அடி கூட. இந்த கெட்டவார்த்தைகளை, அந்த குடும்பமும் வாங்கிக்கொள்ளத்தான் வேண்டும். கந்துவட்டி தொல்லையால் தற்கொலை செய்வது அல்லது குடும்பத்துடன் தீக்குளிப்பது என்ற செய்திகளை பார்த்தும் வேறு வழியில்லாமல், இவனைப் போன்ற

ஆட்களிடம் பணம் வாங்குவது தான், கந்துவட்டித் தொழிலை இன்னும் உயிர்ப்புடன் வைத்துள்ளது.

"அண்ணே.... நா, இந்த வாரக்கடசியில தானே வரச்சொன்னேன். நீங்க இப்படி வந்து நின்னா, நா என்ன செய்யமுடியும்? எனக்கு, வேலைக்கு நேரமாயிடுச்சு" என்று லட்சுமி தயங்கிக்கொண்டே சொன்னாள்.

"உங்ககிட்ட, காசையும் கொடுத்துட்டு அப்புறம், நீங்க சொல்லும்போதுதா வரணுமா?" என்று கோபமாக கேட்டான் கந்துவட்டிக்காரன்.

"இங்கே பாருங்க... பணம் நா வாங்கல. அதேமாறி, நா தரலைனும் சொல்லல. தெனமும் கொடுக்க, என்கிட்ட பணம் இல்ல. இந்த வாரக்கடசியில கண்டிப்பா கொடுத்துடுவேன்".

"ஓ.... இதெல்லாம் நா கேக்கணுமா? காசு வாங்குனது உங்க வீட்டுக்காரன் தானே. அப்புறம், நீங்கதானே கொடுக்கணும். ஒழுங்கா காசு வரணும். இல்லன்னா, நடகுறதே வேற. இந்த வாரம் எனக்கு பணம் தந்துடணும். மறுபடியும், இதேமாறி பதில் சொல்லக்கூடாது" என்று பக்கத்து வீட்டுக்காரர்கள் கேட்குமளவிற்கு, வேண்டுமென்று கத்திகொண்டு சென்றான்.

"எல்லாம் என்னோட தலையெழுத்து. உங்க பணம் வந்து சேரும்" என்று நடக்க ஆரம்பித்தாள். அவள் மனதில், இந்த வாழ்க்கையை எத்தனை நாட்கள் இதுபோன்று வாழ்வது என்ற சோர்வுதான் வந்தது. காலையில் எழுந்து, வேலைகள் செய்து, பின்பு வேலைக்குச் சென்றுவிட்டு வீடு வந்து என்று இதை நினைக்கும்போதே தலை சுற்றுவதுபோல் இருந்தது அவளுக்கு. அனைத்தையும் ஒரங்கட்டிவிட்டு, நிம்மதியாய் எங்காவது போய்விடவேண்டும். பணம், கடன், குடும்பம் என்று எந்த தொல்லைகளும் இல்லாத இடத்திற்கு என்று நினைத்தாள்.

அப்போது, அவளின் எதிரே ஒரு எழுபது வயதான மனிதர், மிதிவண்டியை அழுத்திக்கொண்டு வந்தார். அந்த மிதிவண்டியின் பின்புறம், ஒரு பெரிய கூடை இருந்தது. அதில், வீட்டிற்குத்தேவையான சில்வர் பாத்திரங்களை வைத்து வீடு, விடாக விற்பனை செய்வார். சுப்பிரமணி தாத்தா அவரை, அனைவருக்கும் தெரியும். அவர், லட்சுமியைப்பார்த்து புன்னகைத்துக்கொண்டு மிதிவண்டியை அழுத்தினார்.

அவரைப்பார்த்தபின் லட்சுமிக்கு, தான் செய்வது ஒன்றுமே இல்லை என்று தோன்றியது. இத்தனை வயதிலும் தளராமல் வேலை செய்வது அவளுக்கு ஆச்சரியத்தைத் தந்தது. அவரின் பிள்ளைகள் அவரையும், அவர் மனைவியையும் கைவிட்ட போதிலும் யாரையும் எதிர்பார்க்காமல், இன்றும் தன் உழைப்பை மட்டும் நம்பி வேலை செய்வது அவளுக்கு நம்பிக்கையை அளித்தது. நம் கடைசி காலமும் இப்படித்தான் இருக்குமோ என்று யோசித்துக்கொண்டு பேருந்தை நோக்கி நடந்தாள். அவள் பின்னே, அவளைப்போன்ற பெண்கள் சாப்பாட்டுக் கூடையுடன் பேருந்தை நோக்கி வந்தார்கள்.

*****

பேருந்துநிலையம் பரபரப்பாக இயங்கிக் கொண்டிருந்தது. வேலைக்குச் செல்பவர்கள் பேருந்துகளுக்காக காத்துக் கொண்டிருந்தனர். பேருந்து வந்ததுமே, பேருந்தில் இருந்து பயணிகள் கீழே இறங்கினர். அவர்கள் இறங்குவதற்குள், சிலர் பேருந்தில் ஏற முயற்சித்தனர். இதனால், பயணிகளுக்குள் சண்டை உருவானது. காலையிலேயே, சிலர் கெட்டவார்த்தைகளை ஒருவர் மீது ஒருவர் வீசிக்கொண்டனர்.

சில சிறுவர்கள், பேருந்துநிலைய கூட்டத்தின் நடுவே பிச்சை எடுத்துக் கொண்டிருந்தனர். சிலர் பாவம் பார்த்து காசு போட்டனர். ஒருசில பயணிகள் இல்லை என்பதுபோல் தலையாட்டினர். அவர்களை, விடாமல் அந்த சிறுவர்கள் நச்சரித்தனர். இதனால், அந்த பயணிகள் இருக்குமிடத்தை விட்டு நகர்ந்தனர். ஒரு சிலர், அந்த நச்சரிக்கும் சிறுவர்களை விரட்டினர். தங்களை திட்டிய நபர்களை, தாங்களும் திட்டிக்கொண்டு வேறு பயணியை நோக்கிச் சென்றனர் சிறுவர்கள்.

பேருந்துநிலைய ஓரத்தில் இருந்த பூக்கடைகளில் வியாபாரம் ஜோராக நடந்தது. மல்லிகை, கனகாம்பரம், ரோஜாக்கள் என்று பூக்கடைகளில் நிரம்பி இருந்தன. ஓரிரு பெண்கள், தங்கள் கைகளில் வைத்திருந்த சீப்புகள், பின்னூசிகள், நாப்தலின் உருளைகள் போன்ற பொருட்களை பயணிகளுக்கு விற்றுக் கொண்டிருந்தனர். வெகுநேரமாகியும் கந்தசாமி வரவில்லை. குருவும், கவிதாவும் அவருக்காக பேருந்துநிலையத்தில் காத்துக்கொண்டிருந்தனர்.

"அவர், ஏ இன்னும் வரல. ஒருவேள வராமயே போய்டுவாரா?" என்று சந்தேகத்துடன் கேட்டாள் கவிதா.

"அப்படியெல்லாம் இல்ல. சீக்கிரம் வந்துடுவேன்னு சொன்னார். கண்டிப்பா வந்துடுவார். நீ கவலப்படாத..."

"நம்ம கையில கொஞ்ச பணந்தா இருக்குது". எப்படி சமாளிக்கப்போறோம்?.

"எனக்கும், அதப்பத்தித்தா கவல. இப்போதைக்கு, கந்தசாமி அண்ணன் வந்தாப்போதும்". கந்தசாமி அண்ணன், குருவுடைய கல்லூரி நண்பனின் மாமா.

"நமக்கு வேலை கெடைக்குமா? தங்கறதுக்கு எடம் கெடைக்குமா?" என கவிதா மேலும், மேலும் கேள்விகளை அடுக்கிக்கொண்டே போனாள்.

"உனக்கு எல்லாம் இப்பவே தெரிஞ்சுக்கணுமா?" என்று கத்தினான். பேருந்து நிலையத்தில், இவர்கள் அருகில் சென்றவர்கள் அனைவரும், இவர்களை திரும்பிப்பார்த்தார்கள்.

தலையை குனிந்துகொண்டே, "இப்போ, ஏ கத்துற?" என கவிதா கேட்க, நிதானம் வந்தவன் "என்னை மன்னிச்சுடு. தெரியாம பேசிட்டேன்" என்றான்.

"இப்பெல்லாம், உனக்கு கோவம் அதிகமா வருது".

"அப்படியில்ல. ஒருமாறி பயம் தான். உன்ன கூட்டிட்டு, ஏதோ ஒரு தைரியத்துல வந்துட்டேன். இனிமே, என்ன செய்றதுனு பயம் தான்".

சரியென்று, அவன் கையை இறுக்கிப்பிடித்தாள் கவிதா.

"இப்பவும், நம்மள எல்லாரும் பார்ப்பாங்க".

"பார்த்தா, பார்த்துக்கட்டும்" என்று மீண்டும் கையை இறுக்கிப்பிடித்தாள் கவிதா.

"எப்படி, எம்மேல இவ்ளோ நம்பிக்க?"

"ஏ.... இப்போ இத கேக்குற?" என்று கவிதா அவனை ஏக்கத்துடன் கேட்க, அதற்கு குரு, "ஒன்னுமில்ல. இன்னும், நாம படிச்சு முடிக்கல. ஒரு தைரியத்துல கல்யாணம் செஞ்சுட்டோம். ஆனா, இப்போ தெரியாத ஊர், தெரியாத மனுசங்க. உன்ன, இங்க கூட்டிட்டு வந்து கஷ்டப்படுத்த போறேன். நீ, உன்னோட வீட்டுல இருந்திருந்தா, இந்த கஷ்டத்த எல்லாம் நீ அனுபவிக்க வேண்டியதில்லயே?"

"மொதல்ல, இப்படி யோசிக்கறத நிறுத்து" என்று கோபமாக அவன் தலையில் அடித்தாள். "நீ சொல்றமாறி நெனச்சிருந்தா, உன்ன காதலிச்சிருக்கவே மாட்டேன். நல்ல பணக்கார பையனாப்பார்த்து

கல்யாணம் செஞ்சு, வாழ்க்கையில செட்டில் ஆயிருப்பேன். அவன், இவன்னு பாத்து வர்றதுக்கு பேர் காதலா? அதுக்கு பேர் வேற. கோடிக்கணக்குல பணம் வச்சிருக்குறவங்ககூட, வாழ்க்கைல நிம்மதி இல்லாம, வாழ்க்கைய முடிச்சுக்குறாங்க. என்னை பொறுத்தளவுல, வாழ்க்கைங்குறது கடசிவர ஒருத்தரையொருத்தர் புரிஞ்சுட்டு நிம்மதியாய், சந்தோசமா வாழ்றது. அதுக்கு, பெரிய பங்களா தேவையில்ல. குடிசையே போதும்.

"ஓ....... ஒரு சொற்பொழிவே கேட்டதுமாறி இருந்துச்சு" என்று குரு சிரித்தான்.

"என்ன கிண்டலா உனக்கு? என்னமோ, நா மட்டுமே, உன்ன காதலிச்சது மாறி பேசுற. நா, பேசாம இருக்கும்போது மொகத்த சுவத்துல புதைச்சுட்டு அழுதது யாரு?"

"அது யாரோ..."

"என்ன..." என்று செல்லமாக கோபப்பட்டாள் கவிதா.

"சரி.... சரி... நாந்தான். நீ இல்லாம, நா இல்ல. நா இல்லாம, நீ இல்ல" என்று கண்ணடித்தான்.

"வசனம் மட்டும் பேசு" என்று முகத்தை திருப்பிக்கொண்டாள். அப்போது குருவின் போன் அடித்தது.

*****

பேருந்துநிலையத்தின் ஓரத்தில் வரிசையாய் கடைகள் அமைந்திருந்தன. அந்த கடைகளில், சில கடைகள் மட்டுமே திறந்திருந்தன. பேக்கரிகள் மற்றும் உணவகங்களில் கூட்டம் அலைமோதின. பேக்கரியில், சூடாய் உளுந்துவடைகள் பொறித்து தட்டில் வைக்கப்பட்டிருந்தன. உணவகத்தில், நன்றாக காத்து ஊதிய பூரிகள் பயணிகளை உள்ளே இழுத்துக் கொண்டிருந்தன. ஒரு கடையில், புதிதாக ஜிலேபிகளை எண்ணையில் போட்டு பொரித்துக் கொண்டிருந்தார்கள் மற்றும் லட்டுகளை தட்டில் மலைபோல் குவித்து வைத்திருந்தனர்.

துணிக்கடைகள், ஜெராக்ஸ், பிரெளசிங் சென்டர் போன்ற கடைகள், இனிமேல் தான் திறப்பார்கள். அப்படி திறக்காத ஒரு கடையின் வாசலில், ஒரு நாற்பது வயது மதிக்கத்தக்க ஆள் நின்றிருந்தான். வெள்ளை சட்டை மற்றும் ஜீன்ஸ் பேண்டுடன், கருப்பு கண்ணாடியும் அணிந்திருந்தான். தலை முன்பக்கம் முழுவதும் வழுக்கையாய் இருந்தது. யாருக்கும் தெரியாமல், தன் பாக்கெட்டில் வைத்திருந்த பிராந்தி பாட்டிலை எடுத்து குடிக்க ஆரம்பித்தான்.

"என்னய்யா நீ.. நா கட தொறக்குற நேரத்துலதா, இப்படி குடிச்சுட்டு நிப்பயா" என்று ஒரு கடைக்காரர் நொந்துகொண்டே கடையை திறந்தார்.

"அண்ணே... உங்களுக்குத் தெரியாதா....? இந்த மருந்த குடிக்கலனா, இந்த நாள் முழுசும் என்னால வேலை செய்யவே முடியாது. இத அடிக்கலனா, எனக்கு வலிப்பு வந்துடுமுண்ணே".

"ஏன்டா...செந்தில். இப்படியே, ஏதோ ஒரு பொய்ய சொல்லிட்டுத்திரி. இதுல, உனக்கு செந்தில்னு பேர் வேற. இன்னைக்கு, யாராவது மாட்னாங்களா?"

"இன்னும் இல்ல. இந்தவாரம் எப்படி ஓட்டுறதுன்னே தெரியல. உங்களுக்கு என்ன! பிரௌசிங் சென்டர் வச்சுருக்கீங்க. என்னைமாறி, வெயில்ல அலையவேண்டிய அவசியம் இருக்காது. உட்கார்ந்த இடத்திலேயே சம்பாரிப்பீங்க".

"டேய்... காலையிலயே வாயக்கெளறாத. இங்கவந்து, கம்ப்யூட்டர் யூஸ் பண்றவங்க வசதிக்காக, தனிகேபின் வரைக்கும் செஞ்சுகொடுத்தோம். அத, ஜோடிங்க வேறமாதிரி எடுத்துக்கிட்டாங்க. வெளியில சுத்துறதவிட, இங்கு வர்றது அவங்களுக்கு புடிச்சிருந்தது. அப்புறம், பிரச்சனையாகி தனிகேபின் எல்லாத்தையும் எடுத்துக்கப்புறம், ஜோடிங்க யாரும் இங்க வர்றதில்ல. ஸ்கூல் பசங்க, அந்தமாரி இணையதளங்கள பார்க்கவருவாங்க. இப்போ, போன்லயே எல்லாத்தையும் பார்த்துடுறாங்க. இப்போ, வேலை விசயமா மட்டுந்தா இங்கவந்து கம்ப்யூட்டர் யூஸ் பண்றாங்க. அதனால, நாங்களும் மின்சேவைகளுக்கு மாறிட்டோம். கரண்ட் பில் கட்றது, சேமிப்பு கணக்குல பணம் கட்டித்தர்றது. அப்புறம் பணம் எடுக்கறது, பஸ், ட்ரைன் டிக்கெட் புக் செய்றதுனு இப்படித்தான் எங்க பொழப்பு ஓடுது".

"சரிண்ணே... நா போய், என்னோட வேலையப் பார்க்குறேன்" என்று செந்தில் சொல்ல, "ம்ம்ம்..... உனக்கு ஏத்த இளிச்சவாயன் மாட்டாமலா போய்டுவான். இப்போ, நீ எடத்தை காலிபண்ணு. என்னோட கடைக்கு ஆளுங்க வருவாங்க".

"உங்க கடைக்கு யார் வருவாங்கன்னு தெரியாதா? கல்யாண புரோக்கர்னு சொல்லிட்டு சுத்துற ஆளுங்கதோனே. நானாவது, ஆளுங்ககிட்ட கமிசன் வாங்குனாலும், அவங்கள வேலைக்குச் சேத்துவிட்டுறேன். இந்த புரோக்கர்ங்க கமிசனையும் வாங்கிட்டு, கம்பியும் நீட்டிடுவாங்க".

"அவங்க கம்பி நீட்டுனா என்ன? அவங்க வச்சிருக்குற மாப்பிள, பொண்ணுக ஜாதகத்த ஜெராக்ஸ் எடுகுறதால, எனக்கு வேலை கெடைக்குதே. இப்போ, அவங்களும் சரியா வர்றதில்ல" என்று கடைக்காரர் சொன்னார்.

"எப்படி வருவாங்க? இப்பத்தான், கல்யாணத்துக்கு பொண்ணு, மாப்பிள வெவரத்தப்பாக்க, போல நெறயா ஆப் எல்லாம் இருக்குதே. தொழில்நுட்பம் வரும்போது, நமக்கெல்லாம் ஆப்பாகிடுது" என்று செந்தில் அங்கிருந்து நடையை கட்டினான்.

கந்தசாமி பேருந்துநிலையம் வந்து, குருவுக்கு போனில் அழைத்தார். போனில் பேசிவிட்டு, அவர் வந்துட்டாராம். வெளியில ஆட்டோவோட நிக்கிறாராம். வா போலாம்" என்று கவிதாவிடம் சொன்னான் குரு. தங்களின் பைகளை தூக்கிக்கொண்டு நடந்தனர் இருவரும்.

அப்பொழுது, ஒருவன் இடைமறித்தான். செந்தில் தான். "என்னப்பா ஊருக்குப் புதுசா?"

"ஆமாம்" என்று தலையாட்டினான் குரு.

"என்ன ஓடி வந்துட்டீங்களா?"

"அதெல்லாம் உங்களுக்குத் தேவையில்லாதது" என்று கோபமாகச் சொன்னாள் கவிதா.

"கோவப்படாதிங்க தங்கச்சி" என்று தன்னிடமிருந்த விசிட்டிங் கார்டை எடுத்து குருவிடம் நீட்டினான். இங்கிருக்குற, பெரிய கம்பெனிகளுக்கு எல்லாம் ஆளுங்கள சேத்துவிடுற கம்பெனி நடத்திட்டு இருக்கேன். மாசம் 7000'த்துல இருந்து 30000 வரைக்கும் சம்பளம் கெடைக்கும்.

அப்படியா? என்று கவிதா ஆச்சரியமுடன் கேட்டாள்.

"ஆமா. இங்க ஆள் கெடைக்காம, எல்லாரும் நார்த் இந்தியாவுல இருந்தெல்லாம் ஆளுங்கள எறக்கிட்டு இருக்காங்க".

"நாங்க வேலைக்கு புதுசு. எங்களுக்கு, அந்த அளவுக்கு சம்பளம் கெடைக்குமா?" என்று தயக்கத்துடன் குரு கேட்க, "அதெல்லாம், பிரச்சனையே இல்ல. வேலை செய்யனுமுனு ஆர்வம் இருந்தாப்போதும். நீங்க படிக்கலனாலும் கவலயில்ல".

"இல்ல. நாங்க ரெண்டுபேரும் டிகிரி முடிச்சிருக்கோம்" என்று வேகமாகச் சொன்னாள் கவிதா. "என்..." என்று கவிதாவை பார்த்தான்

குரு. "எதுவும் சொல்லித் தொலச்சுடாதே" என்று பார்வையாலேயே கெஞ்சினாள்.

"படிப்பு எதுக்கு? அதெல்லாம் விடுங்க. நீங்க, எந்த ஊருல இருந்து வர்றீங்க?" என்று செந்தில் கேட்க, அதற்கு குரு, "நாங்க கடலூர் பக்கம்".

"அட.... நம்மஊர் பக்கத்துல இருந்துதா வர்றீங்களா. கவலையே விடுங்க. நீங்க சரினு சொன்னாப்போதும். உடனே, நா வேலைய ஏற்பாடு செஞ்சுடுறேன். உங்க ரெண்டு பேருக்குந்தா. மத்தவங்களுக்கு, வேலை வாங்கித்தர 5000 ரூபா செலவாகும். நீங்க வேற பக்கத்து ஊரா போய்ட்டிங்க. அதுல பாதி மட்டும் கொடுங்க. என்ன சொல்றீங்க?"

"சரிங்க... நா, நாளைக்கு உங்களுக்கு கூப்புடுறே. இப்போ, எங்களுக்காக ஒருத்தர் வெளியில காத்துட்டு இருக்கார். நாங்க போகணும்" என்று கிளம்பினார்கள் குருவும், கவிதாவும்.

"கைக்கு எட்டுனது வாய்க்கு எட்டலயே" என்று தன்னைத்தானே நொந்துகொண்டு, இன்னொருவரை பார்க்கப்போனான் செந்தில்.

"என்ன... நேரமாயிடுச்சா? வர்ற வழியில, ஒரே ட்ராபிக். அதுதா லேட் ஆயிடுச்சு" என்று கந்தசாமி சொன்னார்.

"பரவால்ல சார். நாங்களும், இப்பத்தான் வந்தோம்" என குரு சொல்ல, "சார் எல்லாம் வேண்டாம். அண்ணன்னே கூப்புடுங்க. கவிதா தானே உன்னோட பேர்".

"ஆமா சார்".

"இப்பத்தானே சொன்னேன். சரி வண்டியில ஏறுங்க. வீட்டுக்குப்போய் பேசிக்கலாம்". இருவரும் ஆட்டோவில் ஏறினார்கள். சில கிலோமீட்டர்களுக்கு பிறகு, ஒரு தெருவிற்குள் திரும்பியது ஆட்டோ. அங்கே, சாலை முழுவதும் குழி தோண்டி போடப்பட்டிருந்தது. ஆட்டோ தட்டுத்தடுமாறி சாலை ஓரத்தில் சென்றது. ஆங்காங்கே மணல் மேடுகள் இருந்ததால், ஆட்டோ குலுங்கிக்கொண்டு சென்றது. குரு சற்று உயரமாய் இருந்ததால், வண்டி குலுங்கியதில் வண்டியின் மேற்கூரையில், தன் தலையை, சிலமுறை இடித்துக் கொண்டான். "என்னை, பஸ் ஸ்டான்ட்ல திட்டுனேல்ல. நல்லா வேணுமுனு" கவிதா சிரித்தாள்.

இவர்கள் இருவரையும் பார்த்த கந்தசாமி, "இன்னும், சில வருசத்துக்கு இப்படித்தான் இருக்கும். எல்லாம், இந்த ஸ்மார்ட் சிட்டி வேலைங்கதா. ஊருல இருக்குற பாதி ரோட்டோட நெலம

இப்படித்தான் இருக்குது. தண்ணீர் பைப்பு அப்புறம் கேஸ் எல்லாம் வீட்டுக்கே வருமாம். சிலிண்டருக்கு எல்லாம் அலைய வேண்டியதில்ல. வீட்டிலயே, கரண்ட்பொட்டி மாறி தண்ணிக்கும் மீட்டர் வச்சுடுவாங்களாம். அதுக்குத்தா, எங்க பார்த்தாலும் குழி தோண்டி போட்ருக்காங்க. சரி, அதவிடுங்க. முக்கியமான விசயம்" என்று மேலும் தொடர்ந்தார் கந்தசாமி.

"நாங்க இருக்குற காம்பௌண்டுல, ஒரு சின்ன வீடு காலியா இருக்குது. நீங்க, அதுல தங்கிக்கலாம். நா, வீட்டுக்காரர்கிட்ட பேசிட்டேன். அடுத்தமாசம், நீங்க பணம் கொடுத்தாப் போதும். வேலையும் சீக்கிரம் ஏற்பாடு செஞ்சுடலாம்" என்று சொன்னார்.

"நீங்க செய்யுற உதவிக்கு ரொம்ப நன்றி" என்றான் குரு.

"அட விடுப்பா... நா, இந்த ஊருக்கு வரும்போது, யாரோ ஒருத்தர், இதுமாறித்தா எனக்கு ஒதவி செஞ்சார். அதுபோலத்தான், நானும் ஒதவுறேன். ஆனா, இங்க சரியா இருக்கறது உங்க கையிலதா இருக்கு".

"கவலையே வேண்டாம். கண்டிப்பா, உங்களுக்கு கெட்டப்பேர் வர்றதுமாறி நாங்க நடந்துக்கமாட்டோம்" என்று கவிதா சொல்லும்போது, ஆட்டோ வீடு வந்து சேர்ந்தது.

அந்த காம்பௌண்டில் வரிசையாய் வீடுகள் இருந்தன. அனைத்தும், சிறிய வீடுகள் தான். ஒரு சமையலறை மற்றும் ஒரு படுக்கையறை மட்டுமே இருந்தது. "பாத்ரூம், லெட்டின் ரெண்டும், இங்க இருக்குற வீடுகளுக்கு பொதுவா ரெண்டு இருக்கு. அதுக்கு எல்லாம் தண்ணி வசதி கெடயாது. வெளியில இருக்குற பொதுத்தண்ணி பைப்புலதா புடிச்சுக்கணும்" என்று கந்தசாமி சொல்லிக்கொண்டே, அவர்கள் தங்கும் வீட்டின் அறையைத் திறந்தார்.

"ரொம்பவும் சின்ன இடம்" என்று கவிதாவுக்கு தோன்றியது. அவளைப்பார்த்தான் குரு. எதுவுமில்லை என்பதுபோல் சிரித்தாள். "கொஞ்ச நாளைக்கு, எ வீட்டுலயே சாப்புடுங்க. பாய், தலகாணி எல்லாம் நா கொண்டுவந்து தர்றேன். இப்போ, கொஞ்சம் ரெஸ்ட் எடுங்க. அப்புறம் பேசிக்கலாம் என்று கந்தசாமி கிளம்பினார்.

"உன்னோட வீட்டுல, வசதியா இருந்துட்டு இப்போ, அதுக்கு நேர்மாறா, இனிமே இருக்க வேண்டிவரும். உன்னால சமாளிக்கமுடியுமா?" என குரு கேட்டுக்கொண்டே, அறையின் கூரையைப் பார்த்தான். கூரை சிமென்ட்சீட்டால் போடப்பட்டிருந்தது. கூரையும் மிக தாழ்வாகவே இருந்தது. வெயில் காலங்களில், அறை

முழுவதும் வெப்பம் கொதிக்குமே என்று வேதனைப்பட்டான். எதுவுமே இல்லாததுக்கு, இதுவாவது இருக்குதே என்று தன்னைத்தானே தேற்றிக்கொண்டான். கவிதா என்ன நினைப்பாளோ என்று மனதிற்குள் சங்கடப்பட்டுக்கொண்டே அவளைப்பார்த்தான்..

"நா ஏதாவது சொன்னா, படத்துல வர்ற வசனமாறி பேசுறேன்னு சொல்லுவே. நாம காதலிச்சோம். இனிமே, என்ன நடக்குமுனு தெரிஞ்சுதா ரெண்டுபேரும் கல்யாணமும் பண்ணிக்கிட்டோம். அதனால, **கவலப்பட ஒன்னுமில்ல**" என்று கட்டியணைத்தாள்.

"ஏய்.... ஏய்... என்ன செய்றே. யாராது வந்துடப்போறாங்க" என்று அவளைத் தள்ளிவிட்டான்.

"அட அறிவாளி, நமக்கு கல்யாணம் ஆயிடுச்சுங்குறத மறந்துட்டயா?" என்று மீண்டும் கட்டிக்கொண்டாள்.

"இங்கேபாரு. நமக்கு இதெல்லாம் அப்புறந்தா. மொதல்ல ரெண்டுபேருக்கும் வேலை கெடைக்கணும். வீட்டுக்குத் தேவையான பொருள் எல்லாம் வாங்கணும். அப்புறம், இதெல்லாம் பார்த்துக்கலாம்".

"பரவால்லயே..... எ புருசனுக்கு எவ்ளோ அக்கற".

"எப்படியோ, மொதல்ல என்னைவிடு" என்று அவள் கட்டியணைப்பில் இருந்து விடுபட்டான்.

*****

பங்கஜ் வேகமாக துணிகளை தைத்துக்கொண்டிருந்தான். அவனைச்சுற்றி, அவனைப்போன்ற ஆட்கள் துணிகளை தைத்துக் கொண்டிருந்தனர். தலையை தையல் இயந்திரத்திற்குள் விடுவெதற்கு தயாராய் இருப்பது போல், அனைவரும் தலையை குனிந்துகொண்டு கண்ணும், கருத்துமாய் வேலை செய்தனர். அவர்கள் வேகத்திற்கு ஏற்ப துணிகள், தையல் இயந்திரத்தில் இருந்து வெளியேவந்து விழுந்து கொண்டிருந்தது. தைப்பவர்களுக்கு பெயர் என்ன என்று நமக்கு தெரியும். ஒவ்வொரு தையல் இயந்திரத்திலும், ஒரு தையல்காரர் இருப்பார். அதுபோலவே, அவருக்கு உதவியாய் பெண்கள் அல்லது வேலைக்கு புதிதாய் சேர்ந்தவர்கள் நிற்பார்கள். அவர்களுக்குப் பெயர் "கைமடி".

அவர்கள் வேலையே, தையல்காரர் தைப்பதற்கு ஏதுவாக, துணிகளை மடித்து கொடுப்பது. துணிகளை தைக்க பழகுபவர்கள் முதலில், இந்த வேலையைத் தான் செய்ய வேண்டும். பிறகு

கொஞ்சம், கொஞ்சமாக தையல்காரர் இல்லாத சமயத்திலும் அல்லது தையல்காரரை வேலையை கற்று கொடுக்கச்சொல்லி கேட்டுத் தைக்கலாம். ஆரம்பத்தில், தையல்காரரிடம் பலநல்ல கெட்டவார்த்தைகளை வாங்கித்தான் கற்றுக்கொள்ள வேண்டும். கொஞ்சம் பிசகினாலும், துணியில் ஊசி தாறுமாறாக ஓடி, கடைசியில் சூப்பர்வைசரும் வந்து, தன் பங்கிற்கு வார்த்தைகளை பாராட்டு மழையாய் தெளித்துவிட்டுப் போவார்.

பங்கஜ், தைக்கும் இடத்தின் அருகில் துணிகளை தைப்பதற்கேற்ப, அந்த துணிகளை வெட்டி தயார்செய்து கொண்டிருந்தனர். அப்படி வெட்டுவதற்கு பெரிய, பெரிய மேசைகள் போடப்பட்டிருந்தது. அதுபோன்ற மேசைகள், குறைந்தது இருபது பேர் அமர்ந்து சாப்பிடும் அளவிற்கு பெரிதாய் இருந்தது. நூல், நிட்டிங் நிறுவனத்திற்கு சென்று, துணி ரோல்களாய் மாறி, பின்பு, சாய ஆலைகளுக்குச் சென்று சாயமிட்ட பின்பு, இந்த மேசைக்கு வந்து சேரும். துணி ரோல்களை வெட்டுபவர்களுக்கு "கட்டிங் மாஸ்டர்" என்று பெயர்.

முதலில், இந்த வேலையை செய்பவர்கள் பெரிய கத்திரிக்கோல்களை பயன்படுத்தியே துணிகளை வெட்டுவர். அவர்களின் கைகளை கவனித்தால், கை முழுவதும் இறுகி காய்த்துப் போயிருக்கும். இவர்களிடம், யாராவது அடி வாங்கினால் எப்படி இருக்கும் என்று யோசித்துக்கொள்ள வேண்டும். இப்பொழுது, நிறுவனங்கள் கத்திரிக்கோலுக்கு விடுதலை கொடுத்துவிட்டு, மெசின்களை வாங்கிவிட்டனர். இதனால், ஆள்தேவை மற்றும் நேரமும் குறைகிறது.

சரியான அளவில் வெட்டிய துணிகள், பங்கஜ் வேலை செய்யும் தைக்கும் பிரிவிற்கு வரும். தைத்தபிறகு, அந்த துணிகள் சரிபார்க்கும் பிரிவிற்குச் செல்லும். அந்த பிரிவிற்கு பெயர் "செக்கிங". இந்த பிரிவில், பெரும்பாலும் பெண்கள் தான் இருப்பார். தைக்கப்படும் துணிகளில் குறைகள் இருக்கிறதா என்று பார்ப்பாங்க. அப்புரம், தைத்த இடத்தில் வேண்டாத அல்லது அதிகப்படியான நூல் இருந்தால், அதை ட்ரிம்மர் மூலம் கட் செய்து அகற்றிவிடுவார்கள். துணிகளில் ஆயில் கறை அல்லது ஏதாவது ஓட்டை உள்ளதா என்று பார்ப்பாங்க. தவறு இருந்தால், அந்த இடத்தில், "சின்ன ஏரோ மார்க்" ஸ்டிக்கர் ஒட்டி, அதை சூப்பர்வைசர்கிட்ட கொடுத்துடுவோங்க. துணிகளில், ஓட்டை இருந்தால் அதற்கு "அடாஸ்" என்று பெயர். அப்படி சரிபார்த்த பிறகு, துணிகள் தேய்க்கும் பிரிவிற்கு செல்லும். அங்கே துணிகளை லாவகமாக தேய்த்து, சரியாக பேக் செய்து பெட்டியில் போட்டு அடைப்பார்கள்.

பின்பு, இந்த துணிகளை வாங்கும் நபரின் சார்பாக வருபவர்கள், பெட்டியில் போட்டு வைத்திருக்கும் துணிகளை எடுத்து சரி பார்ப்பார்கள். வர்ணங்கள், துணியின் அளவுகள், துணியின் தரம் என்று அவர்களுக்கு திருப்தி உண்டான பிறகு, பையருக்குச் செல்லும். நூலிலிருந்து, துணியை நெய்து, பின்பு அதை தயார்செய்து, பையருக்கு அனுப்பும் வரை நூற்றுக்கணக்கான நடைமுறைகள் மற்றும் பல பிரிவுகள் இருக்கும். இதையெல்லாம் தாண்டித்தான் நீங்களும், நானும் அணிந்திருக்கும் உடைகள் வருகிறது. இதுபோன்ற ஒவ்வொரு பிரிவுகளிலும், இலட்சக்கணக்கான தொழிலாளர்கள் தங்கள் வாழ்க்கைத்தரம் மேம்படும் என்ற நம்பிக்கையில் வேலை செய்து வருகின்றனர்.

பங்கஜ், எப்படியோ கஷ்டப்பட்டு தைக்க கற்றுக்கொண்டான். இப்பொழுது இவன், புதிதாக வரும் ஆட்களுக்கு சொல்லி கொடுக்கும்அளவிற்கு வளர்ந்துவிட்டான். ஆனால், அவன் உயரம் ஐந்தடிக்கும் கீழ்தான். இந்த ஊருக்கு வந்து ஆறு மாதமாகிறது. தமிழ் மொழியில், யாராவது கேட்டால் பதில் சொல்லுமளவுக்கு பேசக் கற்றுக்கொண்டான். தைத்துக்கொண்டே இருந்த அவனுக்கு, தற்போது அவனுடைய பழைய நினைவுகள், அவன் முன்னால் நிழலாடின. ஏதோ தைரியத்தில், ரயில் ஏறும்போது அவன் கையில் ஒன்றுமில்லை. ஆனால், அவனிடம் வறுமை நிறையவே இருந்தது. அவன் ஊரில், யாரோ ஒருவர் திருப்பூரில் வேலை செய்கிறார் என்ற செய்தியை மட்டும் வைத்துக்கொண்டு வந்துவிட்டான். ஆனால், இங்கே வந்து யாரைப்பார்ப்பது? எப்படி வேலை வாங்குவது? என்று எதுவும் தெரியவில்லை.

இந்த ஊரில் இறங்கியபின், என்ன செய்வது என்றும் தெரியவில்லை. ரயில்நிலையம் மற்றும் பேருந்துநிலையம் என்று மாறி, மாறி சுற்றிக்கொண்டிருந்தான். செந்தில்தான், பங்கஜை கவனித்து அவனிடம் பேச்சுக் கொடுத்தான். ஆனால், இருவருக்கும் ஒருவர் பேசுவது மற்றொருவருக்கு புரியவில்லை. செந்தில் தனக்குத்தெரிந்த இந்தியைக்கொண்டு, அவனிடம் விவரங்களை கேட்டான்.

"உனக்கு காம்.... காம்... வேணும் தானே". வேலை வேண்டுமா என்பதைத்தான் அவ்வாறு கேட்டான் செந்தில். அவன், ஆம் என்று தலையாட்டினான்.

"சூப்பர் காம். புட்.... நிவாஸ் எல்லாம் ப்ரீ. தும்..... பர்ஸ்ட் வீக் சம்பளம் (கையால் பணம் என்று சைகை காமித்து) மேரே தந்துடணும்".

அவன் புரியாமல் முழித்தான்.

மீண்டும் மெதுவாய் சொன்னான் செந்தில். அதாவது, பங்கஜ் வாங்கும் முதல் வார சம்பளத்தை, தனக்கு தந்துவிடவேண்டும் என்று எப்படியோ புரியவைத்தான்.

"கித்னா?"

"2000".

வேகமா... டிகே... டிகே... பையா என்று பங்கஜ் சொல்ல, அவனை ஒரு நிறுவனத்துக்கு அழைத்துச்சென்றான். உள்ளே மேனேஜர் அறையில் செந்தில் 500 ரூபாய் தாள்கள் ஐந்தாறு எண்ணிக்கொண்டிருந்ததை, வெளியில் இருந்து பங்கஜ் கவனித்தான். தன்னிடமும், பணம் வாங்கிக்கொள்கிறான். இப்பொழுது, நிறுவனத்திலும் வாங்குகிறான் என்று நினைத்தான். "எப்படியோ, வேலை கிடைத்தால் போதும்.

வெளியில் வந்த செந்தில், "ஹே பையா... தும் ஜாப் ஓகே".

"டிகே பையா" என்று பங்கஜ் சொன்னான். வேலை கிடைத்துவிட்டது. தங்க, சாப்பிட என்று அனைத்து வசதிகளும், இந்த நிறுவனத்திலேயே இருப்பதை அறிந்து மகிழ்ச்சியடைந்தான்.

"என்ஜாய்" என்று கூறிவிட்டு செந்தில் வெளியில் நடக்க ஆரம்பித்தான். பங்கஜை தங்குமிடத்துக்கு கூட்டிச்சென்றார்கள். ஆஸ்பெட்டாஸ் சீட்டால் மூடப்பட்ட சிறு, சிறு பெட்டிகள் போன்ற அறைகள் நிறையவே இருந்தது. இந்தி பேசும் நபர்கள், அங்குதான் தங்க வைக்கப்பட்டு இருந்தனர். ஏகப்பட்ட துணிகள் அந்த அறைக்குள்ளேயே, கயிறு கட்டப்பட்டு அதில் தொங்கவிடப்பட்டிருந்தன. அந்த அறைகளைப் பார்க்கும்போது, அவனின் வீடு தான் ஞாபகம் வந்தது. ஓலைகளால் வேயப்பட்ட குடிசை போல் இருந்தது.

ஊரில் இருந்தால் சோற்றுக்கே கஷ்டம் என்ற நிலைமை. இங்கே சோறு சுவையாய் இல்லையென்றாலும் கிடைக்கிறது. அந்த சிறு அறையிலும் 10க்கும் மேற்பட்ட நபர்கள் தங்கியிருந்தார்கள். தினமும், தூங்குவதற்கே கஷ்டம். நெருக்கிக்கொண்டு தான் தூங்கவேண்டும். சோறு சொல்லவே வேண்டாம். வாந்தி ஒன்றுதான் வரவில்லை. அதுவுமில்லாமல், இங்கிருக்கும் ஒருசில ஆட்கள், நம்மை நடத்தும்விதத்தையும் பொறுத்துக்கொள்ள வேண்டும்.

ஹே... பையா... ஊரவிட்டு இங்க ஏ வந்தே" என்று கிண்டல்கள் வேறு. வேறுவழியில்ல. இருக்கலாம் என்று முடிவெடுத்து, ஆறு

மாதங்கள் ஓடிவிட்டது என்று பழையதை நினைத்துப்பார்த்தான். அவன், தைத்துக்கொண்டு இருந்த இடத்தில் இருந்து, அருகில் இருந்த கட்டிடத்தில் லட்சுமி தைத்து வரும் துணிகளை சரிபார்த்து பதிவேட்டில் எழுதிக்கொண்டிருந்தாள்.

*****

கனவுகளின் உலகம்

"சீக்கிரம் கௌம்பு. கந்தசாமி அண்ணனும் காத்துகிட்டு இருக்கார். இன்னைக்கு வேலையில சேந்துக்கலாமுனு சொல்லிட்டார்" என்று குரு தலையை வாரிக்கொண்டிருந்தான்.

அப்பொழுதுதான், தண்ணீர் குடத்தை கொண்டுவந்து இறக்கி வைத்தாள் கவிதா. "அப்பப்பா.... இந்த பைப்புல தண்ணி புடிக்கறதே பெரியவேல. என்ன சண்டை! காதுல கேக்கவே முடியல. அத்தன கெட்டவாத்த. இந்த பொம்பளைங்க போட்டிப்போட்டு பேசுறாங்க. உனக்கும் ரெண்டு, மூணு கெட்டவாத்த சொல்லித்தரட்டுமா" என்று கண்ணடித்தாள்.

"சீக்கிரம் கௌம்பு. நேரமாகுது" என்று கண்ணாடியை விட்டு நகர்ந்தான்.

"சரி, சரி, இதோ தலய சீவுனாப்போதும்" என்று குருவின் கையை பிடித்து நிறுத்தினாள். நா சொல்றேனு தப்பா நெனைக்காதே. வேலை கெடச்சதுக்கப்புறம், கொஞ்சநாள் கழிச்சு, தண்ணி, தனிபாத்ரூம் இருக்குற வீட்டுக்கு மாறிக்கலாமா? பாத்ரூம் போகும்போதும், குளிச்சுட்டு வரும்போதும் அந்த பக்கத்துவிட்டு ஆள் பாத்ரூம் பக்கத்துலயே எப்பவும் நிக்கிறான். தண்ணி கொடம் எடுத்துட்டு வரும்போது, கண்ணுகொட்டாம பாக்குறான். இத்தனைக்கும், அவனுக்கு கல்யாணமாகி ரெண்டு புள்ளைங்க இருக்காங்க" என்று சங்கடத்துடன் சொன்னாள் கவிதா.

"இதுமாறி எடத்துல, இப்படிப்பட்ட சில ஆளுங்க இருப்பாங்க. நானும் இதத்தான் யோசிச்சேன். மொதல்ல வேலை கெடச்சு, சம்பளம் கைக்கு வரட்டும்".

வேக, வேகமாக தலையை சீவிக்கொண்டு நெற்றியில் பொட்டுவைத்தாள். முடிஞ்சுது வா போலாமுனு கவிதா சொல்ல, இருவரும் வீட்டை விட்டு கிளம்பினார்கள். கந்தசாமியுடைய, லோடு எடுக்கும் நான்கு சக்கர ஆட்டோவில் இருவரும் ஏறினர். "அண்ணே, உங்களுக்கு ரொம்ப நன்றி. சீக்கிரமே வேலைய ஏற்பாடு செஞ்சுடீங்க" என குரு சிரித்துக்கொண்டு சொன்னான்.

அதற்கு கந்தசாமி, "அட விடுப்பா. இங்க ஆளுங்க எத்தன பேர் வந்தாலும், இந்த ஊருக்கு பத்தாது. படிச்சாலும் சரி, படிக்கலனாலும் சரி, இந்த ஊர் மொழி தெரிஞ்சாலும் சரி, தெரியலனாலும் சரி. இந்த ஊருக்கு

அதப்பத்தியெல்லாம் கவலையே இல்ல. நா, இந்த கம்பெனியில பல வருசமா வேஸ்ட் எடுத்துட்டு இருக்கேன். அதனால, அந்த மேனேஜர் எனக்குப் பழக்கம். அவர்கிட்ட, ஏற்கனவே சொல்லியிருந்தேன். அதுதா, இன்னைக்கு வரச்சொல்லிருக்கார்".

"அதென்ன, வேஸ்ட்" என்றாள் கவிதா.

"அதுவா, துணி தைக்கும்போது கழிவுத்துணி எல்லாம் வருமுல. அதுதா "வேஸ்ட்". தேவையில்லாத அட்டப்பொட்டி, மிஞ்சுன நூல்கண்டு, அப்புறம் ஓட்டயான, கிழிஞ்ச துணிங்க. இதுமாறி அயிட்டத்த, நாங்க வெலபேசி வாங்கி, அத தரம்பிரிச்சு, வெளிமார்கெட்டுல விப்போம். இதுக்கு "செக்கண்ட்ஸ்" அப்படின்னு பேர். இதுக்கு, இங்க பெரிய மார்க்கெட் இருக்கு".

கம்பெனியின் முன்வந்து ஆட்டோ நின்றது. காவலாளியிடம், விவரங்களைச் சொல்லி பாஸ் வாங்கி, அதை கழுத்தில் மாட்டிக்கொண்டு உள்ளே சென்றனர் மூவரும். "இது பெரிய கம்பெனி. நூல, துணியா மாத்தி, டை பண்ணி, தைச்சு, பொட்டி போட்டு அனுப்புறவரைக்கும், எல்லா பிரிவும் உள்ளே இருக்குது" என்று கந்தசாமி தனக்குத்தெரிந்த விவரங்களைச் சொன்னார்.

அப்பொழுது செந்தில், சில இந்திபேசும் நபர்களை உள்ளே கூட்டிச்செல்வதை பார்த்தார் கந்தசாமி. "டேய் செந்தில், உன்னோட காட்டுல, அடமழதா போல" என்று சொல்ல, இவரைப்பார்த்த செந்தில், "அண்ணே நீங்களா? இந்த கம்பெனி மொதலாளிதா, நார்த்இந்தியா ஆளுங்கள கூட்டிட்டுவந்தா, நல்ல கமிசன்னு சொன்னாரு. அதுதா".

"உனக்கு மட்டும், எங்கேயிருந்து இத்தன ஆளுங்க கெடைக்குறாங்க?"

"அடப்போங்க.... என்னைமாறி, இந்த ஊருல எத்தன பேர் சுத்திட்டு இருக்காங்கனு தெரியுமா. அவங்ககிட்ட இருந்து, இவங்கள காப்பாத்துறதே எனக்கு பெரியவேல. நீங்க பத்திரிக்கையே படிககறது இல்லயா. ஒரு நாளைக்கு கொறஞ்சது 1000 நார்த்இந்திய ஆளுங்க, வேலை தேடி ட்ரைன்ல வந்து எறங்குறாங்களாம். எனக்கு, வாரத்துக்கு மூணு பேர் கெடைக்குறதே பெருசா இருக்கு. அட, இவங்க ரெண்டுபேரும் உங்களோடு தான் வர்றாங்களா. ச்சே... எனக்கு கமிசன் போச்சே" என்று குருவையும், கவிதாவையும் பார்த்துவிட்டு சொன்னான்.

"ஓ.... இவங்க ஊருக்கு வந்தொன்னமே பேசிட்டியா. இவங்க, என்னோட சொந்தக்காரங்க".

"சரிண்ணே... நா வர்றேன்" என்று செந்தில், இந்திபேசும் நபர்களை பார்த்து சலோ.... சலோ... என்று கூட்டிக்கொண்டு உள்ளே சென்றான்.

"அவன், உங்க பக்கத்து ஊரு, பக்கத்து வீடுனு சொல்லிருப்பானே" என்று கந்தசாமி கேட்க, இருவரும் ஆமாம் என்று தலையாட்டினர். சில பேரை சேத்துவிடுவான் அப்போ, அவங்ககிட்டயும் காசு வாங்கிடுவான். இங்க, மொதலாளிகிட்டயும் வாங்கிடுவான். சிலசமயம், வேலைதேடி வர்றவங்ககிட்ட காசை வாங்கிட்டு ஏமாத்திடுவான். நல்லவேள, இவன்கிட்ட நீங்க மாட்டல. சரி வாங்க" என்று உள்ளே கூட்டிக்கொண்டு சென்றார்.

லட்சுமி, மேனேஜர் அறையில் இருந்தாள். துணிகள் பற்றிய பதிவேடுகளை மேனேஜரிடம் காண்பித்துக் கொண்டிருந்தாள்.

"இந்த துணி எல்லாம் இன்னும் கட்டிங் செக்சன்ல இருந்து தைக்குற செக்சனுக்கு வரலயா? ஆர்டர் முடிக்க டைமே இல்ல. இன்னும், என்ன செஞ்சுட்டு இருக்கீங்க" என்று கத்தினார் மேனேஜர்".

"நாளைக்குத்தா தைக்குற செக்சனுக்கு வருமுங்க. கட்டிங் செக்சன் ஆளுங்க சிலபேர் லீவுல இருக்காங்க".

"இதுக்குத்தா, இந்த ஆளுங்கள வேலைக்கு வைக்கக்கூடாது. முக்கியமான நாள்ல, லீவுல போறது இவங்களுக்கு வேலையாப் போச்சு. இதுவே, இந்திக்காரங்கள வச்சா, வேலை சுலபமா முடியும். அவன்தான், ஊருக்கும் அடிக்கடி போகமாட்டன். காரணம் சொல்லிட்டு, லீவும் எடுக்க மாட்டான்" என்று பதிவேடுகளை சுட்டிக்காட்டி, இது என்ன என்பதுபோல் கேட்டார்.

அவர் சுட்டிக்காட்டிய இடத்தில், விரல் வைத்து விவரங்களைச் சொன்னாள் லட்சுமி. அப்பொழுது, அவள் விரல்மேல் விரல் வைத்து "ஓ... அதுதா இதுவா" என்றார் மேனேஜர்.

லட்சுமி, தன் கையை வெடுக்கென்று எடுத்துக்கொண்டாள். "என்ன லட்சுமி, இப்பவும் உன்னோட புருசன் குடிச்சுட்டுத்தா ஊர் சுத்துறானா? நீ சொல்லித்தா, அவனுக்கு இங்க வேலை கொடுத்தேன். முழுசா, ஒருமாசம் கூட வரல. உன்ன நெனச்சா பாவமா இருக்கு. உன்னப்போய், அவனுக்கு கட்டிவைச்சு, உன்னோட வாழ்க்கைய சீரழிச்சுட்டாங்க. உனக்கு, காலேஜ் போற வயசுல மகன் இருக்குறானு சொன்னா, யாரவது நம்புவாங்களா? நானே நம்பமாட்டேன்" என்று பேசிக்கொண்டு இருந்தார்.

லட்சுமி, எதுவும் பேசாமல் கல் போல் நின்றிருந்தாள்.

"நா, உன்ன முன்னாடியே பாத்திருந்தா, உன்னத்தா மொதல்ல கல்யாணம் பண்ணிருப்பேன். அது நடக்காம போய்டுச்சு" என்று அசட்டு சிரிப்பு சிரித்தார் மேனேஜர்.

"சார்.... எனக்கு வேலை இருக்குதுங்க" என்று கிளம்பினாள்.

"ஏ அவசரப்படுறே.... இந்தா, உன்னோட நோட்" என்று பதிவேடுகளை நீட்டினார். நாம ரெண்டுபேரும், ஒருநாள் மட்டும் எங்காவது போலாமா? அவசரமில்ல. யோசிச்சு சொல்லு. உன்ன கட்டாயப்படுத்தல".

பதிவேட்டை வாங்கிக்கொண்டு வெளியில் வந்தாள். கந்தசாமி, குரு மற்றும் கவிதா மேனேஜர் அறைக்குச் சென்றனர்.

மேனேஜர் அறையிலிருந்து, தன் மேசைக்கு வந்து உட்கார்ந்தாள் லட்சுமி. இவனைப்போன்று, எத்தனை நபர்களை கடக்கவேண்டும் என்று நினைத்தாள். மேனேஜர் பேசுன பேச்சுக்கு வேலைய விட்டு போய்விடலாம். ஆனா, குடும்பத்த எப்படி நடத்துறது. சம்பாரிக்கறத, குடிச்சழிக்கும் புருசன். இன்னும் பொறுப்பில்லாம சுத்துற பையன். இவங்கள நம்பி, நா வேலையவிட்டா குடும்பம் என்ன நெலைக்குப் போகுமுனு பயந்தாள். இந்த கம்பெனிய விட்டு, வேற கம்பெனிக்குபோனா, அங்கேயும் இவனமாறி ஒருத்தன், வேற ஏதாவது ரூபத்துல இருப்பான். இந்த கம்பெனியில கொஞ்ச சம்பளத்துல சேந்து, இப்போ ஓரளவு நல்ல சம்பளத்தோட, நல்ல பதவியும் இருக்குது.

இவன் பேசுறத வச்சு, இதவிட்டுட்டுப் போகமுடியுமா? ஒரு பொண்ணுக்கு, புருசன் இல்லன்னா, இல்ல புருசன் குடிகாரனா இருந்தா போதுமே, நம்மள பொம்மைங்கனு, இவனமாறி ஆளுங்க நெனச்சுக்குறாங்க. பொம்மைய இஷ்டம்போல எடுத்து விளையாடலாமுனு நெனைக்க, இவங்களுக்கு என்ன உரிம இருக்கு. இதுல, ஆம்பளைங்களவிட, கூட வேலை செய்ற பொண்ணுங்களே மோசம். நம்மளப்பத்தி பொரளி பேசுறதுல, அவங்களுக்கு அவ்ளோ சந்தோசம். என்ன செய்றது? எல்லாம் காலக்கொடும" என்று நினைத்தாள் லட்சுமி.

*****

இருவரின் சுயவிவரங்கள் அடங்கிய தாள்களை பார்த்துக்கொண்டிருந்தார் மேனேஜர். "நீங்க, ரெண்டுபேரும் வேலைக்கு புதுசு. முன் அனுபவம் இல்லாம நாங்க வேலைக்கு சேக்கறதில்ல. கந்தசாமி சொன்னதால, உங்கள சேத்துக்குறோம்".

"குருவுக்கும், கவிதாவுக்கும் ஒரே மகிழ்ச்சி".

"இங்க, வேலை செய்ய சில நெபந்தனைங்க இருக்கு. நீங்க, அடிக்கடி லீவு எடுக்கக்கூடாது. உங்க சொந்தஅவூர், வெளியூர்ங்கிறதனால, ஏதாவது சொல்லிட்டு ஊருக்கு போகணுமுனு வந்து நிக்கக்கூடாது. வேலை

அதிகமா இருந்தா, சுணக்கம் காட்டக்கூடாது. நேரத்துக்கு வேலைக்கு வந்துடணும். அதிகமா, போன் பேசக்கூடாது. கண்டிப்பா, இங்க உக்கார்ந்துட்டு தேவையில்லாதத பேசி அரட்ட அடிக்கக்கூடாது. என்ன... நா சொல்றது சரியா" என்று மேனேஜர் கேட்க, இருவரும் சரியென்று தலையாட்டினர். "சரி, நீங்க போய் ஹெச்-ஆர பாருங்க. உங்களுக்கு ஏத்த வேலைய தரச்சொல்றேன்" என்றார் மேனேஜர்.

பங்கஜ், சாப்பிடும் இடத்தில் இருந்தான். அங்கே பாதிக்கும் மேல் இந்திபேசும் நபர்களாகவே இருந்தனர். சாப்பாட்டை தட்டில் வாங்கிவந்து அமர்ந்தான். அட... முள்ளங்கி சாம்பார். பைப்பில் வரும் தண்ணிக்கும், இந்த சாம்பாருக்கும் வித்தியாசமே இல்லை. சிலர் குழுக்களாய் அமர்ந்து சாப்பிட்டனர். அவர்கள் குழுவில், வேறு யாரையும் உள்ளேவிடாது போல் அமர்ந்து சாப்பிட்டனர். ரேசன் அரிசியை கள்ளத்தனமாக வாங்கிவந்து சாப்பாடு செய்து போட்டுக்கொண்டிருந்தான் கேண்டின் சேவையை எடுத்த நபர். அந்த அரிசிக்கும், இந்த சாம்பாருக்கும் ஏகப்பொருத்தம். வாயிலேயே வைக்க முடியாது. என்ன செய்வது என்று அவனருகில் அமர்ந்தவர்கள் பேசிக்கொண்டனர்.

ஒருசிலர், சண்டை போடுவதை பார்த்தான் பங்கஜ். சாப்பாடு போடும் இடத்தில் இருந்த நபர் இந்தியும், தமிழும் கலந்தவாறு பேசினான். "ஹேய்... நீங்க, எல்லாம் என்ன உங்க ஊருல ருசியாவா சாப்பாடு சாப்டீங்க. இங்கவந்து, இந்த சோத்தை கொற சொல்லிட்டு இருக்கீங்க. ஒழுங்கா போய் சாப்புடுங்க" என்றான்.

"மறுவாட்டி, இதேமாறி சாப்பாட்ட போட்டா, நாங்கோ கண்டிப்பா புகார் சொல்லும்" என்று கூட்டத்தினர் கத்தினர்.

"உங்க கம்பெனி கொடுக்குற காசுக்கு இப்படித்தான் சாப்பாடு போடமுடியும். போ, போய் எங்கே வேணுமுனாலும் புகார் சொல்லிக்கோங்கடா" என்றான். இதையெல்லாம் கவனித்துக் கொண்டு சாப்பிட்டான் பங்கஜ்.

குருவுக்கு கணக்குப்பிரிவில் வேலை. அந்த வேலை சம்பந்தமாக இருசக்கர வண்டியும் தருவதாக சொல்லியிருந்தார்கள். பேங்க் மற்றும் இதர அலுவலகங்களுக்கு தினமும் செல்லவேண்டும் என்பதால் வண்டி. கவிதாவுக்கு மூலபொருட்கள் வாங்கும் பிரிவில் உதவியாளர் வேலை. சம்பளமும் சொல்லிக்கொள்ளும்படி தருவதாக சொல்லியிருந்தார்கள். கம்பெனி பேருந்திலே தினமும் வந்துவிடலாம். குருவுக்கு, கம்பெனி வண்டியை சிறிது நாள் கழித்து, வீட்டிற்கு சென்று வரவும் எடுத்துச்செல்லலாம் என்று அருகில் இருந்தவர் சொன்னார்.

இதில், குருவுக்கு ஏக சந்தோசம். இருவரின், சம்பளமும் சேர்த்தால் இருபதாயிரம் இருக்கும் என்று கணக்குப்போட்டான். விரைவிலேயே, நல்ல வீட்டுக்கு மாறிவிடலாம். கொஞ்சம், கொஞ்சமாக நம் வாழ்க்கை தரமும் உயர்ந்துவிடும் என்று நினைத்து சந்தோசப்பட்டான் குரு.

அப்பொழுது, ஒரு நபர் உள்ளே நுழைந்து வேக, வேகமாக நடந்தார். அனைவரும், அவரைப்பார்த்து எழுந்துநின்றனர். குருவும் எழுந்து நின்றான். வந்தவர், நேராக அவர் அறைக்குச் சென்று அமர்ந்து, தனது லேப்டாப்பை திறந்து பார்க்க ஆரம்பித்தார். "இவர் தான், இந்த கம்பெனி மொதலாளி" என்று குருவிடம் ஒருவர் சொல்ல,

அருகில் இருந்தவன், "அவர் ஒன்னும் மொதலாளி கெடயாது. மொதலாளி மாறி" என்று சொன்னார். "ஹாய்... இன்னைக்குத்தா வேலைக்கு சேந்தீங்கல. எம்பேரு பார்த்திபன் என்று அறிமுகப்படுத்திக் கொண்டான்.

"மொதலாளி மாறி, அப்படினா என்ன?" என குரு கேட்க,

அதற்கு பார்த்திபன் சிரித்துக்கொண்டே, "இவரு, மொதலாளியின் மருமகன். அதுதா, மொதலாளி மாறினு சொன்னேன். இதுமாறி மொதலாளிங்க, இந்த ஊருல நெறயப்பேர் இருப்பாங்க".

"அதனால என்ன?"

"அதாவது, நா சொல்றது என்னன்னா, இந்த கம்பெனி மொதலாளி ஆரம்பத்துல, ஒரு தையல்காரரா வாழ்க்கைய ஆரம்பிச்சு கொஞ்சம், கொஞ்சமா தொழிலக்கத்து, 30 வருசத்துல இவ்ளோ பெரிய கம்பெனிய உருவாக்கியிருக்கார். அவரோட பொண்ண, கல்யாணம் செஞ்சதுனால, இந்த கம்பெனியோட பொறுப்ப, இவர் எடுத்துக்கிட்டார். மொதலாளிக்கும் வயசாயிடுச்சுனு, பொறுப்ப இவர்கிட்ட கொடுத்துட்டு ஒதுங்கிட்டார்".

"எப்படியிருந்தாலும், இவரோ இல்லன்னா மொதலாளியின் மகளுக்குத்தானே இந்த பொறுப்புக வந்து சேரும். அதுவுமில்லாம, எப்படியும் நல்லா படிச்சிருப்பார். இதுக்கு மேல என்ன வேணும்" என்று குரு கேட்டான்.

"இந்த ஊர பொறுத்தளவுல, அனுபவப்பாடம் மட்டுந்தான் கைகொடுக்கும். இந்த நிறுவனத்த, உருவாக்குன மொதலாளி படிச்சது வெறும் மூனாங்கிளாஸ் தான். இவர், வெளிநாட்டுல போய் படிச்சவர். இவரமாறி ஆளுங்க, இன்னைக்கு இதேமாறி ஒரு நிறுவனத்த ஆரம்பத்துல இருந்து உருவாக்கமுடியுமா?".

"உங்களுக்கு அவர புடிக்கலனு தோணுது" என்று சொன்னான் குரு.

"அப்படியில்ல, கம்பெனியோட நெலம, இவர் வந்ததுக்கப்புறம் சரியில்ல. மொதலெல்லாம், இந்த கம்பெனியில, எல்லா பிரிவுகளும் சரியா இயங்குச்சு. இப்போ, சில பிரிவுகள் சரிவர இயங்குறதில்ல. அதுவுமில்லாம, இந்த மேனேஜர் இருக்காரே!...... என்று பார்த்திபன் மேலும் இழுக்க, "எனக்கு, இந்த உள்ளடி அரசியல் பேச்சு எல்லாம் வேண்டாம்" என்று குரு திரும்பிக் கொண்டான்.

"இப்பத்தானே வந்திருக்கே. போகப்போக நீயே புரிஞ்சுக்குவே" என்று பார்த்திபன் தன் வேலையைப் பார்க்க ஆரம்பித்தான்.

*****

குருவின் வேலை, எப்போதுமே வெளியில் தான். தினமும், வங்கிக்குச் செல்லவேண்டும். அலுவலகத்தில் கொடுக்கும் காசோலைகளை வங்கியில் செலுத்த வேண்டும். ஆடிட்டர் அலுவலகம் செல்ல வேண்டும். ஏற்றுமதி தொடர்பான அலுவலகம் செல்ல வேண்டும். இன்னும், வேறுசில அலுவலகங்களும் செல்ல வேண்டும். ஊருக்கும் புதிதாக இருப்பதால், குருவுக்கு அந்த அலுவலகங்கள் எங்கே இருக்கிறது மற்றும் என்ன மாதிரியான வேலைகள் செய்ய வேண்டும் என்று பார்த்திபன் சொல்லித்தந்தான். பின்பு, அலுவலகங்கள் எங்கே இருக்கிறது என்றும் கூட்டிக்கொண்டு சென்று காண்பித்து, அங்கே யாரை பார்க்க வேண்டும், என்ன மாதிரியான ஆவணங்களைத் தரவேண்டும் என்று மூன்று நாட்கள் விலாவாரியாக சொன்னான்.

பார்த்திபனுக்கு இதில் ஏக சந்தோஷம். நமக்கு பதில் ஒருவன் மாட்டிவிட்டான். இல்லையென்றால், இந்த வேலைகளை நான்தான் செய்யவேண்டும். வெயிலில், வண்டியில் போக வேண்டும். சில அலுவலகங்களில் கால் கடுக்க நிற்க வேண்டும். ஏதாவது, ஆவணங்களில் சிறிய தவறு வந்தாலும் நிறுவனத்திற்கு வந்து சரிசெய்து வாங்கிக்கொண்டு போய், மீண்டும் சம்பந்தப்பட்ட அலுவலகங்களில் கொடுக்கவேண்டும். அப்படி, ஒருமுறை வந்து செல்லவே குறைந்தபட்சம் 20 கிலோமீட்டர் வண்டி ஓட்ட வேண்டும். முதுகே வளைந்துவிடும். இடையில், அவனவன் திட்டுவான். அதையும் வாங்கிக் கொள்ளவேண்டும். "நல்லவேள, ஒருத்தன் கெடச்சுட்டான். நா தப்பிச்சுட்டேன்" என்று வஞ்ச புன்னகையுடன் குருவைப் பார்த்தான்.

என்னவென்பது போல் குரு பார்க்க, ஒன்றுமில்லை என்பதுபோல் தலையாட்டினான். அவனின், விஷம புன்னகையின் அர்த்தம் சில நாட்களிலேயே குருவுக்கு புரிந்துவிட்டது. இருந்தாலும், என்ன செய்யமுடியும். எதுவாக இருந்தாலும் ஏற்றுக்கொள்ளத்தான் வேண்டும்

என்று நினைத்துக்கொண்டு, கொடுத்த வேலையை செய்தான். அவன் தினமும், கம்பெனியில் இருந்து வங்கிக்கு செல்லும்போது, ஒன்றை கவனித்தான், கம்பெனியில் இருந்து மெயின்ரோட்டுக்குச் செல்ல, இரண்டு கிலோமீட்டர் தூரம் ஆகும். அந்த இடைப்பட்ட இடங்களில் பெரிதாக வீடுகள் இருக்காது. சாலையின் இருபக்கமும், கருவேல மரங்கள் இருக்கும். கூடவே சீமைக்கருவேல மரங்களும் அதிகமாக இருக்கும். ஒருசில தென்னை மரத்தோட்டங்களும் இருக்கும். சாலையின் நடுவே ஒரு பாலமும் இருக்கும். அதனடியில், ஒரு ஓடையும் இருக்கும். ஆனால் தண்ணீர் தான் இல்லை. அவன், இதையெல்லாம் வேடிக்கை பார்த்துக்கொண்டே, பைக்கில் சென்று கொண்டிருந்தான். திடிரென்று, ஒன்றை பார்த்து வண்டியை நிறுத்தினான். அவன் செல்லும் சாலையின் இடதுபுறத்தில், சீமைக்கருவேல மரங்கள் நிறைந்திருந்தன. அதை பார்க்க அவன் நிற்கவில்லை. அந்த பின்னே சற்றுதூரத்தில், ஒரு பெரிய கட்டிடம் பாழடைந்து இருந்தது. பார்ப்பதற்கு, படங்களில் வரும் பேய் பங்களா போல் இருந்தது. சுற்றிமுற்றி பார்த்தான். யாருமே அந்த சாலையில் வரவில்லை. அந்த கட்டிடத்தை பார்த்து கொஞ்சம் பயந்தான். அதன்பிறகு, அந்த இடத்தில் அவன் நிற்கவில்லை.

*****

பங்கஜ், நிறுவனத்தின் வண்டிகள் நிறுத்துமிடத்தில் அமர்ந்திருந்தான். மதிய உணவை கஷ்டப்பட்டு சாப்பிட்டுவிட்டு, கொஞ்ச நேரம் இளைப்பாறினான். அவன்முன், ஒரு அணில் கீழேகிடந்த பழத்தை எடுக்க வந்தது. பங்கஜ் அசையாமல் உட்கார்ந்திருந்தான். ஒருவேளை அசைந்தால் அணில் பயந்துகொண்டு வராது. எனவே அமைதியாய் இருந்தான். அணில், மெதுவாய் அவனை கவனித்துக்கொண்டு நெருங்கியது. பிரச்சனையில்லை என்று தெரிந்தவுடன், கீழே கிடந்த பழத்தை எடுத்து, தனது பற்களால் வேகமாக கடித்து தின்ன ஆரம்பித்தது. அப்போது, அங்கே ஒரு மோட்டார் சைக்கிள் வேகமாக வந்து நின்றது. பங்கஜ் ஒதுங்கி நிற்கும்போது, அந்த அணில் பயந்துகொண்டு மரத்திற்கு ஓடியது. பங்கஜ்க்கு, அணில் ஓடியதால் வருத்தம். குரு, அவனை கவனித்துக்கொண்டே மோட்டார் சைக்கிளில் இருந்து இறங்கிச் சென்றான்.

லட்சுமி சாப்பிடும் அறையில் அமர்ந்திருந்தாள். அவளுடன் வேலை செய்யும் பெண்கள் அவளைச்சுற்றி அமர்ந்திருந்தனர். அவர்களுடன் மீனாவும் அமர்ந்திருந்தாள். அவள்தான், லட்சுமிக்கு மிகவும் பிடித்தவள். லட்சுமியின் மகன் வயது தான் இருக்கும் மீனாவுக்கு. லட்சுமியின் கதையைப் போலவே, இவளின் கதையும் கொடுமை தான். இருந்தாலும் பெரிதாய் வெளிக்காட்டிக் கொள்வதில்லை. இந்த

சாப்பிடும் அறைதான், இவர்களைப்போன்ற பெண்களுக்கு கொஞ்சநேரம் மகிழ்ச்சி அளிக்கும் போதிமரம். அதற்காகவே, பெண்கள் விடுமுறை எடுக்காமல் வந்துவிடுவர். வீட்டில் உள்ள பிரச்சனைகள், வேலையில் உள்ள அழுத்தங்கள் என்று அனைத்தையும் கழட்டி வைத்துவிட்டு, வாய்விட்டு சிரிக்கும் இடம் தான் இந்த சாப்பிடும் அறை.

அப்போது, புதுஜோடி ஒன்று இவர்களைக் கடந்துசென்று, காலியாக இருந்த இருக்கையில் அமர்ந்து சாப்பிட ஆரம்பித்தனர். அந்த ஜோடியை கவனித்துவிட்டு, மீனா மெதுவாக லட்சுமியிடம், "புதுஜோடி ஒன்னு வேலைக்கு சேர்ந்திருக்கு போல" என்று சொல்ல, லட்சுமி அவர்களை பார்த்துவிட்டு, "ம்ம்ம்.... பார்த்தா, புதுஜோடி போலத்தான் தெரியுது.

"கண்டிப்பா, காதல் கல்யாணமாத்தான் இருக்கும். நா அடிச்சு சொல்றேன்" என்று மீனா கண்ணடிக்க, "சரி... ஒழுங்கா சாப்புடு டி".

"பாத்தா, இந்த ஊருபோலத் தெரியல. வெளியூர் போல இருக்கு. ஓடி வந்திருப்பாங்களோ?"

"உனக்கு, எதுக்கு இந்த வேண்டாத பேச்சு?" என்று மீனாவின் தலையில் கொட்டினாள் லட்சுமி.

"என்னக்கா...., இப்படி சொல்றீங்க. ஒரு மூணு மாசத்துக்கு முன்னாடி, ஒரு ஜோடி வந்தத, நீங்களும் பாத்தீங்கதானே".

"ஆமாம்.... ஆமாம்....." என்று குழுவில் இருந்த மற்ற பெண்களும் ஒருசேர கூற, "அதுக்கென்ன" என்று லட்சுமி கேட்டாள்.

"அந்த ஜோடி, இப்படித்தான் இருந்தாங்க. அப்புறம், கொஞ்ச நாள்ல சண்டைவந்து, நீயும் வேண்டாம், இந்த ஊரும் வேண்டாமுனு அவங்கவங்க ஊட்டுக்குப் போய்ட்டாங்க. காதலிக்கும்போது இருக்குற ஆச, வாழ்க்கைய நடத்தும்போது காணாம போய்டும். இந்த ஜோடியும் எத்தன நாள் தாக்குபுடிக்கப் போகுதோ?

"எனக்கு என்னமோ, இவங்கள பார்க்கும்போது, அப்படி போக மாட்டாங்கனு தோணுது. கண்டிப்பா, உ முடிவுல தோத்துடுவே" என்று லட்சுமி, அந்த ஜோடியை மீண்டும் ஒருமுறை பார்த்துவிட்டு சொன்னாள்.

"அப்படித் தோத்தா, எல்லார் முன்னாடியும் நா 100 தோப்புக்கரணம் போடுவேன்" என்றாள் மீனா.

"அப்படினா தயாரா இரு" என்று லட்சுமி சொல்ல, குழுவில் இருந்த மற்ற பெண்கள் சிரித்தனர்.

"நம்மள பார்த்துதான், அந்த லேடிஸ் கூட்டம் பேசிட்டு சிரிக்குது" என்று கவிதா சொல்ல, "லேடிஸ்க்கு வேறேன்ன வேலை இருக்கும்" என்று குரு புன்னகை செய்தான்.

"வேற வேலை இருக்காதா. எனக்கு எவ்ளோ வேலை இருக்குது தெரியுமா? தெனமும், எத்தனதடவ கம்ப்யூட்டர்ல இன்வாய்ச, என்ட்ரி போடணுமுனு தெரியுமா? என்னோட மேலதிகாரி, அவர்பாட்டுக்கு எங்கோ போயிடுறாரு. நா ஒருத்தியே, அத்தனையும் சமாளிக்க வேண்டியிருக்கு".

"பரவால்லயே.... வந்த ஒரு வாரத்துல, எல்லாத்தையும் கத்துக்கிட்ட" என்று நகைச்சுவையாய் சிரித்தான்.

"அடப்போடா... எல்லாத்தையும் தப்பா டைப் பண்ணி, மறுபடியும் சரி பண்ண வேண்டியிருக்கு".

"நீ காலேஜில கூட அதத்தானே செய்வே. இங்கேயும், அத மறக்காம கடபுடிக்கிறே".

"கிண்டலா... ஒழுங்கா சாப்புடு. இல்லன்னா, இந்த மெஸ்ஸிலதா நீ சாப்புட வேணும்" என்று கோபமாக முகத்தை வைத்துக்கொண்டு கவிதா சொல்ல, "ஐயோ வேண்டா... அப்படி எதுவும் செஞ்சுடாதே. சாப்புட்டவங்க பலபேர் சொல்லி கேட்டிருக்கேன். இதுக்கு, உன் சமையல் எவ்வளோ பரவால்ல".

"என்ன பரவால்லயா. உனக்கு கண்டிப்பா மெஸ் தான்" என்று சிரித்தாள். குருவும், அவளுடன் சேர்ந்து சிரித்தான்.

*****

லட்சுமியின் கணவன், தான் வாங்கிய லாட்டரி சீட்டின் எண்ணிற்கு பரிசு விழுந்ததா என்று ஏஜென்டிடம் விசாரித்துக் கொண்டிருந்தான். அதற்கு, அவன் இல்லை என்பதுபோல் தலையாட்டினான். "வாங்குன சம்பளம் முழுசும் போச்சா. சரி, அதுக்கு நாம ஏ கவலப்படணும். இந்த வாரம் இல்லன்னா, அடுத்த வாரம் அடிக்கும். விடு பார்த்துக்கலாம்" என்று தன்னைத்தானே தேற்றிக்கொண்டான் லட்சுமியின் கணவன்.

அவனுடன் வேலை பார்க்கும் ஒருவன், இவனுடனே வந்திருந்தான். "என்னண்ணே, இப்படி மொத்த காசையும் லாட்டரி சீட்டுக்கே செலவு பண்ணிடிங்க".

"டேய்... போனது 3000. அடிச்சிருந்தா 3 இலட்சம் தெரியுமா. எப்படியும் ஒருநாள் எனக்கு அடிக்கும் பாரு".

"இங்கதான் லாட்டரி சீட்டே இல்லயே. எப்படி வாங்குறீங்க?"

"அதெல்லாம் இரகசியம் டா" என்று லட்சுமியின் கணவன் சிரித்தான்.

"சும்மா சொல்லுங்கண்ணே. நானும் வாங்கலாமுனு இருக்கேன்".

"இப்பத்தான் என்னோட வழிக்கு வந்திருக்கே. இதுக்குப்பேர் மூணு நெம்பர் லாட்டரி. கேரளாவுல, ஒரு குறிப்பிட்ட லாட்டரி சீட்ட வச்சுத்தான் இது நடக்கும். லாட்டரி சீட்டோட கடசி மூணு நெம்பர் தான் கணக்கு. நமக்கு, எந்த நெம்பர் புடிக்குதோ, அந்த நெம்பர, ஏஜென்ட்கிட்ட பதிவு செஞ்சுக்கணும். எத்தனமொற வேணுமுனாலும், பணம் கட்டி பதிவு செஞ்சுக்கலாம். இப்போ, கேரளாவுல பரிசு அடிக்குற சீட்டோட கடசி மூணு நெம்பர, ஏஜென்ட் சொல்லிடுவான். அந்த நெம்பர் நம்மகிட்ட இருந்தா ஜாக்பாட் தான். இதுமாறி ஏகப்பட்ட வழிங்க இருக்கு. அடுத்தமொற வாங்கும்போது, கண்டிப்பா உன்ன கூட்டிட்டுப் போறேன்".

"அண்ணே... கண்டிப்பா என்னை மறந்துடாதீங்க. நீங்க கூப்பிடலனாலும் நா வந்துடுவேன்".

"எப்படியோ, நீ பணக்காரனா மாறுனா, இந்த அண்ணனுக்கு சந்தோசந்தா" என்று சாராயகடைக்குள் சென்றான் லட்சுமியின் கணவன்.

*****

ஞாயிற்றுக்கிழமை. மொத்த ஊரும் இன்று கறிக்கடையில்தான் இருக்கும். நேரத்தில் சென்றால் சுவரொட்டி கிடைக்கும். (சுவரொட்டி என்பது மட்டனில் இருக்கும் பகுதி. இரத்தம் ஊற இதை சாப்பிடுவார்கள். இதனால், இந்த சுவரொட்டிக்கு ஏக டிமாண்ட்) வெகுநேரம் வேலை செய்வதால் கை, கால் சரியான வலி. அந்த சுவரொட்டியை சுட்டு சாப்பிட்டால், வலிக்கு நன்றாக இருக்கும் என்று நினைத்தாள் லட்சுமி. கணவன் புரண்டு படுத்திருந்தான். அவன் போடும் குறட்டை சத்தம், பக்கத்து எட்டு வீடுகளுக்கு கேட்குமளவுக்கு இருந்தது. இது வேலைக்கு ஆகாது என்று மகனை எழுப்பினாள் லட்சுமி.

"மா.. ஏம்மா இப்படி எழுப்புறே... இன்னைக்குக்கூட என்னை நிம்மதியா தூங்கவிட மாட்டியா...?"

"இல்லப்பா.... கறிக்கடைல கூட்டமாயிடும். இப்போ போனா, சீக்கிரம் வாங்கிட்டு வந்தர்லாம். போய் வாங்கிட்டு வா சாமி".

"என்னால முடியாது. அந்த ஆள் சும்மாதானே தூங்கிட்டு இருக்காரு. அவர போகச்சொல்லு" என்று போர்வையை எடுத்து போர்த்திக்கொண்டு தூங்கினான்.

தன் கணவனை எழுப்ப, அவனோ "ஏன்.... டி... உனக்கு வேற வேலயே இல்லயா. தூங்கக்கூட விடமாட்டியா? நாலெட்டு வச்சா கறிக்கட இருக்கு. மகாராணி, நீ போகமாட்டியா?"

"என்ன செய்றது, கழுதைக்கு வாக்கப்பட்டா, உதை வாங்கித்தானே ஆகணும்" என்று நினைத்துவிட்டு, பையை எடுத்துக்கொண்டு லட்சுமி எதுவும் பேசாமல் கிளம்பினாள்.

*****

படுக்கையில் கால் நீட்டி உட்கார்ந்திருந்தாள் கவிதா. "உனக்கு வேலை எப்படி இருக்கு?" என்று குரு கேட்க, "பரவால்ல, மொதல்ல, கம்ப்யூட்டர்ல வேலை செய்ய கஷ்டமா இருந்துச்சு. இப்போ, அப்படி ஒன்னும் தெரியல. உனக்கு எப்படி இருக்குது" என்று கவிதா கேட்டாள்.

அவள் காலை எடுத்து, தன் மடியில் வைத்துக்கொண்டு, மென்மையாக காலை பிடித்துவிட்டுக் கொண்டே, "எனக்கு என்ன? வெளியிலயே சுத்த வேண்டியிருக்கு. இந்த வெயில் வேற. சில எடத்துல எல்லாம் கால்கடுக்க நிக்க வேண்டியிருக்கு. எப்படியோ சமாளிச்சுக்கலாம்".

"ஹலோ. கை தான் வலிக்குது. எவ்ளோ நேரம் டைப் பண்ணேன் தெரியுமா?"

"நாந்தான் வெளியே அலயுறேன். இருந்தும், உன்னோட கால புடிச்சுவிட்டா, கை வலிக்குதுனு சொல்றே" என அவளை செல்லமாக அடித்தான் குரு.

"உனக்கு என்ன? நாந்தான் சின்னப்பொண்ணு. எனக்குத்தா வலி அதிகமா இருக்கும்".

"ம்ம்ம்... அதுக்கு ஒரு மருந்து இருக்கு என்று அவள் விரல்களை பிடித்து முத்தமிட்டான். இப்போ எப்படி இருக்கு?"

"அப்படியே தான் இருக்கு" என்று சோகமாக முகத்தை வைத்துக்கொண்டு சொன்னாள்.

மீண்டும் விரல்களை முத்தமிட்டான்.

"இன்னும் வலிக்குது. என்ன செய்றது? என்னை எல்லாம் யார் கவனிப்பாங்க" என்று போலியாய் அழுவது போல் சொன்னாள்.

"சரி..... சரி.... எங்க போகணும்" என்று கேட்டான்.

"சமத்து பையன். சரியா புரிஞ்சு வச்சுருக்கே" என்று குருவின் காலை மடியில் எடுத்துவைத்து, சிரித்துக்கொண்டே பிடித்துவிட்டாள்.

"மேடம்... உங்களுக்கு வேலை ஆக வேண்டியிருந்தா மட்டும் என்னென்ன செய்றே".

"ம்ம்ம்... ஆமா". என்று காலை கடுமையாக அழுத்தினாள்.

குரு வலியால் கத்திக்கொண்டே, "ராட்சசி" என்றான்.

"சரி.... நா போய் கௌம்புறேன். இன்னைக்கு வீட்டுக்குத் தேவையான பொருள் எல்லாம் வாங்கப்போலாம். சமைக்குற பாத்திரம் எதுவுமே இல்ல" என்று கவிதா எழுந்தாள்.

"ம்ம்ம்... சரி வாங்கிக்கலாம்".

"அப்படியே படத்துக்கு போய்ட்டு வரலாமா. இங்கே வந்ததுல இருந்து எங்கேயும் போகல".

"நீங்க சொன்னா தட்ட முடியுமா" என்று அவளை இடித்தான் குரு.

"இப்படியா இடிக்குறது" என்று கவிதா, அவனை இடித்துவிட்டு "இப்படித்தான் இடிக்கணும்" என்று சிரித்தாள்.

*****

அடுப்பில் கறிக்குழம்பு கொத்தித்தது. லட்சுமி, டிவியில் பாடல்கள் ஓடும் சேனலை வைத்துவிட்டு, வீட்டில் இருந்த பழையசோபாவில் சாய்ந்து உட்கார்ந்தாள். அந்த சோபாவை, பல இடங்களில் நாய் கடித்து குதறிப்போட்டது போல் இருந்தது. வெளியில் இருந்து யாராவது வந்தால், கண்டிப்பாய் இந்த சோபாவில் உட்காருவதற்கு யோசிப்பார்கள். ஒரு பழைய சினிமா பாடல் ஓடியது. தான் சிறுவயதில் இருந்தபோது, வெளிவந்த படம் அது. எவ்வளவு அருமையான காதல் பாடல். நானும், என் தோழிகளும் இந்த பாடல் எப்போது ரேடியோவில் போட்டாலும், அந்த பாடலுக்கு ஏற்ப நாங்களும் பாடுவோமே. என்ன அழகான நினைவுகள். அதெல்லாம் ஒரு காலம். பெண்களின் சந்தோஷங்கள் எப்போதும், கல்யாணம் வரை மட்டும்தான் என்று ஆண்டவன் நினைத்துவிட்டான் போலும்.

அப்போது, கார்த்தி டிவியின் அருகில் வந்து, "என்னம்மா.... நீ, எப்பவும் இந்த பழைய பாட்டயே பார்த்துட்டு இருந்தா, நா எப்படிப் பார்க்கறது?" என்று சேனலை மாற்றி, சத்தம் அதிகமாய் வைத்துவிட்டு, பாத்ரூம் சென்றான்.

லட்சுமிக்கு என்ன சொல்வதென்று தெரியவில்லை. பாத்ரூம் சென்றால் கூட, டிவி அவனுக்கு ஏற்றவாறு ஓட வேண்டும் என்று நினைப்பது எப்படிப்பட்டது என்று நினைத்தாள். வெளியில் யாரோ சத்தம் போட்டதைக் கேட்டு வெளியில் வந்தாள். கந்துவட்டிகாரன் வந்ததைப்பார்த்து, பணத்தை எடுத்துக்கொண்டு வந்து தந்தாள்.

எண்ணிப்பார்த்தவன். "என்ன 200 கொறவா இருக்கு" என்று கேட்க, "என்னோட ஊட்டுக்காரர், 2000'ந்தானே வாங்குனாரு. அப்பவே, நீங்க 200 ரூபா புடிச்சுட்டுத்தானே தந்தீங்க".

"ஓ..... சட்டம் பேசுறீங்களா. போனவாரமே பணத்த, உ புருசன் தரவேண்டியது. ஒரு வாரம் கழிச்சுத்தந்தா, வட்டி யார் தருவாங்க".

"அதுக்கு, இவ்ளோ வட்டியா. அதுவும், வாரத்துக்கு 10 ரூபா வட்டியா (பத்து சதவீத வட்டி)" என்று லட்சுமி தலையில் அடித்துக்கொண்டாள்.

"உங்களுக்கு வேணுமுனா, அடுத்த தடவ பேங்குல போய் வாங்கிக்கோமா... இப்போ, பணத்த குடுமா" என்று கத்தினான் கந்துவட்டிக்காரன்.

உள்ளே மகனும், கணவனும் வெளியில் சத்தம் கேட்டாலும், தனக்கு என்னவென்பது போல் அமர்ந்திருந்தனர். பணத்தை எடுத்து வட்டிக்காரனிடம் கொடுக்கும்போது, "இனிமே, அவர்கிட்ட பணத்த கொடுத்துட்டு, என்கிட்ட கேட்காதீங்க. என்னை கேட்காம கொடுத்தா, நா பொறுப்பில்ல" என்றாள் லட்சுமி.

"உங்ககிட்ட எல்லாம் கேட்கல. உங்க வீட்டு முன்னாடிதா வந்து நிப்பேன்" என்று பணத்தை எண்ணிக்கொண்டு வண்டியில் ஏறினான்".

"இப்படி, நம்மகிட்ட வட்டிவாங்கி, அவன் குடும்பம் திங்குதே. கடைசியில புழு புடிச்சுத்தான் சாவான்" என்று பக்கத்துவீட்டு அமுதா, லட்சுமியிடம் சொன்னாள்.

"விடு... அமுதா. தப்ப, நம்ம மேல வச்சுட்டு, அவன கொற சொல்லி என்ன செய்றது. உண்ணாம, திண்ணாம சம்பாரிச்சு, இவன்கிட்ட அழுக வேண்டியிருக்கு" என்றாள் லட்சுமி. கந்துவட்டிக்காரன் போனவுடன், இன்னொருவர் லட்சுமி வீட்டிற்கு வந்தார். அவரைப் பார்த்தவுடன், லட்சுமிக்கு மனதில் சந்தோஷம் உண்டானது. மாதசீட்டு நடத்தும் நபர்தான் அவர். வசூலுக்கு வந்திருந்தார்.

"அண்ணே... இந்த மாசம், நா சீட்டு எடுத்துக்கலாமா? சீட்டும், பாதி முடிஞ்சுடுச்சு".

"என்னமா, இப்பவே கேட்டா எப்படி? உனக்கு யார் ஜாமீன் போடுவாங்க? உ புருசன் பேரச்சொன்னா, யார் வருவாங்க?"

"நாந்தான் சரியா பணம் கட்டிறேன்லங்க. அதுவுமில்லாம, போன அஞ்சு வருசமா உங்ககிட்டத்தா சீட்டுப்போட்டுட்டு வர்றேன். இப்படிச் சொன்னா எப்படிங்கண்ணே?"

"சரிங்கம்மா. அப்புறம் பாக்கலாம்" என்று காசை வாங்கிக்கொண்டு நடந்தார் சீட்டு நடத்தும் நபர்.

அவர் வந்தபோது, இருந்த சந்தோசம் லட்சுமிக்கு இப்போது இல்லை. இந்த மாசம், எப்படியும் சீட்டு எடுத்துவிடலாம் என்று கணக்கு போட்டிருந்தாள். அதற்கு, வாய்ப்பில்லாமல் போய்விட்டது. சீட்டு எடுத்திருந்தால் வளையல்களையும் மீட்டிருக்கலாம். மீதிப்பணத்தில், வீட்டிற்கும் சுண்ணாம்பும் அடித்திருக்கலாம். அவர், சொல்வதைப் பார்த்தால் சீட்டுமுடிந்த பின்புதான், பணம் கைக்கு கிடைக்கும் போல். சீட்டு போடுவதே பணத்தேவைக்காக தான். இப்படி, கடைசியில் கிடைக்குமென்றால், கடனே வாங்கிவிட்டு போய்விடலாம் என்று எண்ணிக்கொண்டு வீட்டினுள் வந்தாள். கணவன் எதுவும் தெரியாதது போல் சோற்றை தின்று கொண்டிருந்தான்.

"இந்தவாரமாவது சம்பளம் தருவிங்களா?" என்று தன் கணவனிடம், லட்சுமி கேட்க, கறியை சாப்பாட்டுடன் சேர்த்து சாப்பிட்டுகொண்டிருந்தவன், "இந்த வாரம் வேலை சரியா இல்ல. அடுத்தவாரம் தர்றேன்".

"நீங்க சம்பளம் தரலனாலும் போச்சாது. கடன் வாங்கித் தொலயாதிங்க".

"இங்கே பாரு. நீ சம்பாதிக்கிறேனு திமிருல ஆடாதே. எனக்கு மட்டும் லாட்டரி சீட்டு விழுந்தா, இதெல்லாம், ஒரு கடனா. அவன் மொகத்துலயே தூக்கி எறிஞ்சுடுவேன்".

"லாட்டரி சீட்ட தடை பண்ணி பலவருசம் ஆச்சு. ஆனா, உங்களுக்கு மட்டும் எங்கிருந்து தான் கெடைக்குதோ".

"அதெல்லாம் கெடைக்கும். அப்படியே கெடைக்காலனாலும், கேரளா போய் வாங்கிட்டு வருவேன்".

என்ன சொன்னாலும், இந்த ஜென்மம் திருந்தாது என்று மனதில் நினைத்துக்கொண்டு, "நல்லவேள, நாம இருக்குறது சொந்தஊடு. ஒருவேள வாடக ஊட்டுல இருந்து, இப்படி கடன்காரன் வந்து கத்துனா, எத்தன எடத்துக்கு சட்டி பானய, தூக்கிட்டு ஓடறது. நமக்கு ஆம்பிள புள்ளை தான். ஒருவேள, பொம்பள புள்ளயா இருந்தா கல்யாணம், நகைனு நெனைக்கவே பயமா இருக்குது".

"சும்மா, உன்னோட புராணத்த பாடிட்டே இருக்காதே. நிம்மதியா சாப்புட விட்றயா. எப்பப் பார்த்தாலும் பொலம்பிட்டே இருக்கே" என்று பாதி சாப்பாட்டில் இருந்து எழுந்துசென்று, வெளியில் இருக்கும் திண்ணையில் அமர்ந்து, பீடியை பற்றவைத்தான்.

இதையெல்லாம் கவனிக்காதது போல், டிவி பார்த்துக்கொண்டே சாப்பிட்டு கொண்டிருந்த கார்த்தி, "என்னமா, இப்படி கறி வெந்திருக்கு. இன்னும் கொஞ்சநேரம் வேகவைக்க வேண்டியதுதானே" என்று சலிப்புடன் சொல்ல,

அதற்கு லட்சுமி, "மன்னிச்சுக்கப்பா... அடுத்த தடவ சரியா செஞ்சறேன். இப்போ சாப்புடு" என்று சமையலறைக்குள் சென்றாள். அவள் கண்களில் கண்ணீர் ததும்பியிருந்தது. கணவன், சாப்பிட்டு மீதி வைத்திருந்த சாப்பாட்டுடன், சூடான சாப்பாட்டைப்போட்டு, சாப்பிட ஆரம்பித்தாள். அப்பொழுது, அவள் கையில் அணிந்திருந்த, அந்த கவரிங் வளையல்கள் இன்னும் கருத்திருந்தது.

*****

படம் பார்த்துவிட்டு, வெளியில் வந்தனர் குருவும், கவிதாவும். "அடேங்கப்பா, டிக்கெட் வெல இவ்வளவா! அதுவும், இங்க விக்குற தின்பண்டங்களோட வெலய கேட்டா மயக்கமே வந்துடும். மாசம், ரெண்டு தடவ இங்கே வந்தா, பாக்கெட் காலியாயிடும் போல" என்றான் குரு.

"எப்பவோ, ஒருதடவ தானே. சரி சீக்கிரம் வா. இன்னொரு பக்கம் போகணும்" என்றாள் கவிதா.

"இப்போ எங்கே? இப்பவே 500 ரூபாய் காலியாகிடுச்சு".

"நீ நல்ல சட்டையா போட்டுட்டு இருக்கே? இதுல வேற உனக்கு, வெளியில அலயுற வேலை. அதனால, நல்ல சட்டை ஒரு ரெண்டுமூணு வாங்கலாம்".

"ஐயோ வேண்டா. செலவு அதிகமா ஆகுது. இன்னும், வீட்டுக்குத் தேவையான பொருள் எதையும் வாங்கல. இந்த பணமே, கந்தசாமி அண்ணங்கிட்ட கடன் வாங்குனது. இதுல, இன்னும் மேல செலவு வேண்டாம்".

"சம்பளம் வந்ததுக்கப்புறம் திருப்பி கொடுத்தா போதுமுனு அவர் சொன்னாரல. அப்புறம், என்ன பயம்? இப்போ சட்டை எடுக்கப்போலாம்" என்றாள் கவிதா.

எங்கே? என்று குரு வினவ, "நாம, பஸ்ல வரும்போது ஒரு கடையில, 1000 ரூபாய்க்கு, அஞ்சு சட்டை கெடைக்குமுனு பார்த்தேன். கொஞ்ச தூரம்தான். வா போலாம்" என்று கையை பிடித்திழுத்தாள்.

"சரி வர்றேன். ஆனா, ஆரஞ்ச் கலர்லதா சட்டை எடுப்பேன்னு அடம்புடிக்க கூடாது".

"கண்டிப்பா இல்ல. கிளிப்பச்ச கலர்லதா எடுப்பேன்" என்று சிரித்தாள்.

சிறிதுதூரம் நடந்தபிறகு, துணிக்கடைகள் நிறைந்திருந்த குமரன் சாலையை அடைந்திருந்தனர். அப்பொழுது, அவர்கள் பார்த்த காட்சி, அவர்களை ஆச்சரியம் கொள்ளச் செய்தது. சென்னையில், ரங்கநாதன் தெருவில் கூடும் கூட்டத்தைப்போல் இருந்தது அந்த இடம். அந்த கூட்டம் முழுவதும் வடஇந்திய முகங்களாகவே இருந்தது. தமிழ் முகங்களை தேடவேண்டியிருந்தது. திரும்பும் பக்கம் எல்லாம் அவர்கள் தான் இருந்தனர். ஆண்கள், பழைய ரஜினி படங்களில் வருவதுபோல் சட்டை பட்டங்களை திறந்துவிட்டு, பனியன் தெரிவதுபோல் காற்றின் வேகத்துக்கு நடந்து சென்று கொண்டிருந்தனர். இப்படியெல்லாம், குரு பள்ளியில் படிக்கும்போது, விழாவில் போட்டுவரவே வெட்கப்படுவான். பெண்கள் ஜீன்ஸ், டி ஷர்ட் என மார்டனாக சுற்றிகொண்டிருந்தனர்.

துணிக்கடை நோக்கி இருவரும் நடந்தனர். ஒவ்வொரு கடையிலும் கூட்டம் நிரம்பிவழிந்தது. "இனிமே, ஞாயித்துக் கெழமைல பொருள் வாங்கவே வரக்கூடாது" என்று நினைத்தான்.

"கொஞ்சநாள்ல, இந்த ஊர இந்திக்காரங்க முழுசும் ஆக்கிரமிச்சுடுவாங்க போல" என கவிதா சொல்ல, ஆம் என்று சொல்லவே குருவுக்குத் தோன்றியது.

கவிதா சொன்ன கடையில், கூட்டம் அதிகமாக இருந்தது. கடையின் வெளியில், விளம்பரப்பலகை தமிழ், இந்தி என்று இரண்டிலும் இருந்தது. கடையில் வேலை செய்தவன், ஒவ்வொரு வர்ணங்களில் இருந்த சட்டைகளை எடுத்து அவர்கள் முன்கிடத்த, எதை எடுப்பது, எதை விடுவது என்று தெரியாமல் கவிதா குழம்பினாள். ஒவ்வொரு வர்ண சட்டையையும், குருவின் உடம்பின் மீது வைத்து பார்த்தாள். இருபக்கமும் கூட்டம் இவர்களை நெருக்கியது.

"கூட்டமில்லாத கடைக்குப் போயிருந்தா, நிம்மதியாக சட்டை செலக்ட் பண்ணிருக்கலாம். இங்க, இந்த கூட்டத்துல நிக்கவே முடியல" என்று குரு சொல்ல, "இங்கதான், வெல கம்மியா இருக்கு. வேறகடைக்குப் போனா, ஒரு சட்டைக்கு 1000 ரூபா கொடுக்கேணும். பரவால்லய்யா உனக்கு" என்று கவிதா சிரித்தாள்.

"அப்படினா, இங்கயே எடு. ஆனா, இந்த சட்டை எல்லாத்தையும் பார்த்தா, சீக்கிரம் கலர் போய்டும் போலயே".

"சார். அப்படியெல்லாம் இல்ல. நல்ல தரமான சட்டைங்க. கலர் எல்லாம் போகாது. எல்லாமே கம்பெனி சட்டைங்க" என்று விற்பனையாளன் சொல்ல, "கலர் போனா, மாத்தி தருவீங்களா" என கவிதா கேட்டாள்.

அதற்கு, அந்த விற்பனையாளன் தலையை சொரிந்து கொண்டே, "இல்லைங்க" என்றான். அதற்கு கவிதா, குருவை பார்த்து சிரித்துக்கொண்டு, "இப்போதைக்கு இத எடுத்துக்கலாம். சம்பளம் வந்ததுக்கப்புறம், நல்ல சட்ட வாங்கிக்கலாம்".

"நமக்கென்ன இலட்ச, இலட்சமாவா சம்பளம் வரும்" என்று சொல்லிவிட்டு, குரு சுற்றிமுற்றியும் பார்த்தான். கடை முழுவதும் வடஇந்திய முகங்களாகவே இருந்தன. "எனக்கு இந்த சட்டையே போதும். சீக்கிரம் எடு".

எப்படியோ, சில சட்டைகளை இருவரும் தேர்வு செய்தனர். அப்பொழுது, கடையில் ஒரே கூச்சலாய் இருந்தது. இருவரும் என்னவென்று பார்த்தனர். அங்கே ஒரு வடஇந்திய இளைஞனிடம் கடையாட்கள் சண்டை போட்டுக் கொண்டிருந்தனர். சில இந்திக்கார இளைஞர்கள், அவர்களைத் தடுத்தனர்.

"என்ன சண்ட?" என்று அருகில் இருந்தவரிடம் கேட்டான் குரு. "சட்ட ஒன்ன காணமாமா. அதுதான் சண்ட". யார் என்று குரு கவனித்தான். அது பங்கஜ். இவன, எங்கோ பாத்துருக்கோமே என்று யோசித்தான். ஆமா. இவனும், நாம வேலை செய்யுற கம்பெனிலதா வேலை செய்றான். வண்டிய நிறுத்தும்போது, மொறச்சுட்டு நின்னவன் தானே. அதுக்காக, எப்படியோ போகட்டுமுனு விட்டுட முடியுமா? உடனே, அங்கு சென்று சண்டைபோடும் ஆட்களைத் தடுத்தான். மேலும் சிலரும், குருவுடன் சேர்ந்து கொண்டனர்.

"எதுக்காக, அவன அடிக்கறீங்க. அவன்தான் எடுத்தான்னு, உங்களுக்குத் தெரியுமா" என்று கடையாளை பார்த்துக்கேட்டான் குரு.

"சார், இவன்தான், அந்த சட்டையைப் பார்த்துட்டு இருந்தான். இப்போ, அது இல்ல. இவங்கள பார்த்தாலே தெரியாதா சார். கூட்டமா வந்து, ஏதாவது ஒரு பொருள எடுத்துட்டு போய்டுவாங்க".

"இவங்கமேல நம்பிக்க இல்லன்னா, எதுக்கு வெளியில இந்தியில விளம்பரப்பலக. கடையில, கேமரா இருக்குதுல போய் செக் பண்ணுங்க" என்று சத்தமிட்டான் குரு. கடையாட்கள், கேமராவை

சோதனையிட்டதில் தனியாய் சுற்றிகொண்டிருந்த ஒருவன், அந்த சட்டையை தூக்கிக்கொண்டு செல்வது நன்றாக தெரிந்தது.

"சார், மன்னிச்சுடுங்க. தெரியாம நடந்துடுச்சு" என்று கடையின் மேலாளர் சொன்னார்.

"இந்திக்காரங்களு, அவங்கள கேவலமா நெனைக்காதீங்க. இதோ, இந்த கடையில இருக்குற முக்காவாசி கஸ்டமர் இவங்கதா. அதனால, கொஞ்சம் யோசிச்சு செய்யுங்க" என்று பங்கஜை இழுத்துக்கொண்டு, வெளியில் வந்தான். இவர்களை பின்தொடர்ந்து, சில இந்திக்காரர்களும், தாங்கள் வாங்கிய பொருட்களை அங்கேயே வீசி எறிந்துவிட்டு வெளியில் வந்தனர்.

கரும்பு ஜூஸ் விற்கும் கடையில், கவிதா "மூணு" என்றாள். பங்கஜ் கன்னம் நன்றாக வீங்கியிருந்தது. குரு, அவன் தோளைத்தொட்டு "தமிழ் தெரியுமா?" என்றான்.

"கொஞ்சம், கொஞ்சம் தெரியும் பையா" என்று தயங்கிக்கொண்டே சொன்னான்.

"பயப்படாதே. நீ வேலை செய்யுற கம்பெனியிலதா, நாங்க ரெண்டுபேரும் வேலை செய்றோம். நீ தான் எடுக்கலனு சொல்ல வேண்டியதுதானே".

"நா சொன்னா யார் கேப்பாங்க பையா? நீங்க வந்தீங்கோ. இல்லைனா, ஒரு சட்டைக்குப்போய், என்னை அடிச்சு காலி பண்ணிருப்பான் பையா".

ஜூஸ் ரெடியானது என்று கடைக்காரர் கொண்டுவந்து கொடுத்தார். குரு, அதை வாங்கி பங்கஜிடம் கொடுத்துவிட்டு, தமிழ் கொஞ்சம்தா தெரியுமுனு சொன்னே. நல்லா பேசறயே, உன்னோட பேர் என்ன? என்று கேட்டான்.

"பங்கஜ்".

"சொந்த ஊர் எங்கே பையா?"

"மே... ஜார்க்கண்ட்".

"உன்னோட சொந்தக்காரங்க, இங்கே இருக்காங்களா?"

"இல்ல பையா. நானு மட்டுந்தா இங்கே இருக்கே" என்று பழச்சாற்றை குடித்துக்கொண்டே சொன்னான் பங்கஜ்.

"அப்புறம், எப்படி இந்த ஊர் வந்தே?"

"அங்கே ஜாப் இல்ல. எங்க பக்கத்து ஊருல இருந்து, கொஞ்சபேரு இங்கே வந்தாங்கோனு, நானு வந்தேன். ஆனா, ஒருத்தரையும் பாக்கமுடியல".

"உங்கூட தோஸ்த் யாராவது இருக்காங்களா?"

"அப்படி யாரும் இல்ல. எங்கூட, ரூம்ல இருக்குற கொஞ்சபேரத்தான் இப்பத்தெரியும்" என்றான் பங்கஜ்.

"கவலையவிடு. இன்னைல இருந்து நானும், உன்னோட தோஸ்த் தான்" என்றான் குரு.

"சரி பையா. நா போறேன்" என்று சொல்லிவிட்டு பங்கஜ் கிளம்பினான்.

"ஏங்க சார். உங்க நட்பு எனக்கு கெடைக்குமா" என்றாள் கவிதா.

"என்ன?"

"குடிச்சதுக்கு காசு கொடுக்கணும். நீங்களும், உங்க புது தோஸ்த்கூட போய்ட்டா, நா என்ன செய்றது" என்று சிரித்தாள் கவிதா.

*****

முதலாளியின் அறையில் மேனேஜர், கணக்காளர், ஹச்-ஆர் என்று குழுமியிருந்தனர். எதற்காக நம்மை அனைவரையும் அழைத்துள்ளார் என்று தங்களுக்குளே பேசிக்கொண்டனர். முதலாளியின் மருமகன் பேச ஆரம்பித்தார். "உங்க எல்லாத்துக்கும் தெரியும். உங்க ஓனர், எல்லா பொறுப்புகளையும் என்கிட்ட கொடுத்து ரெண்டு வருஷம் ஆகிடுச்சு. நம்ம கம்பெனி, இனி அடுத்த கட்டத்துக்கு போகணும். அதுக்கான ஆயத்தங்களை செய்யணும்.

"சார்... எடையில பேசறதுக்கு மன்னிக்கனும்" என்று கணக்காளர் பேச ஆரம்பித்தார். "ஏற்கனவே, நிறுவனத்தோட வரவு கொறஞ்சுட்டே வருது".

அதற்கு மேனேஜர், "சார், உற்பத்திய அதிகம் பண்ணுனா, வரவு அதிகரிச்சுடும். அதுக்கு, நாம சில மெசின்கள வெளிநாட்டுல இருந்து இறக்குமதி செய்ய வேணும்".

அதற்கு கணக்காளர், "சார் மேனேஜர் சொல்றமாறி, புது மெசின் எல்லாம் வாங்குறதுக்கு, நாம பேங்க் லோனுக்குத்தான் போகணும். ஏற்கனவே, பேங்குல நெறய லோன் பெண்டிங் இருக்குது. இந்த நேரத்துல விரிவாக்கம் தேவைதானா?"

"இங்கே பாருங்க. அதுக்குத்தான் சில திட்டங்கள வச்சிருக்கேன். நம்மகிட்ட இருக்குற பெரும்பாலான ஆளுங்க, நம்ம ஸ்டேட் ஆளுங்க. இனிமே, இந்திபேசுற ஆளுங்கள ஜாஸ்தி பண்ணுங்க" என முதலாளி அசட்டுத்தனமாக சொன்னார்.

"சார், நம்மகிட்ட வேலை செய்யுற இந்தி ஆளுங்களுக்கே தங்குறதுக்கு சரியான ரூம் எல்லாம் இல்ல. ஒரு ரூம்ல 10 பேர்னு தங்க வச்சிருக்கோம். சாப்பாடும் சரியில்லனு புகார் வருது. இந்த நெலமைல, மறுபடியும் அதிகரிச்சா பிரச்சன உருவாகும்" என்று ஹச்-ஆர் சொல்ல, "அப்படி என்ன பிரச்சன வரப்போகுது" என்று இளக்காரத்துடன் சிரித்தார் மேனேஜர்.

"சார், நாம சரியா பிளான் பண்ணாம, இவங்கள தங்க வச்சுருக்கோம். அவங்களுக்கு, சரியான பாத்ரூமும் கம்மியாத்தான் இருக்குது. ஆளுங்கள இப்படி நாம நடத்துறது தெரிஞ்சா, எந்த தரச்சான்றுகளையும் நம்மால வாங்கமுடியாது. அதுவுமில்லாம, இதப்பத்தி, லேபர் டிபார்ட்மெண்ட்க்கு தெரிஞ்சா, நாம அவ்ளோ தான்" என்றார் ஹச்-ஆர். "நாம, ஆளுங்கள அதிகரிக்கும்போது, புதுசா தங்கறதுக்கு ரூம்கள கட்டணும்".

இதை கணக்காளரும் ஆமோதித்தார். "சார், இந்தநேரத்துல பழைய ஆளுங்கள கொறச்சு, இந்திஆளுங்கள அதிகப்படுத்துறது நல்லதல்ல. நெறய இறக்குமதி மெசின்கள வாங்குறதும், நீண்டகாலத்துக்கு நமக்கு உபயோகமாகது".

"அவங்கள வேலைக்கு வச்சுகிட்டா, நமக்கு சமபளம், அப்புறம் போனஸ் மாறி தொல்ல இருக்காது. நம்ம ஆளுகங்கள வச்சு வேலை செய்யும்போது, ஆகுற செலவு, இந்தி ஆளுங்கள வச்சு வேலை வாங்குனா, பாதிகூட ஆகாது. இவங்கள காண்ட்ராக்டர் மூலமா சேத்தா, எந்த கணக்கும் தேவையில்ல. அவர்களுக்கும், நம்ம கம்பெனிக்கும் சம்பந்தம் கிடையாது. நாம பணத்த காண்ட்ராக்டர்கிட்ட கொடுத்துடுவோம். அவங்க, அத வொர்க்கர்ஸ்க்கு கொடுத்துக்குவாங்க. நாம, ஏ இவங்களுக்கு தேவையில்லாம பிஎப், இஎஸ்ஐனு பணத்த செலவழிக்கணும். நமக்கு, இதுல இருந்தே ஏகப்பட்ட பணம் மிச்சமாகும். அதுவுமில்லாம, வேலைப்பளுவ அதிகப்படுத்துங்க. அப்புறம், ரூம், சாப்பாடுனு கொற சொல்லாதீங்க. அவங்க ஊருல, இதெல்லாம் மூணுவேள கெடைக்குமா என்ன? நாம மட்டுந்தான், இந்தி ஆளுங்கள பயன்படுத்துறோமா, இங்க இருக்குற அத்தன கம்பெனிங்களும், இதுமாறி ஆளுங்கள பயன்படுத்திட்டுத்தானே இருக்காங்க" என்று மருமகன் கேட்டார்.

"சார், நெறய கம்பெனிங்க, தரசான்றுகளுக்காகவே லேபர்ஸ்க்கு சரிசமமா சம்பளம், அப்புறம் வசதிகள செஞ்சு தர்றாங்க. நாம, எந்த ஏஜென்சி மூலமும் இந்தி ஆளுங்கள சேக்கறதில்ல. வேலை தேடிவரும் ஆளுங்கள, இங்க இருக்குற சின்ன, சின்ன கமிசன் வாங்குற ஆளுங்க மூலமாத்தான் சேத்துக்குறோம். இதனால, நாம் வேலைக்கு சேக்குற ஆளுங்களோட பின்புலங்கள, சரியா ஆராயாம சேக்குறோம். அவங்க கொடுக்குற தகவல்கள மட்டுமே வாங்கிக்குறோம். அது உண்மையா, பொய்யானு கூட நமக்குத்தெரியாது. போலியான ஆவணங்கள யாராவது கொடுத்தா, நமக்கு எப்படித்தெரியும்?"

"இதெல்லாம் பார்த்தா, நாம தொழில் செய்யமுடியாது. என்னோட மாமனார் காலத்துல இருந்த இலாபசதவீதம் என்ன? இப்போ, என்னன்னு நா சொல்லித்தெரிய வேண்டியதில்ல. ஏற்கனவே, தங்கம் விக்குற ரேட்மாறி நூலோட ரேட் நாளுக்குநாள் ஏறுது. பையர், ஏற்கனவே தர்ற ரேட்டவிட, இப்போ கம்மி பண்ணிட்டே வர்றாங்க. அதனால, நாம் சிலத மாத்தத்தான் வேணும். நா சொல்றத செய்யுங்க. நா MBA முடிச்சிருக்கேன். அதனால, என்ன செய்யவேணுமுனு எனக்குத்தெரியும். உடனே, மேனேஜர் கேட்ட மெசின்கள இறக்குமதி செய்ய, தேவையான வேலைகள செய்யுங்க" என மருமகன் தடாலடியாக சொன்னார்.

கணக்காளருக்கு முகமே வாடிப்போயிருந்தது. இருந்தாலும் மேலும் தொடர்ந்தார். "சார், அவர் கொடுத்த மெசின் வெலப்பட்டியல் அப்புறம் இறக்குமதிவரின்னு மொத்தம் 15 கோடிகளத் தாண்டுது. நாம, இந்த மெசின்கள வெளிநாட்டுல இருந்து வாங்காம, உள்நாட்டுல வாங்குனா, செலவும் கொறயும். பேங்குல, ஏற்கனவே கம்பெனி சார்ந்த அசையா சொத்து அத்தனையும் அடமானம் வச்சிருக்கோம். அதனால, மேல இன்னும் கடன் வாங்க வேணுமுனா, நாம, வேற சொத்தத்தான் அடமானம் வைக்கணும். இதுக்கெல்லாம், நாம மொதலாளிகிட்ட அனுமதி வாங்கணும்".

உடனே இடைமறித்த மேனேஜர், "சார், உள்நாட்டுல வாங்குனா, அதோட தரம் எப்படி இருக்குமுனு நமக்குத்தெரியாது. இதெல்லாம், வெளிநாட்டுல தான் கெடைக்கும். இங்க, நாம எங்க தேடி அலையறது?"

"மொதலாளியோட அனுமதி எல்லாம் தேவையில்ல. ஏற்கனவே, இருக்குற சொத்து மேலயே, மேற்கொண்டு கடன் வாங்குறதுக்கு பேங்குல பேசுங்க. மீட்டிங் ஓவர். கெளம்பலாம்" என்று மருமகன், தன் வேலையைப் பார்க்க ஆரம்பித்தார்.

*****

கவிதா, தன் மேசையில் இருந்து, குரு அமர்ந்திருக்கும் மேசையைப் பார்த்தாள். அவனைக் காணவில்லை. "எப்பவும் வெளியில சுத்தும் வேலை குருவுக்கு. "எங்கதான், வெயில்ல சுத்திட்டு இருக்கானோ?" என்று கவலைப்பட்டாள் கவிதா. காலேஜ்க்கு வரும்போதும் கூட, நேரத்துக்கு வரமாட்டான். எத்தன தடவ லேட்டா வந்து மாட்டியிருக்கான். வெளியிலயே தான் சுத்துவான். இப்போ பார். வேலையே வெளியில சுத்துறது மாறி அமைஞ்சுடுச்சு" என்று நினைத்தாள். கல்லூரியில் இருந்த நினைவுகள் அவளைத் தட்டியது.

முதலாமாண்டு வகுப்பின் அறையில் என்றுமே சத்தத்திற்கு பஞ்சம் இருக்காது. "எத்தன தடவ புரபசர் சொன்னாலும் அடங்குறதே இல்ல. உங்களால, எங்களுக்கும் சேத்து கெட்டபேரு" என்று கவிதா மாணவர்கள் அமர்ந்திர்க்கும் திசையை நோக்கி கத்தினாள். "எப்பப்பார்த்தாலும் சத்தம். நாங்க படிக்குறதா, வேண்டாமா?" என்று கவிதாவின் சக தோழிகளும் சேர்ந்து பேச, மாணவர்கள் எதுவும் பேசமால் அமைதியாயினர். ஆனால், இருவர் மட்டும் கடைசி இருக்கைகளில் அமர்ந்து சிரித்துக் கொண்டிருந்தனர். கவிதாவுக்கு கோபம் அதிகமானது. நேராக, சிரித்துக்கொண்டிருந்த மாணவர்களிடம் சென்றாள்.

"ஹலோ.... உங்ககிட்ட தனியா சொல்லணுமா. எப்பப்பார்த்தாலும் ஒரே அரட்ட. கொஞ்சம் நேரம் அமைதியா இருக்க முடியாதா? இந்த கிளாஸ் ரெப் நானு. இதேமாறி, நீங்க செஞ்சுட்டு இருந்தா, நா, ஹச்ஓடி கிட்ட கம்ப்ளைன்ட் பண்ணுவேன்".

குருவும், அவனது நண்பனும் இவள் பேசும்வரை அமைதியாய் இருந்துவிட்டு, மீண்டும் சிரிக்க ஆரம்பித்தனர். கவிதாவுக்கு, என்ன சொல்வதென்று தெரியவில்லை. அவர்களைப்பார்க்க, பார்க்க கோபம் அதிகரித்தது. குரு, இதுவரை ஒன்றிரண்டு முறைதான் கவிதாவிடம் பேசியிருக்கிறான். அதுவும் ஆம், இல்லை என்று ஒற்றை வரி மட்டும் தான்.

"ரெப் அவர்களே, நீங்க மெரட்டுறதுக்கு இது ஒன்னும் பள்ளிக்கூடம் கெடையாது. காலேஜ். இங்கேயும் வந்து படிக்க வேணுமுனா எப்படி" என்று நக்கலாக கேட்டான் குரு.

"இங்க படிக்காம, ரோட்டுல போய் உட்கார்ந்தா படிக்க முடியும்?" என்று கவிதா, அவனை முறைக்க, "படிக்கலாமே. இங்க படிக்கறதவிட, ரோட்டுல நல்லா காத்து வருமே".

இப்பத்தெரியுது. நீ ஏ கிளாஸ்ல இருக்குறதவிட, வெளியிலயே சுத்துறேன்னு. நீ இப்படியே இருந்தா, கடசில ரோடு, ரோடாத்தான்

சுத்துவே பாரு" என்று கவிதா கோபமாகச்சொல்ல, இதைக்கேட்டு வகுப்பில் இருந்த அனைவரும் சிரித்தனர். குரு, அவளை முறைத்து பார்த்ததை, அவள் சட்டை செய்யாமல், சிரித்துக்கொண்டே சென்று இருக்கையில் அமர்ந்தாள். "இப்ப அதப்பத்தி நெனச்சாலும் சிரிப்பு தான் வருது" என்று கணிணியில் வேலையைப் பார்க்க ஆரம்பித்தாள்.

வேர்க்க விறுவிறுக்க, தன் இடத்தில் வந்து அமர்ந்தான் குரு. காத்தாடி ஓடிக்கொண்டிருந்தது அவனுக்கு பேரமைதியை தந்தது போலிருந்தது. தன் மனைவியைப் பார்த்தான்.

கவிதா, அவனையே பார்த்துக்கொண்டிருந்தாள். "வெயில் அதிகமா" என்று மெதுவாய் கேட்டாள். ஆம் என்பதுபோல் குரு தலையாட்டினான்.

"வேலை ரொம்ப அதிகமா" என்று முகத்தை சோகமாக வைத்துக்கொண்டு கேட்டாள்.

மென்மையாய் சிரித்தவன். "அப்படியெல்லா இல்ல" என்று சமாளித்தான்.

யாரும் தங்களை பார்க்கிறார்களா என்று சுற்றிப் பார்த்துவிட்டு கவிதா, தன் உதட்டில் கையை வைத்து முத்தமிட்டு, முத்தத்தை குருவை நோக்கி பறக்கவிட்டாள். சிரித்துக்கொண்டே திரும்பியவன், தன் வேலையைப்பார்க்க ஆரம்பித்தான்.

சிறிதுநேரத்தில், கவிதா அவனிடம் வந்து, தோளைத்தொட்டு, "வேலை செஞ்சு, இந்த கம்பெனிய காப்பாத்துனது போதும். வா போய் சாப்புடலாம். டைம் ஆனது கூட தெரியாம வேலை செஞ்சுட்டு இருக்கே.

"அப்படியில்ல. இத முடிச்சுட்டா, பெரிய பாரத்த எறக்கி வைக்கிறமாறி அதுதான். சரி வா போலாம்" என்று குரு எழுந்தான்.

*****

கணக்காளரும், ஹெச்-ஆரும் தனியாக பேசிக்கொண்டிருந்தார்கள். "என்ன சார், என்ன சொன்னாலும், இந்த புதுமொதலாளி கேட்கவேமாட்றார். இந்த மேனேஜர் சொல்றதக் கேட்டுத் தலையாட்டுறார். இதெல்லாம், எங்கே போய் முடியுமோனு தெரியல" என்று தலையில் கைவைத்தார் கணக்காளர்.

"அட விடுங்க சார், நமக்கு என்ன? நாம் சொல்றத சொல்லிட்டோம். கேட்பதும், கேட்காததும் அவங்க பாடு. மேனேஜருக்கு, இந்த மெசின் எல்லாம் இறக்குமதி செஞ்சா, பெரிய அளவுல கமிசன் வரும். அதுதான் இறக்குமதியில குறியா இருக்குறான்".

"என்ன சொல்றீங்க. இதுக்கெல்லாம் கமிசன் வருமா".

"இங்க என்ன நடக்குதுன்னே உங்களுக்குத் தெரியல. சாதரணமாக ஒரு எடம் வாங்குனாலே புரோக்கருக்கு கமிசன் கொடுக்கணும். இவ்வளவு பெரிய ஆர்டருக்கு, கமிசனும் பெரியளவுல கிடைக்கும். இந்த மெசின்கள, விற்பனை செய்யும் மார்க்கெட்டிங் நிறுவன ஆளுங்ககிட்ட, இந்த மேனேஜர் மட்டுமே பேசுறான். புது மொதலாளிகிட்ட இதயெல்லாம், இவன் கொண்டுபோறதே கெடையாது. இதுல மட்டுமில்ல, கையில கெடக்குற எல்லாத்திலும் கமிசன் வாங்குறான். நீங்க வேணுமுனா பாருங்க. பணம் செட்டில் ஆனதுக்கப்புறம், இந்த மேனேஜரோட நடவடிக்கையே மாறும். புதுவீடு வாங்குனாலும் ஆச்சரியப்படுறதுக்கில்ல" என்று ஹச்-ஆர் பொருமித்தள்ளினார்.

"நம்ம மொதலாளி, இங்கே இருந்தா இப்படி நடக்குமா?"

"அவர் இருந்தா, இதுமாறி நடவடிக்கைகளுக்கு சரின்னே சொல்லமாட்டாரு. இந்தி ஆளுங்கள வேலைக்கு வச்சாலும், அவங்களுக்கு ஏத்த வசதிகள செஞ்சு கொடுத்துடுவாரு. இப்போபாருங்க, இந்தி ஆளுங்கள அதிகபடுத்தனுமாம். வசதிகளும் செஞ்சு தரமாட்டாங்களாம். வேலையும் நடக்க வேண்டுமாம். எனக்குத்தான் வேலை அதிகம்".

"நீங்க சொல்றதில எனக்கு ஒன்னு தோணுது. அதாவது, ஒருத்தர் கஷ்டபட்டு, ஒன்ன உருவாக்குனா, பின்னாடி வர்றவங்க அதை அழிச்சுட்டுப் போறாங்க" என்று சிரித்தார் கணக்காளர்.

"இத, எங்க ஊருல இப்படிச் சொல்வாங்க. நல்லவாயன் சம்பாரிச்சு, நாறவாயன் சாப்புடுறது". நெறய எடத்துல இப்படித்தான் நடக்கும். வேறுவழியில்ல. நமக்கென்ன, அவங்க சொல்றதச் செஞ்சுட்டு போகவேண்டியது தான்" என்று இருவரும் மேசைக்குத் திரும்பினர்.

*****

சாப்பிடும் அறையில், வடஇந்தியர்கள் ஒருபுறம் அமர்ந்து சாப்பிட்டுக்கொண்டிருந்தனர். மறுபுறம் குருவும், கவிதாவும் அமர்ந்து சாப்பிட ஆரம்பித்தனர். சாப்பாடு வாங்க வரிசையில் நின்றிருந்த பங்கஜை பார்த்த குரு, தன் கையை தூக்கி "பங்கஜ்..... பங்கஜ்...." என்று கத்தினான். தன்னை அழைத்தது யார் என்று திரும்பிய பங்கஜ், குரு கையசைத்ததை பார்த்து சிரித்தான்.

"இங்கே வா" என்று குரு சைகை செய்ய, சாப்பாடு வாங்க வேண்டும் என்று பங்கஜ் சைகை செய்தான்.

"அது வேண்டாம். இங்க வா".

பங்கஜ், அவர்கள் இருக்கும் இடத்திற்கு வந்தான். "எங்க ரெண்டு பேர் கிட்டயும் சாப்பாடு அதிகமாவே இருக்கு. இன்னைக்கு, ஒருநாள் எங்களோட சாப்புடு".

"பரவால்ல பையா. நீங்க சாப்புடுங்க".

"மொதல்ல உட்காரு" என்று பங்கஜை பிடித்து உட்காரவைத்தான் குரு.

கவிதா, தன்னுடைய டிபன் பாக்ஸை பங்கஜிடம் தந்து சாப்பிடச்சொன்னாள். "கூச்சப்படாம சாப்பிடுங்க". கூச்சம் என்றால் என்ன என்பது போல் பார்த்தான். குரு சிரித்துக்கொண்டே "சை" என்றான்.

"ஓ.... ஓகே.. ஓகே.." என்றான்.

"ஆங்கிலம் தெரியுமா?" என்று கவிதா கேட்க, "எல்லாம் கொஞ்சம், கொஞ்சம் தெரியும். எங்ககிட்ட யார் பேசினாலும், எங்கள கிண்டல் தான் செய்வாங்க. நீங்க, ஏ எங்கிட்ட அன்பா நடந்துக்கறீங்கோ" என பங்கஜ் கேட்டான்.

"உனக்கும், எங்களுக்கும் எந்த வித்தியாசமும் இல்லை. நாம எல்லாரும் வேலை தேடித்தான் இங்கு வந்துருக்கோம். இதுல, கிண்டல் செய்ய என்ன இருக்கு?" என்று குரு சொன்னான்.

"சரி, சரி ரெண்டுபேரும் பேசுறத விட்டுட்டு சாப்புடுங்க" என்று கவிதா கண்டித்தாள்.

இவர்கள் அமர்ந்திருந்த இடத்தில் இருந்து சற்றுத்தள்ளி, லட்சுமி மற்றும் சில பெண்கள் சாப்பிட்டு கொண்டிருந்தார்கள். "ஏக்கா.... இந்த சாராயக்கட எல்லாம் மூடவே மாட்டாங்களா? இவங்களால, நாம படுறபாட்ட புரிஞ்சுக்குவே முடியாதா? பக்கத்து ஊட்டுல, ஒருஆள் தெனமும் குடிச்சுட்டு வந்து ஒரே சண்டை. எங்க தெருவே நாறுது" என்று லட்சுமியைப் பார்த்து மீனா கேட்டாள்.

"என்ன செய்றது? எல்லாம் நம் தலவிதி. என்னோட ஊட்டுக்காரருக்கும் இதே நெலம தான். எங்களுக்கு இப்படிப்பட்ட தொல்லைனா, உனக்கு வேறுவிதமா இருக்குது" என்று சோகமாய் சொன்னாள் லட்சுமி.

"விடுங்கக்கா. நா அதப்பத்தி எல்லாம் நெனைக்குறதே இல்ல. சம்பாரிக்க முடியாதவங்களுக்கு எதுக்குத்தான் குடும்பமோ".

"நல்லா படிக்குற புள்ள நீ. படிப்ப இப்படி பாதியில் விட்டுட்டு, இங்கவந்து கஷ்டப்படுறே. என்னோட ஊட்டுக்காரரும் வேலைக்குப்போய், ஒரு வாரத்துக்கு 3000 ரூபா சம்பாரிச்சாலும், எனக்கு ஒரு பைசா கூட கொடுக்கறதில்ல. அதுகூட பரவால்லமா. 1000, 2000'னு கடன் வாங்கி வச்சுடுறார். அதுவும், என் தலையிலதான் வந்து விழுது".

"ஏக்கா...., இங்கே எத்தன ஆம்பளங்க வேலை செய்றாங்க. இராத்திரி, பகல்னு பார்க்காம வேலை செஞ்சு சம்பாரிக்குறாங்க. புருசன், பொண்டாட்டி, பையன், பொண்ணுனு குடும்பமே வந்து வேலை செய்றாங்க. நம்ம ஊட்டுலேயும் இருக்காங்களே. கொஞ்சங்கூட, தான் செய்யுற தப்ப நெனச்சுப் பாக்குறதே இல்ல. இங்க வேலை செய்யுற பொம்பளங்க சிலபேரு, சம்பாரிச்சு புதுசா நகை எல்லாம் வாங்குனது பத்திக்கேட்டாலே, எனக்கு பொறாமையா இருக்கு. நமக்கு எல்லாம் கனவுல நடந்தாத்தான் உண்டு".

"சாரயக்கடைக்குள்ள போனவன், எப்போ திருந்தி வருவான்? நம்ம தலையில எழுதுனத, ஏத்துக்கிட்டு போகத்தான் வேணும். நானும், இந்த கவரிங் வளையல மாத்திட்டு, தங்கத்தில போடணுமுனு நெனக்குறேன். ஆனா, நா கட்டுன கடன் எல்லாம் கணக்குப்பார்த்தா, பத்து ஜோடி வளையல் வாங்கியிருப்பேன்" என்று சிரித்தாள் லட்சுமி.

"அப்படி குடிச்சு, அவங்களுக்கு என்ன சந்தோசம் கெடைக்குதுன்னே தெரியல்ல. குடும்பம், குழந்தைங்கன்னு யாரப்பத்தியும் எந்த கவலையும் இல்லாம குடிக்குறாங்க. இதுல, ஒருசில ஆளுங்க நாள் முழுசும் சாரயக்கடையில தான் கெடக்குறாங்க".

"என்ன செய்றது? அரசாங்கம் குடிக்க வைக்குது. தெருவுக்கு ஒரு கடை இருந்தா, இப்படித்தான் நடக்கும். நாம பேசி என்ன ஆகப்போகுது? அரசாங்கமே, குடி மூலமா வர்ற காச நம்பித்தான் இருக்கு" என்று லட்சுமி சொல்ல,

அதற்கு மீனா, "ஒரு ஆம்பிள என்ன வேணுமுனாலும் செய்யலாம். ஆனா, ஒரு பொண்ணு தப்பு செஞ்சா, என்னமோ உலகமே தலைகீழாக சுத்துற மாரி பார்ப்பாங்க. அக்கா, எனக்கு ஒரு சந்தேகம். இந்த ஆம்பளைங்ககிட்ட, ஏ குடிக்கறீங்கனு கேட்டா, ஓடம்பு வலிக்காக குடிக்குறோமுனு சொல்றாங்க. நாமளுந்தான், நாள் முழுசும் வேலை செய்றோம். அப்போ, நாமளும் குடிக்கலாமுல. நாம் குடிக்கிறத பார்த்தாத்தான், இவங்க திருந்துவாங்க".

"அடிப்போடி... இப்பவரைக்கும் வெளியில குடிச்சவங்க, நாம் குடிக்கிறதப் பார்த்தா, ஊட்டுலயே குடிக்க ஆரம்பிச்சுடுவாங்க.

இதயெல்லா மாத்தக்கூடிய எடத்தில இருப்பவங்க, வேடிக்க தானே பார்க்குறாங்க. நாம் என்ன செய்ய முடியும்? சீக்கிரம் சாப்புடு. வேலைக்கு நேரமாயிடுச்சு" என்று லட்சுமி சாப்பிட ஆரம்பித்தாள்.

*****

இரயில் நிலையம் முன், செந்தில் நின்று கொண்டிருந்தான். அப்போதுதான் ஒரு குரூப், இரயிலில் இருந்து இறங்கி வெளியே வந்தது. அதில் ஆண்கள், பெண்கள் என பெட்டி படுக்கைகளுடன் நடந்துவந்து வெளியில் நின்றனர். "டேய் செந்திலே... எப்படியாவது வளைச்சுடு" என்று மனதிற்குள் நினைத்துக்கொண்டு, அவர்களிடம் சென்றான்.

"பையா...." அவர்களைப் பார்த்து கையை காட்டி, "ஸ்டேட்...... ஸ்டேட்.... கியா" என்றான் செந்தில். அவர்களில், சிலர் பீகாரியில் பேசிக்கொண்டனர். அதில் ஒருவனுக்கு மட்டும் செந்தில் பேசியது புரிந்தது. "பீகார்" என்றான்.

"இந்தி மாலும் நஹி யா. ஜாப்... காம்.. வேணுமா..."

"அண்ணா, எனக்குத் தமிழ் தெரியும்" என்று அந்த ஒருவன் சொல்ல, செந்தில், அவனை ஆச்சரியமுடன் பார்த்தான்.

"என்னய்யா சொல்றே. தமிழ் தெரியுமா? எப்படி?"

"அண்ணா.... நா, இங்கதான் போன வருசம், ஒரு பிரிண்டிங் கம்பெனியில வேலை செஞ்சேன். ஊருக்கு போயிட்டு ஆளு கூட்டிட்டு வர்றேன்.

"எங்கே? மறுபடியும் பிரிண்டிங் கம்பெனிக்கா".

"ஆமா, பையா...."

"அடப்போயா. அங்க போய், ஏ எல்லாரும் கஷ்டபடுறீங்க. என்கூட வாங்க. சூப்பரான கம்பெனி இருக்கு. அங்கேயே சாப்பாடு போட்டு, தங்குறதுக்கும் எடமும் தருவாங்க. அதுபோக, ஒரு நாளைக்கு 500 ரூபாய் சம்பளம். என்கூட வாங்க, நா கூட்டிட்டுப்போறேன். அந்த பிரிண்டிங் கம்பெனிக்கு போய் கஷ்டப்படாதீங்க".

"இல்ல பைய்யா. அந்த ஒனரு நல்ல ஆளு. நல்லா பாத்துக்குவாரு".

"நீ என்னய்யா நல்லவ, கெட்டவங்கன்னு சொல்லிட்டு இருக்கே. இங்கே எதுக்கு வர்றீங்க? சம்பாரிக்கத்தானே. அப்போ, நான சொல்றதக்கேளு. உன்னோட அண்ணன் மாறி நெனச்சுக்கோ. உங்களுக்கு

கெட்டது நெனப்பனா? நா கூட, பீகார் ஒருதடவ வந்துருக்கேன். இந்த கம்பெனிக்காக தா, ஆளுங்கள சேக்கறதுக்கு வந்தேன்".

நா சொல்ற கம்பெனிக்கு நீ வந்து பார்த்தா, உ ஊர் ஆளுங்ககூட இருக்கலாம். சம்பளம் "கன்" மாறி வந்துடும் (சரியான நேரத்திற்கு சம்பளம் கொடுத்துடுவாங்க என்பது தான் இதற்கு அர்த்தம். துப்பாக்கியில் இருந்து குண்டு வருவதை போல்தான்). பிரிண்டிங் கம்பெனியில, செக் வந்து, அப்புறம் பணம் எடுத்து, உங்களுக்கு சம்பளம் கொடுக்குறதுக்கு ரெண்டு மாசமாகும். இந்த கம்பெனிக்காரங்க, பிரிண்டிங் கம்பெனிக்கே வேலை தர்றவங்க. இந்த வேலைய உங்களுக்கு வாங்கிக்கொடுத்தா, எனக்கு நீங்க ஒரு பைசாகூட தரவேணா. நீங்க வேலை செய்யப்போற கம்பெனியில, வேலை கம்மியாத்தான் இருக்கும். ஜாலியா இருக்கலாம். உ ஆளுங்களோட பேசிட்டு சொல்லு" என்று செந்தில் வாயில் வந்ததை எல்லாம் சொன்னான்.

"சரி பையா. நாங்க வர்றோம். ஆனா, கம்பெனி பக்கமா, தூரமா?"

"பக்கந்தான். கொஞ்ச நேரத்துல கம்பெனி வேன், உங்கள கூப்புட வந்துடும். நீங்க, எங்கேயும் போகவேணாம். இங்கேயே இருங்க. நா, அவசரத்துல பணம் எடுத்துட்டுவர மறந்துட்டேன். உங்கிட்ட எவ்வளவு இருக்குது. நா கம்பெனி போய், எறங்குனவுடனே தந்தறேன்".

"பையா, கையில 1000 ரூபா இருக்கு" என்று பீகாரி அசட்டு சிரிப்புடன் சொன்னான்.

"அவ்வளவுதா இருக்கா! சரி கொடு. இந்த கம்பெனி வேன ஓட்டிட்டு வர்ற டிரைவருக்கு தந்தாத்தான், கூட்டிட்டுப் போவான்" என்று பணத்தை செந்தில் வாங்கிக்கொண்டான். சற்றுநேரத்தில் வேன் வந்து நின்றது. ஒவ்வொருவராக வண்டியில் ஏறினர். மொத்தம் 12 தலைகள் என்று எண்ணிக்கொண்டு, உள்ளுக்குள் மகிழ்ந்தான் செந்தில்.

*****

குருவும், கவிதாவும் வீட்டில் இருந்தார்கள். குரு, மூன்றுமுறை சம்பளத்தை எண்ணிக்கொண்டு இருந்தான். கவிதா, வீட்டிற்கு என்ன தேவை என்பதை எழுதிக்கொண்டு இருந்தாள். "இந்த மாசம் டிவி வாங்கலாமா?" என்று கேட்டுக்கொண்டே எழுதினாள்.

சம்பளத்த எண்ணியவன், "ஐயோ..... இப்பவே டிவியா. வேணாம் இன்னும், கொஞ்ச நாள் போட்டும்". (போகட்டும்-போட்டும்)

"ஏ அப்படி சொல்ற?"

"டிவி வாங்குனா கேபிள் போடணும். ஒவ்வொரு மாசமும், அதுக்கு தனியாவும் பணம் போவும். அதுவுமில்லாம, கரண்ட் பில்லும் அதிகமாகும். அப்புறம் பார்த்துக்கலாம். நாம, சீக்கிரம் வேற வீட்டுக்கு மாறணுமுனு நீ தானே சொன்னே? அதுக்கு காச சேக்கவேண்டாமா?"

"வரவர, நீ ரொம்ப கஞ்சனா மாறிட்டே".

"நானா...... என்னப்பா, அநியாயமா இருக்கு. காச சேத்துவச்சா கஞ்சனா".

"சரி. நம்மகிட்ட இப்போ எவ்ளோ இருக்கு?"

"வாடக, அப்புறம் மூணுமாச அட்வான்ஸ், பத்தாயிரம் போக எட்டாயிரம் இருக்கு. இதுல, கந்தசாமி அண்ணங்கிட்ட வாங்குன மூவாயிரத்த கொடுத்தா, மீதி 5000 இருக்கு. பேன் ஒன்னு வாங்கணும். இங்க இருக்குற பேன், கந்தசாமி அண்ணங்கிட்ட ஓசி வாங்குனது".

"ஒரு காஸ் அடுப்பு வாங்கணும். இந்த மண்ணெண்ணெய் அடுப்புல சமைக்கிறதுக்குள்ள பொழுது விடியுது" என்று கவிதா சொன்னாள்.

"சரி, வாங்கிக்கலாம்".

"மளிகை சாமானும் இந்த மாசத்துக்கு வாங்கணும்".

"ம்ம்ம்.... வாங்கலாம்".

"அப்புறம் இன்னொன்னு.... நீ கோவப்படக்கூடாது" என்று கவிதா தயங்கிக்கொண்டே கேட்டாள்.

நீ மொதல்ல சொல்லு. அப்புறம் கோவப்படலாமா, இல்லயானு சொல்றேன்.

கந்தசாமி அண்ண, மாதத்தவணையில வீட்டுப்பொருள் தர்ற கடையப்பத்தி சொன்னார்ல. ஒரு கட்டிலும், மெத்தையும் வாங்கிக்கலாமா? வேல முடிஞ்சு வந்து, பாயில தூங்க கஷ்டமா இருக்கு" என்று சொன்னாள் கவிதா.

"ஒரு குடும்பம் நடத்துறது பெரிய கலை தான்" என்று குரு சொல்ல,

"ஏ?"

"இல்ல. ஒரு மாசம் முழுசும் வேலைக்குப் போய் சம்பாரிச்ச காசு, ஒரே நாள்ல கரைஞ்சுடுது" என்று குரு சிரித்துக்கொண்டு சொன்னான்.

"உனக்கு பிடிக்கல்லனா வேணாம்".

அவளின் கன்னத்தை பிடித்து, "நா அப்படி சொல்லல. நம்ம சம்பளம் இன்னும் அதிகமாக இருந்தா, நல்லா இருக்குமுனு நெனச்சுத்தான்

அப்படி சொன்னேன். கட்டில், மெத்தைதானே, வாங்கிக்கலாம். நீ சோகமா இருக்காதே. எனக்காக சொத்து, சொகத்த விட்டு வந்தவ நீ. ஒரு கட்டிலுக்கு கணக்கு பாப்பனா. இன்னைக்கே வாங்கிக்கலாம்".

"அப்படினா, இன்னைக்கு கடைக்குப்போய் பிரியாணி சாப்பிடலாமா?"

"அது..... அது...... போலாம்.... ரெண்டு பேருக்கு 200 ருபா செலவாகுமே" என்று குரு இழுத்தான்.

"டேய்.... கஞ்சா. ஒன்னும் வேண்டா. நா சும்மாதா சொன்னேன்".

"அப்போ, நா போய் கறி எடுத்துட்டு வர்ற. செஞ்சு சாப்புடலாம் சரியா".

"உன் மூளையும், அப்பப்போ வேலை செய்யுது. சரி, போய் சிக்கனே எடுத்துட்டு வா. மட்டன் வெல அதிகம்" என்று கவிதா சொல்ல,

"நானும், அதத்தான் நெனச்சேன்" என்று பல்லிளித்தான் குரு.

"உன்ன...." என்று அவனை அடிக்க ஓடிவந்தாள். சிரித்துக்கொண்டே, அந்த சிறிய அறையில் ஓடினான் குரு. பக்கத்தில் ஓடிவந்தவளை, பிடித்து தூக்கி சுற்றினான்.

"டேய் கீழே விடு டா.. தலை சுத்துது".

"விடவா.... விடவா" என்று அவளை கீழே போடுவதுபோல் நடித்தான். "அடேய்... கீழே போட்டுடாதே. எனக்கு பயமா இருக்கு". "சரி... சரி.... பயப்படாதே" என்று கீழே இறக்கிவிட்டான்.

இறங்கியவுடன் கவிதா, அவனை விட்டுச்சுவற்றின் மூலையில் தள்ளி அவன்மீது, நெருக்கி நின்றாள்.

"ஏய்... என்னடி பண்றே.... சிக்கன் எடுக்க போகட்டுமா, வேண்டாமா?"

"சரி போ.. இங்கே ஏ நிக்கிறே?"

"இப்படி நெருக்கீட்டு நின்னா, நா எப்படி போறது".

"கொடுப்பத, கொடுத்துட்டு போ".

என்னவென்று தெரியாமல் முழித்தான் குரு.

"உனக்கு எதுவும் தெரியாது பாரு" என்று அவன் முகத்தை நோக்கி, தன் கன்னத்தை காண்பித்தாள் கவிதா.

"இங்கே பார் கவி. இதெல்லாம், இப்போ வேணாமுனு தானே முடிவு செஞ்சுருக்கோம்".

"இதுகூட இல்லயா. நா பாவம் இல்லயா. நமக்குள்ளேயே நான்வெஜ் இல்ல. இதுல தனியா போய், நான்வெஜ் எடுக்க வேணுமா?" என்று சிறுபிள்ளை போல் முகத்தை வைத்துக்கொண்டு கேட்டாள்.

"சரி... சரி... நடிக்காதே என்று அவள் கன்னத்தில் முத்தமிடப் போனான். அவள் கன்னத்தை திருப்பிக்கொண்டு, உதட்டில் என்பதுபோல் நின்றாள். இருவரின் உதடுகளும், மிக அருகில் இருந்ததன. அவளின் மூச்சுகாற்று அதீத வெப்பத்தை வெளியிடுவது போல் இருந்தது. திடிரென்று, கதவு தட்டும் சத்தம் கேட்க, இருவரும் தன்னிலை வந்தனர்".

*****

பணம் காய்க்கும் மரம்

பங்கஜ், பணம் அனுப்பும் சேவையுள்ள கடையின் முன் நின்றிருந்தான். வீட்டிற்கு பணம் அனுப்ப வேண்டியிருந்தது. இப்பொழுது, போனிலேயே எந்த கணக்குகளுக்கும் பணம் அனுப்பும் வசதிகளைப்பற்றி, அவன் அறிந்திருக்கவில்லை. வங்கிக்குச் சென்றால், நீண்ட வரிசையில் நிற்கவேண்டும். அரைநாள் அங்கேயே போய்விடும். அதுவுமில்லாமல், ஞாயிற்றுக்கிழமை தான் அவனுக்கு விடுமுறை. அப்போது வங்கிகளும் இருக்காது. வேறுவழியில்லை. இதுபோன்று கடையில் செலுத்தினால் நேரம் மிச்சமாகும். ஆனால், ஆயிரம் ரூபாய்க்கு, இருபது ரூபாய் கமிசன் வாங்கிக்கொள்வார்கள். என்ன செய்வது பரவாயில்லை. பணம் போனால் போகட்டும் என்று அம்மாவின் வங்கிக்கணக்கு விவரங்களை கொடுத்துக் கட்டினான்.

அந்த கடையில் கூட்டமும் இருந்தது. பணம் கட்டும் நபர்களை விட, பணம் எடுக்கும் நபர்கள் அதிகமாக இருந்தார்கள். தங்கள் ஆதார் எண்ணை கொடுத்து எவ்வளவு பணம் எடுக்க வேண்டும் என்று சொல்லிவிட்டால் போதும். கடைக்காரார், தங்களிடம் இருக்கும் பண வரவு, செலவு சேவையுள்ள தனியார் நிறுவன இணையதளத்தில், விவரங்களை பதிவிடுவார். பின்பு, பணம் எடுக்கும் நபர்களின் போனிற்கு ரகசியஎண் வரும். அந்த எண்ணை இணையதளத்தில் பதிவிட்ட பின்பு, கடைக்காரர் பணத்தை தருவார். இதுபோன்ற கடைகள், தற்போது ஒவ்வொரு மூலையிலும் முளைத்துவிட்டன. பணத்தை எடுப்பதற்கு வங்கியின் ஏடிமை தேடி அலைவதற்குப்பதிலாக, இதுபோன்ற கடையே பராவாயில்லை என்று பணம் எடுக்கும் நபர்கள் நினைத்துவிட்டார்கள் போலும்.

பணம் அனுப்பிய பிறகு, பங்கஜ் தன்னிடம் இருந்த கைப்பேசியில் வீட்டிற்கு அழைத்தான். அவன் அம்மாவிடம் கைப்பேசி இல்லை. பக்கத்தில் இருக்கும் கடைக்குத்தான் அழைத்தான். சிறிதுநேரத்தில் அம்மா பேசினார். அம்மாவிடம் பணம் போட்டுவிட்டதாகவும், அக்காவை அழைத்துக்கொண்டு போய் வங்கியில் எடுத்துக்கொள் என்று சொன்னான். இந்த வருடக்கடசியில் ஊருக்கு வருவதாகவும், தான் நன்றாக இருப்பதாகவும் சொல்லிவிட்டு கைப்பேசி அழைப்பை துண்டித்தான்.

கடையில் இருந்த கூட்டத்தைப்பார்த்த ஒருவர், கடைக்காரரிடம் "உங்களுக்கு நல்ல வசூல் தான்" என்று சிரித்தார். அதற்கு கடைகாரர், நீங்க வேற. இப்பத்தான், அதுக்கும் ஆபத்து வந்துருதுச்சே.

அப்படி என்னங்க ஆபத்து?

இப்பத்தான் போன்லயே பணம் அனுப்புற வசதி வந்துதுச்சே. அதுவுமில்லாம, ஒரு சின்ன கடைக்குப்போய் பத்து ரூபாய்க்கு பொருள் வாங்குனாலும், போன்லயே பே பண்ணிடுறாங்க. எல்லாம் கொஞ்சநாள் தான். அதுக்கப்புறம், நம்மள எல்லாம் தேடி வரமாட்டாங்க. நாடு டிஜிட்டலுக்கு மாறுனா, என்னைமாறி ஆளுங்களுக்குத்தான் பாதிப்பு வருது என்று பணம் அனுப்பும் வேலையில் மூழ்கினார் கடைக்காரர்.

*****

"உனக்கு அப்படி என்ன செலவு. எதுக்கு, இவ்ளோ காசு வேணும்? இப்படியே போனா, பண்ணையத்துக்கு படல் தா கட்டனும்" என லட்சுமி கேட்க, "அம்மா..... எக்ஸாமுக்கு பணம் கட்ட வேண்டாமா. டிகிரி வாங்குனாத்தானே வேலைக்குப் போகமுடியும்?"

"நல்லதுதான். ஆனா, அதுக்கு 5000 ரூபாயா. போன தடவகூட 2000'ந்தானே வாங்குனே".

திருதிருவென்று முழித்தான் கார்த்தி. ஐயோ மாட்டிட்டோமே என்று மனதில் நினைத்துக்கொண்டு, "அம்மா, காலேஜ்ல கட்டச் சொல்றாங்க. நீ கொடுத்தா கொடு. இல்லன்னா, நா எக்ஸாம் எழுதல".

"அப்படியில்ல சாமி. இந்த மாசம், சீட்டுக்கு கட்ட காசு கம்மியா இருக்கு அதுதான். சரி விடு. அத, நா பாத்துக்குறேன். இந்தா பணம். நல்லா பரிட்சை எழுதி, நல்ல வேலைக்குப்போய், கைநெறயா சம்பாரிக்கணும் சரியா. இதோ... இந்த மனுசன கட்டி, நான்படுற அவஸ்தமாறி, உன்ன கட்டிக்கப்போகும் பொண்ணும் படக்கூடாது சரியா".

"நீ.... ஏம்மா... எப்போ பார்த்தாலும், இந்த கதயே பேசிட்டு இருக்கே. நா, வெளயாடப் போகணும்" என்று வெளியில் சென்றவன், "அம்மா, வட்டிக்கார அண்ணன் வந்திருக்குறார்" என்று சொல்லிவிட்டு, வண்டியை கிளப்பிக்கொண்டு சென்றான் கார்த்தி.

"கையில இருந்த கொஞ்சூண்டு பணத்துக்கும் ஆபத்து வந்துருச்சேனு" நொந்துகொண்டே வெளியில் வந்தாள். "ஏண்ணே, அவருக்கு கடன் கொடுக்காதீங்கனு, உங்ககிட்டத் தான் அன்னைக்கே சொன்னனே. அவர்தான் திருப்பி கட்டமாட்டார்னு தெரிஞ்சும், ஏ கொடுக்குறீங்க".

"பணம் கேட்டா கொடுக்கத்தான் செய்வோம். திருப்பி கட்டுறது உங்க பொறுப்பு. அவர், உன்னோட புருசந்தானே. அப்புறம், கட்டுறதுக்கு என்ன? இந்த சாக்குபோக்கெல்லாம் வேண்டாம். ஒழுங்கா கட்டுங்க" என்று பானைவயிறு கடன்காரன் ஏளனமாக சொன்னான்".

வேகமாய் உள்ளே போனவள், கேட்டப்பணத்தை கொண்டுவந்து கொடுத்தாள் லட்சுமி.

உள்ளே எதுவும் தெரியாததுபோல் அமர்ந்திருந்த கணவனிடம், "அவன்தான் வாரத்துக்கு, நூத்துக்கு பத்துரூபா வட்டி வாங்குறானே. அவன்கிட்டயே போய் வாங்கிட்டு, இப்படி, அவன் வரும்போது, உள்ளே ஒளிஞ்சுட்டா நல்லா இருக்குதா" என்று கோபமாய் கேட்டாள்.

"ஏய்... யாரப்பார்த்து பயந்து ஒளிஞ்சுருக்கான்னு சொல்றே. அவன் எல்லாம் ஒரு ஆளு. ஒரு அடி அடிச்சா ஓடிடுவான்".

"அப்போ, வாங்குன பணத்தை கொடுக்க வேண்டியதுதானே? உங்களுக்கு என்ன நோக்காடு?"

கோபமுடன் மனைவியை பார்த்தவன், "என்கிட்ட இருந்தா வீசிடுவேன்".

"எப்படி இருக்கும். குடிக்கும், லாட்டரி சீட்டுக்குந்தா செலவு ஆகியிருக்கும்".

"என்னடி ஓவரா பேசுறே?"

"வேறு எப்படி பேசறது? ஒரு பொம்பள சம்பாரிச்சு குடும்பம் நடத்தும்போது, கேக்கத்தான் செய்வா" என்று பேசிய லட்சுமியின் கன்னத்தில் பளாரென்று அடி விழுந்தது.

"பெரிய இவ. நீ வாங்குற இந்த பிச்ச காசை, நா, ஒரு வாரத்துல சம்பாரிச்சுடுவேன். ரொம்ப ஆடாதே. புருசங்குற நெனப்பு உனக்கு இருக்குதா? இல்ல, புருசனே தேவையில்லனு நெனப்பு வந்துடுதுச்சா? ஒழுங்கா இரு".

கண்களில், கண்ணீர் தாரை, தாரையாய் வந்தது லட்சுமிக்கு. "யோவ்... என்னைப்பாரு! இத்தன வருசத்துல, நா எத்தனதான், எனக்காக சம்பாரிச்சுக்கிட்டேன். கல்யாணம் ஆனதுக்கப்புறம், பொறம்போக்கு நெலத்துல இருந்த ஓலஊட்ட மாத்தி, ஓட்டு ஊடு கட்டுறதுக்குகூட, உங்களால முடிஞ்சுதா. நா கட்டியிருந்த தாலியிலிருந்து, என்கிட்ட இருந்த எல்லா நகையும் அடமானம் வைச்சுத்தான், இந்த ஊட்டக்

கட்டுனோம். அந்த நகையக்கூட, உங்களால மீட்டு கொடுக்க முடிஞ்சுதா. ஆனா, அதப்பத்தி ஒருநாளும் நீங்க கவலப்பட்டது கெடயாது".

என்கிட்ட, கடைசியா மிஞ்சுனது, ஒரு ஜோடி வளையல்தான். அத, நா கையில போட்டதவிட, அடமானக்கடையில தான் அதிகமா இருக்கு. ஒவ்வொரு வருசமும் மீட்டுக் கொண்டுவந்தா, மறுபடியும், ஏதோ ஒரு செலவுக்கு அடமானத்துக்கு போயிடுது. இந்ததடவ மீக்கமுடியுமானு கூடத்தெரியல. வர்ற சம்பளம் எல்லாம், இப்படி கரைஞ்சா, எப்படி வாழ்க்கைய ஓட்ட முடியும். உங்கள புருசன்னு நெனச்சிட்டு இருக்கறதுனால தான், இத்தனையும் பொறுத்துட்டு போயிட்டு இருக்கேன். என்னை மறுபடியும், மறுபடியும் வாட்டாதீங்க.

"சும்மா பொலம்பித் தொலையாதே... போ போய் சாப்பாட்ட வை போ..." என்று பீடியை பற்றவைத்தான் லட்சுமியின் கணவன்.

*****

"உ அம்மாகிட்ட எதையாவது சொல்லி, பணத்தை வாங்கிர்றே. எங்க வீட்டுல எல்லாம், இப்படி பொய் சொன்னா மொகத்தப்பாத்தே கண்டுபுடிச்சுடுறாங்க" என்று நண்பன் சொல்ல,

"அதுக்கெல்லாம் மச்சம் வேணும். சரி... இந்த தடவ கேரளா புல்லா பைக்குல சுத்துறோம்" என்று கார்த்தி சொல்ல, "சரி, சரி நாங்களும் எப்படியாவது காச ரெடி பண்றோம். அடுத்தவாரம் போலாம்" என்று நண்பர்கள் சொன்னார்கள்.

"மச்சி, படிப்பு முடிஞ்சதுக்கப்புறம், நா மெர்ச்சன்டைசர் ஆயிடுவேன். இப்போவெல்லாம், அதுக்குத்தான் சரியான சம்பளம். நீயும் வர்றியா" என்று கார்த்தியை பார்த்து, ஒருவன் சொல்ல,

(மெர்ச்சன்டைசர் வேலை என்பது ஒரு பையர் டி-ஷர்ட், ஷார்ட்ஸ் போன்று ஆடைகளுக்கான ஆர்டரை தந்தவுடன், ஆடைகளை தைத்து பையருக்கு அனுப்பும் வரை, அனைத்துவிதமான வேலைகளுக்கும் இவர்களே பொறுப்பு. இவர்களுக்கு இரவு, பகல் என்று நேர அளவு இல்லை. அந்த ஆடைக்கான ஆர்டர் சரியாய் போகும் வரை அலையவேண்டும். பலரை திட்ட வேண்டும், பல இடங்களில் திட்டும் வாங்க வேண்டும்)

"போடா டேய். அதெல்லாம் ஒரு வேலை. இராத்திரி, பகல்னு ஓடிட்டே இருக்கணும். ஆர்டர் போறதுக்குள்ளே நாக்கு தள்ளிடும்" என்று கார்த்தி அலுத்துக்கொண்டு சொன்னான்.

"அப்போ, தொரைக்கு என்ன வேலை புடிக்குமாம்".

"எனக்கு, இந்த ஊரே வேண்டா. கோயமுத்தூர் இல்லன்னா, சென்னை தான். செமையான இடம். கலர்கலரா பொண்ணுங்க. இங்கே, என்ன இருக்கு? ஒன்னுமே இல்ல. இங்க எல்லாம் என்னால கஷ்டபட முடியாது".

"சார். நீங்க வச்சுருக்குற அரியர்ஸ்க்கு, நீ டிகிரியே வாங்கமாட்டே. இதுல சென்னை வேற கேக்குதா" என்று கார்த்தியை பார்த்து நக்கலாய் கேட்டான் நண்பன்.

"வேலையே கெடைக்கலனாலும் ஓட்டல், ஓட்டலா போய் புட் ரிவ்யூ பண்ணலாம் மச்சி. இப்பெல்லாம், இதுதான் டிரெண்ட் மச்சி".

"நீ கடசிவரைக்கும் திருந்தப்போறதில்ல. உங்க அம்மாவுக்கு, இந்த உண்மையெல்லாம் எப்போ தெரியுதோ, அன்னைக்கு இருக்கு டி, உனக்குத் தீபாவளி. அப்போ, உ செவுனி நல்லா பழுத்திரும்".

"அது நடக்கும்போது பார்த்துக்கலாம்" என்று சிரித்தான் கார்த்தி.

மச்சி, இங்கே பாரு. என்று இன்னொரு நண்பன், தன் கைப்பேசியில், ஒரு வீடியோவை காண்பித்தான். அனைவரும் அதைப்பார்த்தனர். அதில், வடஇந்திய இளைஞர்களின், இரு குழுக்களுக்கிடையே சண்டை நிகழ்ந்தது. கட்டைகள் கொண்டும், ஒருவர் மீது ஒருவர் கற்களை வீசியும் தாக்கிக்கொண்டனர். "மச்சி, ஒரு டையிங் கம்பெனியில, வேலை செய்யுற ஆளுங்களாம். தண்ணிய போட்டுட்டு, போதையில அடிச்சுக்கிட்டாங்களாம்" என்று நண்பன் சொல்ல,

அதற்கு கார்த்தி, "அவங்கள எல்லாம் வேலைக்கு வைச்சா இப்படித்தான் ஆகும். ஆள் கெடைச்சா போதுமுனு நெனச்சு, வேலைக்கு வைக்கிறாங்க. அப்புறம், இதெல்லாம் தேவைதான். மச்சி, இன்னைக்கு திருப்பூர பாரு. எங்கே பார்த்தாலும், அவங்க மொகம்தா. நம்ம ஆளுங்கள எல்லாம் தேடவேண்டியிருக்கு. குளிக்ககூட மாட்டாங்க. பக்கத்துல வந்தா நாத்தம் கொடலப் புடுங்குது. கம்பெனில மட்டுமில்ல. ஹோட்டல், பெட்ரோல் பங்க், துணிக்கடை, சலூன் கடை. இதுகூட பரவால்ல. குப்ப அள்ற வேலைக்குகூட வந்துட்டாங்க. இங்க மட்டுமில்ல. தமிழ்நாடு முழுசாமே ஆக்கிரமிச்சுட்டாங்க. இதேமாரி நெலம போனா, நாமதான், சட்டி பானை எல்லாம் தூக்கிட்டு, வேற ஊருக்கு போகணும். அவங்க இங்கயே, டேரா போட்டு உக்காந்துடுவாங்க" என்றான் கார்த்தி.

"ஆமா டா. கட்டிட வேலைக்கு வந்துட்டு, வீட்டுல கொள்ளையடிச்சது. பக்ககுத்துல யாருமில்லன்னு, வீட்டுக்குள்ள போய் ஆளுங்கள

கட்டிப்போட்டு, பணம், நகைனு தூக்கிட்டு ஓடுனதுனு பத்திரிக்கைல, எத்தன செய்தி வருது. இவங்கள பார்த்தாலே பயமா இருக்கு" என்றான் இன்னொருவன்.

"வாங்க டா... பக்கத்துல இருக்குற மளிக கடையில, ஒரு தம் போட்டுட்டு வரலாம்" என்று கார்த்தி சொல்ல, அனைவரும் கிளம்பினர். கடையில் சிகரெட்டை வாயில் வைத்து பற்றவைத்தான். அப்பொழுது, ஒரு பெண் அவனைக் கடந்து கடைக்குள் சென்றாள். அவன் ஊதிய புகை, அவளை எரிச்சலைடைய செய்தது. அவள் கோபமாய் கத்தலாம் என்று திரும்பி, கார்த்தியை பார்த்துவிட்டு மௌனமானாள்.

"ஏய்..... மீனா, நீயா. சாரி" என்று சிகரெட்டை கீழே போட்டு அணைத்தான்.

"ஏய்.... கார்த்தி. உன்னப்பாத்து, எத்தன நாள் ஆயிடுச்சு. ஸ்கூல்ல படிக்கும்போது பார்த்தது. இப்போ, காலேஜ்க்குத் தானே போய்ட்டு இருக்கே".

"ஆமா. நீதான், பத்தாவதிலேயே நின்னுட்டே".

"என்னப்பா செய்ய, எல்லாம் தலவிதி. நா, உ அம்மா எல்லாம் ஒரே கம்பெனியிலதா வேலை செய்றோம்" என்று மீனா சொல்லும்போது, கார்த்தி திகைத்தான்.

"என்ன..... அய்யய்யோ....... இது.... ஏதோ தெரியாம" என்று கார்த்தி இழுக்க, "பயப்படாதே. நா சொல்லமாட்டேன்" என்று மீனா சொல்லும் போதுதான், கார்த்திக்கு உயிர் வந்தது. "நீ தான், ஸ்கூல்ல படிக்கறதுல மொதல் ஆள். அப்புறம், ஏ படிப்ப பாதியில விட்டே. இப்படி பாதியிலேயே விடறதுக்கா, நல்லா படிச்சே என்று சிரித்தான்.

மீனாவுக்கு முகம் வாடியது. அவளை கவனித்தவன் "என்னை மன்னிச்சுடு. வெளயாட்டாத்தான் கேட்டேன். தப்பா நெனச்சுக்காதே".

"அப்படியில்ல. ஸ்கூல் ஞாபகம் வந்துடுச்சு அதுதான். சரி விடு. நீ தான் ஸ்கூல்ல படிக்கும்போது, கொறஞ்சது, ரெண்டு பாடத்திலயாவது முட்ட வாங்குவே. இப்போ எப்படி? காலேஜிலும், அப்படித்தானா?"

"இல்ல, இல்ல. இப்பெல்லாம் அப்படியில்ல. ஏதோ கொஞ்சம் நல்லா படிக்குறேன்" என்று சமாளித்தான்.

"ஸ்கூல்ல படிக்கும் போது, ஒரு பொண்ண காதலிச்சல்ல. இப்போ, அந்த பொண்ணு என்ன பண்றா?"

"இதெல்லாம், இன்னுமா ஞாபகம் வச்சுருக்கே. அந்த பொண்ணுக்கு கல்யாணமே ஆயிருக்கும். நல்லா படிக்குற பொண்ணுங்க, இப்படி

சீக்கிரமே கல்யாணம் பண்ணிக்குறாங்க. இல்லன்னா, பாதியில படிப்ப விட்டறாங்க".

"என்ன செய்றது. பொண்ணுங்க வாங்கிவர்ற வரம் அப்படி. எங்களமாறி பொண்ணுங்களுக்கு, படிப்ப விட குடும்பம் முக்கியமா இருக்கு. அதப்பத்தி பேசுனா பேசிட்டே போலாம்" என்று காய்கறிகளை கூடையில் போட்டுக்கொண்டே சொன்னாள் மீனா.

"ஆமா. நீ சொல்றதும் சரிதான். நா வேற, உன்னோட படிப்ப கேட்டு கஷ்டப்படுத்திட்டேன்" என்று கார்த்தி சொல்ல, "அட அதவிடு. ஸ்கூல் பிரண்ட்ஸ் எல்லாரையும் பாப்பயா" என்று மீனா கேட்டாள்.

"ம்ம்ம்... பாப்பேன். வெளயாட வருவாங்க. உ பிரண்ட்ஸ பாப்பயா?"

"எப்போவாவது பாப்பேன். எனக்கு, இருக்கறதே ஒருநாள் லீவு. இன்னைக்கு, உன்ன பாத்ததுமாறி யாரையாவது, எதேச்சையா பார்க்கறதுதான்".

"அப்போ, என்னைப்பார்த்தது உனக்கு சந்தோசமா" என்று தயங்கிக்கொண்டே கேட்டான்.

"டேய்... அந்த பொண்ணை உஷார் பண்ணப்போறான் போல இருக்கு" என்று ஒரு நண்பன் சொல்ல, "அந்த நாய்க்கு, வேற என்ன வேலை" என்று இன்னொருவன் சொன்னான்.

"சரி. கார்த்தி, நா வர்றேன்".

"வர்றேன்னா".

"வர்றேன்னா, போயிட்டு வர்றேனு அர்த்தம்" என்று சிரித்தாள் மீனா.

"மறுபடியும் வர்றயா?"

"எதுக்கு, இப்படி பேசிட்டு இருக்கே?"

"இனிமேலும், பேசலாமுனுதான்".

மீனா சிரித்துக்கொண்டு, தரையைப் பார்த்தாள்.

"பேசலாமா....?"

"ம்ம்ம்..."

"அப்போ, உன்னோட போன் நெம்பர்?"

*****

"இன்னும் கௌம்பலயா. கம்பெனி பஸ் வந்துடும்" என்று குரு கத்த, சாப்பாட்டை, அவசரமாக டிபனில் போட்டுக் கொண்டிருந்தாள் கவிதா. "முடிஞ்சுது போலாம்" என்று இருவரும் வீட்டை பூட்டிக்கொண்டு, பேருந்து வரும் இடத்திற்கு வேகமாக நடந்தார்கள்.

"உனக்குத்தான் கம்பெனி வண்டி கொடுத்துட்டாங்க தானே. அத வீட்டுக்கு எடுத்துட்டு வரக்கூடாதா" என கவிதா கேட்க, "இன்னும் கொஞ்ச நாள் போனா, என்கிட்டயே கொடுத்துடுவாங்க. அப்புறம், இந்த தொல்ல இருக்காது. ஆமா உன்னோட போன் எங்கே?"

கைப்பையில் தேடியவள், தலையில் கைவைத்து, "வீட்டுலயே மறந்து வச்சுட்டேன்" என்றாள்.

"வர, வர உனக்கு ஞாபகமறதி அதிகமாபோச்சு" என்று குரு கோபத்தில் கத்தினான்.

"கோவப்படாதே. அவசரத்துல கௌம்புறதால தான். நீ வண்டி கொண்டுவந்துட்டா, அப்புறம் என்ன மறதி. பஸ் வந்துடுச்சு வா" என்று இருவரும் வேகமாய் சென்று பேருந்தில் ஏறினர்.

"பெண்கள் அமரும் ஒரு இருக்கை மட்டும் காலியாய் இருந்தது. என்னை திட்டுனேல, நின்னுட்டே வா" என்று அதில் கவிதா அமர்ந்துகொண்டாள். அருகில், லட்சுமி அமர்ந்திருந்தாள். கவிதா, லட்சுமியைப் பார்த்து மென்மையாக புன்னகை புரிந்தாள்.

"உங்க பேர் என்ன?" என லட்சுமி கேட்க,

"நீ'யினு சொன்னா போதும். உங்களவிட சின்னவ நா. எம்பேரு கவிதா".

"இந்த ஊர் வழக்கமே அப்படித்தான் மா. வயசுல சின்னவங்களோ, பெரியவங்களோ கண்டிப்பா மரியாத உண்டு".

"ஆமா. நெறயப்பேர் இப்படித்தான் பேசுறத கேட்டுருக்கேன் அக்கா".

"ஊருக்கு நீ புதுசு தானே. போகப்போக பழகிடும்".

"நா, அலுவலக பிரிவுல வேலையில இருக்கேன். நீங்க?"

"நா, உற்பத்தி பிரிவுல மேற்பார்வையாளராக இருக்கேன். நின்னுட்டு வர்றாரே, அவருதான் உன்னோட ஊட்டுக்காரரா?"

"ம்ம்.... ஆமாக்கா. எனக்காக, கால் கடுக்க நிக்கும் அந்த பிறவிதான் என்னோட புருசன். கொஞ்ச நாளைக்கு முன்னாடி தான், எங்களுக்கு கல்யாணம் ஆச்சு".

"காதல் கல்யாணமா? என்று பின்பக்க இருக்கையில் இருந்து குரல் கேட்டது". இருவரும் திரும்பி பார்த்தனர். "இது மீனா. சரியான வாயாடி". மேலும் சில பெண்களை லட்சுமி, கவிதாவுக்கு அறிமுகம் செய்தாள்.

"இப்போ, ஞாபகம் வருது. ஒருதடவ சாப்புடுற எடத்துல, எங்களப்பார்த்து கிண்டலடிச்சு பேசிட்டு இருந்ததானே" என்று கவிதா கேட்க, "ஒன்னுமில்ல. புதுசா, ஒரு ஜோடி வேலைக்கு சேந்திருக்குனு பேசுனோம்" என்று மீனா சமாளித்ததைப் பார்த்து, கவிதா சிரித்தாள். "நா சும்மா தான் கேட்டேன்".

"நல்லவேல. இதுக்காக, நீ கோவப்படுவேனு நெனச்சேன். நீயினு கூப்புடலாமா?" என்று சந்தேகத்துடன் மீனா பார்க்க, கவிதா சிரித்துக்கொண்டே தலையாட்டினாள்.

"இவ இப்படித்தான். நல்ல பொண்ணுதான். என்ன! வாய் தான் கொஞ்சம் அதிகம்" என்று லட்சுமி சொல்ல, "அப்படியெல்லாம் இல்ல. என்னை விட அமைதியான பொண்ண, இங்க பார்க்க முடியாது" என்று மீனா சொன்னாள்.

"ஆமாமாம்... கண்டிப்பா, நீ அமைதியான பொண்ணு தான்" என்று கவிதா மீண்டும் சிரித்தாள்.

"இந்த பொண்ணுங்க மட்டுந்தான் பாத்தவுடனே, ஒட்டிக்குறாங்க. என்ன அரட்ட அடிக்குறாங்க. எ பொண்டாட்டியா இதுனு, எனக்கே ஆச்சரியமா இருக்கு" என்று குரு, அவர்களை பார்த்துக்கொண்டு வந்தான்.

*****

"என்ன சார், கமிசன் தர்றீங்க. ஆளுங்கள கஷ்டப்பட்டு கூட்டிட்டு வர்றது நா. நீங்க என்னமோ, காசு தர்றதுக்கு இவ்ளோ யோசிக்கிறீங்க".

"என்னமோ, நீயே வடநாட்டுக்குப் போய், கூப்புட்டு வந்தது மாறி பேசுறே" என்று மேனேஜர் ஏளனமாக கேட்க,

அதற்கு செந்தில், "சார்... ஒவ்வொரு கம்பெனியும், பிளைட் டிக்கெட் அனுப்பி ஆளுங்கள கூட்டிட்டு வராங்க".

"நாங்களுந்தான், தமிழ்நாட்டில உள்ள ஆளுங்களுக்கு, அவங்க ஊருக்கே வேன் அனுப்புனாலும், இன்னைக்கு வர்றேன், நாளைக்கு வர்றேனு சொல்லிட்டு கம்பி நீட்டிடுறாங்க" என்று மேனேஜர் சமாளித்தார்.

"சார், நீங்கதான் நல்ல சம்பளம் கொடுத்து, ஆளுங்கள தக்கவச்சுக்கணும்".

"ஆளுங்க எல்லாரையும் தக்க வச்சுகிட்டா, உனக்கெல்லாம் எப்படி டா வேலை தர்றது".

"சார், நாந்தான் பஸ் ஸ்டான்ட்லயும், ரெயில்வே ஸ்டேஷன்லயும் தேவுடு காத்து, எவன் மாட்டுவானு பார்த்து கூட்டிட்டு வர்றேன். இதுக்கே, நீங்க எனக்கு அதிகமா தரணும்".

"இங்கே பாருடா! கம்பெனியில, நெறய இந்தி ஆளுங்கள சேக்கச் சொல்லிட்டாங்க. ஒழுங்கா, ஆளுங்கள சேத்து கமிசன வாங்கிட்டுப் போ".

"சார், இங்க ஆளுங்கள சேத்துவிடறதுல, எனக்கு ஒன்னும் பிரச்சன இல்ல. ஆனா, நீங்க சம்பளமும் கம்மியாத்தான் தர்றீங்க. தங்கறதுக்கு தகரத்துல ரூம் தர்றீங்க. யார் சார் வருவாங்க? போய்ப்பாருங்க சார், மத்த கம்பெனிங்கள. அடுக்குமாடி குடியிருப்பு மாறி பில்டிங்க கட்டிவச்சுட்டு, ஆளுங்களுக்காக காத்துக்கிட்டு இருக்காங்க".

"இவங்களுக்கு, இதுவே போதும். இதுக்குமேல என்ன வேணும்?"

"சார், நீங்க சொல்லிட்டு கூலா போய்டுவீங்க. நா சேத்துவிட்ட ஒருத்தன், என்னை ரோட்டுல பார்த்துட்டு அடிக்க வந்துட்டான். எப்படியோ, அவன்கிட்ட இருந்து தப்பிச்சு வந்துட்டேன்" என்று செந்தில் பாவமாக சொன்னான்.

"எனக்கு, இதெல்லாம் கேக்க நேரமில்ல. ஆளுங்கள கூட்டிட்டு வா" என்று மேனேஜர் வேலையை பார்க்க ஆரம்பித்தார்.

*****

சாப்பாடு கூடத்தில் பங்கஜை காணவில்லை. தினமும் எங்கள் கூடத்தான் சாப்பிடுவான். இன்று காணவில்லையே என்று குரு சுற்றும்முற்றும் பார்த்தான். கவிதா, தன்னுடைய புதிய தோழிகளோடு சிரித்துப்பேசிக் கொண்டிருந்தாள். பெண்களுக்கு, சுற்றி என்ன நடந்தாலும் அவர்கள் கவலைப்படுவதே இல்லை. வெளியில் வந்து பார்த்தான். தூரத்தில், ஒரு மரநிழலில் சோகமே உருவாய் பங்கஜ் அமர்ந்திருந்தான்.

அவனருகில் சென்ற குரு, "ஏ சாப்புட வர்ல" என்று கேக்க, "பசிக்கல. அதான் வரல" என்று சோகமாகச் சொன்னான் பங்கஜ்.

"உண்மைய சொல்லு. ஏ சோகமா இருக்கே" என்று ஆறுதலாய் கேட்டான் குரு.

"துணி தைச்சப்ப, துணியில ஓட்ட விழுந்துடுச்சு பையா. அதுக்கு சூப்பர்வைசர், வீட்டப்பத்தி கெட்டவார்த்தைல, எல்லார் முன்னாடியும் திட்டிட்டாரு. அதான், வீட்டு ஞாபகம் வந்துடுச்சு".

"லீவு போட்டுட்டு, போய் பார்த்துட்டு வரவேண்டியது தானே".

"இல்ல. இப்பத்தான் ஒரளவு பணம் கெடைக்குது. எ குடும்பம் இன்னைக்கு பட்டினி இல்லாம இருக்குறதுக்கு, இந்த வேலைதான் காரணம்".

சரி, உன் அப்பா என்ன செய்றார்?

"அப்பா இல்ல. அம்மா, அக்கா மட்டும் தான்".

"அக்காவுக்கு கல்யாணம் செய்யனுமுனு உனக்கு கவலையா?"

பங்கஜ் மென்மையாய் சிரித்துக்கொண்டே, "அக்காவுக்கு கல்யாணம் முடிஞ்சுடுச்சு ஆனா, புருசன் செத்துட்டார்".

இதைக்கேட்ட குரு அதிர்ச்சியாய், "ஏ.... எப்படி....?"

"நாங்க இருக்கறது எங்கோ ஒரிடத்துல. ஆஸ்பிட்டலு இருக்கறது வேற எடத்துல. அவருக்கு காய்ச்சல் வந்துச்சு. ஆஸ்பிட்டல் கூட்டிட்டு போறதுக்குகூட வசதியில்ல. அப்படியே, அரசாங்க ஆஸ்பிட்டல் கூட்டிட்டுப்போனா, தனியாருக்கு கூட்டிட்டுப்போகச் சொல்லிட்டாங்க. அங்க போறதுக்கு பைசா இல்ல. என்ன சொல்ல, சோத்துக்கே வழியில்லாத எங்களுக்கு, பைசாவுக்கு எப்படி வழியிருக்கும்?"

குருவுக்கு என்ன சொல்வதென்று தெரியவில்லை. அப்பொழுது, ஒருவர் இவர்களை தாண்டிச்சென்றார். சென்றவர் ஒரு கணம் நின்று பார்த்தார். "டேய் பங்கஜ், இன்னுமா தேம்பித்தேம்பி அழறே. இதேமாறி மறுபடியும் செஞ்சே, இன்னும் நல்லா வாங்கி கட்டிக்குவே. அதனால, கவனமா வேலைய செய்" என்று நக்கலாய் சிரித்தார்.

பங்கஜ், எதுவும் சொல்லாமல் அமைதியாய் இருந்தான்.

"அவன் வீட்டப்பத்தி, கெட்டவாத்த பேசுனது நீங்களா?"

"ஆமா. அதுக்கு என்ன? இவன், துணிய ஓட்ட போட்டா, பாத்துட்டு சும்மா இருக்கமுடியுமா?"

"நானும், உன்னோட வீட்டப்பத்தி கெட்டவாத்த பேசுறேன். நீயும் கேட்டுக்குறயா?"

"ஏய்... என்ன, அவனுக்கு வக்காளத்தா.... வாய கிழிச்சுடுவேன். வெளியூர்ல இருந்து வந்து, என்கிட்டயே திமிர் பேசுறே?" என்று சூபர்வைசர் மிரட்டினான்.

"பங்கஜ், குருவை பிடித்திழுத்து, வா போலாம்" என்றான்.

"போடா. அவனே எங்கோ இருந்து இங்கே வர்றான். அவனுக்கு, இவன் சப்போர்ட் வேற. லூசுப்பய..."

குரு திரும்பி, அந்த சூபர்வைசர் மூக்கில் ஓங்கி ஒரு குத்து விட்டான். அதில் மூக்கு உடைந்து இரத்தம் வழிந்தது. "இனிமேல, யாரயாவது கெட்டவார்த்தையில பேசுனே, உன்னோட வாயையும் சேத்து கிழிச்சுடுவேன்" என்று பங்கஜை கூட்டிக்கொண்டு, சாப்பிடும் அறைக்கு வந்தான்.

இவர்கள் இருவரும் வருவதைப்பார்த்த கவிதா, "ஏ... இவ்ளோ நேரம். சாப்புடுங்க" என்றாள். லட்சுமி, மீனா மற்றும் தோழிகள் அங்கு இருந்தார்கள்.

இது, பங்கஜ் அண்ணா. எங்களோட ஜார்கண்ட் தோஸ்த் என்று கவிதா சொல்ல, மற்றவர்கள், இருவரையும் உட்காரச் சொன்னார்கள். சாப்பாடு வாங்கி வர எழுந்தான் பங்கஜ். "நீங்க, அந்த கொடுமையான சாப்பாட்டுக்கு லீவு கொடுத்துடுங்க. இன்னைக்கு, எங்க எல்லாத்தோட சாப்பாட்டையும் சாப்புட்டு பாருங்க" என்று மீனா ஒரு தட்டை எடுத்து, அனைவரின் சாப்பாட்டிலும் கொஞ்சம் எடுத்துவைத்து கொடுத்தாள். அவன் தயங்கினான்.

"அண்ணா... என்ன யோசன சாப்புடுங்க" என்று கவிதா சொல்ல, மனதில் சிறு மகிழ்ச்சியுடன் பங்கஜ் சாப்பிட ஆரம்பித்தான். "சரி, இனிமே நாம எல்லாரும் ஒன்னாத்தான் சாப்புடனும். ஓகேவா" என்று மீனா சொல்ல, அனைவரும் ஓகே என்று கத்தினார்கள். பங்கஜ் ஏதும் சொல்லாமல் அமைதியாய் சாப்பிட்டான்.

*****

"ஏன்டா.... பெரிய ஆள் ஆகிட்டே. இப்போ எல்லாம் கைதான் பேசுதாமே". என்று கணக்காளர் கேட்க, "அப்படி இல்ல சார்... அது வந்து" என குரு இழுத்தான்.

"அந்த சூபர்வைசர், ஹெச்-ஆர் கிட்ட புகார் பண்ணியிருக்கான். அவர்தான் பேசிக்கிறேனு சொல்லி, அவன அனுப்பிட்டார். இனிமேல, கொஞ்சம் அடக்கி வாசி. நீ வந்து ரெண்டு மாசம் தான் ஆகுது. உனக்கு எதுக்கு இந்த வீண் வம்பு. ஒழுங்கா வேலைய செய்" என்றார்.

"சரிங்க சார்" என்று இடத்தை விட்டு நகர்ந்தான். "டேய் இந்தா. இந்த செக்க வச்சு, பேங்குல போய் பணத்த எடுத்துட்டு, நா சொல்ற அட்ரஸ்ல கொண்டுபோய் கட்டிடு. இந்த அட்டைய அவங்ககிட்ட கொடுத்தா, பணம் கட்டுனதுக்கான வெவரத்த எழுதி, கையெழுத்து போட்டுக் கொடுப்பாங்க".

அட்டையைப் பார்த்தான். மாதம் கட்டும் ஏலச்சீட்டு. பரவாயில்லையே, கம்பெனி பெயரில் சீட்டுகூட இருக்குதே. சீட்டு அட்டையில் தொகையைப் பார்த்தான். ஒரு இலட்சம் ரூபாய் என்று இருந்தது. "இவ்ளோ பெரிய கம்பெனி, ஒரு இலட்சத்துக்கா சீட்டு போடுது" என்று சந்தேகத்துடன் கேட்டான்.

"அது, ஒரு இலட்சம் இல்ல. ஒரு கோடி."

"என்ன சார், ஒரு கோடியா? இதுல, ஒரு இலட்சமுனு தானே இருக்கு" என்று குரு கேட்க,

அதற்கு கணக்காளர், "அதுல, தொகை எழுதுன எடத்துல, புள்ளி வச்ச அப்புறம் ரெண்டு பூஜ்ஜியம் இருக்குதுல".

"சார், அது பைசா கணக்குதானே. இதுகூட, எனக்குத் தெரியாதா சார்?"

"அது உங்களுக்கு. இதெல்லாம், உனக்கு சொன்னா புரியாது".

"இப்போ புரியுது. இந்த சீட்டப் பொறுத்தவரைக்கும், ஆயிரம் ரூபாய்ன்னா, பத்து ரூபாய்னு சீட்டுல எழுதியிருப்பாங்க. இதைப்பத்தி, வெளியில யாருக்கும் தெரியாம இருக்கறதுக்காக, இப்படி எழுதியிருக்குறாங்க" என்று குரு சொல்ல,

"பரவால்லயே. புரிஞ்சுட்டே" என்று சிரித்தார் கணக்காளர்.

"ஒரு கோடிங்கிறது பெரிய தொகை. சார்..... எனக்கு ஒரு சந்தேகம். தொகை பெரிய அளவுல இருக்கு. இதுக்கு, நாம செக் தானே கொடுக்கணும். ஏன்னா, மாசத்தவண இரண்டரை இலட்சம் தானே. இத, ஏ பணமா கொடுக்கணும்".

"இதெல்லாம், கணக்குல வராது".

"கணக்குல வராதுனா, எனக்குப் புரியல".

"இவ்ளோ பெரிய தொகைல நடக்குற சீட்டு, மொறயா அரசாங்கத்துல பதிவு செஞ்சு நடத்துவாங்க. அதெல்லாம், முழுசும் கணக்குக்குள்ள வந்துடும். ஆனா, இதெல்லாம் முழுசா பணமாவே நடக்கும் செயல்பாடு.

உடனடி பணத்தேவைக்கு, இதுமாறி சீட்டு, ஒவ்வொரு ஊரிலயும் நடக்கும்".

"சரி, இதுக்காக எடுக்குற பணத்துக்கு எப்படி கணக்கு காட்டுவது?" என்று சந்தேகத்துடன் கேட்டான் குரு.

"கம்பெனி ரெனவேசன், இண்டீரியர் செலவுனு ஏதாவது பில்களை தயாரிச்சுக்க வேண்டியதுதான்".

"இதெல்லாம் தப்பில்லையா சார்".

"மேலிருக்குற மொதலாளி நமக்கு சொல்றார். அத செய்யவேண்டியது மட்டுந்தான் நம்ம வேலை".

"சீட்ட எடுக்கும்போது, பெரியளவு பணம் கைக்கு வரும். அப்போ, என்ன செய்வாங்க? அது முழுக்க கருப்பு பணந்தானே". என்று குரு கேள்வி கேட்க,

"இதெல்லாம், ஒரு விசயமா" என கணக்காளர் சிரித்தார்.

"என்ன சார். சர்வ சாதாரணமா சொல்றீங்க".

"உதாரணத்துக்கு, ஒன்னு சொல்றேன். என்கிட்ட பத்து இலட்சம் பணமா இருக்குதுனு வச்சுக்குவோம். இப்போ, நா ஒரு எடம் வாங்க முடிவு செஞ்சு, அந்த எடத்த, எம்பேருல கெரையம் செஞ்சா, எந்த வெலைக்கு நா கெரையம் செய்வேன்".

"இதென்ன கேள்வி சார்" என்று குரு சிரித்துக்கொண்டே, "10 இலட்சத்துக்கு".

"அதுதான் இல்ல. எப்பவும், ஒரு எடத்தோட தற்சமயம் சந்தைமதிப்பு, அரசாங்கம் நிர்ணயம் செய்யுற சந்தை மதிப்பவிட அதிகமாத்தான் இருக்கும். அதாவது, நீ 10 இலட்சத்துல வாங்குற எடத்துக்கு, அரசாங்க மதிப்புங்குறது கொறவாத்தான் இருக்கும்.

"கொறவாத்தான் இருக்குமா?"

"உறுதியா சொல்லமுடியாது".

"ஏன்னா, செயற்கையா கூட, எடத்தோட மதிப்ப அதிகரிப்பாங்க. பக்கத்துல பஸ் ஸ்டாண்ட் வருது, காலேஜ் வருதுனு நில புரோக்கர்ங்க ஏத்தி விட்ருவாங்க. இப்ப, நா கெரையம் செய்யுற தொகைக்கு மட்டுமே வரிகட்டுனா போதும். இதுமாறி, சட்டத்துல இருக்குற ஓட்டைகள வச்சு, கருப்புப்பணத்த வெள்ளையாக்கி விடுவாங்க. உண்மையிலேயே, வாங்குற வெலைக்கு பத்திரபதிவுகள மொறப்படுத்தினா, ஒவ்வொரு

வருசமும் நல்ல வருமானம் வரும் அரசாங்கத்துக்கு. இதுமூலமா, நம்மேல போடுற வரிய கம்மி பண்ணலாம். ஏ... இந்த சாராயக்கடைகள கூட நிரந்தரமா மூடலாம்".

"சார், என்ன இருந்தாலும் எடம் வாங்குற ஏழைங்க, அதிக வரியால பாதிக்கப்பட மாட்டாங்களா?"

"ஏழைங்க, வாழ்க்கையில ஒருதடவ எடம் வாங்கறதே பெருசு. ஆனா, பெட்ரோல் தெனமும் போடவேண்டிய தேவை இருக்குதே. பணக்காரங்கதானே, நெறய தடவ எடத்த வாங்கி குவிக்கிறாங்க. அதனால, அங்க வரி போடுறதுல தப்பேயில்ல".

சார், நீங்கள் பெரிய அறிவாளி சார்.

"இதெல்லாம் நமக்குள்ளேயே இருக்கட்டும். வெளியில சொல்லி, எனக்கு ஒத வாங்கிக் கொடுத்துடாதே. இப்போ கெளம்பு" என்று கணக்காளர் சொன்னார்.

*****

வீட்டு சோபாவில் அமர்ந்து கொண்டு, "இதெல்லாம் இப்பொழுது தேவையா? நாம, பெரிய விரிவாக்கத்துக்கு போகவேணுமா?" என்று கேட்டார் முதலாளி.

"ஆமாங்க மாமா. எவ்வளவு நாள்தான், நாமளும் ரெட்ட இலக்கத்துலயே வர்த்தகம் செய்றது. மூணு இலக்கத்துக்கு போக வேண்டாமா? எனக்கு, இதுவொரு வாய்ப்பு. நீங்களே ஆச்சரியப்படுற வகையில, இந்த நிறுவனத்த எங்கோ கொண்டு செல்லப்போறேன். நீங்க, இந்த வங்கிக்கடன் சம்பந்தமான ஆவணங்கள்ல தைரியமா கையெழுத்து போடுங்க. அதுபோதும். மீதிய, நா பார்த்துக்குறேன்" என்றார் மாப்பிள்ளை.

"இல்லைங்க மாப்பிள. எனக்கு கொஞ்சம் தயக்கமா இருக்குங்க. யோசிச்சு முடிவு பண்ணலாம்".

"நாம, சில வேலைகள வெளியில கொடுத்துதான் வாங்குறோமுங்க. இதனால, நம்ம இலாபம் கொறையுது. அந்த வேலை சம்பந்தமான மெசின்கள, நாமே இறக்குமதி செஞ்சா, வேலையும் சீக்கிரமா முடியும்".

"ஏனுங்ப்பா, அவர்தான் இவ்வளவு சொல்றாருல்லங்க. நீங்க, சரின்னு சொல்லுங்க. நம்ம கம்பெனியும் 100 கோடி, 200 கோடினு வர்த்தகம் செஞ்சா, நமக்கு பெருமதானுங்கப்பா" என்று மகள் அப்பாவை உந்தினாள்.

"சரி, உங்க இஷ்டம். எங்க சைன் பண்ணனும்" என்று முதலாளி கேட்க, மருமகன் ஆவணங்களில் உள்ள இடங்களை சுட்டிக்காட்டினார்.

*****

"என்னோட பொண்டாட்டிமாறி, மாச சம்பளத்துல உட்கார்ந்துட்டு இருக்குறத விட, வார சனிக்கெழம சாயங்காலம் கெடைக்குற வாரச்சம்பளம் தான் நமக்கு சரிப்பட்டு வரும். ஏன்னா, மாச சம்பளம் வர்றவரைக்கும் காத்திருக்க வேண்டியதில்ல. வாரமானா, கைமேல காசு இருக்கும். குடிக்கறதுக்கும், லாட்டரிசீட்டு வாங்கறதுக்கும் பிரச்சனையே இருக்காது.

எம் பொண்டாட்டி, அவளோட கம்பெனியிலேயே வேலை வாங்கி தந்தபோது, அங்கே இருக்க மனசில்லாம வந்துட்டேன். அங்க, மாசம் முழுசும் சேந்து வேலை செஞ்சு, வாங்குற சம்பளத்த விட, "பீஸ் ரேட்" கம்பெனில வேலை செஞ்சுட்டு போய்டலாம். அதாவது, ஒரு துணியை தைச்சா, இவ்ளோ ரேட்னு பேசிட்டு தைச்சா, ரெண்டு வாரத்துலேயே அந்த பணம் கெடைச்சுடும். என்னோட பொண்டாட்டி ஒரு முட்டாள். போயும், போயும் அந்த கம்பெனியில இன்னும் வேலை செஞ்சுட்டு இருக்கா" என்று தன்னுடன் வந்தனுடன் சொல்லிக்கொண்டு, சாராயக்கடைக்குள் சென்றான் லட்சுமியின் கணவன்.

(பீஸ் ரேட் என்பது வேலை செய்வதில் ஒரு வகை. வேலை செய்வதற்கு சம்பளம் வாங்குவதில் இரண்டு முறை இருக்கிறது. ஒன்று வார சம்பளம். இன்னொன்று மாத சம்பளம். பெரும்பாலான தொழிலாளர்கள் வார சம்பளம்தான் வாங்குவார்கள். அலுவலக பிரிவில் இருப்பவர்கள் மாத சம்பளம் வாங்குவார்கள். இந்த, இரு முறையில் வேலை செய்பவர்களுக்கெல்லாம் பிஎப், இஎஸ்ஜ, வருடம் ஒருமுறை போனஸ் போன்ற சலுகைகள் இருக்கும். ஆனால், இந்த பீஸ் ரேட் அடிப்படையில், வேலை செய்பவர்களுக்கு இதெல்லாம் பொருந்தாது. இவர்கள், ஒரு நிறுவனத்தின் தொழிலாளர்களாக கருதப்படமாட்டார்கள். சலுகைகளும் கிடைக்காது. வேலை இருக்கும்வரை செய்துவிட்டு, வேறு நிறுவனம் சென்றுவிடுவார்கள். அதற்கேற்ப கிடைக்கும் ஊதியமும் அதிகமாக இருக்கும்)

சாராயக்கடைக்குப் பின்னால் அமைந்துள்ள பார் ஜோராக இயங்கிக் கொண்டிருந்தது. குடிமகன்கள் குடிப்பதற்காக இருக்கைகள் மற்றும் மேசைகள் போடப்பட்டிருந்தன. குடித்து காலியான பீர் மற்றும் சாராயபாட்டில்கள் மலை போல் ஓரமாய் குவித்து வைக்கப்பட்டிருந்தன. பார் முழுவதும் குடித்த பிளாஸ்டிக்கப்கள் இரைந்து கிடந்தன.

சிறுநீர் கழிப்பதற்கு வசதியாக இரண்டு, மூன்று அட்டைகளை வைத்து மறைத்து பாத்ரூம் தயார் செய்ததுபோல் இருந்தது. அதனுள் போய் வந்தவர்களுக்கு, சாராயம் குடிக்காமலேயே போதை ஏறியது. சிலர் உள்ளே செல்லும்போதே, மூக்கை அடைத்துக்கொண்டு சென்றனர். சிறுநீர் கழித்துவிட்டு வெளியே வரும்வரை, மூச்சை விடாமல் பிடித்துக்கொண்டனர். ஏதோ, தண்ணீரில் நீண்ட நேரம் மூச்சை பிடித்துக்கொண்டு இருந்தது போல் மனதிற்குள்ளேயே பெருமைபட்டுக் கொண்டனர்.

மேசைகளில் குடித்துப் போடப்பட்டிருந்த பாட்டில்கள் மற்றும் "சைடிஷ்" என்று சொல்வார்களே, குடிப்பதற்கு துணையாக இருக்கும் உணவுபொருட்கள் சிதறிக் கிடந்தன. சிலர் குடித்தபின்பு, அவர்களின் வாயில் கசப்பு நீங்காததால் மேசைக்கு அடியிலேயே எச்சிலை துப்பினர். ஒருவர் அதிகமாக குடித்ததால் மேசையிலேயே வாந்தி எடுத்தார். அவருடன் வந்தவர்கள், அவரை பிடிக்காமல் பாட்டில்களை பத்திரப்படுத்தினர்.

குடிமகன்களுக்கு, சைடிஷ்களை செய்துதரும் கடை மும்முரமாக இயங்கிக் கொண்டிருந்தது. அங்கே பழங்களை அறிந்து தட்டுகளில் வரிசையாக வைத்திருந்தனர். முட்டைகளை வறுத்துக்கொண்டிருந்தார் மாஸ்டர். காடைக்கோழிகள் கூண்டில் அடைக்கப்பட்டிருந்தன. குடிமகன்கள் கேட்கும்போது, காடைக்கோழிகளை வறுத்து அல்லது எண்ணையில் பொறித்து சூடாக கொடுப்பார்கள். சிக்கன் மற்றும் மட்டன் வறுவல்கள் பாத்திரத்தில் போட்டு தயாராக வைத்திருந்தனர். பணம் உள்ளவர்கள், இதையெல்லாம் வஞ்சகம் இல்லாமல் வாங்கி சாப்பிடுவார்கள். குடிபோதையில் இருப்பவர்கள், தங்களுடன் வருபவர்களுக்கு வாங்கித்தருவார்கள். பணம் இல்லாதவர்கள், நிலக்கடலையை வைத்தே குடித்து முடித்துவிடுவர்.

லட்சுமியின் கணவனும், அவனுடன் வந்தவர்களும் காலியாக இருந்த இருக்கைகளில் அமர்ந்து, தங்களுக்கு பிடித்த மதுவகைகளை ஆர்டர் செய்தனர். அவர்களருகே கல்லூரி மாணவர்கள் குடித்துக்கொண்டு இருந்தனர். அதில் ஒருவன், போதையில் மிகவும் சத்தமாக கெட்டவார்த்தைகளில் கத்திக்கொண்டிருந்தான். மற்றவர்கள் சமாதானப்படுத்தினர்.

"நானெல்லாம், இவங்க வயசுல இப்படித்தான் இருந்தேன்" என்று இதையெல்லாம் பார்த்து சிரித்துக்கொண்டு சொன்னான் லட்சுமியின் கணவன்.

"இல்லிங்கண்ணா... ஒருவேள, இந்த சாராயக்கடை எல்லாம் முடிட்டா, நாம என்ன செய்வோம். என்னால, அதயெல்லாம் நெனச்சுக்கூட பார்க்கமுடியல" என்று ஒருவன் சொல்ல, அதற்கு லட்சுமியின் கணவன் பலமாக சிரித்தான். "அடப்போடா..... கடயாவது, மூடுறதாவது. அப்படியெல்லா நடக்குறதுக்கு வாய்ப்பே இல்ல".

"வாய்ப்பில்லனு சொல்ல முடியாதுண்ணே. அதிகமான ஜனங்க, இதனால பாதிக்கப்படுறாங்கனு அரசாங்கம் நெனைக்கும்போது, மூடத்தானே செய்வாங்க".

"அடப்பாவி... அவங்க மூடுவாங்கனு இன்னுமா நம்புறே. நோம்பி டைம்ல, இலக்கு வச்சு வித்துட்டு இருக்காங்க. அரசாங்கத்துக்கு வருமானம் தேவை. நமக்கு போத தேவை. இந்த ரெண்டும் இருக்குறவரை, இந்த கடைக்கெல்லாம் அழிவே இல்ல".

"ஆமாண்ணே. நீங்க சொல்றது சரிதான்" என்று அவனுடன் வேலை செய்யும் இன்னொருவன் குடித்துக் கொண்டிருந்தான்.

"அவன...., நா உண்டு இல்லன்னு பண்ணியிருப்பேன்" என்று பிளாஸ்டிக் டம்ளரை கசக்கிக்கொண்டே சொன்னான் லட்சுமியின் கணவன்.

"ஆமாண்ணே. அவன அடிச்சிருக்கணும். அவனுக்கு, அப்படி என்ன திமிர் பாருங்க? நாம, வாரம் முழுசும் வேலை செஞ்சிருக்கோம். வேலை முடிஞ்சதுக்கப்புறம், ஒனர் இன்னும் வரல. அடுத்தவாரம் வாங்கிக்கலாமுனு அசால்ட்டா சொல்றான் அந்த சூப்பர்வைசர்".

"எனக்கு 5000 ரூபா சம்பளம் வரணும். இந்த கேரளா லாட்டரிய, பாலக்காட்டுக்கு நேராப்போய் வாங்குனா, கண்டிப்பா பரிசு அடிக்குமுனு சொன்னாங்க. இப்போ, காசுவேற கையில இல்லயே. உங்ககிட்ட எதாவது இருக்குதா?"

"அண்ணே, எங்ககிட்ட இல்லயே" என்று பாக்கெட்டுகளை இருவரும் பத்திரபடுத்திக் கொண்டனர்.

அப்பொழுது, சாரயக்கடையின் உள்ளே செந்தில் நுழைந்தான். உட்காருவதற்கு இடமே இல்லை. ஒரு மேசையில் ஒருசீட்டு மட்டும் காலியாய் இருந்தது. "அட, இந்த ஆள்தானா" என்று செந்தில் அங்கே சென்று அமர்ந்தான்.

"நீ.... நீ...." என்று லட்சுமியின் கணவன் யோசிக்க,

"அட.... என்னை தெரியலயா. நாந்தான், லட்சுமிக்கா வேலை செய்யுற கம்பெனியில, ஆளுங்கள சேத்துவிடும் ஒப்பந்தம் போட்டிருக்கேன்".

"அட... ஆமா... இந்திக்காரன் எல்லாம் சேத்துவிட்டு, எங்க ஆளுங்களுக்கு எல்லாம் வேலை இல்லாம செஞ்சவன் நீ தானே. இங்க எதுக்கு வந்தே".

"இங்கே, எதுக்கு வருவாங்க. குடிக்கத்தான்".

"ஆமா.... ஆமா... நீயும், நானும் குடிச்சாத்தான், இந்த அரசாங்கத்துக்கு வருமானம். நல்லா பணம் வருதா நீ செய்ற வேலையில? உனக்கு, வராம என்ன பண்ணும். இளிச்சவாயன எல்லாம் ஏமாத்தி, அங்கே கொண்டுபோய் சேத்துட்டு இருக்கே".

"என்னங்க நீங்க, இப்படி பேசுறீங்க. நா அப்படிபட்டவனா?" என்று செந்தில் சோகமாய் கேட்க, "டேய், மொகத்த சோகமாக வச்சாலும், உண்ம அதுதான். நீ செய்யுற பாவத்துக்கெல்லாம், ஒரு நாள் அடிவாங்கியே சாவே பார். இது ஒரு சுத்தமான குடிகாரனோட வாக்கு".

"என்னப்பா... சாபம் எல்லாம் விடுறே".

"அப்புறம், உனக்கு கடவுள் வந்து வரம் தருவாரா".

"நா கெளம்புறேன். நீங்க கோபமா இருப்பீங்க போல. அப்புறம் பார்க்கலாம்" என்று செந்தில் கிளம்ப, அவன் கையை பிடித்து நிறுத்தி, "நீ போய்ட்டா, இதுக்கெல்லாம் யார் பணம் கொடுக்கறது?"

"கையில காசில்லாமத்தான், நீ இத்தன பேச்சு பேசிட்டு இருந்தியா. பணம் இல்லாம, எதுக்குயா இங்கே வரே..."

"நாங்க வேலை செஞ்சோம். ஆனா, கம்பெனிக்காரான் சம்பளம் தரல. அதான், இத போட்டுட்டு, அங்கே போய்...."

"அங்கே போய் வாந்தி எடுக்கவா... ஆள விடுயா சாமி...." என்று செந்தில் அந்த இடத்தை விட்டு காலி செய்தான்.

"இவன் போனா என்ன! நமக்குத்தான் ஆபத்துபாந்தவன் இருக்கானே" என்று லட்சுமியின் கணவன் போனை எடுத்தான்.

"யாருக்குண்ணே போன் பண்றே" என்று அருகிலிருந்தவன் கேட்க,

"ஹலோ, வட்டியா.... எனக்கு ஒரு 1000 ரூபா உடனே வேணும்".

*****

மீனாவின் போன் ஒலித்துக்கொண்டே இருந்தது. அதை எடுத்தவள் அழைப்பை கட் செய்தாள். மீண்டும், மீண்டும் அழைப்புகள் வர, போனை எடுத்துக்கொண்டு, பெண்கள் ஓய்வறை பக்கம் சென்று அழைப்பை

எடுத்தாள். "ஏ, இப்படி கால் பண்ணிட்டே இருக்கே. அதான், இராத்திரி முழுசும் பேசுனோமுல. இப்போ என்ன?"

"ஏ, இப்போ பேசுனா என்ன? நா பேசக்கூடாதா?" என்று எதிர்முனையில் கார்த்தியின் குரல்.

"ப்ளீஸ்... ப்ளீஸ்.. வேலை முடிஞ்சு பேசலாம். சரியா" என்று கொஞ்சினாள்.

"பேசவேணா. நேர்ல பார்க்கலாம்".

"நேர்லயா. வேலை முடியறதுக்கே நைட் ஆயிடும். அதுவுமில்லாம, உ அம்மாவும் என்கூடத்தான் இருப்பாங்க. கண்டிப்பா முடியாது" என்று மீனா கெஞ்சினாள்.

"சரி. நீ பஸ்ல ஏறாதே. நா வந்து கூட்டிட்டுப்போற".

"ஐயோ... வண்டியிலயா. நா வரல. யாராவது பார்த்துட்டா என்ன செய்றது". அப்பொழுது பெண்கள் சிலபேர், இவள் சிரித்துக்கொண்டே பேசிக்கொண்டு இருப்பதை பார்த்துக்கொண்டு சென்றனர். "இங்க வேலை செய்ற ஆளுங்க எல்லாம் பார்த்துட்டு போறாங்க. நா போன வைக்கிறேன்".

"ஏய்.... ஏய்.... வச்சுடாதே. நாம் படத்துக்கு போலாமா?"

"என்ன.... இல்ல, இல்ல. நா வரல".

"நீ என்ன இப்படி பயந்தாங்கொள்ளியா இருக்கே. வெளியே வந்து பாரு. பொண்ணுங்க, என்ன எல்லாம் பண்றாங்கனு".

"சரி, சரி போலாம். ஆனா, இப்போ இல்ல. லீவு கெடைக்கட்டும். அப்புறம் பார்க்கலாம்".

"லீவு போடு. இதுக்கெல்லாம் காத்திருக்கலாமா?" என்று கார்த்தி கேட்டான்.

"சரி, எப்போனு சொல்றேனு" மீனா சொல்ல, "சரி..... ஒன்னே ஒன்னு கொடு" என்று இழுத்தான்.

என்ன?"

"ம்ம்ம்... முத்தம் தான்".

"க்கும்.... அதெல்லாம் கல்யாணத்துக்கு அப்புறந்தான். இப்போ, போன வை" என்று கட் செய்தாள்.

*****

குரு, வீட்டிற்கு ஆகும் செலவுகளை கணக்கிட்டு கொண்டிருந்தான். வெளியில் செல்வதால், தேவையில்லாமல் அதிகமாக செலவாகிறது என்று யோசித்தான். பொருட்களை வாங்க கடைக்குச்சென்றால் வாங்கவேண்டியத்தை விட்டுவிட்டு, அலங்கார பொருட்கள் அல்லது ஆடைகள் என்று செலவாகிறது. எத்தனை முறை சொன்னாலும், அவள், என் பேச்சை கேட்பதே இல்லை. மாதம் முழுவதும் சேர்ந்து சம்பாரித்து, கடைசியில் ஒரு ரூபாய் கூட மிஞ்சவில்லை. இப்படியே போனால், எப்போது தான் சேர்த்து வைக்க ஆரம்பிக்கிறது.

வேலை செய்வோம், செலவு செய்வோம் என்றிருந்தால், இதுவே வாழ்க்கை ஆகிவிடும் போல. நாங்கள் அவசரப்பட்டு முடிவு எடுத்துவிட்டோமா? நன்றாக படித்து முடித்து, நல்ல சம்பளத்தில் வேலைக்கு சேர்ந்திருந்தால், இன்று இப்படி புலம்ப வேண்டியதில்லை. இப்போது, குறை சொல்லி என்ன பயன். என் அப்பா சொல்லியது எனக்கு இன்னும் ஞாபகம் இருக்கிறது. படிக்கும் வயதில் காதல், கத்திரிக்காய் என்று அலைந்து, இந்த வயதிலேயே கல்யாணம் என்று வந்து நிற்கிறீங்க. வாழ்க்கை என்பது உங்களுக்கு அவ்வளவு சுலபம் என்று நினைத்துவிட்டீங்க. ஒரு நாள், நீங்கள் செய்தது தவறு என்று நினைத்துப்பார்ப்பீங்க என்று அவர் சொன்னதை, நினைத்து பார்த்தான்.

அவன் எதிரில், எந்த கவலையும் இல்லாமல் போனை பார்த்து சிரித்துக் கொண்டிருந்தாள் கவிதா. குருவிற்கு கோபம்தான் வந்தது அவளை பார்க்கும்போது. இருந்தாலும், அவன் வெளிக்காட்டிக் கொள்ளவில்லை. என்ன செய்ய முடியும்? இதெல்லாம் சமாளிக்க வேண்டும் என்று தெரிந்துதானே கல்யாணம் செய்தோம். பணத்தை வைத்து, அவளிடம் சண்டை போட முடியுமா? அனைத்தையும் விட்டுவிட்டு என்னுடன் வந்தவள். இப்போது, செலவு அதிகமாகிறது என்று சண்டைபோட்டு, அவளின் மனதை காயப்படுத்த முடியாது. இப்போது இருவருக்கும் சம்பளம் குறைவாக இருக்கிறது. இன்னும் கொஞ்ச காலம் போனால், சம்பளம் அதிகமாக கிடைக்கும். அப்போது, இந்த செலவு எல்லாம் ஒரு பெரிய விசயமாக இருக்காது.

"என்ன? ரொம்ப நேரம் எதயோ யோசிச்சுட்டே இருக்கே" என்ற கவிதாவின் குரல், அவனை நிகழ்காலத்திற்கு கண்டு வந்தது.

"ஒன்னுமில்ல. வீட்டுத்தேவைக்கு எவ்வளவு செலவாகுதுனு கணக்கு பாத்துட்டிருந்தேன்".

"அப்படியா... இந்த மாசம் எவ்வளவு மிச்சம் இருக்குது" என்று கவிதா ஆச்சரியமாக கேட்க, "மிச்சமா? கடன் வாங்க வேண்டிய நெலம

தான் வரும்போல. தேவையில்லாத செலவுதான் அதிகமாகிட்டே இருக்கு. இனி, செலவுகள கொறச்சுக்கணும். வெளியில சுத்துறதையும் கொறச்சுக்கணும்".

"இப்படியே யோசிச்சு, கஞ்சன் ஆயிடாதே. செலவு ஆகத்தான் செய்யும். ரெண்டுபேரும் வேலைக்குத்தானே போறோம். பார்த்துக்கலாம்" என்று கவிதா தன் போனை பார்த்துக்கொண்டே சொன்னாள்.

"தேவையில்லாத செலவுகள கொறக்கிறதப்பத்தி சொன்னா, என்னை கஞ்சன்னு சொல்றே. இருக்குற பணத்தை செலவு செஞ்சுட்டு, கடனுக்கு அடுத்த வீட்டுல போயா நிக்க முடியும்?" என்று குரு சற்று கோபத்துடன் கேட்டான்.

"இப்போ, எதுக்கு கோபப்படுறே. அப்படி, என்ன செலவு செஞ்சுட்டோம்?"

"செலவு செஞ்சுட்டோமில்ல. செஞ்சுட்டே".

கவிதாவுக்கு, இதைக்கேட்டு சற்று வருத்தமாக இருந்தது. "அப்படி என்ன செலவு செஞ்சேன். நமக்கு தேவையானதத்தானே வாங்குனோம். இப்போ, எதுக்கு இப்படி பேசுறே" என்று சோகமாக கேட்டாள்.

"லீவு வந்தாலே, வெளியே போகணுமுனு அடம்புடிக்கிறே. அப்படி போனாலும், செலவுகள கொறக்கிறதப்பத்தி எந்த பயமும் உனக்கு இருக்குறதில்ல. பார்க்குறத எல்லாம் வாங்கணுமுங்குறே. வீட்டுக்குத் தேவையான பாத்திரம் வாங்கப்போனா, உனக்குத் தேவையான வளையல், கிளிப், பேண்ட் வாங்குறதுலதான் கவனமா இருக்குறே. இதெல்லாம், ஏற்கனவே நாம வாங்கிட்டோமுல. வெளியில சாப்புடறதிலும் அப்படித்தான். தேவையில்லாம இதுக்கே, ஒவ்வொரு தடவையும் 500 ரூபா அதிகமா செலவாகுது. வீட்டுத்தேவைக்கு, செலவு செஞ்சாக்கூட காரணம் இருக்கு. இப்படி, ஒவ்வொரு வாரமும் அதிகமாக செலவு செஞ்சுட்டு, மாசக்கடைசியில கைய பெசஞ்சுட்டு நிக்க முடியுமா? இன்னும் சம்பளம் வர்றதுக்கு நாள் இருக்கு. ஆனா, நம்மகிட்ட இப்போ, ஒரு ஆயிரம் ரூபா கூட மிச்சமில்ல" என்று கவிதாவைப் பார்த்து பொரிந்து தள்ளினான் குரு.

தன் கணவன், தான் வாங்கும் வளையலுக்குகூட கணக்கு பார்க்கிறானே என்ற கோபம் கவிதாவுக்கு. "அப்படி ஒன்னும் பெருசா செலவு செய்யல. நீ, இதெல்லாம் ஒரு காரணமா சொல்லாதே. இந்த மாசம் செலவு அதிகமாகிடுச்சு. அடுத்த மாசம், சரி பண்ணிக்கலாம். இதப்பத்தி யோசிச்சுட்டு இருக்காதே".

"ஒரு ரூபாயா இருந்தாலும், நாமதானே சம்பாரிக்கணும். அப்போ, நாமதானே, அத சரி செய்யணும். தவறு நடக்குதுனு சொன்னா, அத ஏத்துக்கோ. அடுத்த மாசம் பார்த்துக்கலாமுனு மழுப்பாதே".

"இப்போ என்ன? நா, வளையல் வாங்குனது தான் தப்பு. ஓட்டல்ல போய் சாப்புடறது தப்பு. அப்படித்தானே. இனிமே, செய்யல சாமி. அதுக்காக, நீ இதெல்லாம் சொல்லி காமிக்காதே. மனசு கஷ்டமா இருக்கு" என்று வருந்தினாள்.

"இங்கே பாரு கவி. நாம, நம்ம பெத்தவங்க அரவணைப்புல இல்ல. நம்ம செலவல்லாம், அவங்க பார்த்துக்குவாங்கனு தைரியமா இருக்கமுடியாது. நாம தனியா இருக்கோம். நம்மள, நாமதான் பார்த்துக்கோணும். செலவுகள பார்த்து செய்ய வேணுமுனு தான் சொல்றேன். உனக்கு வளையல் கூட வாங்கித் தராதவன் போல பேசாதே. நாமதான், நம்ம பொறுப்ப புரிஞ்சு நடக்கணும்" என்று குரு சொல்ல,

அதற்கு கவிதா, பேசாமல் சோகமாக நின்றிருந்தாள்.

அவளிடம் நெருங்கி சென்றவன், அவளின் கன்னத்தை பிடித்து திருப்பி, "இங்கே பாரு. உனக்கு, ஒருஜோடி வளையல் இல்ல. நூறு ஜோடி வளையல் கூட வாங்கித்தர்றேன். ஆனா, இப்போ இல்ல. நம்ம நெலம சரியாகட்டும். நீகூட இந்த வீட்டவிட்டு, நல்ல வீட்டுக்கு போகணுமுனு சொன்னேல்ல. நாம, இப்படி செலவு செஞ்சுட்டு இருந்தா, அப்புறம் எப்படி நாம போறது. கவி.... நீ எனக்காக வந்தவ. உனக்காக இதக்கூடவா செய்ய மாட்டேன்? ஆனா, கொஞ்ச காலம் ஆகும். நமக்கு உதவி செய்ய, இந்த ஊருல கந்தசாமி அண்ணன விட்டா யாருமில்ல. அவர்கிட்டேயும், எத்தனதடவ தான் உதவி கேக்குறது. புரிஞ்சுக்கோ" என்று கட்டியணைத்தான்.

அவனது மார்பில் முகத்தை புதைத்துக்கொண்டு, எதுவும் சொல்லாமல் நின்றாள்.

"ஏய்... ஏதாவது சொல்லு. இப்படி அமைதியா இருந்தா எப்படி?"

"புருசன், இப்படி கோவமா இருக்கும்போது, நா என்ன சொல்றது. நீ சொல்றது மாறி இருந்துக்கலாம். இனி, நா தேவையில்லாம எதுவும் வாங்கல. ஆனா, நீ சொல்றதுமாறி, நூறு வளையல் ஜோடியாவது வாங்கி கொடுக்கணும். அதுவும், நா சொல்ற கடையில தான் வாங்கணும். என்ன சரியா?" என்று முகத்தை அப்பாவியாய் வைத்துக்கொண்டு சொன்னாள்.

"நீ திருந்தவே மாட்டா" என்று அவள் தலையில் கொட்டினான்.

"நீ கந்தசாமி அண்ணங்கிட்ட எல்லாம் கடன் வாங்க வேண்டா. அதுதான் ஆயிரம் ரூபா இருக்குதுனு சொன்னேல்ல. அதவச்சு சம்பளம் வர்றவரைக்கும் சமாளிச்சுக்கலாம்".

"ம்ம்ம்.... நானும் அதத்தான் யோசிச்சேன். சரி, அத எடுத்துட்டு வா" என்று குரு சொல்ல, கவி என்னவென்று தெரியாமல் முழித்தாள்.

"என்ன முழிக்குறே. நேத்து வெளியில போய், செலவு செஞ்சதுக்கப்புறம் உன்கிட்டத்தானே மீதிப்பணத்த கொடுத்தேன்".

"ஓ.. அதுவா... நீ எதை சொல்றேனு எனக்கு மொதல்ல புரியல. என்னோட பர்ஸ்ல தான் வச்சேன். இரு, எடுத்து தர்றேன்" என்று தனது பர்சை பார்த்தாள். ஆனால், பர்ஸ் வீட்டில் இல்லை.

என்னவென்று குரு கேட்க, "ஒன்னுமில்ல" என்று சொல்லிவிட்டு, வீடு முழுவதும் தேடினாள். வீடு என்ன ஆயிரம் அடியா இருக்கிறது. இருக்கும் பெட்டி போன்ற அறைக்குள், எத்தனை முறை தேடினாலும் பர்ஸ் இல்லை. கவி பயந்துகொண்டே, இல்லை என்பது போல் குருவை பார்த்தாள்.

குருவிற்கு கோபம் தலைக்கேறியது. "என்ன கவி, கொஞ்சங்கூட உனக்கு அறிவுங்குறதே இல்லயா. பணத்தக்கூட பத்திரமா வச்சுக்க தெரியாதா? இருந்தது ஆயிர ரூபா. அதுவும் இப்போ இல்ல. உனக்கு எப்பத்தான் பொறுப்பு வருமோ?"

"இல்ல குரு. நா........ நா........ கடைசியா, ஒரு கடையில பொருள் வாங்கும்போது, பர்ஸ் என்கிட்டத்தான் இருந்துச்சு. பொருள் வாங்குன பையிலதான் பர்ஸ போட்டேன். ஆனா, எப்படி காணாம போச்சுன்னு தெரியல" என்று கவிதா சொல்லும்போது, அவள் கண்ணில் கண்ணீர் எட்டிப்பார்த்தது.

"எப்படி காணாம போகும்? நீ மறந்து எங்காவது வச்சுட்டு வந்திருப்பே. என்னைச் சொல்லணும். உன்கிட்டப்போய் காச கொடுத்தம்பாரு. எனக்கு, இதுவும் வேணும், இன்னமும் வேணும். கொஞ்சமாவது பயம் வேணும். சும்மா அவுத்துவிட்ட ஆட்டுக்குட்டியா ஆடக்கூடாது".

குரு பேசப்பேச, கவிதாவுக்கு அழுகைதான் வந்தது. "இல்ல குரு. நாம மறுபடியும், அந்த கடைக்குப்போய் கேட்டுப்பார்க்கலாம். யாராவது, அந்த பர்ஸ எடுத்து வச்சுருப்பாங்க" என்று அவள் சொல்லும்போது, அழுகையில் வார்த்தைகள் ததும்பி வந்தன.

"ஆமா.. ஆமா... நாம போய் கேக்குறவரைக்கும் பத்திரமா வச்சுருப்பாங்க. இப்போ, எவனோ ஒருவனுக்கு ஆயிர ரூபா இலாபம்.

நமக்கு ஆயிர ரூபா நட்டம். அதுவும், உன்னோட அசால்ட்டுத்தனத்தால. உங்கிட்டத்தா ரெண்டு, மூணு ஹேண்ட் பேக் இருக்குல்ல. அதுல, ஒன்ன தூக்கிட்டு வந்திருந்தா, இந்த பிரச்சன வந்துருக்குமா. எல்லாம் என்னோட நேரம். எப்பவும் பொலம்புறதே வாடிக்கையா போச்சு” என்று குரு கத்தினான்.

"நீ கோவப்படாதே... இனிமேல, சரியா இருந்துக்குறேன். இதுக்காக கத்தாதே. பக்கத்து வீட்ல எல்லாம் கேட்கும். பணத்த தொலச்சது என் தப்புதான். இனிமே, இப்படி நடக்காது".

"பணம் தொலைஞ்சது பத்தி கவலயில்ல. இப்போ, நா கத்துறதுதான் உனக்கு பிரச்சனையா?"

"ஐயோ... எனக்கு கவலைதான். ஆனா, நீ கத்துறதால பிரச்சன தீர்ந்துடுமா. நாம சமாளிச்சுக்கலாம்".

"எப்படி? மறுபடியும் கடனுக்கு கந்தசாமி அண்ண வீட்டுலபோய் நிக்கலாமா" என்று முறைத்தான் குரு.

"தப்பு நடந்துடுச்சு. இந்த, ஒரு தடவ கடன் வாங்கிக்கலாம். மறுபடியும், இதுமாறி நடக்காம, நா பார்த்துக்குறேன். தயவுசெஞ்சு, இத பெரிசுபடுத்தாதே" என்று கவிதா சொல்ல, அதற்கு குரு, "உனக்கு எல்லாம் சாதரணாமா இருக்கு. உ வீட்டுல அப்படி வளத்து வச்சுருக்காங்க".

"இப்போ, என்னோட வீட்டப்பத்தி எதுக்கு தேவையில்லாம பேசுறே. தப்பு என்னோடது. அவங்களப்பத்தி பேசவேண்டா. எனக்கு, இதெல்லாம் புதுசு. கொஞ்சம் எனக்கும் நேரம் வேணும். படிச்சு முடிக்கறதுக்குள்ள கல்யாணம் நடந்துடுச்சு. எல்லாத்தையும் சரியா செய்ய முடியுமா? சிலதடவ, தப்பு செஞ்சுதானே கத்துக்கிறோம்".

"உனக்கு இதெல்லாம் புதுசுனா, எனக்கு மட்டும் இதுல அனுபவம் இருக்குதா? நாமதான், எடத்துக்கு ஏத்தமாறி நடந்துக்கவேணும். நீ சொல்றது சரி தான். நாம, படிச்சு முடிக்கறதுக்கு முன்னாடியே கல்யாணம் பண்ணுனது தப்பு தான்" என்று அவன் சொன்னதைக்கேட்டு, கவிதா கோபமடைந்தாள்.

"அப்போ, என்னை கல்யாணம் பண்ணுனது தப்புனு சொல்றயா" என்று கவிதா கோபமாக கேட்க, குரு எதுவும் சொல்லாமல் நின்றான். மீண்டும் கவிதா அதே கேள்வியை கேட்டாள்.

"ஆமா".

அவன், அப்படி சொன்னதைக்கேட்டு சிலைபோல் நின்றாள்.

"படிச்சு முடிக்கிறதுக்குள்ள உன்னோட வீட்டுல, நம்ம காதல் தெரிஞ்சு வேற ஒரு பையன்கூட, உனக்கு கல்யாணம் ஏற்பாடு செஞ்சுட்டாங்க. வேறுவழியில்லாம, நாமளும் கல்யாணம் பண்ணிக்கிட்டோம்".

"வேறு வழியில்லாமயா?"

"ஆமா. உன்னோட வீட்டுல தெரியாம இருந்திருந்தா, இந்நேரம் நமக்கு கல்யாணம் ஆகியிருக்குமா? நீயும், நானும் இந்நேரம் காலேஜ்ல இருந்துருப்போம். அப்புறம், ஒரு நல்லவேலைக்கு போனதுக்கப்புறம், நாம கல்யாணம் செஞ்சுருக்கலாம். இங்கவந்து கஷ்டப்பட வேணுமுனு நமக்கு தலையெழுத்தா?. இங்கே பாரு, நாம இருக்கற ரூம. வெயில் நேரத்துல இதுக்குள்ள இருக்க முடியுமா? குளிக்கறதுக்கும், பாத்ரூம் போறதுக்கும் வரிசையில நிக்க வேண்டியிருக்கு. காச பார்த்து, பார்த்து செலவு செய்ய வேண்டியிருக்கு. வேலையில நாயா, பேயானு அலைய வேண்டியிருக்கு. அந்த வேலைக்காக, பல பேர்கிட்ட திட்டு வாங்க வேண்டியிருக்கு. அப்படி அலைஞ்சு திரிஞ்சு வாங்குற பணத்த, நீ சர்வ சாதரணமா தொலைக்குறே" என்று குரு மனதில் இருப்பதை அனைத்தையும் கொட்டினான்.

"ரொம்ப நன்றிங்க சார். எனக்கு வேறு வழியில்லாம வாழ்க்கை கொடுத்ததுக்கு. எல்லாமே, நாம நெனைக்குற மாறி நடக்காது. நானும், என்னோட வீட்டுல, நம்ம காதல் தெரியவேணுமுனு நெனைக்கல. நாம கல்யாணம் செஞ்சுட்டு, இங்க வரவேணுமுனு கடவுள்கிட்ட வேண்டுனேனா? பாத்த மாப்பிள்ளையை கட்டிட்டுப் போய், நா இதவிட, நல்லா வாழ்ந்திருக்கலாமே. ஏ உன்கூட வரணும்? ஏ... இங்க வந்து இப்படிப்பட்ட வீட்ல தங்கணும்? நீ, அனுபவிக்குற அத்தன கஷ்டத்தையும் உன்கூட சேர்ந்து, நானும் ஏ அனுபவிக்க வேணும்? ஆம்பிளதான் வேலைக்கு போகணும். பொம்பளைங்க வீட்டப்பார்த்தா போதுமுனு நெனைக்காம, உன்கூட ஏ வேலைக்கு வரணும்? தப்பு செய்யாத மனுசன் யாருமே இல்ல. அதுக்காக, அவங்கள எல்லாம் தூக்குலயா போட முடியும். ஆனா, உ மனசுல இத்தன நாளா, இந்த விசயத்த எல்லாம் வச்சிருப்பேன்னு நா நெனைக்கல" என்று அழுதுகொண்டே சொன்னாள்.

"கடைசியில, நா தப்பு செஞ்சதுமாறி மாத்தாதே. நாம் கஷ்டபடுறோம். அப்படி கஷ்டப்பட்டு சேத்தது, விரயம் ஆகுதேனுதான் சொல்றேன்".

"பணம் இங்கே பிரச்சனயில்ல. நீ, மனசுல இத்தன நாளாய் தேக்கி வச்சிருந்த விசயங்கதான் பிரச்னைக்கு காரணம். வேறு வழியில்லாம, கல்யாணம் செஞ்சுட்டேனு நீ சொன்னதக் கேட்டுட்டு இன்னும், நா இங்க நிக்கிறேன் பாரு. நா, எவ்ளோ பெரிய முட்டாள். உன்ன, மனசார

காதலிச்சு உன்கூட வந்தவளுக்கு, நல்ல பரிசு கொடுத்துட்டே போதும். இனிமேல, நீ எதுவும் பேசாதே" என்று கட்டிலில் படுத்து அழுதாள்.

இவர்கள் இருவரும் பேசிக்கொண்டது, பக்கத்து வீடுகளில் இருந்தவர்கள் காதிலும் விழுந்தது. கந்தசாமி அண்ணன், குருவுடைய வீட்டின் கதவை தட்டினார். குருவிற்கு, கவிதாவை சமாதானம் செய்யவேண்டும் என்று தோன்றினாலும், மன்னிப்பு கேட்குமளவிற்கு ஏதும் பேசவில்லை. அவளே, சமாதானம் ஆகட்டும் என்று கதவை திறந்து வெளியே சென்றான்.

*****

பங்கஜ், புரண்டு படுப்பதற்கு திரும்ப, அவனை நெருக்கிக்கொண்டு இன்னொருவன் படுத்திருந்தான். இந்த அறையில் தூங்குவதைவிட, வெளியில் சென்று படுத்துக்கொள்ளலாம் என்றிருந்தது அவனுக்கு. தினமும், தூங்குவதற்கு கஷ்டப்பட வேண்டியிருந்தது. கொஞ்ச நாளைக்குப்பிறகு, நல்ல நிறுவனத்திற்கு மாறிவிட வேண்டும். வேலை என்ற பெயரில் அட்டைப்பூச்சி போல் இரத்தத்தை உறிஞ்சுகிறார்கள். தீபாவளி வரை தாக்குப்பிடித்தால் போதும், ஒரளவு பணம் கிடைக்கும். அதன்பிறகு, இந்த நிறுவன பக்கமே தலைவைத்து படுக்கக்கூடாது என்று யோசித்துக்கொண்டே படுத்திருந்தான். இடையில் கொசுக்களின் தொல்லைகள் வேறு.

அவன் வீட்டை நினைத்துப் பார்த்தான். ஓலைகளால் வேயப்பட்ட குடிசை. மழை பெய்துகொண்டே இருக்கும். சிறுவயதில், ஊர் சிறுவர்களுடன் விளையாடிய ஞாபகங்கள் அவனுக்கு வந்தன. அம்மா மடியில் படுத்துக்கொண்டு, தன் அக்காவுடன் சண்டை போட்டது, அப்பாவின் வருகைக்காக பசியுடன் குடும்பமே காத்திருந்தது, பசியில் நாங்கள் அழும்போது, எங்களை சமாதானம் செய்யும் அம்மாவின் முகம், சொற்ப பணத்திற்காக நாள் முழுவதும் வேலை செய்து, அதில் அரிசி வாங்கி வரும்போது, அப்பாவின் முகத்தில் ஏற்படும் சந்தோசம் என்று அனைத்துமே நினைவில் இருந்தது அவனுக்கு.

தன் அப்பாவிற்கு வேலை இல்லாதபொழுது, காடுகளில் வேட்டைக்குச் செல்வாரே! சில சமயங்களில், நானும் கூட செல்வேனே, காட்டு முயல்கள் அன்று கிடைத்தால் எங்களுக்கு அதிர்ஷ்டம் அடித்திருக்கிறது என்று நினைத்துக்கொள்வோம். என் அப்பாவிற்கு நானும், அக்காவும் பள்ளிக்கூடம் செல்வதில் மிகுந்த ஆர்வம். நான் ஆங்கிலத்தில் சில வார்த்தைகளை பேசுவதைக்கேட்டு, பெருமையா பக்கத்து வீடுகளில் சொல்லி ஆச்சரியப்படுவார். எங்கள்

தலைமுறையில், பள்ளிக்கூடம் போகும் முதல் பிள்ளைகள் நாங்கள். என்னிடம், என் அப்பா அடிக்கடி சொல்வார். "நல்லா படி, அப்பத்தான் நமக்கு விடிவுகாலம் வரும். அப்புறம், கம்மியான சம்பளத்துக்கு, நாள் முழுசும் கஷ்டப்பட வேண்டியதில்ல. நல்ல வேலைக்கு போகலாம். யார்கிட்டயும் அடிமையா இருக்க வேண்டியதில்ல. அப்பா இருக்கேன், நீ கவலப்படாம படி" என்று என் அப்பா சொன்னது, இன்னும் நினைவில் இருக்கிறது. அவர், இருக்கும் வரை இருந்த சந்தோஷம் அவர் இறந்தபின், அனைத்தும் மாயமாய் மறைந்துவிட்டது. என் அம்மாவால் மேற்கொண்டு சமாளிக்க முடியவில்லை. நானும் படிப்பை விட்டுவிட்டு அங்கேயே கிடைத்த வேலைகளை செய்தேன்.

எனக்கு, இந்த ஊருக்கு வருவதற்கு விருப்பமே இல்லை. இருந்தாலும், வேறு வழியில்லை. நாள் முழுவதும் வேலை செய்து, ஒரு நூறுரூபாய் கூட என்னால் அங்கே சம்பாரிக்க முடியவில்லை. இங்கே இருப்பது போன்று நிறைய நிறுவனங்களா அங்கே இருக்கிறது! என் சொந்த ஊரிலும், இதேபோன்று நிறுவனங்கள் இருந்திருந்தால் எவ்வளவு நன்றாக இருக்கும். அங்கேயே, நான் இருந்திருப்பேன். எங்கள் குடிசை வீட்டை மாற்றி, சிமென்ட் வீடு கட்டியிருப்பேன். இந்நேரம், என் மாமன் மகளை கல்யாணம் செய்திருப்பேன். ஆ..... என்ன அழகான முகம் அவளுடையது. என்னை பார்க்கும்போது, அவள் சிரிப்பாளே, அதை எவ்வாறு என்னால் மறக்க முடியும்? ஆனால், என்ன செய்ய முடியும்? அவளுக்குத்தான் கல்யாணம் முடிந்துவிட்டது. என்னைப்போன்று, ஒன்றுமே இல்லாதவனை கல்யாணம் செய்வதைவிட, அவள் வேறொருவனை கல்யாணம் செய்தது நல்லதுதான் என்று தன்னுடைய பழைய நினைவுகளை அசைபோட்டுக் கொண்டிருந்தான். கொசுக்களும் இடையில் தொந்தரவு செய்து கொண்டிருந்தன.

*****

வீட்டில், லட்சுமி பாத்திரங்களை கழுவிக் கொண்டிருந்தாள். கணவனை இன்னும் காணவில்லை. மணி பதினொன்றுக்கு மேல் ஆகியிருந்தது. எங்கே போனாரென்று தெரியலை. கார்த்தி, தனது அறையில் போன் பேசிக்கொண்டிருந்தான். இப்போதெல்லாம், அடிக்கடி கார்த்தி போன் பேசுவதை கவனித்தாள். இவ்வளவு நேரமாகியும், இன்னும் தூங்காமல் நண்பர்களுடன் போன் பேசுகிறானே என்று நினைத்துக்கொண்டு, பாத்திரங்களை கழுவி முடித்தாள். அப்போது, வீட்டின் கதவை தட்டும் சத்தம் கேட்டது. வந்துவிட்டார் என்று நினைத்துக்கொண்டு, கதவை திறந்தவுடன் போதையில் தள்ளாடிக்கொண்டு நின்றிருந்தான் கணவன்.

"ஏண்டி.... கதவ தொறக்க இவ்ளோ நேரமா? வழியில ஏ நிக்கிறே. ஒரமா நில்லு" என்று தள்ளாடிக்கொண்டே உள்ளே சென்றான் கணவன்.

லட்சுமி தன் நிலையை நொந்துகொண்டு, மேற்கொண்டு ஏதும் பேசாமல் சென்று சாப்பிடுவதற்காக சாப்பாட்டை எடுத்து வைத்தாள்.

"என்னது இது?"

"சாப்பாடு".

"அது எனக்குத் தெரியாதா? எப்போ பார்த்தாலும் சோறு... சோறு... வேற எதுவும் செய்யமாட்டயா. எனக்கு தோசை வேணும். போய் தோசை சுட்டுட்டு வா" என்று குடிபோதையில் உளறினான்.

"இந்த பண்ணாட்டுக்கு மட்டும் கொறச்சல் இல்ல. மாவு இன்னும் அரைக்கவே இல்ல. சர்வீஸ்க்கு கொடுத்த கிரைண்டர் இன்னும் வரல. நாளைக்கு வந்துடும். அப்புறந்தான், தோசை சுட முடியும்" என்று லட்சுமி சொல்ல, அதற்கு கணவன், "ஏன் டி... இது குடும்பமா?. எது கேட்டாலும் இல்ல.... இல்லனு தான் பதில் வருது. என்னைக்காவது இருக்குதுனு பதில் வருதா?"

"ஏ இல்ல..... நெறயா இருக்கு. "ஊர் முழுக்க கடன் இருக்கு. அப்புறம், ஊர் முழுக்க கெட்டபேரும் இருக்கு" என்று கோபமாக சொன்னாள்.

"என்னடி... வர வர உனக்கு திமிர் அதிகமாயிட்டே போகுது. உன்னப்போய் கட்டுனேன் பாரு. என்னைச்சொல்லணும்? உங்க ஊட்டுல, மாப்பிளைக்கு என்ன செஞ்சாங்க? உன்ன, என்னோட தலயில கட்டிட்டு ஓடிட்டாங்க".

"உங்களுக்கு என்ன செய்யணும். சாராய பாட்டில்ல அபிஷேகம் செய்யணுமா? நானா இருக்கறதால பரவால்ல. வேற எவளையாவது கட்டியிருந்தா, தூங்கும்போது தலையில அம்மிக்கல்ல போட்டு, உன்ன கொன்னுருப்பா" என்று மெதுவாக சொன்னாள் லட்சுமி.

"என்ன சொன்னே... என்ன சொன்னே" என்று கணவன் கேட்க, "சீக்கிரம் சாப்புடுங்க. தோசை, நாளைக்கு ஊத்தி தர்றேன்" என்று சமையலறைக்குள் சென்றாள் லட்சுமி.

பாதி சாப்பிட்டுவிட்டு, அந்த சாப்பாட்டு தட்டிலேயே கையை கழுவி, வாயை சட்டையால் துடைத்துவிட்டு, தள்ளாடிக்கொண்டே சென்று படுத்தான்.

சாப்பிட்ட தட்டைப்பார்த்த லட்சுமிக்கு ஆத்திரம், ஆத்திரமாய் வந்தது. சாப்பாடு முழுவதும் கீழே இறைந்து கிடந்தது. அனைத்தையும்

சுத்தம் செய்துவிட்டு, பாயை விரித்து படுக்கும்பொழுது, கடிகாரத்தை பார்த்தாள். மணி பன்னிரண்டு ஆகியிருந்தது. நாளை காலை ஐந்து மணிக்கு வழக்கம்போல் வேலையை ஆரம்பிக்க வேண்டுமே என்று நினைக்கும்போது, தான் ஒரு இயந்திரம் போல்தான் இருக்கிறேன் என்று நினைத்தாள். இயந்திரத்திற்குத்தான் எந்த உணர்ச்சியும் இருக்காது. நாள் முழுவதும் வேலை, வேலை. என்ன ஒரே ஒரு வித்தியாசம், அதற்கு சோர்வு தெரியாது. எனக்குத்தெரியும்.

தன் கணவனை நினைக்கும்போது, அவளுக்கு கோபந்தான் வரும். குடி, குடி என்று அவர் வாழ்க்கையையும் மட்டுமில்லாமல், குடும்பத்தின் நிலையையும் கெடுத்துவிட்டார். இவரைவிட்டு போய்விட வேண்டும் என்று பல நாட்கள் நினைத்தது உண்டு. இவரை, கட்டும்போது மாப்பிள்ளை நல்லவனா, கெட்டவனா என்றுகூட எங்கள் வீட்டில் பார்த்தார்களா?

கல்யாணம் செய்து, என்னை இந்த ஊருக்கு கூட்டிக்கொண்டு வரும் போதுதான் மாப்பிள்ளைக்கு ஒன்றுமேயில்லை என்று தெரிந்தது. ஒரு குடிசை வீட்டைத்தவிர வேறெதுவும் இல்லை. மாப்பிள்ளை, குடிகாரன் என்று தெரிந்ததும் எனக்கு, அவருடன் வாழவும் விருப்பம் இல்லை. கல்யாண கோலத்தில், வீட்டின் அருகிலுள்ள கோவிலில், நான் அழுதுகொண்டே அமர்ந்திருந்தது இன்றும் எனக்கு ஞாபகம் இருக்கிறது. இந்த சொந்தக்காரர்கள் இருக்கிறார்களே! குடி கெடுத்தவர்கள். மானம் என்னாவது, மரியாதை என்னாவது, ஊர்க்காரர்கள் என்ன பேசுவார்கள்? மாப்பிள்ளை போகப்போக சரியாகிவிடுவான். இதையெல்லாம், பெரிதுபடுத்தாதே என்று சமாதானப்படுத்தினார்கள்.

என் குடும்பத்தில், ஒருவருக்குக்கூட இப்படிபட்ட மாப்பிள்ளைக்கு கட்டி வைக்கக்கூடாது என்று தோன்றவில்லையா. தெரிந்தே குழியில் தள்ளிவிட்டார்கள். அதிலிருந்தே, எனக்கு ஒரு வைராக்கியம். வாழ்க்கையில் பிரச்சனையென்று, என் குடும்பத்திடம் சென்று முறையிடக்கூடாது. பணம், காசு வேண்டும் என்று கையை சொறிந்துகொண்டு நிற்க கூடாது. என்ன கஷ்டம் வந்தாலும், நாமே சமாளிக்கவேண்டும் என்ற எண்ணம் தான், கணவன் என்ன தவறு செய்தாலும் பொறுத்து போகச்செய்துவிட்டது. ஆனால், அதுவே என் கணவருக்கு வசதியாய் போய்விட்டது. குடும்பத்தின் மீது அக்கறையில்லை. மகன் என்ன படிக்கிறான் என்றுகூட அறிந்திருக்கவில்லை. ஆனால், என் பொறுமை எத்தனை நாட்கள்தான் தாங்குமென்று தெரியவில்லை என்று கண்ணை மூடித்தூங்கினாள்.

*****

மீனா, இன்னும் போன் பேசிக்கொண்டிருப்பதை பார்த்த அவள் அம்மா, "ஏ இன்னும் தூங்கமா இருக்குறே. அப்படி என்னதான் போன்ல பேசிட்டே இருப்பே. நாளைக்கு வேலை இருக்குதுல. போய் ஒழுங்காத் தூங்கு".

"மா, என்னோட பிரண்ட் இப்பத்தான் கூப்புட்டிருக்கா. நா, பேசுறது கூட குத்தமா. வேலை, தெனமும் தான் இருக்குது" என்று கோபமாக சொன்னாள்.

"இப்பயெல்லாம், உனக்கு கோவம் அதிகமா வருது" என்று அவள் அம்மா அப்பாவியாய்க் கேட்டாள்.

"அம்மா, எனக்கு கோவம் எல்லாம் இல்ல. கொஞ்சநேரம், நா நிம்மதியா இருக்குறேன். அதுக்கு, ஏ கேள்வி கேக்குறே. நீ படு போ. நா, பேசி முடிச்சுட்டு தூங்கிக்குறேன்" என்று மீனா சொன்னதைக்கேட்டு, அவள் அம்மா தூங்கப்போனாள்.

"கார்த்தி, பேசுனது போதும் போய்த் தூங்கு".

"எனக்கு தூக்கம் வரலயே" என்று சிணுங்கும் குரலில் கார்த்தி சொல்ல, "அம்மாவுக்கு சந்தேகம் வந்துடுச்சு. இனி, அடிக்கடி பேசவேணுமுனு அடம்புடிக்காதே. அப்புறம், நாம மாட்டிக்குவோம். லட்சுமி அக்காவுக்கு தெரிஞ்சா, என்னை என்ன நெனப்பாங்களோனு, நெனைக்கவே பயமா இருக்கு".

"என்னோட அம்மா, நா சொல்றதுக்கு எந்த தடையும் சொல்லமாட்டாங்க" என்றான் கார்த்தி.

இதைக்கேட்ட, மீனாவுக்கு சந்தோஷமாய் இருந்தது. "அப்போ, நம்ம கல்யாணத்துக்கு, உங்க ஊட்டுல பிரச்சன வராது. அப்படித்தானே".

கார்த்திக்கு என்ன சொல்வதென்று தெரியவில்லை. இருந்தாலும் சமாளித்துக்கொண்டு, "நமக்கு, இன்னும் நேரம் இருக்குது. நா, படிச்சு முடிச்சு, சில வருசம் வேலைக்கு போனதுக்கப்புறம்தான் கல்யாணத்தப்பத்தி யோசிக்கனும்".

"ம்ம்ம்.... நீ சொல்றது சரிதான். நீ சம்பாரிக்கும் நெலைக்கு வரும்போது தான், நாம கல்யாணம் செய்றது சரியா இருக்கும். அப்பத்தான், நம்மளயும் எல்லாரும் மதிப்பாங்க".

இவள் என்ன? கல்யாணம் வரை செல்வாள் போலிருக்கிறது என்று மனதில் நினைத்தான். "சரி. தூங்கு போ" என்று மீனா சொல்ல, "இந்நேரம் கல்யாணம் ஆயிருந்தா, நாம, இப்படி போனிலா பேசிட்டு இருப்போம்" என்று தனது சல்லாப ஆசையை வெளிப்படுத்தினான்.

"ம்ம்... கார்த்தி அவர்களே, தற்போது தூங்குங்கள். அதெல்லாம் கல்யாணம் ஆனபின்பு பார்த்துக்கலாம்" என்று போனை அணைத்தாள் மீனா.

******

தூக்கமே வரவில்லை கவிதாவுக்கு. ஆனால், கண்களில் தாரைதாரையாய் கண்ணீர் வழிந்தது. ஒரு ஆயிரம் ரூபாய்க்கு, இப்படி பேசிவிட்டான் என்ற கோபம் ஒரு பக்கம் இருந்தாலும், வேறு வழியில்லாமல்தான், கல்யாணம் செய்தாய் சொன்னதுதான், அவளை ரொம்பவும் காயப்படுத்தியது. திரும்பிப்பார்த்தாள். கட்டிலில் படுக்காமல் கீழே படுத்திருந்தான் குரு. நான்தான் கோபப்படனும். இவன் என்னமோ கோபப்பட்டுக்கொண்டு கீழே படுத்திருக்கிறான்.

என் அம்மா, எங்கள் இருவர் மீதும் மண்ணை வாரித்தூற்றியது இப்பொழுது நடப்பது போல் இருக்கிறது. "அம்மா வேண்டாம், அப்பா வேண்டாமுனு யாரோ ஒருத்தன் நம்பி பின்னால போறே. நீயெல்லாம், நல்லா இருப்பயா? எங்களோட மானத்த வாங்கிட்டுப்போக, உனக்கு எப்படி தைரியம் வந்துச்சு. ஊரே கல்யாணமேடையில இருக்கும்போது, எங்கள மூக்கறுத்துட்டு போயிட்டே. இனிமே, நாங்க செத்தாக்கூட, எங்க மொகத்த பாக்கவராதே. எங்கள, இப்படி பரிதவிக்க விட்டுட்டுப்போய் அவன்கூட, நீ நல்லா இருந்துடுவயா" என்று காவல் நிலையத்தின் முன்பு, என் மீது மண்ணை வாரி தூற்றிய அம்மாவை நினைத்துப்பார்த்தாள்.

"அம்மா, இப்போ, இவன் சொன்னத கேட்டிருந்தா, கண்டிப்பா சந்தோசமாயிருப்ப. மண்ணவாரி தூத்துன கைனால, இவனுக்கு ஆரத்திய எடுத்திருப்பே. நான்தான், இவன கட்டாயப்படுத்தி கல்யாணம் செய்தேனாம். காதலிச்சது கூட, அவன கட்டாயப்படுத்தி தான் காதலிச்சேனு கூட சொல்வான் போலிருக்குது.

இத்தன நாள், இங்கயிருந்து கஷ்டப்பட்டாலும், ஒருநாள் கூட, இதப்பத்தி நா பெருசா அலட்டிக்கல. புடிக்காத வாழ்க்கையில இருக்காம, இவன்கூட இருக்குறேனு ஒரு நெனப்பே, என்னை இவ்ளோ தூரம் தள்ளிட்டு வந்திருக்கு. ஆனா, இப்போ இதெல்லாம் மாயை மாறி தோணுது. வீட்டவிட்டு ஓடிவந்தவங்க தனியா வாழ பயந்துட்டு, மறுபடியும், சொந்த ஊருக்கே ஓடிடுவாங்களோனு பயம் என்னை இப்பொழுது மெதுவா தட்டிப்பாக்குது.

காதல்ங்குறது ஒன்னுமேயில்லயா? அது வெறும் இனக்கவர்ச்சியா? கட்டிலுக்கு மட்டும் தேவையான ஒன்னா? ஒன்னுமே புரியல? கல்யாணத்துக்கப்புறம், சண்ட வர்றது சாதாரணந்தான். ஏ, காதல்லகூட

எத்தன சண்ட வரும். ஆனா, இங்க ரெண்டுபேருக்குள்ளே இருக்குற அந்த அன்பிலயே சந்தேகம் வந்தா என்ன செய்றது? என்னைப்பத்தி, அவன் புரிஞ்சு வச்சுருக்குறது இவ்வளவுதானா? இருக்கட்டும். அவன் பேசுனதுக்கு, மன்னிப்பு கேக்குறவரைக்கும் நா பேசமாட்டேன்" என்று போர்வை போர்த்திக்கொண்டு தூங்கினாள்.

*****

மீனா தூக்கத்தில் நெளிந்தாள். அவளை, யாரோ தட்டி எழுப்பியது போல் இருந்தது. எழுந்தவள் சுற்றிமுற்றியும் பார்த்தாள். சூரியன், வானத்தின் உச்சியில் இருந்தது. தன் தோளில் ஏதோ தொங்கிகொண்டிருப்பதை கவனித்தாள். அது பள்ளிக்குக் கொண்டு செல்லும் பாடப்புத்தகங்களுக்கான பை தான் அது. பள்ளியின் சீருடையும் அணிந்திருந்தாள். பள்ளி, மதியமே விடுமுறை விட்டுவிட்டார்கள் என்று, தன் தங்கையின் கையை கோர்த்துக்கொண்டு, வீடு நோக்கி வந்து கொண்டிருந்தாள். தம்பி தெரிந்தவர் வீட்டில் விட்டுவிட்டு, அம்மா வேலைக்குச் சென்றிருந்தாள். அவனையும் போய் கூட்டிக்கொண்டு வீடு சென்றாள் மீனா.

வீட்டின் சாவி, பூந்தொட்டிக்கு கீழ்தான் இருக்கும். "அம்மா சாயங்காலம் தான் வருவாங்க. அதுவரைக்கும், டிவி பாக்கலாம். அதனால, *சீக்கிரம் வாங்க*" என்று தங்கை மற்றும் தம்பியுடன் வேகமாக நடந்தாள். வீடு வந்தபிறகு தான் அவளுக்குத் தெரிந்தது, வீடு பூட்டவில்லையென்று. உள்பக்கமாக தாழிடப்பட்டிருந்தை கவனித்தாள். அதற்குள், அம்மா வந்துவிட்டாரா என்று சந்தேகத்துடன் கதவை தட்டினாள். ஆனால், கதவு திறக்கவில்லை. ஆனால், உள்ளே இருந்து சத்தம் மட்டுமே வந்தது. என்னவென்று ஜன்னல் வழியாகப் பார்த்தாள். உள்ளே, அவள் கண்டகாட்சி, அவளை அருவருக்கச் செய்தது. உள்ளே தன்னுடைய அப்பா, வேறொரு பெண்ணுடன் கட்டிலில் அலங்கோலமாக கிடந்ததைப்பார்த்து கோபப்பட்டாள். மீண்டும், கதவை வேகமாக தட்டினாள். உள்ளேயிருந்து, சிறிதுநேரம் கழித்து அப்பாவும், வேறு ஒரு பெண்ணும் வெளியே வந்தனர்.

அப்பா சற்று தயக்கத்துடன், "உங்களுக்கு இப்பவே ஸ்கூல் முடிஞ்சுடுச்சா? இவங்க யாருனு தெரியுதா? நம்ம தூரத்து சொந்தக்காரங்க. இப்போ கெளம்புறாங்க. நா, அவங்கள கொண்டுபோய் விட்டுட்டு வர்றேனு" சொல்லிவிட்டு அப்பா, அந்த பெண்ணை கூட்டிக்கொண்டு அங்கிருந்து நகர்ந்தான்.

மீனா கோபமாய் இருவரையும் பார்த்தாள். மீனாவின் தம்பி அங்கே என்ன நடக்கிறது என்று தெரியாமல் தேமேயென்று நின்றிருந்தான்.

திடிரென்று, கனவு கலைந்து எழுந்து உட்கார்ந்தாள் மீனா. பழையதை நினைத்துப்பார்த்தாள். அந்த சம்பவம் நடந்த கொஞ்ச நாட்களுக்குப்பிறகு, அந்த பெண்ணுடன் ஓடிவிட்டான். "அடச்சீ... இவனெல்லாம் ஒரு அப்பன். குடும்பத்த விட, தன்னோட சொகம் பெருசுனு இருந்துருக்கான். இவன நம்பி, எங்கள பெத்தாளே என்னோட அம்மா, அவளச் சொல்லணும். அவன நெனைக்க, நெனைக்க கோபம் தான் கொப்பரிக்குது". பாவமாய் தூங்கிக்கொண்டிருந்த அம்மாவை பார்த்த பின்புதான், மீனாவுக்கு கோபம் குறைந்தது.

*****

அடுத்தநாள் காலையில், குரு வேலைக்கு கிளம்பிக் கொண்டிருந்தான். கவிதா அடுப்பறையில் சாப்பாடு தயார் செய்து கொண்டிருந்தாள். இருவரும், சண்டைக்குப் பிறகு பேசிக்கொள்ளவில்லை. சாப்பாடு தயார் ஆனவுடன், சாப்பாட்டுத்தட்டை எடுத்துவைத்து சாப்பாட்டை போட்டாள்.

தனக்கு சாப்பாடு வேண்டாம் என்று சொல்லிவிட்டு, கோபமாக வெளியில் சென்றான்.

"சரி போ... வயிறு காயட்டும். எப்படி இருந்தாலும், இந்த சாப்பாட்ட நைட்டுல வந்து நீதான் சாப்பிட வேணும்" என்று சாப்பாட்டை, சாப்பிட்டுவிட்டு கிளம்பினாள். பேருந்தில் ஏறியபிறகு, அவனை வெறுப்பேத்த வேண்டுமென்றே, தன் தோழிகளிடம் சத்தமாக சிரித்து பேசினாள். இதையெல்லாம் கேட்காதது போல் அமர்ந்திருந்தான் குரு.

"நிறுவனத்தின் சாப்பிடும் அறையில்கூட இருவரும் பேசிக்கொள்ளவில்லை. மீனா, கவிதாவிடம் ஏதாவது சண்டையா? என்று கேட்டாள்".

"அப்படியெல்லாம் ஒன்னுமில்ல. நாந்தான் கோவிச்சுட்டு இருக்கேன். அவர்தான் பயந்துட்டு பேசாம இருக்கார்".

"என்னால நம்ப முடியலயே" என்று சந்தேகத்துடன் கேட்டாள் மீனா.

"அதெல்லாம், உனக்கு கல்யாணம் ஆகும்போது புரியும். இந்த ஆம்பிளைங்கள, மெரட்டியே வச்சிருக்க வேணும். இல்லன்னா, நம்ம தல மேலேயே ஏறிடுவாங்க. பொண்டாட்டினா என்னென்னு தெரியனுமுல".

"அப்படி என்ன கோபம்?"

"ம்ம்... அதெல்லாம், எல்லாத்து முன்னாடியும் சொல்ல முடியாது" என்று கொஞ்சலாக சொன்னாள் கவிதா.

"ஓ.... ஓ..... அப்படியா விஷயம். புதுஜோடி தானே. அப்படித்தானே இருப்பீங்க" என்று கண்ணடித்தாள். "ஒழுங்கா, ரெண்டுபேரும் சாப்பிடுங்க" என்ற லட்சுமியின் கண்டிப்பால், இருவரும் சாப்பிட ஆரம்பித்தனர்.

குரு மற்றும் பங்கஜ் இருவரும், பெண்கள் பேசியதை காதில் வாங்காமல் பேசிக் கொண்டிருந்தனர். மீனாவிற்கு மனசு கேட்கவில்லை. இதற்குமுன், உங்கள் இருவர் பற்றி பேசியதையும், அப்படி நீங்கள் சண்டையிட்டு போகாவிட்டால், 100 தோப்புக்கரணம் போடுவேன் என்று சொன்னதையும் கவிதாவிடம் சொன்னாள். "நீங்க, ரெண்டுபேரும் பேசாதத பார்த்து, ஒரு கணம் பயந்துட்டேன்" என்று வெகுளியாய் சொன்னாள்.

கவிதாவிற்கு, இதைக்கேட்ட பின்பு மனம் வலித்தது. அவள் சொன்னதிற்காக இல்லை. தங்கள் சண்டையை நினைத்து வருத்தப்பட்டாள். இருந்தும், அதை யாரிடமும் சொல்லவில்லை. "ஏ மீனா, காதல் கல்யாணம் பண்ணிட்டு ஓடி வர்றவங்க, ரொம்பநாள் ஒன்னா இருக்கறதில்லயா?"

"நீ வேற. இளவயசுல நல்லா காதலிப்பாங்க. அந்த மயக்கத்துல கல்யாணமும் செஞ்சுக்குவாங்க. ஆனா, தனியா வந்து குடும்பம் நடத்த வேணுமே? அப்பத்தான் முட்டிக்குவாங்க. கொஞ்ச பேர்தான் தாக்கு புடிப்பாங்க. மத்தவங்க எல்லாம் ஓட்டம் புடிச்சுடுவாங்க" என்று சொல்லிவிட்டு சத்தமாக சிரித்தாள்.

"இதைக்கேட்ட கவிதாவுக்கு பயம் வந்தது. உண்மையில் அவன் என்னை விட்டுவிட்டு போய்டுவானா? அந்த அளவிற்கு தைரியம் இல்லாதவானா? இல்ல. அப்படியில்ல. அவன், என்னை கண்டிப்பா விட்டு போகமாட்டான்" என்று தன்னை தேற்றிக்கொண்டாள்.

"இவ, பெரிய மனுசி? உனக்கு யார்கிட்ட, என்ன பேசணும், எப்படி பேசணுமுனு தெரியுதா?" என்று லட்சுமி மீனாவை திட்டினாள்.

"இல்லக்கா. மத்த ஜோடி ஓடிப்போறதும் கவிதாவும், குருவும் ஒன்னா? கண்டிப்பா, நா தோத்துட்டேனு தோப்புக்கரணம் போடுவேன் பாருங்க என்று மீனா சொல்லும்போது, கவிதாவுக்கு பயம் அப்படியே இருந்தது. "அவன், என்னுடன் தான் கடைசிவர இருப்பான்" என்று கவிதா நினைத்தாள். ஆனால், விதி எப்படி அமையும் என்று யாருக்குத் தெரியும்?"

*****

வேலை முடிந்து அனைவரும் வீடு திரும்பினர். குருவும், கவிதாவும் பேசிக்கொள்ளவே இல்லை. அவளுக்கு, மனதில் பயம் படர்ந்திருந்தது. ஒரு சிறுசண்டை பெரிதாய் வளரப்போகிறதா? அவன், இதற்காக பேசாமல் இருக்கப்போகிறானா? ஒருவேளை அவனைவிட்டு, நான் செல்வதாக சொன்னால் சரியென்று சொல்லிவிடுவானா? இரவு சாப்பாட்டை தட்டில் போட்டபிறகும், குரு சாப்பிடாமல் இருந்ததைப்பார்த்த கவிதாவுக்கு கோபம் வந்தது.

"பணம் தொலஞ்சா மட்டும் வானத்துக்கும், பூமிக்கும் குதிக்குறே. இப்போ, நீ வேண்டாமுனு சொல்லும் சாப்பாட்டுக்கும் பணம் செலவாகுமுல. அப்போ மட்டும், உன் கணக்கு எங்க போகும்" என்று அவள் சொல்ல, எதுவும் சொல்லாமல் அமர்ந்திருந்தான்.

"சரி... நீ இப்படியே இருந்துக்கோ. என்கிட்ட பேசவேணா. நானும் உன்கிட்ட பேசல. இன்னும், மனசுல ஏதாவது ஒளிச்சு வச்சிருந்தா சொல்லிடு. மறுபடியும், ஒரு சண்ட வந்ததுக்கப்புறம், இன்னொரு இடிய தலயில போடாத" என்று அவள் சொல்லியும், குரு பேசவில்லை. கவிதாவும் கோபத்தில் சாப்பிடாமல் படுத்துவிட்டாள். குரு படுக்காமல் வெளியில் சென்றான். "போ.... எங்கோ.... போ... இப்போ நா கசக்குறேன்ல. இனிமே, நீயே வந்து பேசுனாலும், நா பேசப்போறதில்ல" என்று அழுதுகொண்டே சொன்னாள். ஆனால், கேட்பதற்கு அவன் அங்கில்லை.

"கொஞ்சங்கூட பொறுப்பில்லண்ணா. எது சொன்னாலும் கேட்கமாட்றா... என்ன செய்றதுன்னே தெரியல" என்று கந்தசாமி அண்ணனிடம் புலம்பினான் குரு.

"அவதான் மன்னிப்பு கேட்டுட்டா. அப்புறம் என்ன குரு? இப்போ, நீ எதுக்கு புடிவாதம் புடிக்குறே?"

"இல்லண்ணே. இப்படி செஞ்சாத்தான், மறுபடியும் தப்பு செய்ய மாட்டா".

கந்தசாமி அண்ணன் சிரித்துக்கொண்டே, "தம்பி, மன்னிப்பு கேட்ட யாரையுமே மன்னிச்சு பழகவேணும். பணம் முக்கியந்தான். ஆனா, அதவிட குடும்பம் முக்கியம். நீ, நேத்து கேட்ட கேள்வி அவள எப்படி பாதிச்சிருக்கும். அத்தனையும் விட்டுட்டு, உன்கூட வந்தவள அப்படி கேக்கலாமா? எல்லாமே பேசிவச்சு நடக்குறதில்ல. நீயும், இந்த வாழ்க்கைக்கு புதுசு. அவளும் புதுசு. ஒரு கோட்டப்போட்டு, அதுலதான் நடக்கவேணுமுனு எதிர்பார்ப்பது முட்டாத்தனம். அதுவுமில்லாம உங்களுக்கு கல்யாணமாகியே கொஞ்ச நாள்தான் ஆகுது. இப்பவே, விரும்புன அத்தனையும் செய்ய முடியாது. கொஞ்சநாள்

போகப்போகத்தான் அனைத்துமே புடிபடும். நீ கணக்கு வாத்தியார் மாறி நடந்துகிட்டா, அப்புறம், உன்னப்பார்த்தாலே பயப்பட ஆரம்பிச்சுடுவா. அப்போ, பாசம் இருக்காது. பயம் மட்டுந்தான் இருக்கும். பயத்த மட்டும் வச்சுட்டு குடும்பம் நடத்தி என்னபலன். போ. போய் பேசு. சில பிரச்சனைகள மொளயிலயே கிள்ளி எறிஞ்சுடு. இல்லன்னா, பின்னாடி அது வளந்து, வெட்டவே முடியாத மரமா மாறிடும்".

கவிதாவிற்கு அப்போதுதான் தூக்கம் வந்தது. ஆனால், அந்த தூக்கத்தை கலைக்கும் விதமாக போன் அடித்தது. எழுந்தவள், அருகில் பார்த்தாள். குருவை இன்னும் காணவில்லை. எங்கே சென்றான் என்று யோசித்துக்கொண்டு, போனை எடுத்துப்பார்த்தாள். மூச்சு முட்டியது. அவள் அம்மாதான் அழைத்திருந்தார். போனை எடுப்பதா, இல்லையா என்று கூட அவளுக்குத் தெரியவில்லை. எடுத்துப்பேசினால், என்ன சொல்வாங்களோ என்று பயந்தாள். போன் மீண்டும் அடித்தது. சரியென்று, போனை எடுத்தாள். ஆனால், பேசவில்லை. எதிர்புறமும், சற்று அமைதிகாத்தது அம்மாவின் குரல். சற்றுநேரம் கழித்து, அவள் அம்மாவின் குரல் ஒலித்தது.

"ஏ கவி.... அம்மா பேசுனாத்தான் பேசுவியா.... இந்த அம்மா ஞாபகம் கூட உனக்கு வரலயா".

"அம்மா.... அப்படியில்லமா...." என்று தயங்கிக்கொண்டே சொன்னாள் கவிதா. எதிர்புறம் அம்மா அழ ஆரம்பித்தாள்.

"மா..... அழாதே..."

"ஏ கவி, உனக்கு விருப்பமில்லாம கல்யாணம் ஏற்பாடு செஞ்சது எங்க தப்புதான். அதுக்காக, எங்கள மறந்துட்டு இருந்துடுவயா... உன்ன பெத்து, வளத்தி, உனக்கொரு கல்யாணம் செய்றதுக்கு, எங்களுக்கு ஆச இருக்காதா?"

"ஏ மா... இப்போ இவ்வளவு நியாயம் பேசுறயே. அன்னைக்கு, நா எவ்வளவு சொன்னேன். நா, காதலிச்சுட்டேனுங்குற ஒரே காரணத்துக்காக அவசரஅவசரமா கல்யாணம் ஏற்பாடு செஞ்சீங்க. உங்களாலதான், நா ஓடிப்போற மாறி ஆயிடுச்சு".

"ஆமா... எங்க தப்புதான். என் பிள்ள இதுமாரி செய்ய மாட்டானு, அந்த மனுசன்கிட்ட எவ்வளவோ சொல்லிப்பார்த்தும் புடிவாதமா இருந்துட்டார்".

"சரி மா.. எல்லாமே நடந்து முடிஞ்சு போனதுக்கப்புறம், இப்போ, பேசி என்ன பண்றது? இப்போவாவது, பொண்ணுகிட்ட பேசணுமுனு, உனக்கு தோணுச்சுல. அதுவே போதும்".

"அதுமட்டுமில்ல கவி, உன் அப்பாகிட்ட பேசிட்டேன். அவரும் சரின்னு சொல்லிட்டார்".

"என்ன சரி... எனக்கு ஒன்னும் புரியல" என்று குழப்பமாக கேட்டாள் கவிதா.

"கவி, கோவப்படாம, நா சொல்றதக்கேளு. எங்களாலதான், நீ இந்த முடிவுக்கு வந்தே. அதனால, நீ திரும்பி வந்துடு. அவன், உன்ன எப்படி பார்த்துருப்பான்னு எங்களுக்குத் தெரியாதா? நீ... ஏ... தேவையில்லாம கஷ்டபடுறே. இங்க வா. மேல படி. உனக்கு புடிக்கும்போது சொல்லு. அப்புறம், கல்யாணம் செஞ்சு வைக்கிறோம். நீ, கஷ்டமே தெரியாம வளந்தவ. அங்க... நீ, தெனமும் எவ்வளவு கஷ்டப்படுறயோனு நானும், உன்னோட அப்பாவும் கவலப்படுறோம்".

"அம்மா.... நீ என்ன சொல்றே... நா, என்ன வெளயாட்டா கல்யாணம் செஞ்சுட்டேன்னு நெனச்சுட்டு இருக்கயா? இனி, குருதான் என் புருஷன். நீங்க இழுத்த இழுப்புக்கு எல்லாம் என்னால ஆட முடியாது. இவன் இல்லன்னா இன்னொருத்தன். அவனும் இல்லன்னா வேறொருத்தனா? இதுமாறி, என்கிட்ட பேசாதே மா" என்று கோபமாக சொன்னாள் கவிதா.

"இங்கே பாரு. அம்மா எது சொன்னாலும், உன்னோட நல்லதுக்குத்தான் சொல்லுவேன். நீ பொறுமையா யோசிச்சுப்பாரு, நா சொல்றதுதான் சரின்னு தெரியும். நீங்க திருப்பூர்லதான் இருக்கீங்கனு எங்களுக்குத் தெரியாதா? உன்னால, அதுமாறி எடத்துல கஷ்டப்பட வேணுமுனு தலவிதியா? உனக்கு புடிச்சதக்கூட, உன்னால வாங்க முடியாது. அத்தனையும் விட்டுட்டு, உன்னையே, ஏ நீ வருத்திக்குறே. யோசிச்சுட்டு சொல்லு. நீ, இங்க வர்றதுதான் நல்லது. நீ, செஞ்ச கல்யாணம் எல்லாம் ரொம்ப நாளுக்கு ஒத்துவராது. அதனால, நீ வந்துடு" என்று போனை வைத்தாள் அவள் அம்மா.

அம்மா சொன்னது, கவிதாவின் மனதில் திரும்பத்திரும்ப கேட்டது. அம்மா சொன்னது சரிதானோ! அவனும், வேறுவழியின்றி தான் என்னை கல்யாணம் செய்தேன் என்கிறான். இங்கு, இருப்பதைபற்றியும் மிகவும் கவலைகொள்கிறான். நானே, இவனை பிடித்துவைத்தது போல் நடந்துகொள்கிறான். எத்தனை முறை, பேசினாலும் பிடிவாதமாக இருக்கிறான். அவன் வாழ்க்கையை, நானே நாசம் செய்ததுபோல் நினைக்கிறான். நான், ஏன் இவனுக்கு பாரமாக இருக்கவேண்டும்.

வீட்டிலும் வரச்சொல்றாங்க. அமைதியாய் கிளம்பிவிடலாமா? என்று படுக்கையில் படுத்துக்கொண்டு யோசித்தாள். இப்படியே, பாதியிலேயே போய்விட்டால் என்னைப்பற்றி, மற்றவர்கள் என்ன பேசுவார்கள்? மீனா சொன்னது சரிதான் என்று நிருபிக்க போகிறேனா? அப்படியில்லை என்று மறுத்து பேசினாரே லட்சுமி அக்கா. அவர்களின் முடிவு தவறு என்று சொல்லப்போகிறேனா? ஒன்றுமே புரியவில்லை என்று கண்ணை மூடித்தூங்க முயற்சித்தாள்.

*****

சூரியன், தன் கதிர்வீச்சை மெல்லமாக நகரத்தின் மீது பரப்பினான். கவிதா நன்றாக தூங்கிக்கொண்டிருந்தாள். குரு முன்னமே எழுந்துவிட்டான். அவள் முகத்தை பார்த்துக்கொண்டே, தேவையில்லாமல் இனி சண்டை போடக்கூடாது. ஏதோ, பேசப்போய் கடைசியில் அவள் மனதை காயப்படுத்துவது போல் பேசிவிட்டேன். இனி, அதுபோன்று பேசக்கூடாது என்று நினைத்தான்.

தூக்கம் கலைந்தவள், அருகில் குரு அமர்ந்திருந்தை சட்டை செய்யாமல், எழுந்து, தன் வேலைகளைப்பார்க்க ஆரம்பித்தாள். அவன் இருப்பதையே, அவள் கண்டு கொள்ளவில்லை. பேச வரும்போது, எவ்வளவு திமிர் செய்கிறாள் பார் என்று நினைத்தான். சாப்பாடு, அவளுக்கு மட்டும் அளவாய் போட்டு சாப்பிட ஆரம்பித்தாள். இதைப்பார்த்தவனுக்கு கோபம் இன்னும் அதிகமானது. "நா, உன்கிட்ட பேச வர்றேன். ஆனா, நீ என்னை மதிக்கல. என்ன நெனச்சிட்டு இருக்கே?"

"ஓ... நீங்க பேச வர்றீங்களா... எனக்கு தெரியல பாருங்களேன். நீங்க, ஏ என்கிட்ட பேசணும். நாந்தான், உங்கள கஷ்டப்படுத்துறேன்ல. என்னாலதான், உங்களுக்கு படிப்பு போயிடுச்சு. வாழ்க்கையும் போயிடுச்சு. அப்புறம், ஏ என்கிட்ட பேசணும்? என்னை அனுப்பிட்டு சந்தோசமா இருங்களேன்".

"அதிக பிரசங்கித்தனமா பேசாதே. ஏதோ, ஒரு சின்னச்சண்ட. அதுக்காக இவ்ளோ திமிரா பேசாதே. உன்ன அனுப்பிடுனு சொல்றே. ஏ, என்னை புடிக்கலயா உனக்கு?"

"எனக்கில்ல. உங்களுக்குத்தான் என்னை புடிக்கல. ரொம்பவும், என்னால கஷ்டபடுறீங்க" என்று சாப்பாட்டை, சாப்பிட்டுக்கொண்டே சொன்னாள் கவிதா.

"ஏதோ, தெரியாம பேசிட்டேன். அதுக்கு, இப்படி பேசுவியா. மன்னிப்பு கேக்க வந்ததுக்கப்புறமும், நீ இப்படி பேசுறே".

"நீயும்தான், நா எவ்ளோதடவ சொல்லியும் கேக்கல. நா இல்லன்னா, உனக்கு சந்தோசம் தானே. நா செத்தா, நீ நிம்மதியா இருப்பியா?" என்று கவிதா சொல்லி முடிக்கும்முன், அவள் கன்னத்தில் பளார் என்று அறைந்தான் குரு.

"விட்டா, ரொம்ப பேசற.... எனக்கு, உம்மேல கோவந்தான். இருந்தாலும், என்னோட காதல், அதவிட பலமடங்கு உன்மேல இருக்கு. இந்த சண்டைக்காக, என்னைவிட்டு பிரிஞ்சுபோறதா நீ முடிவுசெஞ்சா, நீ தாராளமா போ... ஆனா, மறுபடியும் செத்துப்போறேன்னு சொல்லாதே. நீ இல்லன்னா, நா இல்ல" என்று கோபமாக பேசிவிட்டு வெளியில் வந்தான்.

கவிதாவிற்கு, தன் அம்மா சொன்னது ஞாபகம் வந்தது. "நீ, ஏ எங்கயோ போய், எதுக்காக கஷ்டபடுறே" என்ற வார்த்தை திரும்பத்திரும்ப நினைவில் வந்து கொண்டிருந்தது. வேலைக்கு நேரமாகிவிட்டது என்ற உணர்வு அவளைக் கிள்ளியது. குரு, ஏற்கனவே பேருந்து நிற்கும்டத்திற்கு சென்றுவிட்டான். இப்போதே, விட்டுச்செல்ல ஆரம்பித்துவிட்டான் என்று தனக்குத்தானே பேசிக்கொண்டு, வீட்டை பூட்டினாள். அவளின் கைப்பேசி வீட்டிற்குள்ளேயே இருந்தது".

******

இருள்நேரம்

வாரக்கடைசி நாள் வேறு. குரு வங்கியில் இருந்தான். சனிக்கிழமை என்றால், வங்கியில் கூட்டமாகவே இருக்கும். ஏனென்றால், அடுத்தநாள் விடுமுறை. புதுக்கடன் வாங்குவது தொடர்பான ஆவணங்களை கொடுப்பதற்கு வந்திருந்தான். கடந்த சிலநாட்களாக, அவனுக்கு வேலைப்பளு கூடிக்கொண்டே போனது. பத்திரபதிவு அலுவலகம், சொத்துகளின் தற்சமயம் உள்ள அளவு மற்றும் சந்தைமதிப்பு அறிய, இன்ஜிஞியரிங் அலுவலகம், ஆடிட்டர் அலுவலகம் என்று மாறி, மாறி சுற்றிக்கொண்டிருந்தான். சாப்பிட நேரமாகியிருந்தது. அலுவலகம் போகவே இன்னும் நேரமாகும் போல் இருந்தது.

அப்போது, மேனேஜர் போனில் கூப்பிட்டார். "சார், சொல்லுங்க".

"தம்பி, மொதலாளிக்கு இன்னும் சாப்பாடு வரல. அந்த டிரைவர், லீவுல போய்ட்டானாம். நீ, அவர் வீட்டுக்குப்போய் சாப்பாட்டுக்கூடைய வாங்கிட்டு வா".

"நானா சார்!".

"அப்புறம், வேற யாரை அனுப்பலாம். நா, வேணுமுனா வரட்டுமா. நீ தான். போய் வாங்கிட்டு வா".

"இல்ல சார். பேங்குல இன்னும் வேலை முடியல. சாப்பாடு வாங்கிட்டுவந்தா, கம்பெனியில இருந்து, மறுபடியும் பேங்குக்கு போகணும்".

"அதனால, ஒன்னும் குடி மூழ்கிப்போகாது. சீக்கிரம் வாங்கிட்டு வா. உனக்கு, மொதலாளி வீட்டோட அட்ரஸ அனுப்புறேன்" என்று கட் செய்தார் மேனேஜர்.

வேலையும் அதிகமாய் வாங்குறாங்க. இதில், இந்த வேலையையும் செய்யவேண்டும். கல்லூரி படிப்பை முழுமையாக முடிக்கும் அவகாசம் இருந்திருந்தால், சென்னையில் நல்ல சம்பளத்துடன் வேலை கிடைத்திருக்கும். இங்குவந்து, இப்படி கஷ்டபட வேண்டியதில்லை. அவளும், என்னை புரிந்து கொள்ளேவில்லை என்று நினைத்தான். மேனேஜர் அனுப்பிய முகவரியைத்தேடி கண்டுபிடித்துச் சென்றான். வெயிலும், அவனை நன்றாக வாட்டியது. உடல் முழுவதும் தீயில் வேகவைப்பது போல் இருந்தது அவனுக்கு.

முதலாளி வீடு இருக்கும் பகுதிக்குள் சென்றான். இருபக்கமும் வரிசையாய் வீடுகள் இருந்தன. ஒவ்வொன்றும் இரண்டு மாடிகள், மூன்று மாடிகள் கொண்ட வீடுகளாய் இருந்தன. ஒவ்வொரு வீட்டிலும் குறைந்தது இரண்டு கார்கள் நிறுத்திவைக்கப்பட்டு இருந்தன. முதலாளியின் வீடு கடைசியில் இருந்தது. அவன் பார்த்த ஒவ்வொரு வீட்டிலும், தோட்டத்திற்கென்றே தனியிடம் இருந்தது. அந்த தோட்டம் இருக்குமிடத்தில், தான் இருக்கும் அறையைப்போல் பத்து அறைகளை கட்டலாம். வாடகையாவது வந்திருக்கும் என்று நினைத்துக்கொண்டு, முதலாளியின் வீட்டின்முன்பு சென்று வண்டியை நிறுத்தினான். நல்லவேளை, அவர் வீட்டின்முன்பு பெரிய மரம் இருந்தது. அது என்ன மரம் என்று கூடத்தெரியவில்லை. ஆனால், அந்த மரத்தின் காற்று, அவனை அமைதிபடுத்தியது.

காலிங்பெல்லை அழுத்த, வீட்டுவேலையாள் வந்து கதவைத் திறந்தாள். விவரங்களை கூறியபிறகு, வெளியில் இருக்கும் சேரில் அமரச்சொல்லிவிட்டு, உள்ளே சென்றாள். அங்கே வரிசையாய் கார்கள் நிறுத்தப்படிருப்பதை பார்த்தான். இதுபோன்ற, வெளிநாட்டு கார்களை எங்கள் ஊரில் ஒன்றிரண்டு தான் பார்க்கமுடியும். ஆனால், இந்த பகுதியில் உள்ள ஒவ்வொரு வீட்டிலும் இருக்கின்றது. இதெல்லாம், நம்ம வாழ்க்கையில் நினைத்துக்கூட பார்க்கமுடியாது.

சற்றுநேரத்தில், ஒரு பெரிய கூடையில் சாப்பாட்டை கொண்டுவந்து சமையல்காரர் கொடுத்தார். இந்தக்கூடையை, எப்படி இந்த இருசக்கர வாகனத்தில் கொண்டுசெல்வது என்று யோசித்தான். அப்பொழுது, தான் கொண்டுவரும் டிபன் பாக்ஸை நினைத்துப்பார்த்தான். ஒருஆள், சாப்பிட இவ்வளவு பெரிய கூடையில் சாப்பாடு. ஒருவழியாய் சாப்பாட்டுக்கூடையை, வண்டியின் பின்பக்க கைப்பிடி அருகே உள்ளே கொக்கியில் மாட்டி, கம்பெனி நோக்கிச்சென்றான்.

சாப்பாட்டுக்கூடையில் எதுவும் சிந்தாமல் இருக்க, கவனமாக வண்டியை ஒட்டிவந்தான். வரும்வழியில், ஏகப்பட்ட வாகனநெரிசல் வேறு. ஒருவழியாய் கம்பெனி வந்துசேர்ந்து, முதலாளி சாப்பிடும் அறையில் கூடையை வைத்துவிட்டு வந்தான். வரும்போது, "சாப்பட்டுக்கூட மட்டுந்தானா. இல்ல, இதுமாறி வேற என்ன வேலையெல்லாம் செய்ய சொல்லப் போறாங்களோ" என்று எண்ணிக்கொண்டு நடந்தான். மணி மூன்றைத் தொட்டிருந்ததை கவனித்தான்.

சரி, சீக்கிரம் சாப்பிட்டுவிட்டு போகலாம் என்று தன் மேசைக்கு வந்து, தனது டிபன் பாக்ஸை எடுத்தான். கவிதாவைப் பார்த்தான். அவளும், ஏதோ வேலையில் மூழ்கியிருந்தாள். சாப்பிடும் அறைக்குச்சென்று

அமர்ந்து, சாப்பாட்டை திறந்து சாப்பிட ஆரம்பித்தான். அப்பொழுது, மேனேஜர் குருவுக்கு போன் செய்திருந்தார். எடுத்தவன் "ஹலோ... சார்" என்றான்.

"ஏன்டா... உனக்கு அறிவு இருக்கா? இப்படித்தான், சப்பாட்டுக் கூடைய கொண்டுவருவாங்களா? இரசம் சிந்தியிருக்கு".

"சார், கவனமாத்தான் எடுத்துட்டு, பைக்கில் மெதுவாத்தான் வந்தேன் சார்".

"கூடகூட பதில் பேசாதே. ஒரு வேலை கொடுத்தா, சரியா செய்ய வேணும். உன்கிட்ட கொடுத்ததுக்கு, நானே போய் வாங்கிட்டு வந்திருப்பேன் என்று கட் செய்தார்.

"இவங்களுக்குப் போய், இந்த வெயில்ல வாங்கி வந்தேன் பாரு. எனக்கு இது வேணுமுனு" நினைத்துக்கொண்டான். மீண்டும், சாப்பிட அவனுக்கு மனமில்லை. பேசியதில் பசியுமில்லை. குப்பைத்தொட்டியில், சாப்பாட்டைக் கொட்டினான். அமைதியாய், கொஞ்சநேரம் அமர்ந்திருந்தான். சிறிதுநேரத்தில், டி டைம் வந்தது. கேண்டீனில் டி மற்றும் தின்பண்டங்களை சாப்பிட ஆட்கள் வந்தனர்.

கவிதாவும், அவளது தோழிகளும் டி வாங்கிவந்து அமர்ந்து, சத்தமாய் பேசிக்கொண்டு இருந்தனர். குரு, ஒரு மூலையில் அமர்ந்திருந்ததை கவிதா சற்றுநேரம் கழித்துதான் கவனித்தாள். கவிதாவின் தோழிகள் அனைவரும் குரு அமர்ந்திருப்பதை பார்த்தார்கள். சண்டை போட்டது வெளியில் தெரியாமல் இருப்பதற்காக சிரித்துக்கொண்டே, குருவிடம் சென்றவள், "நல்ல சாப்பாடா" என்று நகைத்துக்கொண்டே கேட்டாள்.

"ஆமா..... வயிறுமுட்ட சாப்பிட்டாச்சு" என்று கோபமாய் சொன்னான்.

"ஏ.... இப்படி கோபமா பேசுறே. எல்லாரும் நம்மளத்தான் பார்க்குராங்க. நம்ம சண்ட, நம்மளோட போட்டும். வெளியில தெரிய வேண்டாம்".

"தெரிஞ்சா என்ன? தெரியலினா, எனக்கென்ன?"

"அப்படியில்ல. நீ கோபப்படாதே. யாரவது எதாவது சொன்னாங்களா?"

"யாரும் எதுவும் சொல்லல. எனக்கும் எதுவும் இல்ல. இப்போ, நீ கொஞ்சம் போ" என்று கடுப்பாய் சொன்னான்.

கவிதா, தோழிகளைப்பார்த்து, "அவருக்கு, ஏதோ வேலை அதிகமா இருக்குது போல. அதுதான் கோவமா இருக்குறார்" என்று சமாளித்தாள். மீனாவிற்கு ஏதோ தவறாகப்பட்டது.

"அப்போது, குருவின் கைப்பேசி அழைத்தது. கணக்காளர் பேசினார். கம்பெனிக்கு திரும்ப வந்தாச்சா".

"ஆமா சார்".

"நல்லது. என்கிட்ட, சில பாரங்கள் இருக்கு. அத, பேங்குல கொண்டுபோய் கொடுக்கவேணும். இன்னும் கொஞ்சநேரத்தில் பேங்க் மூடிடுவாங்க. அதனால, சீக்கிரம் வா" என்றார். "இதோ வர்றேன்" என்று கிளம்பினான் குரு.

கவிதா, அவனிடம் "ஒரு டீ குடிச்சுட்டாவது போ" என்று சொன்னதை, அவன் காதில் வாங்கவேயில்லை. அவன் செல்வதை பார்த்துக்கொண்டே நின்றாள்.

வங்கிக்கு வேகமாய் சென்றான். கணக்காளர் கொடுத்த பாரங்களை, அங்கே கொடுத்தான். பின்பு வெளியேவந்து, ஒரு பழச்சாறு கடைக்குச்சென்று, ஒரு ஆப்பிள் ஜூஸ் என்றான். அருகில், ஒரு கடை இருந்தது. அதை கவனித்தான். அது ஒரு மொத்தவிலைக்கடை. சிறுசிறு கடைகளுக்கு தேவையான பொருள்களை, இங்கேவந்து கடைக்காரர்கள் வாங்கிக்கொள்ளலாம். அந்த மொத்தவிலைக்கடையில், ஒரு தமிழ் முகத்தையும் காணவில்லை. கடையின் கல்லாவில் அமர்ந்திருந்த வடஇந்திய ஆள், வாயில் பாக்கை நன்றாக மென்று கொண்டிருந்தான். கழுத்தில் பெரிய தங்கச்சங்கிலி அணிந்திருந்தான்.

ஜூஸை வாங்கி குடித்தவன், கடைக்காரரிடம் "பக்கத்து கடையில, நம்ம ஆளுங்க ஒருத்தரக்கூட காணமே" என்று கேட்டான்.

"அவங்க கடையில, வேற யாரையும் அதிகமாக சேக்கமாட்டாங்க. அங்க இருக்குற ஆளுங்க, எல்லாரும் ஒரே குடும்ப ஆளுங்களாகத்தான் இருப்பாங்க. இல்லன்னா, அவங்களோட சொந்தக்காரங்களாக இருப்பாங்க. இந்த ஊருல இருக்குற, மொத்தவெல கடைங்க பெரும்பாலும் இவங்கதான் நடத்துறாங்க. இங்க இருக்குற எலக்ட்ரிக்கல் கடை, வீட்டுக்கு தேவையான பைப், டைல்ஸ், கம்பிங்க, பல்பு, கம்பெனிக்கு தேவையான பொருள், மளிகை சாமான்னு இவங்க, இங்க விரிக்காத கடையே இல்ல. மார்வாடி, சேட்டு'னு படத்துல எல்லாம் வருமே. டீ விப்பாங்க, சப்பாத்திக்கடைகூட நடத்துவாங்க. ஆனா, இவங்க மத்தவங்ககிட்ட அதிகமா வேலைக்குப்போய், நா பார்த்ததில்ல" என்றார் கடைக்காரர்.

"நீங்க சொல்றதப் பார்த்தா, இவங்க எல்லாருமே மொதலாளிங்கனு நெனைக்க வேண்டியிருக்கு. என்ன விதமான நாடு ஒருபக்கம்

தொழிலுக்கு உள்ளே வர்றாங்க. இன்னொருபக்கம், வேலைக்கு உள்ளே வர்றாங்க. கேக்கவே வித்தியாசமா இருக்கது" என்று நினைத்தான்.

"கணக்காளர் மீண்டும் கூப்பிட்டார். ஆடிட்டர் ஆபிஸ் போகணும், அங்க முக்கியமான டாக்குமென்ட்ஸ் தருவாங்க. அத, வாங்கிட்டு வா" என்றார்.

"சரிங்க சார்" என்று கட் செய்தான் குரு. என்ன செய்வது? என்னால் முடியாது என்றா சொல்லமுடியும். வேலைக்கு வந்துவிட்டோம். என்ன சொன்னாலும் செய்து தான் ஆகவேண்டும். குடும்பம் ஆகிவிட்டது. இனியும் வீராப்பில் இருக்கமுடியுமா? சோறு வேண்டுமே! நம்மையும், நம்பி ஒரு பெண்ணும் இருக்காளே. இந்த பயம்தான், என்னை இத்தனை நாட்கள் தள்ளியது. ஆனால், இன்று அவள் பேசியதை நினைக்கும்போது, கோபம்தான் வருகிறது. நானே போய், அவளிடம் மன்னிப்பு கேட்டபின்பும், அதிகமாக பேசுகிறாள். ஒரளவிற்குத்தான் பொறுமை இருக்கும். இனி, அவளிடம் போய் எதற்காகவும் மன்னிப்பு கேட்கப் போவதில்லை. அவள், போவதாக இருந்தால் போகட்டும் என்று ஆடிட்டர் அலுவலகம் செல்லும் வழியில் நினைத்தான் குரு.

ஆடிட்டர் அலுவலகத்தில், அவன் காத்திருக்க வேண்டியதாகிவிட்டது. இனி இந்த பாரங்களை வாங்கிக்கொண்டு போய் கம்பெனியில் கொடுத்துவிட்டு, பின்பு, வீட்டுக்கு போகவேண்டும் என்று பெருமூச்செறிந்தான். வங்கியில், நிறுவனங்களே கடன்கள் வாங்கினாலும், எவ்வளவு அலைய வேண்டியிருக்கு. இத்தனை, நிபந்தனைகளை வங்கிகள் கடைபிடித்தாலும், பெரிய ஆட்கள் வங்கிகளை எப்படி ஏமாற்றுகிறார்கள்? ஒரு 15 கோடி கடனுக்கே, இவ்வளவு அலைச்சல் படவேண்டியிருக்கு. ஆனால், 5000 கோடி, 10000 கோடி என்று எப்படி வங்கிகளால் கொடுத்து ஏமாறமுடிகிறது என்று நினைத்தான்.

மீனா, அடிக்கடி போனை எடுத்துக்கொண்டு ஓய்வறை பக்கம் செல்வதை, அவளுடன் பணிபுரியும் ஆட்கள் கவனித்தனர். வயசு பெண்தானே. அப்புறம் அப்படித்தான் இருப்பாள் என்று உள்ளுக்குள்ளே பேசிக்கொண்டனர். தற்செயலாக, அங்கேவந்த கவிதா, இவள் பேசிக்கொண்டிருந்ததை கவனித்தாள். அவள் பேசிய முகபாவனையில் இருந்தே கண்டுபிடித்து விட்டாள். அவள் அருகில் மெதுவாகச்சென்று, அவளின் தோளை வேகமாகத் தொட்டாள். யார் என்று பயந்து பார்த்துவிட்டு, கவிதாதான் என்றவுடன், மீனாவுக்கு நிம்மதி வந்தது. அழைப்பை துண்டித்தாள்.

"யாருடி அது" என கவிதா கேட்க, "யாருமில்ல. ஊட்டுல இருந்துதான் கூப்புட்டாங்க".

"பொய் சொல்லாதே.... உன்னோட மொகத்தப் பார்த்தாலே தெரியுது. ஏதோ பையன்கிட்ட மாட்டிட்டே" என்று சிரித்தாள்.

"அப்படி எல்லாம் இல்லயே" என்று தெரியாதது போல் நடித்தாள் மீனா.

"ஏய்.... நானும் உன்ன மாறித்தான் இருந்தேன். போனை மறச்சுமறச்சு வச்சு பேசியிருக்கேன். அதனால எனக்கு, நீ காது குத்தாதே. நானும், இதயெல்லாம் பார்த்துட்டுத்தான் வந்திருக்கேமா" என்று கவிதா கண்ணடிக்க, "கவி, தயவுசெஞ்சு யார்கிட்டயும் சொல்லாதே. எனக்கு, ஒரு பையன புடிச்சிருக்கு".

"யாரு டி.... அந்த பையன். இங்கதான் வேலை செய்றானா?"

"இல்ல.... என்கூட படிச்ச பையன். என்னை புடிச்சிருக்குனும், என்கூட அடிக்கடி பேசவேணுமுனு அடம்புடிக்கிறான்".

"அப்புறம் என்ன, பேசு. ஆனா, வேலை நேரத்துல இப்படி பேசாதே. யாராவது பார்த்தா, உனக்குத்தான் பிரச்சன. அதனால, பார்த்துப்பேசு" என்று அங்கிருந்து கிளம்பினாள் கவிதா.

மீனா, கவிதாவின் கையை பிடித்து நிறுத்தினாள்.

"என்ன...?"

"இதப்பத்தி, யார்கிட்டேயும் சொல்லவேண்டாம். லட்சுமிக்காவுக்கு தெரிஞ்சா திட்டுவாங்க".

"சரி, நா சொல்லல. ஆனா, நீ நடந்துக்கறதுலயே கண்டுபுடிச்சுடுவாங்க" என்று கவிதா சிரிக்க, சிரித்துக்கொண்டே தலையை சொறிந்தாள் மீனா.

*****

நேரம் ஆகிக்கொண்டே இருந்தது. வேலை இன்னும் முடிந்தபாடில்லை. குரு, மணியைப் பார்த்தான். அலுவலகத்தில், வேலை ஆமை வேகத்திலேயே நடந்தது. அங்கு வேலை செய்யும் நபர், குருவிடம் பேச்சுக்கொடுத்தார். "இந்த வேலையில சேந்து எத்தன வருசம் ஆச்சு?"

"ஐயோ.. சார், நா சேந்தே ரெண்டு மாசந்தான் ஆச்சு".

"ஓ... எப்படி இருக்குது, இந்த புது வேலை".

"பரவால்ல சார். அலைச்சல் தான்".

"அப்படித்தான் இருக்கும். நல்லவேள, நீங்க உற்பத்தி பிரிவுல இல்லன்னு நெனச்சு சந்தோசப்படுங்க. நிம்மதியா சாப்பிடக்கூட விடமாட்டாங்க".

இங்கமட்டும் என்ன வாழுதாம் என்று மனதில் நினைத்துக்கொண்டு, "அப்படிங்களா" என்றான். "சார், உங்ககிட்ட கேக்கிறேனு தப்பாக நெனைக்கவேண்டாம். பெரியபெரிய வீடு, வெளிநாட்டு கார், ஏகப்பட்ட தோட்டங்க, சொத்துன்னு மொதலாளிங்ககிட்ட இருக்குது. அப்புறம், ஏ பேங்குக்கு போறாங்க. அவங்களால, இந்த பணத்த ஏற்பாடு செய்யமுடியாதா?" என்று கேட்டான்.

"பல கம்பெனிகளோட நெலம இதுதான். அவங்களோட எடம், அப்புறம் சொத்து பத்திரமெல்லாம் வீட்டு லாக்கர்ல இருக்கறதவிட, பேங்க் அடமானத்துல தான் இருக்கும். புது தொழில் தொடங்குறது, அப்புறம் இதுமாறி தொழில விரிவாக்கம் செய்றதுனு கடனுக்கு வருவாங்க".

"இந்த கடன எல்லாம் கட்டி முடிச்சுடுவாங்களா?".

"அப்படியும் சொல்லமுடியாது. சொத்துமேல கடன் வாங்குறாங்கனா, அத கட்டிமுடிக்குற காலத்துக்குள்ள, மறுபடியும் தேவை வரும்போது, அந்த சொத்துமேல மறுபடியும் கடன் வாங்குவாங்க. அதாவது, ஒரு சொத்துமேல ஒரு கோடி ரூபா வாங்குறாங்கனு வச்சுக்குவோம். கடன் முடியறதுக்குள்ள, மறுபடியும் உங்க கம்பெனியப்போல, மறுபடியும் ஒரு கோடி வாங்குவாங்க. இப்போ, அவங்க கடன் 1 கோடிக்கும் மேல போய்டும்".

"இதுக்கு, பேங்க் எப்படி ஒத்துக்குவாங்க?".

"சொத்தோட மதிப்பு சில வருசத்துல உயர்ந்துடுமே. அதுதான், பேங்க் ஒரே சொத்துமேல கடன் கொடுக்குறாங்க. இதேமாறி தொடர்ந்தா, கடன்களும் உயர்ந்துட்டே இருக்கும். நீங்க, உங்க கம்பெனியில் இருந்து வர்றவழியில, ஒரு பாழுடைஞ்ச கட்டிடம் இருக்கறத பாத்து இருக்கீங்களா?

"ஆமாம்" என்று குரு தலையாட்டினான்.

"அந்த எடம், கிட்டத்தட்ட 10 ஏக்கர். கட்டிடம், நெறய மெசின்னு பெரிய சாயப்பட்டறை, ஒரு காலத்துல நல்ல இலாபத்துல இயங்கிவந்துச்சு. அவங்க, கணக்கெல்லாம் நாங்க தான் பார்த்துட்டு வந்தோம். சரியான விளான் இல்லாம, கடன் மேல கடன் வாங்குனதுனால, பிரச்சனையில சிக்கிடுச்சு. சிலவருசத்துக்கு முன்னாடி, சாயப்பட்டறைகள் இயங்கத்தடை இருந்துச்சுல. நீங்க, பத்திரிக்கலகூட படிச்சிருப்பீங்க.

சாயப்பட்டறை இயங்க கோர்ட் தடை போட்டிருந்தது. அந்த டைமல, இந்த கம்பெனி அதிக கடனுக்கு வட்டிகட்ட முடியாமயும், அப்புறம், கம்பெனிய நடத்த பணமில்லாமயும், விக்கிற நெலைக்கு வந்துட்டாங்க. ஆனா, வாங்கறதுக்கு ஆளே இல்ல. கடசில, பேங்கே ஜப்தி பண்ணி, ஏலம் எல்லாம் விட்டு பார்த்தாங்க. ஆனா, யாருமே வல்ல. அதுமாரி ஏகப்பட்ட கம்பெனிங்க, இந்த ஊருல மூடப்பட்டு இருக்குது. நீங்க, இந்த ஊர சுத்திப்பார்த்தாலே தெரியும். இதுமாறி பாழடைஞ்ச, கேட்பாரற்ற நிறுவனங்க ஏகப்பட்டது இருக்குது".

"நீங்க சொல்றமாறி இருந்தா, புதுசா தொழில் தொடங்க யாருமே முன்வரமாட்டாங்க தானே" என்று குரு கேட்க,

"ஒரு தொழிலுக்கு எப்பவும் அழிவில்ல. அது, ஒவ்வொரு காலத்திலும் பரிணாமம் பெற்று வளந்துட்டே இருக்கும். ஆனா, அந்த தொழில நடத்தும் ஆளுங்களளத் தான் முடியாது. நீங்களே பாருங்க. அப்பா, அந்த தொழில நல்லா நடத்தி வந்திருப்பார். ஆனா, அதுக்கப்புறம் வரும் அவரோட மகனால், அத ஒழுங்கா நடத்தமுடியாது. ஒருசில நிறுவனங்களே, இத வெற்றிகரமா கடந்து வருது. பெரும்பாலான நிறுவனங்கள், இந்த பிரச்சனைகளால, ஒன்னு யாருக்காவது வித்துடுவாங்க. இல்லன்னா, நொடிஞ்சு போய்டும். நா பலவருசமா, இந்த நிறுவனங்களோட வளர்ச்சிய பாத்துட்டு இருக்கேன். பத்து வருசத்துக்கு முன்னாடி இருந்த பல நிறுவனங்க, இன்னைக்கு இல்ல. ஆனா, இன்னைக்கும் புதுசா நிறுவனங்க வந்துட்டுத்தான் இருக்கு. ஆனா, அது செயல்படும் வெதத்துலதான் தாங்குமா, இல்ல ஓடுமானு தெரியும்".

*****

"வேலைநேரம் முடிந்து அனைவரும் கிளம்பினர். பேருந்து தயாராய் இருந்தது. கவிதாவுக்கு, அவசரமாக ஓய்வறை செல்ல வேண்டியிருந்தது. பேருந்து எடுப்பதற்கு, இன்னும் நேரம் இருக்கிறது என்று நினைத்துக்கொண்டு சென்றாள். செல்லும்போது, இன்னும் தன் கணவன் கம்பெனிக்கு வரவில்லை என்பதை கவனித்தாள். பேருந்தில் அனைவரும் ஏறினர்".

"லட்சுமி, கவிதா இன்னும் வரல" என்று மீனாவிடம் சொல்ல,

"வந்துடுவா, இல்லன்னா அவ ஊட்டுக்காரர் கிட்டத்தான் வண்டி இருக்குதே. ஒருவேள, அதுல வருவாளோ என்னவோ".

"எதுக்கும், அவளுக்கு போன் பண்ணிப்பாரு".

"அக்கா, இன்னைக்கு அவ, போன ஊட்டுலயே மறந்து வச்சுட்டு வந்துட்டாளாம்".

"இந்த காலத்துப் பொண்ணுங்க, அதுவும் வேலைக்கு வரும் பொண்ணுங்க, இப்படி மறந்தா எப்படி?" என்று லட்சுமி கேட்க, "என்கிட்ட இருக்குது" என்று போனை காண்பித்துக்கொண்டு மீனா சிரித்தாள்.

*****

"மொதலாளி கண்டிப்பான சில உத்தரவுகள போட்டுருக்கார் தெரியுமா?" என்று காவலாளி, இன்னொரு காவலாளியிடம் கேட்டான்.

"தெரியும்... தெரியும்.... வேலைநேரம் முடிஞ்சவுடனே, கம்பெனியில் உள்ளே யாரும் தேவையில்லாம நிக்க கூடாது. அவங்கள, உடனடியா வெளியேத்திடனுமாம். அத்தன கதவுகளையும் மூடிட வேணுமாம். லைட் ஒன்னுரெண்டு மட்டும் விட்டுட்டு மத்தத, உடனே ஆப் பண்ணனுமாம். இதனால, கரண்ட் செலவு கொறயுமாம்" என்று இன்னொரு காவலாளி சொன்னான்.

"இதுல, மிச்சம் புடிச்சுத்தான் இலாபம் பாக்குறாங்க" என்று காவலாளி தலையில் அடித்துக்கொண்டான். "இவ்ளோ, பெரிய கம்பெனியில நாம ரெண்டு பேர் மட்டும் நைட் வாட்ச்மேன். யாராவது வந்து, கத்திய காமிச்சாங்கனாக்கூட, நம்மால, எவ்வளவு நேரம் சமாளிக்கமுடியும். அதுவுமில்லாம, நைட் நேரத்துல இந்த கம்பெனியை விட்டு மெயின்ரோட்டுக்கு போகணுமுனா, ரெண்டு கிலோமீட்டர் நடக்க வேணும். ஒரே இருட்டு வேற. ரோட்ல, ஒரு லைட் கூட கெடயாது".

"என்ன செய்றது? காட்டுக்கு நடுவுல கட்டுனா இப்படித்தான் இருக்கும். இன்னைக்கு, சனிக்கெழம வேற. ஒவ்வொரு சாராயக்கடையிலும் கூட்டம் அள்ளும். வாரச்சம்பளம் வாங்குன கையுடன், அங்கதான் நெறயப்பேர் இருப்பாங்க. நமக்கும் தான் அமைஞ்சது இந்த வேலை. லீவே இல்லாம வேலை செய்ய வேண்டியிருக்கு. எல்லாம் நம்மநேரம்!" என்று தன்னிலையை நொந்துகொண்டான் காவலாளி.

(காவலாளிகளுக்கு, வேலை நேரம் என்பது ஒரு நாளுக்கு 12 மணி நேரம் இருக்கும். பகல், இரவு என்று இரண்டு வேலை நேரம் இருக்கும். பகல் நேரத்தில் வேலை செய்யும் காவலாளி, வார இறுதி நாளில், இரவு நேரத்திலும் வேலை செய்யவேண்டும். அப்போது, ஏற்கனவே இருக்கும் இரவுநேர காவலாளிக்கு அன்று விடுமுறை. அதன்பின்பு, இரவுநேர காவலாளி அடுத்தவாரம் பகல் நேரத்தில் வேலை செய்யவேண்டும். ஏற்கனவே, பகல் நேரத்தில் வேலை செய்த

காவலாளிக்கு, அடுத்த வாரத்தில் இதுபோன்று விடுமுறை கிடைக்கும். அதாவது ஒரு காவலாளிக்கு விடுமுறை என்பது, இருவாரத்திற்கு ஒருமுறை தான் கிடைக்கும். அதற்கு, அவர் ஒருவாரம் முன்னமே இரவு, பகல் என்று இருவேளையும் சேர்த்து வேலை செய்யவேண்டும். கணக்குப் பார்த்தால், விடுமுறை என்பது இல்லை. வருடம் முழுவதும் வேலை தான் பெரும்பாலான காவலாளிகளுக்கு)

குரு, கடிகாரத்தைப் பார்த்தான். நேரமாகியிருந்தது. கணக்காளர் அழைத்து, "அந்த பாரங்களை திங்கெழம கொண்டுவந்துடு. நாளைக்கு கம்பெனி லீவு. இப்போ, கம்பெனி நேரம் முடிஞ்சு எல்லாரும் கெளம்பியாச்சு" என்றார். கவிதாவை, நினைத்து கோபம்தான் வந்தது குருவுக்கு. கிளம்பினாளே, ஒரு தடைவயாவது அழைத்தாளா? வர, வர பொறுப்பே வரவில்லை என்று அவளுக்கு போன் செய்தான். ஆனால், அந்த போன் அழைப்பு ஏற்கவே இல்லை. வழக்கம்போல் மறந்துவிட்டாளா? என்ன செய்வது? சரி. எப்படியும் வீடு போய்விடுவாள். நம்மிடம் தான் வண்டி இருக்கிறதே. அப்புறம் என்ன? நேராக வீடு போய்விடலாம் என்று நினைத்துக்கொண்டு கிளம்பினான் குரு.

*****

நீண்டநேரம், கதவை தட்டிக்கொண்டிருந்தாள் கவிதா. யாருமேயில்லை. விளக்கு வெளிச்சமும் இல்லை. இப்படி வந்து மாட்டிவிட்டேனே. கையில் கைப்பேசியும் இல்லை. குரு, இன்று முழுவதும் கோபத்தில் இருந்தான். இப்பொழுது, இதற்கு நன்றாக வாங்கி கட்டிக்கப்போகிறேன். "யாரவாது இருக்கீங்களா?" என கத்த ஆரம்பித்தாள். காவலாளிகள் இருவரும், நிறுவன வாசலில் இருக்கும் அறையில் இருந்தனர். பெண்கள் ஓய்வறை, பின்பக்கம் இருந்தது. கவிதா கத்துவது அவர்களுக்கு கேட்காது. எல்லாம், என் மறதியால் வந்தது. காலையில் அவசரமாக கிளம்புவதால், போனை மறந்து வைத்துவிட்டு வந்துவிட்டேன். இப்பொழுது, எப்படி போவது. பேருந்தும் போயிருக்கும். குரு வீட்டிற்குப்போய், நான் இல்லையென்று தெரிந்தால், துடித்து போய்விடுவானே. என்ன செய்வது? ஆண்டவா காப்பாற்று என்று வேண்டிக்கொண்டாள்.

காவலாளிகள் இருவரும் புகைபிடித்துக் கொண்டிருந்தனர். "சரி.. நா போய் உள்ளே, ஒரு ரவுண்டு அடிச்சுட்டு வர்றேன். இந்த இந்திக்காரங்க, ரூம்ல இல்லாம, இங்க ஏதாவது சுத்திட்டு இருந்தா அவ்வளவுதான். அத, மொதலாளி கேமராவுல பார்த்தா, நமக்குத்தான் பிரச்சன".

"சரி... போ.... போ...."

லட்சுமிக்கு வீடு வந்து சேர்ந்தாலும், ஏதோ ஒன்று தவறாகபடுகிறது என்று அவள் உள்ளுணர்வு சொல்லியது. பஸ் கிளம்பும்போதே, உள்ளே கதவுகளை காவலாளிகள் சாத்திக்கொண்டு இருந்தனர். எப்படியும், நமக்கு முன்னாடி கவிதா போக வாய்ப்பே இல்லை. வேலை முடிந்து, நானும் வெகுநேரம் வெளியில் நின்றிருந்தேனே. அப்போதுகூட, அவளை பார்க்கவில்லையே. எதற்கும், அவளின் கைப்பேசிக்கு கூப்பிட்டு பார்க்கலாம் என்று அழைத்துப்பார்த்தாள். ஆனால், அழைப்பு ஏற்கவே இல்லை. மீண்டும், மீண்டும் கால் செய்தாள். ஆனால், பதிலில்லை. ஒருவேளை, இன்னும் இருவரும் வீட்டிற்கு செல்லாமல் எங்காவது போயிருப்பாங்களா என்று யோசித்தாள்.

மீனாவுக்கு அழைத்தாள். ஆனால், அவள் யாரிடமோ பேசிக்கொண்டு இருந்தால், அழைப்பு காத்திருப்பில் போனது. சிறிது நேரத்தில், மீனாவே லட்சுமிக்கு கால் செய்தாள். "என்னக்கா.... கூப்டீங்க...."

"இன்னும், கவிதா போன் எடுக்கல. அவளோட ஊட்டுக்காரரர் குருவோட போன் நெம்பர், உன்கிட்ட இருக்குதா?"

"என்கிட்ட இல்லக்கா.... எங்காவது ஊர் சுத்திட்டு வருவாங்க... புது ஜோடில!".

"எனக்கும், அப்படித்தான் தோணுது. இருந்தாலும், சந்தேகந்தான்".

"அக்கா.... எப்படியும், ஆபிஸ்ல இருக்குற ஆளுங்களுக்கு, குரு அண்ணன் நெம்பர் தெரிஞ்சுருக்கும். நீங்க கேட்டுப்பாருங்க" என்றாள் மீனா.

நல்ல யோசனைதான் என்று யாருக்கு அழைக்கலாம் என்று யோசித்தாள் லட்சுமி. அலுவலக வரவேற்பறையில் வேலை செய்யும் பெண்ணிடம் கேட்டால் கண்டிப்பாய், அவன் விவரம் தெரியும் என்று கால் செய்தாள்.

குரு, வண்டியில் வீடு நோக்கி வந்துகொண்டிருந்தான். கேக் கடை அருகே வண்டி வந்தது. மதியமும், அவளிடம் கோபமாய் பேசிவிட்டோம். ஏதாவது வாங்கிக்கொடுத்து சமாதானப்படுத்தலாம் என்று தோன்றியது அவனுக்கு. அதனால், கடையின் உள்ளே சென்றவன், சில கேக்குகளை வாங்கிவந்து, வண்டியை எடுத்தான். நேரமும் ஆகிவிட்டது. வீட்டில் தனியாக இருப்பதால் கவிதா பயபடுவாளோ என்று வேகமாய் சென்றான். அப்பொழுது, போன் அடித்தது. வண்டியை ஓட்டிக்கொண்டே போனை எடுத்தான்".

எதிர்முனையில், "தம்பி.... நா லட்சுமி பேசுறேனுங்க".

"அக்கா சொல்லுங்க....." அப்பொழுது, மற்றொரு பக்கத்தில் இருந்து வந்த வண்டியும், குரு ஓட்டிக்கொண்டு சென்ற வண்டியும் மோதியது.

லட்சுமி, "ஹலோ..... ஹலோ" என்றாள். எந்த சத்தமும் கேட்கவில்லை. வண்டி மோதியதில், இருவருக்கும் சண்டை ஆகிவிட்டது. "நீங்கதான் தப்பான ரூட்டுல வந்தீங்க" என குரு சொல்ல, "நீ தான் போனை பேசிட்டு வந்து, எம்மேல மோதிட்ட" என இருவரும் சண்டையிட்டார்கள்.

பக்கத்தில், வாகனச்சோதனையில் காவலர்கள் ஈடுபட்டிருந்தனர். அதை கவனித்த குரு, மேற்கொண்டு சண்டையிட வேண்டாம் என முடிவு செய்துகொண்டு, "சரிங்க சார், எம்மேல தான் தப்பு. நா மன்னிப்பு கேட்டுக்குறேன்" என்று சொன்னான்.

"அதெல்லாம் முடியாது. அதோ, போலிஸ் வர்றாங்க. நா கம்ப்ளைன்ட் பண்ணாம விடமாட்டேன்" என்று இன்னொருவன் சொல்ல, என்னடா இது புதுதலைவலியாய் இருக்கு என்று குரு நினைத்தான்.

காவலர், இவர்களிடம் வந்து, இருவரின் வண்டி சாவியையும் பிடுங்கினார். "சார், இவன்தான் சார், போன் பேசிட்டே வந்து, எம்மேல மோதிட்டான்" என்று மோதியவன் சொல்ல,

"உன்னோட போன் எங்கே?" என்று காவலர் குருவை பார்த்து கேட்டார்.

"சார்... நா, அவர்மேல மோதல. அவர்தான், வண்டி வர்றது தெரியாம வந்து மோதிட்டார்".

"டேய்... உன்கிட்ட, போன் எங்கேனு தான் கேட்டேன்".

"சார், கொஞ்சம் மரியாதையா பேசுங்க".

"சனிக்கெழம குடிச்சுட்டு வந்து விழுந்துட்டு, எங்கிட்டே சட்டம் பேசுறே?" வண்டி மோதியதில், குருவின் போன் கீழே விழுந்துவிட்டது. கீழேகிடந்த போனைப் பார்த்த காவலர், அந்த போனை எடுத்துகொண்டார். "வண்டிய தள்ளிட்டு வந்து, சோதனைச்சாவடி பக்கத்துல நிறுத்துங்க ரெண்டுபேரும்" என்று காவலர் சென்றார்.

"ஏ... சார். நான்தான் அப்பவே சொன்னனே. ரெண்டுபேரும் அமைதியா போயிருந்தா, இப்போ இதுமாறி நடந்துருக்குமா?" என்று குரு கேட்க, "ஆமாங்க.... சனிக்கெழம வேற. வசூல் செய்யாம விடமாட்டாங்க" என்று மோதியவர் சொன்னார்.

லட்சுமி மீண்டும், மீண்டும் குருவின் போனுக்கு கால் செய்தாள். ஆனால், அழைப்பை கட் செய்தார் காவலர். அழைப்பு வந்து கொண்டேயிருந்தால், போனை அணைத்து வைத்தார். "இவன், நம்மகிட்டயே ரூல்ஸ் பேசுறான் சார்" என மேலதிகாரியிடம் காவலர் சொன்னார்.

"எங்க இருந்துடா வரே..... என்று காவலதிகாரி மிகவும் கோபமாக கேட்டார்.

"சார்... கம்பெனி வேலை முடிஞ்சு வீட்டுக்குப் போயிட்டு இருக்கேன் சார்".

"எந்த ஊருடா..."

"வெளியூர் சார்".

"பொழப்பு தேடித்தானே இங்க வர்றீங்க... அப்பறம் என்னடா ரூல்ஸ் பேசுறே..."

"சார், தப்பு தான்".

"போ... போய் ஓரமா நில்லு" என மேலதிகாரி, வேறு வண்டிகளை பார்க்கப்போனார்.

*****

"என்னமா நீ... இப்படி, உள்ளே வந்து மாட்டியிருக்கே!" என்று காவலாளி கேட்க, என்ன சொல்வது என்று தெரியாமல் தன்னையே நொந்துகொண்டாள். "உங்ககிட்ட போன் இருக்குதாங்க" என்று கவிதா கேட்டாள்.

"இருக்குமா. இந்தா..." என்று காவலாளி தந்தான். அவன் கொடுக்கும்போது, "இங்கே பாருமா... நீ, உள்ளே இருக்கறது தெரியாம, நா பூட்டிட்டேன். இது ஆபிஸ்க்கு தெரிஞ்சா, என்னைய வேலைய விட்டு தூக்கிடுவாங்க. அதனால, என்னைப்பத்தி புகார் சொல்லிடாதமா" என்று காவலாளி கெஞ்சுவது போல் சொல்ல,

சரியென்று தலையாட்டிவிட்டு, குருவுக்கு போன் அடித்தாள். போன் அணைத்து வைக்கப்பட்டிருக்கிறது என்ற செய்தி மட்டும் தான் வந்தது. "என்ன ஆச்சு.... எனக்கு வேற யாரோட போன் நெம்பரும் தெரியாதே. கந்தசாமி அண்ணன் நெம்பர்கூட, என் போன்ல தானே இருக்கு. எனக்கு நல்லா வேணும். இப்போ, இங்கே தவிப்பதுபோல ஆகிடுச்சே. காவலரைப் பார்த்து, "ஐயா, ஒரு உதவி செய்யமுடியுமா? என்னை பஸ்

ஸ்டாப் வரைக்கும், கூட்டிட்டுப்போய் விடமுடியுமா?" என்று கவிதா கேட்டாள்.

"மா... நாங்களும் இங்கதான் தங்கியிருக்கோம். எங்ககிட்ட வண்டி இல்ல. கம்பெனி வண்டி ஒன்னு இருக்கும். அதுவும், இப்போ யாரோ எடுத்துட்டு போய்ட்டாங்க போல. நடந்து போகணுமுனா ரொம்ப தூரம் போகணும். தெருவிளக்கும், போற ரோட்டுல இல்ல. சனிக்கெழம வேற. போற வழியில குடிச்சுட்டு இருப்பாங்க. எப்படிமா போறது. ஒன்னு செய். வேற யாருக்காவது போன் பண்ணி, கூப்பிட்டு போகச்சொல்லு. ரொம்ப நேரம், இங்கே யாரும் இருக்கக்கூடாதுனு மொதலாளி உத்தரவு" என்று காவலாளி சொன்னான்.

"ஐயா, எனக்கு வேற யாரோட போன் நெம்பரும் ஞாபகத்துல இல்ல. இப்போ, என்ன செய்றதுனே தெரியல" என்று தலையில் கைவைத்தாள். "எனக்கு ஒரு உதவி மட்டும் செய்யுங்க. இங்கு தங்கியிருக்குற ஆளுங்கள்ல, பங்கஜ்னு ஒருத்தர் இருப்பார். அவர்கிட்ட சொன்னா, என்னை கூட்டிட்டுப் போய் விட்டுடுவார்".

"யாருமா.... இந்திக்கார ஆளா?".

"ஆமா".

"ஏ மா... அவனுக யார்... என்னனு... கூடத் தெரியாது. நீ, அவன் கூட போவேன்னு சொல்றே. இந்த இருட்டுல, எப்படி அவனை நம்பி கூட போகமுடியும்".

"பங்கஜ் அண்ணனப்பத்தி நல்லாத் தெரியும். நீங்க, அவர மட்டும் கூட்டிட்டு வாங்க" என்றாள்.

"லட்சுமியும் மீண்டும், மீண்டும் போன் செய்தாள். அனைத்து வைக்கப்பட்ட செய்தி மட்டுமே வந்தது. வீட்டில் உள்ளே கார்த்தி, யாரிடமோ போனில் பேசிக்கொண்டு இருந்தான். அவனிடம் சென்று, "எங்கூட வேலை செய்ற பொண்ணு, இன்னும் ஊடு போகல போலத்தெரியுது. நீ, என்னை கம்பெனிவரைக்கும் கூட்டிட்டுப் போறயா?" என்று லட்சுமி கேட்டாள்.

"மா... யாரோ ஒரு பொண்ணுக்காக, நீ ஏ பதட்டப்படுறே. எங்காவது ஊர் சுத்திட்டு, ஊட்டுக்கு போய்டும். இந்த இராத்திரியில, உங்க கம்பெனிக்கு போக முடியுமா? வெளயாடுறயா. அது, எவ்வளவு தூரம்? என்னால் முடியாதுமா" என்று கார்த்தி சொன்னான்.

"சார்.... ரொம்ப நேரமாகிடுச்சு. வண்டி சாவியும், போனையும் கொடுத்தால் போய்டுறேன்" என்று குரு சொல்ல,

"கம்முனு நில்லுடா... மரியாதையா கேட்கும்போது தெரியாதா?"

"சார்... அந்த போனையாவது கொடுங்க. வீட்டுக்கு போன் செஞ்சுட்டு தர்றேன்".

"அதெல்லாம் முடியாது. மூடிட்டு நில்லுடா" என்று காவலர் சொன்னார்.

வண்டியில் மோதியவரும், அருகில்தான் நின்று கொண்டிருந்தார். "ஏனுங்க தம்பி..... இந்தாங்க என்னோட போனு. நீங்க, சொல்லும்போதே போயிருக்கனும். எம்பையனுக்கு சாப்பாடு வாங்கவந்து, இப்படி மாட்டிட்டேன்" என்று போனை குடுத்தார். வாங்கியவன், கவிதாவுக்கு போன் செய்தான். போன் அழைப்பு போய்க்கொண்டே இருந்தது. ஒருவேளை தூங்கிட்டாளா? என்னன்னு தெரியலயே.

பங்கஜை ஒருவழியாக தேடிக்கண்டுபிடித்து கூட்டிவந்தார் காவலாளி. கவிதா, நீ ஏ இன்னும் வீட்டுக்கு போகாம இருக்கே?" என்று பங்கஜ் கேட்டான்.

அவள் மாட்டிய கதையை சொன்னாள் கவிதா.

"குரு... எங்கே?".

"பலமுறை கூப்புட்டு பார்த்துட்டேன். போன் சுவிட்ச் ஆப்னு வருது".

"வேற யாராவது போன் நெம்பர் தெரியுமா?".

"இல்லயே. என் போனும் வீட்டுலயே இருக்குது. இப்போ, என்ன செய்றதுனே தெரியல? என்னை பஸ்ல ஏத்திவிட்டா போதும், நா போய்க்குவேன்".

"மணி பத்த தாண்டிடுச்சு. லோக்கல் பஸ் ஒன்னுரெண்டு தான் வரும்" என்று காவலாளி சொல்ல, "பங்கஜ் அண்ணா, உங்ககிட்ட வேற யாரவது போன் நெம்பர் இருக்கா? லட்சுமி அக்கா, மீனா".

"என்கிட்ட இல்ல".

"பயப்படாதே. உன்னை கூட்டிட்டுப் போய், பஸ்ல ஏத்திவிடற வரைக்கும் நா இருக்கேன். சைக்கிள் ஒன்னு இருக்கு. அத எடுத்துட்டு வந்துடுறேன்" என்று பங்கஜ் சென்றான்.

"கையில் எவ்ளோ இருக்கு?" என்று காவலர் கேட்க, "சார், ஒரு 500 ரூபா இருக்கு" என்று குரு சொன்னான். "கொடுத்துட்டு கௌம்பு" என்று போனை கொடுத்தார். பணத்தை கொடுத்துவிட்டு சாவியையும், போனையும் வாங்கிக்கொண்டு கிளம்பினான். வேகமாக, வீட்டிற்குச்

செல்லும் பாதையில் போனான். ஒரிடத்தில், வண்டியை நிறுத்திவிட்டு போனை ஆன் செய்தான். கவிதாவுக்கு, மீண்டும் போன் செய்தான். அழைப்பு ஏற்கவில்லை என்ற குரல் தான் ஒலித்தது. கந்தசாமி அண்ணனுக்கு போன் செய்தான்".

"போனை எடுத்தவர், "என்ன, நீங்க ரெண்டுபேரும் இன்னும் வராம இருக்கீங்க. படத்துக்கு போயிருக்கீங்களா?" என்று கேட்டார். இதைக்கேட்ட, குருவுக்கு தூக்கிவாரிப் போட்டது. "ஐயோ... இன்னும் அவ வீட்டுக்கு வரலனா, எங்கே போயிருப்பா? என்று பயம் தொற்றிக்கொண்டது அவனுக்கு.

அப்பொழுது, லட்சுமி அக்கா போன் செய்தது ஞாபகம் வந்தது. "எதுக்கு கூப்பிட்டு இருப்பாங்க? "ஒருவேள, அந்த அக்கா வீட்டுக்கு போயிருப்பாளோ என்று, வந்த எண்ணிற்கு கால் செய்ய, லட்சுமி எடுத்துப் பேசினாள். "அக்கா சொல்லுங்க. நீங்க கூப்புடும்போது போலீஸ் புடிச்சுட்டாங்க. அதுதான், பேச முடியல. கவிதா, அங்கேதான் இருக்காளா?" என்று குரு கேட்க, லட்சுமிக்கு அதிர்ச்சி. அவ, உங்கூடயும் வரலயா. பஸ்லையும் வரல. உங்கூட, வண்டியில போயிருப்பாணு தான் நாங்க நெனைச்சோம். இருந்தாலும், எனக்கு சந்தேகமா இருந்துச்சு. அதுதான், உங்களுக்கு கூப்புட்டேன் தம்பி".

குருவுக்கு வேர்க்கத் தொடங்கியது. என்ன செய்வதென்றே தெரியவில்லை. போனை, கையில் வைத்தால் குறைந்தா போய்விடுவே என்று கவிதாவை நினைத்து வருந்தினான். அழுதான். எங்கே இருக்கிறாளோ? இந்த இருட்டில் எங்கேபோய் அவளைத் தேடுவது. ஒருவேளை இப்படி இருக்குமோ!. சண்டையால் கோபித்துக்கொண்டு, எங்காவது சென்றிருப்பாளோ? கோபக்காரி செய்தாலும் செய்வாள். என்ன கோபம் இருந்தாலும், முகத்தில் அறையுற மாறித்தானே சொல்லிவிட்டு செய்வாள். வேறு எங்காவது மாட்டியிருக்கிறாளா? எதுவுமே புரியவில்லையே. எங்களுக்கு மட்டும் ஏன் இப்படி நடக்கிறது? நான், ஒருவேளை தன்மையாய் பேசியிருந்தால் சண்டையே வந்திருக்காது. அதுவுமில்லாமல், தேவையில்லாதை பேசி அவள் மனதையும் காயப்படுத்திவிட்டேன். இப்போது எங்கே அவள்? எங்கே சென்றாள்?

லட்சுமி, மீனாவுக்கு கவிதா வரவில்லை என்ற தகவலை சொன்னதும், அவளுக்கும் பயம் தொற்றிக்கொண்டது. "ஒருவேள, அவ கம்பெனியிலயே இருக்கலாம். அதுதான், வேலைநேரம் முடிஞ்சதும் அவசர, அவசரமோ நம்மள தொரத்துறாங்களே. ஒருவேள உள்ளே இருப்பாளோ? என்று மீனா சந்தேகப்பட்டாள்.

போனின் டார்ச்லைட்டை ஆன் செய்து, அதை சைக்கிளில் முன்னே வைத்துக்கொண்டு, சைக்கிளை மிதித்தான் பங்கஜ். பின்சீட்டில், கவிதா அமர்ந்திருந்தாள். "ஒரு அஞ்சு நிமிசத்துல போய்டலாம். பஸ் ஸ்டாப் போனதுக்கப்புறம், மறுபடியும், குருவுக்கு போன் பண்ணிப்பார். இல்லன்னா உன்னோட போனுக்கு கால் செஞ்சு பார். ஒருவேள அவன், வீட்டுக்குப் போயிருந்தா, என்னோட நெம்பர பார்த்து கூப்புடுவான்".

"சரிங்க அண்ணா...."

"இந்தவழியில, நைட் நேரத்துல, நா வர்றதே இல்ல. என்னோட ரூம்ல இருக்குறவங்க, இந்த வழியில வரும்போது வழிமறிச்சு போனு, பைசானு எல்லாத்தையும் புடுங்கிடுவாங்க". இதைக்கேட்ட, கவிதாவுக்கு பதட்டமாகவே இருந்தது. தூரத்தில், ஒரு பைக் வருவது அதனுடைய விளக்கின் வெளிச்சத்தை பார்க்கும்போது தெரிந்தது.

"அண்ணா, யார் கூப்புட்டாலும் நிறுத்தாதிங்க" என்று பயந்துகொண்டே சொன்னாள். "சரி மா...." என்று சைக்கிளை வேகமாக அழுத்தினான். மெயின் ரோடு, ரொம்ப தூரத்தில் இருப்பது போல் தோன்றியது. சீக்கிரம் போய்விட வேண்டும் என்று வேண்டினாள்.

"கம்பெனியை நோக்கிச்சென்றான் குரு. பேருந்திலும் ஏறவில்லை என்று லட்சுமி சொன்னாங்களே. ஒருவேளை, எனக்காக அங்கு காத்துக்கொண்டிருப்பாளோ? சரி, சென்று தான் பார்போம் என்று நினைத்தான். கம்பெனிக்கு போய்ச்சேர, இன்னும் நேரமாகுமே என்று நொந்துகொண்டான்".

"உடனே, என்னை கம்பெனிவரைக்கும் கூட்டிட்டு போ" என்று கார்த்திக்கிடம் கேட்டாள் லட்சுமி.

"மா... உனக்கு என்ன பைத்தியமா? யாரோ ஒருத்தருக்காக, நீ ஏ அங்க போகணும்? அந்த பொண்ணுக்கு வேற யாரும் இல்லயா?"

"ஊருக்கு புதுசு சாமி. பாவம்டா, அந்த பொண்ணு".

"அந்த பொண்ணு, என்ன நம்ம சொந்தமா? நீ, ஏ பதறுறே? விடு. வேற யாராவது போவாங்க".

"அந்த பொண்ணு, கம்பெனியில இருந்தாலும் இருக்கலாம். நாங்க வெளியில வரும்போதே, அவசரஅவசரமாக கதவ சாத்துனாங்க. ஒருவேள, உள்ளேகூட மாட்டியிருக்கும். வா போய் பார்க்கலாம்".

"என்ன மா.... உன்னோட பெரிய ரோதனையா இருக்கு".

"நீ, வர்றயா இல்ல. நானே, தனியா போகட்டுமா?"

"சரி.... வந்து தொலைக்குறேன்" என்று வண்டியை எடுத்தான் கார்த்தி.

"தம்பி, நா கம்பெனி வாட்ச்மேன் பேசுறேன். உன் சம்சாரம் இவ்வளவு நேரம், உனக்குத்தான் போன் பண்ணிட்டு இருந்துச்சு. நீ எடுக்காம என்னப்பா பண்ணிட்டு இருந்தே?" என்று கம்பெனியின் காவலர் பேசினார்.

"ஐயா... நல்லவேள கூப்டிங்க. இப்போ, அங்கேதான் கவிதா இருக்குறாளா?" என குரு, வண்டியை ஓட்டிக்கொண்டே கேட்டான்.

"இவ்வளவு நேரம், இங்கதான் இருந்துச்சு தம்பி. இப்பத்தான், ஒரு இந்திக்காரப் பையன கூப்புட்டு வரச்சொல்லி, மெயின்ரோட்டு பஸ் ஸ்டாபுக்கு போகுது பா. நாந்தான் மனசு கேட்காம, அந்த பொண்ணு போன் பண்ணுன நெம்பர எடுத்து பண்ணிப்பார்த்தேன். நல்லவேள, நீ எடுத்துட்டே. மெயின் ரோடு போகுறவரைக்கும் வழி சரியில்ல தம்பி. நீ கொஞ்சம் சீக்கிரம் வந்து கூட்டிட்டுப்போ".

"பங்கஜ்தான் கூட போயிருக்கவேண்டும். முன்னாடியே, அவனுக்கு கூப்பிட்டு இருக்கவேண்டும். நா, ஒரு முட்டாள்" என்று நொந்துகொண்டு போன் செய்தான்.

அதேநேரம்,

சில வண்டிகள், இந்த சைக்கிளை தாண்டிச் சென்றது. ஒவ்வொரு முறையும், வண்டிகள் இவர்களை தாண்டும்போதும், கண்களை இறுக்கி மூடிக்கொண்டாள் கவிதா. ஆண்டவா, எப்படியாவது என்னை வீட்டிற்கு கூட்டிப்போய்விடு என்று வேண்டிக்கொண்டே இருந்தாள். பக்கம் வந்துவிட்டது என்று பங்கஜ் சொன்னான். அப்போது தான் கவிதாவுக்கு உயிரே வந்தது.

அப்பொழுது, அவர்கள் சைக்கிளுக்கு பின்னால் ஒரு பைக் வேகமாய் வந்தது. "டேய்.... டேய்.... அங்கே பாருடா.. ஒருத்தன், பொண்ண தள்ளிட்டுப்போறான்" என்று வண்டி ஓட்டியவன் சொல்ல, அவன் பின்னால் அமர்ந்திருந்த இருவர், வண்டியின் வெளிச்சத்தில் சைக்கிளில் செல்வோரை பார்த்தனர்.

"மச்சி, ஆமா டா... தள்ளிட்டுத்தான் போறான். போ... போய் புடிபுடி" என்று பின்னாடி அமர்ந்தவன் கத்தினான். பைக்கை, சைக்கில் அருகே ஓட்டிவந்தனர். டேய் சப்பாத்தி.... வண்டிய நிறுத்துடா என சொல்ல,

பங்கஜ் நிறுத்தாமல் வேகமாக சைக்கிளை ஓட்டினான். கவிதா பயத்தில் கண்ணை மூடிக்கொண்டாள். அப்பொழுது, பங்கஜ் போனுக்கு

கால் வந்தது. யார் என்று பார்த்தான். அது, குரு தான். செல்லும்பாதைக்கு வெளிச்சம் தேவை. என்ன செய்வது, போனை எடுக்க முடியாதே. மெயின்ரோடு வரை சமாளித்து போய்விட்டால், யாராவது இருப்பார்கள். உதவி கேட்கலாம் என்று எழுந்து நின்று சைக்கிளை மிதித்தான்.

"விட்டா ஓடிப்போய்டுவாங்க. தட்டிவிடுடா" என்று பின்னால் இருந்தவன் சொல்ல, பைக், வேகமாய் வந்து சைக்கிளை ஒருபுறமாக இடித்தது. இடித்த வேகத்தில், சைக்கிள் சாலையை விட்டுச்சென்று தடுமாறி விழுந்தது.

கீழே விழுந்ததில், கவிதாவுக்கு உடம்பில் அடிபட்டது. பங்கஜ், உடனே எழுந்து கவிதாவை தூக்கினான். அதற்குள், வண்டியை நிறுத்திவிட்டு மூவரும், கவிதா இருந்த இடத்திற்கு வந்தனர்.

"பையா, இந்த பொண்ணுக்கு உடம்பு சரியில்ல. அதுதான் கூப்புட்டு போறேன். போறதுக்கு வழி விடுங்க" என்று கெஞ்சினான் பங்கஜ்.

மூவரும், நல்ல குடிபோதையில் இருந்தாங்க. "அடிங்க.... என்ன.. எங்களுக்கே காது குத்துறியா. இப்படி சொன்ன விட்ருவோமா?" என்று ஒருவன் சொல்ல, "என்ன ரேட்டுனு சொல்லு. நாங்க குடுத்துடுறோம்" என்று இன்னொருவன் சொன்னான்.

"பையா... அந்தமாறி எல்லாம் இல்ல. கொஞ்சம் போகவிடுங்க" என்று பங்கஜ் கெஞ்சினான்.

"அட... சும்மா சொல்லு டா. பொண்ணு வேற தக்காளிப்பழம் மாறியிருக்கு. எங்கே புடிச்சே". கவிதாவுக்கு பயத்தில் வேர்த்தது. சுற்றிமுற்றி பார்த்தாள். முழுவதும் இருட்டு. பயந்துகொண்டு பங்கஜ் பின்னால் நின்றாள்.

"பையா, தப்பா பேசாதிங்க. அப்படி எல்லாம் இல்ல".

"அப்போ, ஒன்னு பண்ணு. நீ, போய் அந்த ரோட்டுல கொஞ்சநேரம் வெயிட் பண்ணு. நாங்க, இந்த பொண்ணுகிட்ட பேசிட்டு அனுப்புறோம்" என்று வண்டி ஓட்டிவந்தவன் சொன்னான்.

இதைக்கேட்டு பயந்த கவிதா, சாலையை நோக்கி ஓட ஆரம்பித்தாள். உடனே, அவளைப்பிடித்து வாயைப்பொத்தினான் ஒருவன். வண்டியில் பின்னால் அமர்ந்துவந்தவன், பங்கஜின் கழுத்தைப்பிடித்து இறுக்கி, "சத்தம் போட்டா கொன்னுடுவேனு சொல்லிவிட்டு, இங்கே நின்னா யாராவது வந்துடுவாங்க. கொஞ்சம் உள்ளே போய்டலாமுனு" சொன்னான்.

இந்த மூவரில், ஒருவன் என்ன செய்வது என்று தெரியாமல் நின்றிருந்தான்.

"டேய்.... என்ன பார்த்துட்டு இருக்கே. அந்த சைக்கிள், தூக்கி எங்காவது போட்டுட்டு, நம்ம வண்டிய எடுத்துட்டு வா" என்றான் கவிதாவை பிடித்துக் கொண்டிருந்தவன்.

"மச்சி... இது வேண்டாம். விட்டுடலாம். தெரிஞ்சா பெரிய பிரச்சனயாயிடும். என்னோட வண்டிய, உன்ன ஓட்டச்சொன்னது தப்பாபோச்சு" என்றான்.

"மூடிட்டு சொல்றதக்கேளு. கெடைக்கும்போது அனுபவிக்கிறத விட்டுட்டு, பயந்துட்டு இருக்கான்" என்று பங்கஜை பிடித்தவன் சொன்னான். "ஒழுங்காப்போய், வண்டியை ஒரமாக போடு" என்று கவிதாவை இழுத்துக்கொண்டு, அருகே இருக்கும் மறைவான இடத்திற்கு சென்றனர்".

வண்டியை எடுத்தவன், இங்கிருந்தால் தானும் மாட்டிக்கொள்வேன் என்று வண்டியை கிளப்பிக்கொண்டு, சாலையை நோக்கிச்சென்று மறைந்துவிட்டான். அவன், வண்டியை எடுத்துக்கொண்டு போனதைப்பார்த்த ஒருவன், "அந்த நாய் போனா போய்த்தொலயட்டும். நீ வா மச்சி" என்று பங்கஜின் கழுத்தில் ஒரு அடியைப் போட்டு தள்ளினான்.

"இங்கே பாரு. ஒழுங்கா சொல்றதக்கேளு. உன்ன ஒன்னும் செய்யமாட்டோம்" என்று போதையில் அவளை, முத்தமிட முயன்றான் கவிதாவை பிடித்திருந்தவன். கவிதா, தன் கண்களை இறுக்கி மூடிக்கொண்டு அழுதாள். அப்பொழுது, அவளின் கையை விட்டிருந்தான். இதுதான் சமயமென்று, அவனைத் தள்ளிவிட்டு இருட்டுக்குள் ஓடினாள். அவள் தள்ளிவிட்டதில் நிலைகுலைந்து விழுந்தவன், தட்டுத்தடுமாறி எழுந்து, அவள் ஓடிய திசையை நோக்கி ஓடினான்.

இதை பின்னாலிருந்து பார்த்த பங்கஜ், தன்னை பிடித்திருந்தவனின் தலைமுடியை பிடித்திழுத்து, கீழே தள்ளினான். விழுந்தவன் எழுவதற்குள், அவன் மார்பு மீது உதைத்தான். வலியால் அவன் சுருண்டுவிழ, பங்கஜ் அங்கிருந்து கவிதா ஓடியதிசையில் ஓட ஆரம்பித்தான். கவிதா, அவனிடமிருந்து தப்பித்து சாலையை நோக்கி போகாமல், பயத்தில் மேலும் இருளுக்குள் ஓடிட்டாளே! என்னுடைய, போன் எங்கே விழுந்தது என்று தெரியலயே? இப்போ, அதை தேடக்கூட எனக்கு நேரமில்லை. பாவம்! எங்கே இருக்கிறாளோ? என்று பயத்தில் அவளைத் தேடினான்.

பங்கஜ் போனிற்கு குரு மீண்டும், மீண்டும் கால் செய்ய, எதிர்முனையில் எந்த பதிலும் இல்லை. வேறுவழியில்லை. எப்படியும் பஸ் ஸ்டாப்பில் தான் இருப்பார்கள். பக்கத்தில் வந்துவிட்டோம். சீக்கிரம் போய்விடலாம் என்று வண்டியை வேகமாக ஓட்டினான். லட்சுமியும், அவனது மகனும் கம்பெனி நோக்கி வந்து கொண்டிருந்தனர். மீனாவுக்கு தூக்கமே வரவில்லை. மீனா, நிமிடத்திற்கு ஒருமுறை லட்சுமிக்கு போன் செய்தாள்..

ஓடிவந்த கவிதாவையும் காணவில்லை. துரத்திவந்த அந்த நாயையும் காணவில்லையே. கவிதா எங்கேயென்று சுற்றும்முற்றும் தேடினான் பங்கஜ். மேலும் முன்னே ஓடிபார்த்தான். இருளில் ஒன்றுமே தெரியவில்லை. ஓடியவன் எதிரே ஒரு பெரியகல் நடப்பட்டு இருந்தது தெரியாமல், அதன்மீது மோதி விழுந்தான். காலில் நல்ல அடி. எழுந்து பார்த்தான். கம்பிவேலிக்கு நடப்பட்ட கல் அது. வேலிகள் அறுந்து கீழே கிடந்தது. எதிரே ஒரு பெரிய கட்டிடம் சிதிலமடைந்து இருந்தது தெரிந்தது. பழைய கம்பெனி போல் இருக்கிறது என்று நினைத்துக்கொண்டு, கம்பிவேலியை தாண்டிக்கொண்டு உள்ளே வந்தான். உள்ளே நுழைந்த பிறகுதான், கட்டிடத்தின் பின்பகுதியில் இருக்கிறோம் என்று அவனுக்கு புரிந்தது.

முன்பக்க கேட்டிற்கு சென்றால் சாலை இருக்கும். அங்கிருந்து போய்விடலாம். ஆனால், கவிதா எங்கே இருக்கிறாள் என்று தெரியவில்லையே. அந்த கட்டிடத்தைச் சுற்றி ஓடிவந்தான். ஏகப்பட்ட துருப்பிடித்த பழைய மெசின்கள் இருப்பதை பார்த்தான். மெதுவாக கவிதா.... கவிதா.... என்று கத்திப்பார்த்தான். ஒருவேளை, அவள் எங்காவது மறைந்திருந்தால், தன்னை பார்ப்பாள் என்று நினைத்தான் பங்கஜ். சற்றுதூரத்தில், ஒரு உருவம் எதையோ தேடிக்கொண்டு ஓடுவதை கவனித்தான். கவிதாவை துரத்திக்கொண்டு வந்தவன் தான் அவன்.

"ஒழுங்கா வந்துடு... இல்லன்னா, நா என்ன செய்வேன்னு எனக்குத் தெரியாது" என்று போதையில் தள்ளாடிக்கொண்டே, ஒவ்வொரு இடமாக தேடினான். கவிதா, ஒரு கட்டிடத்தின் உள்ளே மறைவில் இருந்தாள். அவள், பங்கஜை நினைத்தாள். அவர் என்ன ஆனார்? அவர என்ன செஞ்சாங்களோ? என்று பயந்தாள். தன் அம்மாவிடம், கடைசியாய் சொன்னதை நினைத்துப் பார்த்தாள். "மா.... நா, செத்தாலும் சாவேனே தவிர, அவனவிட்டு வரமாட்டேன். இன்னைக்கு, அவனால, என்னை நல்லா பார்த்துக்காம இருக்கலாம். என்னைக்காவது ஒருநாள், நீங்க பார்த்ததவிட அவன், என்னை பார்த்துக்குவான். என்னைப்பத்தி,

நீங்க கவலைப்பட வேண்டாம். எனக்காக அவன் இருக்கிறான்" என்று போனை கட் செய்ததை நினைத்தாள்.

காலையில் குரு பேசும்போது, வேண்டுமென்றே அவனை கோபப்படுத்துவது போல் பேசினாள். என்னை மட்டும் எவ்வளவு பேசுனே. மன்னிப்பு கேட்டதுக்கப்புறமும், எவ்ளோ பேசுனே. அதனாலதான், அப்படி பேசுனேன். இப்போ, நடககறதப்பார்த்தா, எனக்கு பயமா இருக்குது. செத்துப்போனா, உனக்கு நிம்மதியா இருக்குமூனு வெளயாட்டாகத்தான் சொன்னேன். இப்போ, ஏதாவது தப்பா நடந்தா, கண்டிப்பா உயிரோடு இருக்கமாட்டேன். குரு, இப்போ எங்கே இருக்கே? இதுக்காக, என்கிட்ட கோவப்படாதே" என்று வருந்தினாள்.

மெயின் ரோட்டில் இருக்கும் பேருந்து நிறுத்தத்திற்கு வந்து சேர்ந்தான் குரு. கவிதா அங்கில்லை. ஒருவேளை, பேருந்தில் ஏறி போய்விட்டாளா? அருகிலிருந்த தள்ளுவண்டி கடைகளில் விசாரித்தான். இங்கு யாரும் வரவில்லையே என்று சொன்னார்கள். கம்பெனியின் வாட்ச்மேனுக்கு போன் அடித்தான் குரு.

"தம்பி, ரெண்டு பேரும் போய் நேரமாயிடுச்சு".

"பங்கஜ், திரும்பி வந்தாச்சா?".

"இல்ல தம்பி. அந்த இந்திக்காரப் பையன் இன்னும் வரல".

"ஐயா, அவன் போகும்போது கையில் போன் இருந்துச்சா?" என்று தயங்கிக்கொண்டே கேட்டான் குரு.

"ஆமா தம்பி. அவன் வச்சிருந்தத பார்த்தனே. சைக்கிள்ல வெளக்கு இல்லங்கிறதுனால, அத, புடிச்சுட்டு போனத பார்த்தனே" என்று காவலாளி சொன்னார்.

என்ன இது... பங்கஜ் போனை எடுக்க மாட்றான். இருவரும் எங்கு மாட்டியுள்ளார்கள் என்று தெரியவில்லையே. ஒருவேளை கம்பெனி செல்லும் பாதையில் போய் பார்க்கலாம்" என்று வண்டியை ஓட்டினான். அப்பொழுது, போனுக்கு ஒரு அழைப்பு வந்தது. லட்சுமி பேசினாள். "நாங்க வந்துட்டு இருக்கோம். கவிதாவ பார்த்துட்டிங்களா தம்பி?"

"இல்லக்கா. எங்கேனே தெரியல? கம்பெனி போற ரோட்டுல போறேன். ஒருவேள, எதிர்ல வரலாம்".

"சரி பாருங்க. இல்லன்னா, போலீஸ்க்கு சொல்லிடலாம். நீங்க பயப்படாதீங்க தம்பி" என்றாள் லட்சுமி.

"பங்கஜ், கவிதாவை தேடினான். ஒரு கட்டிடத்தின் உள்ளே மறைந்து அமர்ந்திருப்பதை பார்த்துவிட்டான். ஆனால், அந்த குடிகாரனாய் இன்னும் கட்டிடத்தின் வெளியே தான் சுத்திக்கொண்டிருந்தான். வேறுவழியில்லை. அவன் அங்கிருந்து போனால் ஒழிய, நாம் வெளியே போகமுடியாது என்று பங்கஜ்க்கு தோன்றியது. அருகில் இருந்த, ஒரு இரும்பு ராடை சத்தமில்லாமல் எடுத்து பின்னால் இருந்து மெதுவாக அவனை நோக்கிவந்து, முதுகில் ஓங்கியடித்தான். அந்த அடியால், முன்னால் சென்று விழுந்தவனை மீண்டும், மீண்டும் அடித்தான். அப்பொழுது, பங்கஜிடம் ஏற்கனேவே அடிவாங்கி விழுந்த இன்னொருவன், பின்னால் ஓடிவந்து பங்கஜை முதுகில் உதைக்க, அதில் தடுமாறி கீழே விழுந்தான் பங்கஜ்".

பங்கஜ் அடியால், கீழே விழுந்திருந்தவன் எழுந்து கண்மூடித்தனமாக பங்கஜை அடித்துவிட்டு, "என்னையே அடிக்கிறே" என்று மீண்டும் பங்கஜை உதைத்தான். "இன்னும், அவள நீ புடிக்கலயா. சரக்கு அடிச்சது எல்லாம் ஏறங்கிடுச்சு. வா போலாம். அவள் போய்த்தொலயுறா விடு" என்றான் இன்னொருவன்.

"ஏய்... அவ, இங்கதான் எங்கோ மறஞ்சிருக்கா. இவ்ளோ தூரம் வந்துட்டோம். ஆள் வேற தக்காளி மாறி இருந்தா. விட்டுட்டு போகச்சொல்றே. வா, ஒரு கை பாக்கலாம்".

"வேண்டா. யாராவது வந்துட்டா, நாம மாட்டிக்குவோம். வா போய்டலாம். ஒருத்தன், ஏற்கனவே கம்பி நீட்டிட்டான். யாராவது வந்தா, நாம அவ்வளவுதான்" என்று ஒருவன் சொல்ல,

"அதெல்லாம், ஒருத்தனும் வரமாட்டான். இந்த நாய, நீ மிதி. அவள, நா எங்கேனு பார்க்குறேன்" என்று கட்டிடத்தின் உள்ளே சென்றான்.

பங்கஜின், போனுக்கு கால்செய்து காதில் வைத்துக்கொண்டே வண்டியை ஓட்டினான் குரு. இருபக்கமும் இருட்டு. ஒன்றுமே தெரியவில்லை. எங்கே என்று தேடுவது? ஒருவேளை, இருட்டில் வரும்போது எங்காவது விழுந்துவிட்டாங்களா என்று வண்டியை நிறுத்திவிட்டு, இருபக்கமும் சென்று பார்த்தான். ஒன்றும் தெரியவில்லை. பங்கஜின் போனுக்கு மீண்டும் கால் செய்தான். போன் அடித்துக்கொண்டே இருந்தது. அப்பொழுது, கொஞ்ச தூரத்தில் வெளிச்சம் தெரிந்ததை கவனித்தான். என்னவாக இருக்கும் என்று அந்த இடத்திற்கு ஓடி, ஏதோ தடுக்கி விழுந்தான். அது ஒரு சைக்கிள் என்பதும், அந்த வெளிச்சம் வந்த இடத்தில் போன் கிடந்ததையும் பார்த்தான். அட தெய்வமே... இது பங்கஜின் போன் தான். இங்கே, எப்படி வந்தது என்று யோசித்தான்.

எதிர்திசையில் ஒன்றுமே தெரியவில்லை. உள்ளே போயிருப்பாங்களோ என்று யோசித்தான். அப்பொழுது, ஒரு அலறல் சத்தம், அவன் காதில் கேட்டது. எதுவாக இருந்தாலும் ஒரு கை பார்த்துவிடுவது என்று சத்தம் கேட்ட இடத்தை நோக்கி ஓடினான்.

பங்கஜை, ஒருவன் வயிற்றில் மிதித்தான். அதனால், வலியில் பங்கஜ் கத்தினான். "மச்சி... நா மட்டும் வரலன்னா, இங்க கீழே கெடக்குதே அந்த இரும்புராடால, உன்ன பொளந்திருப்பான் இந்த சப்பாத்தி" என்று சொல்ல,

இன்னொருவனுக்கு அவள் கிடைக்கவில்லை என்ற கோபம் தலைக்கேறியது. வந்தவன், பங்கஜின் நெஞ்சில் மிதிக்க ஆரம்பித்தான். உள்ளே இருந்து, இதை பார்த்துக்கொண்டு இருந்தவள், இனி தாமதித்தால் பங்கஜை ஏதோ செய்துவிடுவார்கள் என்று எண்ணிக்கொண்டு, மறைவில் இருந்து ஓடிவந்து, கீழே கிடந்த இரும்புராடை எடுத்து, அவர்கள் மீது அடித்தாள்.

அவளைத் துரத்தி வந்தவன் தலையில் பலமாக அடித்தாள் கவிதா. வலியில் அவன் தடுமாற, இன்னொருவன் மீது ஆவேசமாக அடிக்கப் பாய்ந்தாள். அதற்குள், கீழே கிடந்த பங்கஜ், அவனின் காலைப்பிடித்து கீழேதள்ளி, அவன்மீது ஏறி அடித்தான். கவிதாவின் கோபம் அடங்கவே இல்லை. அடிவாங்கியவன் தலையில் இருந்து இரத்தம் வழிந்தது. அவன்மீது மீண்டும், மீண்டும் இரும்புராடால் அடித்தாள். வலியில் கத்த ஆரம்பித்தவன், அவளைக்கீழே தள்ளினான். பங்கஜின், பிடியில் இருந்து தப்பித்த இன்னொருவன், மற்றொருவனிடம் ஓடினான்.

"வா போய்டலாம். நா, என்னமோ இந்த பொண்ணு அந்தமாறினு நெனச்சேன். தேவையில்லாம மாட்டிக்கொள்ள வேண்டாம். வா போய்டலாம். கீழேகிடந்த கவிதாவைப் பார்த்து, எங்கள மன்னிச்சுடுங்க. ஏதோ, குடிபோதையில மூளை கெட்டுப்போச்சு" என்றான் ஒருவன். தூரத்தில், யாரோ ஓடிவருவதை பார்த்தவர்கள், இங்கு மீண்டும் இருந்தால் தர்மஅடி வாங்கவேண்டும் என்று இருளில் ஓடி மறைந்தனர். கவிதா இருக்கும் இடத்திற்கு ஓடிவந்தான் குரு.

வந்தவன், இருவரின் நிலைமையையும் பார்த்து வருந்தினான். பங்கஜ் தடுமாறி எழுந்தான். கவிதா, குருவை பார்த்தவுடன் அழ ஆரம்பித்தாள். "ஒன்னுமில்ல.... ஒன்னுமில்ல.... நீ பயப்படாதே... அதான், நா வந்துட்டேனே" என்று அவளைக் கட்டிகொண்டான். "பங்கஜ் நீ மட்டும் இல்லன்னா..... நீ செஞ்ச உதவிய, நா என்னைக்கும் மறக்கமாட்டேன்" என்று கையெடுத்து கும்பிட்டான் குரு.

"அட என்னப நீ... எனக்காக ஒருத்தன் மூக்க ஒடச்சே. அதுக்கு, நானும் ஏதாவது செய்யவேண்டாமா பையா?" என்று கஷ்டப்பட்டு பேசினான்.

"என்ன மன்னிச்சுடு. வேலையில இருந்த கோபத்த, உன்கிட்ட காட்டிட்டேன். நா, இனி எந்த சண்டையும் போடமாட்டேன். உனக்கு என்ன வேணுமுனாலும் வாங்கிக்கோ. அதுக்காக, ஒருபோதும் பேசமாட்டேன். உனக்கு மட்டும் ஏதாவது நடந்திருந்தா, நா இருப்பதுக்கே அர்த்தம் இல்லமா போய்டும்" என்று அழுதான் குரு.

"எல்லாம், என் அஜாக்கிரத தான். ஒழுங்கா பஸ்ல ஏறியிருந்தா, இல்லன்னா போனை மறக்காம கையில வச்சிருந்தா இன்னைக்கு எதுவுமே நடந்துருக்காது. பாவம், பங்கஜ் அண்ணன். என்னால தான், அவருக்கு இதெல்லாம் நடந்துச்சு" என்று அழுதாள்.

வண்டியில், மூவரும் மருத்துவமனைக்கு சென்றனர். பங்கஜ்க்கு காலில் அடிபட்டிருந்தது. விவரங்களை, போனில் கேட்டுக்கொண்டு லட்சுமியும், கார்த்தியும் அங்கு வந்து சேர்ந்தனர். படுக்கையில் படுத்திருந்தான் பங்கஜ். கவலைப்படும் அளவுக்கு பெரிய காயங்கள் இல்லை. இரண்டு நாள் ஓய்வு எடுத்தால் எல்லாம் சரியாகிவிடும் என்று மருத்துவர் சொன்னதைக்கேட்ட பின்தான், குருவுக்கு நிம்மதி வந்தது.

"உனக்கு, என்னாச்சுனு தெரியாம நாங்கெல்லாம் பதறிட்டோம். மீனா இன்னும் தூங்காம பதட்டமா இருக்குறா" என்று கவிதாவைப் பார்த்து புலம்பித்தள்ளினாள் லட்சுமி.

குரு நடந்தை விவரித்தான். "சரி, இத போலீஸ்ல புகார் கொடுத்துடலாம்" என்று கார்த்தி சொல்ல,

"வேண்டா" என்று மறுத்தாள் கவிதா.

"ஏங்க...."

"நாமளே, அன்னாட காய்ச்சிங்க. போலீஸ்.. கோர்ட்... கேஸ்னு... எங்க போய் அலையறது. அந்த நாய்களும் மன்னிப்பு கேட்டுட்டு ஓடிட்டாங்க". அதுவுமில்லாம, நாங்க வீட்டவிட்டு ஓடிவந்து கல்யாணம் செஞ்சவங்க. போலிஸ் கேஸ் ஆச்சுனா, எங்க வீட்டுக்கும் இதப்பத்தி தெரிஞ்சா என்ன செய்றது?

"அதுக்காக, அவனுகள விடமுடியுமா?" என்று லட்சுமி கேட்க,

"அவனுக செஞ்சதுக்கு என்னைக்காவது ஒருநாளு கண்டிப்பா அனுபவிப்பாங்க" என்று கவிதா சொன்னாள்.

மீனாவுக்கு, லட்சுமி சொன்னபின்பு தான் நிம்மதிவந்தது. லட்சுமி, பங்கஜ் படுத்திருந்த அறைக்குள் சென்றாள். "தம்பி, நீ பயத்துல ஓடிப்போயிருக்கலாம். ஆனா, உன்னப்பத்தி கவலப்படாம, கவிதாவுக்காக போராடுனது பெருமைய இருக்குது. நீ மட்டும் இல்லன்னா, அவளோட நெலமய நெனச்சு பார்க்கவே பயமா இருக்கு" என்று பாசமாய் சொன்னாள்.

"என்ன லட்சுமிக்கா, எல்லாரும், எங்களைப்பத்தி கிண்டல் பண்ணும்போது, இவங்க ரெண்டுபேரும் தான் எனக்காக நின்னாங்க. இதுகூட, நானு செய்யலனா எப்படி? என்று பங்கஜ் சொல்ல,

"ஒனக்கும், எ மகன் வயசுதான். இருந்தாலும், ஒ பேச்சு பெரியவங்கமாறி இருக்கு" என்று சொல்வதை, கார்த்தி வெறுப்பாய் கேட்டான்.

பெத்த மகனை புகழ்வதவிட, இந்த இந்திக்காரன புகழ்ந்து கொண்டிருக்கிறாங்களே என்று கோபப்பட்டான் கார்த்தி. "மா.. வா.. போலாம். எனக்கு தூக்கம் வருது".

"சரி... நீங்க போங்க. நாங்க இருந்துக்குறோம்" என்று குரு சொல்ல, "நீங்க இன்னும் சாப்பிடலதானே. வாங்க, வெளியில ஏதாவது கடையில சாப்புட்டுட்டு, பங்கஜ்க்கும் வாங்கி தந்துவிட்டு, நாங்க போறோம்" என்றாள் லட்சுமி.

"அம்மாவுக்கு என்னாச்சு? பாசம் பொங்குது. இவங்க எந்த ஊரோ? இதோ, படுத்து கிடக்கிறானே, இவன் யாரோ? எதுக்கு வலியவந்து நாம் உதவனும்?" என்று கார்த்தி மனதில் நினைத்தான்.

"நீங்க போங்க. நேரமாகிடுச்சு. நாங்க, ஏதாவது ஏற்பாடு செஞ்சுக்குறோம்" என்று குரு சொல்ல, "அட பரவால்ல வாங்க" என்று கூட்டிச்சென்றாள் லட்சுமி.

"மருத்துவமனையின் அருகிலேயே, ஒரு தள்ளுவண்டி கடை இருந்தது. கடையில் கூட்டம் ஓரளவு இருந்தது. "நைட் 11 மணிக்கு மேல ஆகிடுச்சு. இன்னும், இந்த கடையில கூட்டமா இருக்கு" என்று கவிதா கேட்க, அதற்கு கார்த்தி, "எப்பவும் இந்த ஊருல, தள்ளுவண்டி கடைல கூட்டம் இருக்கும். ஒட்டல விட, இங்கதான் டேஸ்டா இருக்கும்".

கடையில், பல வகையான தோசைகள் இருந்ததை பார்த்தார்கள். எனக்கு ஒரு மசால் தோசை, எனக்கு ஒரு முட்டை தோசை அப்புறம் ஒரு பொடி தோசை, ஒரு பூண்டு தோசை என்று ஆர்டர் கொடுத்தனர்.

கார்த்திக்கு போன் அழைப்பு வந்தது. அவன், அங்கிருந்து தள்ளிச்சென்று பேசிக்கொண்டிருந்தான்.

"நாம வேலை, வேலைனு பார்த்து பக்கத்துல இருந்தவங்கள மறந்தர்றோம்" என்றான் குரு.

"சரிதான். ஆனா, நம்மால என்ன செய்ய முடியும். ஒழைச்சாத்தானே காசு. வேற என்ன செய்றது. நம்மள பெத்தவங்க, ஒன்னும் சேர்த்து வைக்கலயேங்க" என்று லட்சுமி சோகமாய் சொன்னாள்.

"நீங்க எத்தனை வருசமா வேலை செய்றீங்க" என கவிதா கேட்டாள்.

"சின்ன வயசுல இருந்தே வேலைதான். இடையில கல்யாணம் முடிஞ்சு, கார்த்தி பொறந்து ஒரு மூணு வருசம்வரைக்கும், ஊட்டுலதான் இருந்தேன். அப்புறம், மறுபடியும் வேலைதான். அப்போ இருந்து, இப்பவரைக்கும் வேலை தான். இத்தன வருசத்துல, ஒரு குண்டுமணி தங்கங்கூட சேக்க முடியல என்னால. ஏ, என்கிட்ட இருந்த நகையக்கூட காப்பாத்த முடியல. இப்போ, திரும்பிப்பார்த்தா மூணுவேள சாப்பாட்டுக்கு மட்டுந்தான், நா சம்பாரிக்கிறது சரியா இருக்குங்க.

"கல்யாணத்துக்கு முன்னாடியும் இதே வேலையா?" என்று குரு கேட்க, "இல்ல. "தறி ஓட்டுற வேலை"

அப்படின்னா?

"விசைத்தறிய பத்தி கேள்விப்பட்டிருப்பீங்க தானே. அத இயக்குற ஆப்ரேட்டர் வேலைனு வச்சுக்கோங்க. இந்த ஊரோட மேக்குத் தெசயில போனா, இன்னைக்கும் ஏகப்பட்ட விசைத்தறி குடோனுங்க இருக்கும். படிக்கிறத விட்டுட்டு, அங்கதான் வேலைக்குப் போனேன். கல்யாணத்துக்கப்புறம், வேலை மாறிடுச்சு. ஆனா, வேலை செய்யுற ஆள்தான் இன்னும் மாறலங்க" என்று லட்சுமி சிரித்துக்கொண்டே சொன்னாள்.

"சரி, கவலப்படாதிங்க... உங்க பையன் வேலைக்கு போகும்போது, எல்லாம் சரியாகிடும்" கவிதா ஆறுதலாக சொன்னாள்.

"அது மட்டுந்தான், என்னோட நம்பிக்கையா இருக்குது. அவன், ஒரு நல்ல வேலைக்குப் போனாபோதும், என்னோட கஷ்டம் எல்லா தீர்ந்துடும். தம்பி குரு, உங்ககிட்ட ஒன்னு மட்டும் கேட்டுக்கிறேன் சாமி. இந்த குடிப்பழக்கத்த மட்டும் ஆரம்பிச்சுக்காதீங்க. எ புருசனப் பாருங்க. பனியன் கம்பெனியில, எல்லா வேலையும் தெரியும். அந்தஆள் சரியா வேலைக்கு போய் சம்பாரிச்சா, நா வேலைக்கு வரவேண்டிய அவசியமே

இருக்காது. ஊட்டுலயும், என்னைக்கும் பணப்பிரச்சனையே இருக்காது. ஆனா, அந்த மனுசன் வாங்குற சம்பளத்த குடிக்குறதுக்கும், லாட்டரி சீட்டு வாங்குறதுக்கும் தான் செலவு செய்றார். உங்களுக்கு, நல்ல பொண்டாட்டி கெடச்சிருக்கா. அவள, கண் கலங்காம பார்த்துக்கோங்க" என்று சொன்னாள் லட்சுமி.

"சார், தோசை ரெடி" என்று கடைக்காரர் சொல்ல, தோசைகளை வாங்கிக் கொடுத்தான் குரு. "எனக்கு வேண்டாம்" என்று சொல்லிவிட்டு பேசிக்கொண்டு இருந்தான் கார்த்தி.

"சரி, அதை பார்சல் கட்டிடுங்க. நா பங்கஜுக்கு எடுத்துக்குறேன்". அக்கா நீங்க வாங்க, போங்கனு கூப்படாதீங்க. உங்க பையன் வயசு தான் எனக்கு என்று குரு சொல்ல, லட்சுமி சிரித்தாள். என்ன செய்யறது. சொல்லி, சொல்லி பழக்கமாயிடுசுங்க. இனி சரி பண்ணிக்கலாம்.

"ஏங்கா, இப்படி நடந்துக்கறதுக்கு, உங்க வீட்டுக்காரர்கிட்ட சண்டை போடலயா?" என்று கவிதா கேட்க,

"பலமுறை சொல்லிப் பார்த்தாச்சு. ஆனா, கேட்கத்தான் மாட்றாங்க. ரொம்பவும் சண்டை போட்டா, அடிதான் விழுது".

"என்னக்கா நீங்க! இந்த காலத்துல புருசன் அடிச்சா, வாங்கிட்டு இருக்க முடியுமா? அதுவும், அவங்க தப்பு செஞ்சுட்டு, நம்மள அடிச்சா வாங்கணுமா?"

"நீ, இந்த காலத்துப் பொண்ணு. அதுதான் உடனே சொல்லிடுறே. நா எல்லாம் பேசுனா யார் கேப்பாங்க? குடும்பம் நெலைக்கவேணுமே. இதோ, கார்த்திக்கு நல்ல எடத்துல பொண்ணு பார்த்து கல்யாணம் செய்யணுமே. அதுக்கு கூட, இதயெல்லாம் தாங்க வேண்டியிருக்கு".

"மன்னிச்சுடுங்கக்கா. பழச பேசி, உங்களை சங்கடப்படுத்திட்டேன்".

"பரவால்ல மா. இதெல்லாம், மனசுல பூட்டிக்கெடக்கு. யாராவது வந்து பேசுனா, அப்படியே தொறந்துடுது. சரி, தோச ஆறிடப்போகுது. சீக்கிரம் சாப்பிடுங்க ரெண்டுபேரும்.

*****

ஒருநாள் கழித்து, திங்கள்கிழமை காலையில், மீனா மருத்துவமனைக்கு வந்து பங்கஜைப் பார்த்தாள். "அண்ணா, உனக்கு தைரியம் ஜாஸ்தி தான். நம்ம கம்பெனியில போடுற சாப்பாட்டுக்கே இவ்வளவு தைரியமா" என்று சிரித்தாள். இதைக்கேட்ட, அங்கிருந்த அனைவரும் சிரித்தனர். "இது மாரியம்மன் கோவில் திருநீறு" என்று பங்கஜுக்கு பூசிவிட்டாள்.

"இன்னைக்கு, சாயங்காலம் தான் டாக்டர் போகணுமுனு சொல்லிட்டார்" என்று குரு சொன்னான். "பரவால்ல. நீங்க போங்க, நா இருக்குறேனு" கவிதா சொன்னாள்.

"ஆமா. சில வேலை இன்னைக்கு இருக்கு. போய்த்தான் ஆகணும். பேங்குக்கு போகும்போது வந்து பாக்குறேன்" என்று குரு கிளம்பினான்.

"இருங்க... இருங்க... ஒரு முக்கியமான வேண்டுதல் இருக்கு" என்று லட்சுமி சொல்ல, அனைவரும் என்னவென்று பார்த்தனர். "மேடம் போட்ட சபதம் தான்" என்று மீனாவைப் பார்த்தாள் லட்சுமி.

"ஓ.... அதுவா... சரி. இங்கேயே போடணுமா... சரி போடுறேன் என்று தோப்புக்கரணம் போட ஆரம்பித்தாள். கவிதாவிற்கு அழுகை வந்தது. உடனே, குருவை கட்டிக்கொண்டாள்".

"கவி அழுகாதே. மொதல்ல, மீனா ஏ தோப்புக்கரணம் போடுறாணு சொல்லு" என்று குரு கேட்டான். அதற்கு கவிதா, சொல்றேன் என்று தோப்புக்கரணம் போட்டுகொண்டிருந்த, மீனாவை நிறுத்தினாள். போதும் தோப்புக்கரணம். இதுக்கு மேல் போடாதே".

அதெல்லாம் பெரிய கதை என்று லட்சுமி, மீனா சொன்னதை விவரித்தாள். "அப்போ, கண்டிப்பா தோப்புக்கரணம் போடலாம்" என்று பங்கஜ் சொல்ல, "அண்ணா நீங்களுமா" என்று மீனா சொன்னதைக் கேட்டு, அனைவரும் சிரித்தனர்.

"சரி... பங்கஜ். நீ ரெஸ்ட் எடு. நாங்க கெளம்புறோம்" என்று லட்சுமியும், மீனாவும் கிளம்பினர்.

*****

"உனக்கு அறிவு இருக்கா? கம்பெனிக்குள்ளே யாராவது இருக்காங்களா, இல்லயானு கூட பார்க்கறது இல்லயா?" என்று ஹெச்-ஆர், வாட்ச்மேனிடம் கேட்டார்.

"இல்ல சார். நா பார்த்ததுக்கப்புறம் தான் பூட்டுனேன்".

"அப்படி, என்னய்யா அவசரம் உனக்கு? உடனே, பூட்டிட்டுப்போய், கேட்டு முன்னாடி உக்காந்தாத்தான், உனக்கு கேடயம் கொடுப்பாங்களா. அந்த பொண்ணுக்கு மட்டும் ஏதாவது ஆயிருந்தா, யார் பதில் சொல்றது? இந்திக்கார பையன் ஆஸ்பிட்டல்ல இருக்குறான். பெருசா, எந்த அசம்பாவிதமும் நடக்கல. நல்லவேள, போலீஸ்ல புகார் தரல. அப்புறம், என்தல தான் உருளும். காட்டுக்கு நடுவுல கம்பெனிய கட்டி வைச்சுட்டு, என் தாலிய அறுக்குறாங்க".

"சார்..... மொதலாளி தான் சொன்னார்" என்று வாட்ச்மேன் சொல்ல,

அவனுக்கு, வேறு வேலை இல்ல என்று மனதிற்குள் புலம்பினார். "இனி சரியா, சோதன செய்யாம கதவ பூட்டுனே, அப்புறம், உன்ன உள்ளே போட்டு, நானே பூட்டிடுவேன். போ, போய் வேலையப்பார்".

"கரண்ட்ல மிச்சம் புடிச்சுதான், இந்த நிறுவனத்த வளக்க போறாங்களா? இப்படிப்பட்ட, அறிவு எங்கிருந்து தான் வருதோ. மிச்சம் புடிக்கிறேனு, ஏதாவது கோமாளித்தனத்த செய்றாங்க. என்ன செய்றது, சம்பளம் வாங்குற எல்லாரும், மேலே இருக்கிறவன் சொல்றதக் கேட்டுத்தானே ஆக வேண்டியிருக்கு. மறுத்து பேச உரிமையிருக்கா? அப்படியே, மறுத்து பேசுனா, நாளைக்கு வேலை இருக்காது. வேறு நிறுவனத்துக்குத்தான் வேலை தேடிச்செல்ல வேண்டியிருக்கும். என்னவோ போ. இந்த நிறுவனம் போறபாதை, அவ்வளவு, நல்லதா தெரியல" என்று புலம்பினார் ஹச்-ஆர்.

*****

"ரொம்ப நன்றி. எனக்காக இங்கே இருக்குறதுக்கு" என்று கவிதாவை பார்த்து பங்கஜ் சொன்னான்.

"நா, ஒருவேள கம்பெனியிலே, குரு வர்றவரைக்கும் இருந்திருந்தா, இந்த தொல்லயே வந்திருக்காது".

"அப்படியில்ல கவிதா. ஏதோ நடக்கனுமுனு இருந்திருக்கு. நடந்துடுச்சு".

"நீங்க மட்டும் இல்லன்னா, நா இல்ல என்று சொல்லி கண்ணீர்விட்டாள். மொதல்ல அங்கிருந்து ஓடி, அந்த கட்டிடத்தில ஒளிஞ்சபோது, உங்களப் பத்தித்தான் பயம் இருந்துச்சு. அவனுங்ககிட்ட மாட்டியிருந்த உங்கள என்ன செய்வாங்களோனு பயந்தேன்".

"தலகால் புரியாம குடிச்சுட்டு, இதுமாறி கொஞ்சபேர் நடந்துடறாங்க. என்ன செய்றது? ஆனா, உன்னப்பார்த்தா, என் அக்காதான் ஞாபகத்துக்கு வர்றாங்க" என்று பங்கஜ் சிரித்தான். "சின்ன வயசுல பசங்களோடு வெளயாடும்போது, தெரியாம ஏதாவது ஒரு தோட்டத்துகுள்ள போனா, நாயைவிட்டு கடிக்க வச்சுடுவாங்க. அப்படி ஒருதடவ, நாய் கடிக்க வந்தப்போ, என்னோட அக்கா, அந்த நாயிமேல வுழுந்து, புரண்டு, அந்த நாய அடிச்சு, தொவச்சு என்னை காப்பாத்துனா. என்னை, அந்த ரெண்டுபேரும் அடிக்கும்போது, நீ வேகமா வந்து, அவங்கள அடிச்சத பார்க்கும்போது, எனக்கு அதுதான் ஞாபகம் வந்துச்சு".

"நம்மகூட இருப்பவங்கள அடிச்சா சும்மா விட முடியுமா.... உங்க சின்ன வயசுல பசங்களோடு சேந்து ஜாலியா சுத்தியிருக்கீங்க" என கவிதா கேட்க,

"ஜாலி இல்ல.. பசிய மறக்கறதுக்கும், கவலை தெரியாம இருக்கறதுக்கும் தான் வெளயாடப் போவேன். நா, என்னோட அப்பா, அம்மா அப்புறம் அக்கா இவ்வளவுதான் எங்க குடும்பம். எங்க ஸ்டேட்லயே, எந்த வசதியுமே இல்லாத ஊர் எதுன்னு கேட்டா, கண்ணைமூடிட்டு எங்க ஊரச் சொல்லிடலாம். எங்க ஊருல கணக்குப்பார்த்தா, ஒரு நூறு குடும்பம் கூட இருக்காது. குடிசைங்க தான். மாடிவீடு ஒரு ரெண்டுமூணு இருக்கும். அவங்க மட்டும் தான் பணக்காரங்க. மத்த எல்லாரும் எங்கள மாறித்தான். என்னோட அப்பா, வாரம் முழுசும் வேலைக்குப் போனாலும் நூறு ரூபா கூடத்தேறாது. மூணு நாள்கூட பட்னியா கெடப்போம். வெறும் அரிசிக்கஞ்சி தான், பலநாள் எங்களுக்கு கெடைக்கும். சரியான படிப்பும் இல்ல, சரியான வேலையும் இல்ல.

அப்பா போனதுக்கப்புறம், என்னோட அம்மாவும், அக்காவும் தான் தோட்ட வேலைக்குப்போய், என்னை வளத்தாங்க. அப்புறம், ஒருவழியா என்னோட அக்காவுக்கு கல்யாணம் நடந்துச்சு. கொஞ்ச நாள்தான் அவரும் இருந்தார். அப்புறம், அவரும் காய்ச்சல் வந்து செத்துட்டார். எப்படியோ, நா இங்கவந்து வேலைக்கு சேந்ததுக்கப்புறம் தான், என்னோட குடும்பம் ஓரளவு சாப்புடுது. எப்படியாவது, இங்கேயே ஊடு புடிச்சு, என்னோட குடும்பத்த கூட்டிட்டு வந்துடணும். இதுதான் என் ஆச" என்று பங்கஜ் சொன்னான்.

"பொழப்பு தேடிவரும் ஒவ்வொருத்தருக்கும் ஒவ்வொரு ஆசை" என்றாள் கவிதா. "உங்க ஆச, சீக்கிரமே நிறைவேறிடும் பாருங்க".

இந்த சம்பவத்திற்கு பிறகு குரு, கவிதா, லட்சுமி, மீனா மற்றும் பங்கஜ் நெருங்கிய நண்பர்கள் ஆகிவிட்டார்கள். பேருந்தில் அரட்டையடித்துக்கொண்டு வருவது. சாப்பாட்டை பகிர்ந்து கொள்வது. இவர்களுக்குள் யாருக்கேனும் பணத்தேவை இருந்தால், மற்றவர்கள் உதவுவது என்று இவர்கள் நட்பு தொடர்ந்தது.

*****

ஓர் மகிழ்ச்சி

வேலைக்கு, அனைவரும் நிறுவனத்திற்கு உள்ளே வரும்போது, அறிவிப்பு பலகையில் இன்று நிறுவனம் விடுமுறை என்று எழுதப்பட்டு இருந்தது. அனைவருக்கும் ஒன்றும் புரியவில்லை. அவர்களிடம், கம்பெனியின் உள்ளே சில மின்வயர்கள் திடிரென்று தீப்பிடித்து சேதமடைந்துள்ளன. எங்களுக்கு, இப்போது தான் தெரியவந்தது. மின்வயரில், மீண்டும் தீப்பிடித்தால் என்ன செய்வது? உள்ளே இருப்பது அனைத்தும் காட்டன் துணிகள். அதற்கான ஆட்கள், பிரச்னையை சரிசெய்து கொண்டிருக்கிறார்கள். அதனால், இன்று வேலை எந்த பிரிவிலும் நடக்காது. நாளை வழக்கம்போல் இயங்கும் என்று சொல்லிக்கொண்டு இருந்தார் ஹச்-ஆர்.

அனைவரும் வந்துவந்து திரும்பிப் போனார்கள். என்ன செய்யலாம், படத்துக்கு போலாமா? என்றாள் கவிதா.

"இந்த ஊருல என்ன இருக்கு?. தியேட்டர். அதவிட்டா சாராயக்கடை. சென்னை மாறி சிட்டியில எத்தன பொழுதுபோக்கு அம்சங்க இருக்கு. இங்க, அதுல, ஒன்னு கூட இல்ல" என்று குரு சோகமாய் சொன்னான்.

"பார்க் இருக்கே" என்று பங்கஜ் சொல்ல, "எது, இந்த ஊரோட நடுவுல இருக்குதே அதை சொல்றயா? அந்த சின்ன எடத்துல இருக்குறது பார்க்கா? அதுக்குள்ளே போனா, பார்க்குக்கு போற ஆசயே வராது" என்றான் குரு. (மற்ற நகரங்களைப் போல, திருப்பூரில் பெரிதாக பூங்காக்கள் இல்லை. சிறிய அளவிலேயே பூங்காக்கள் இருக்கும்)

"எனக்கு, ஒரு யோசன" என்று மீனா, லட்சுமியைப் பார்த்தாள். "அக்கா பேசாம, நாம ஆழியார் டேம் போலாமா"" என்றாள்.

"ஐயோ... இந்த குட்டி லீவுல, நேர் ஒன்னுதான் கொறச்சல்.... வண்டி புடிக்கணும், செலவும் அதிகமாகும். எதுக்கு வம்பு?"

"ஒன்னும் பெருசா செலவு ஆகாது அக்கா. ஆழியார் டேம் வரைக்கும் பஸ் இருக்கு. பஸ்ஸ விட்டு எறங்குற எடத்துலேயே இருக்கு. டேமுக்கு உள்ள போக 10 ரூபாய் தான் டிக்கெட். அங்கேயே, மீன் கடை எல்லாம் இருக்கும். சாப்புட்டுட்டு, பஸ் ஏறுனா, சாயங்காலம் 7 மணிக்குள்ள வந்துடலாம். என்ன சொல்றீங்க? என்கூட, வேலை செய்யுற ஒருத்தி போயிட்டு வந்துட்டு பீத்திக்குறா. ப்ளீஸ் போலாம்" என மீனா சொல்ல, "நா தயார்......" என்று கவிதாவும் ஆமோதித்தாள்.

"நீங்க, கடைசியா இதுமாறி எப்போ வெளியில போயிருக்கீங்க" என்று லட்சுமியை பார்த்து குரு கேட்டான்.

"கல்யாணம் ஆன புதுசுல. அதுக்கப்புறம் வாய்ப்பு அமையல. ஊடு, கம்பெனி இதுமட்டும் தான் எனக்குத் தெரிஞ்சது. கம்பெனி பஸ்ல போறதுதான் எனக்குத் தெரிஞ்ச சுற்றுலா" என்று அசட்டு சிரிப்புடன் சொன்னாள் லட்சுமி.

"அப்போ, இன்னைக்கு நாம கண்டிப்பா போறோம். எல்லாருக்கும் ஓகே வா..." என்று மீனா கேட்க, அனைவரும், ஓகே என்று கத்தினர்.

பஸ்ல ஏறி மீனாவும், கவிதாவும் சீட் பிடித்தனர். லட்சுமி, மீனா மற்றும் கவிதா ஒரு சீட்டில் அமர்ந்தனர். அவர்கள், பின்னே பங்கஜ் மற்றும் குரு அமர்ந்தனர். அப்பொழுது, மிளகாய்ப்பொடி மற்றும் உப்பு தடவிய வெள்ளரிக்காய் மற்றும் அண்ணாச்சி பழம் விற்றுக்கொண்டு வந்தார்கள். அனைவரும், ஆளுக்கொன்று வாங்கினர். சிறிது நேரத்தில் பேருந்து கிளம்பியது.

ஜன்னல் ஓரத்தில் அமர்ந்திருந்த லட்சுமிக்கு, பேருந்து செல்லும்வேகத்தில் அடிக்கும் காற்று, அவள் முகத்தை தழுவியது. அந்த உணர்வு, அவளை சிறுவயதில் இருப்பதுபோல் தோன்றச்செய்தது. எத்தனை காலங்கள் ஆகிவிட்டது, இப்படி மனதிற்கு பிடித்ததை செய்து என்று எண்ணினாள். இத்தனை காலம், தான் பொம்மை போல் இருந்ததையும் இப்பொழுது, வானத்தில் பறப்பது போலவும் தோன்றியது லட்சுமிக்கு. ஐவரும் பேசி சிரித்துக்கொண்டனர்.

மீனாவுக்கு, ஐவரும் ஒரே குடும்பம் என்றே தோன்றியது. குடும்பமாய் சேர்ந்து சுற்றுலா செல்வதாய் நினைத்தாள். பேருந்து நிற்குமிடங்களில் விற்பதற்கு கொண்டுவரும் கள்ளக்காய், சீனிப்புளியங்காய் என்று ஒவ்வொன்றையும் வாங்கி, பகிர்ந்து சாப்பிட்டனர்.

"இதுமாறி, மாசம் ஒரு மொறயாவது, எங்காவது போகணுமுனு" கவிதா சொல்ல, "வாரம் ஒருக்கா போவோம்" என்றாள் மீனா. இவர்கள் பேசி சிரிப்பது பேருந்தில் இருந்த அனைவரையும் திரும்பச்செய்தது. "ஏய் மெதுவா பேசுங்க" என்று லட்சுமி சொல்ல, "ஓகே டீச்சர்" என்று கவிதாவும், மீனாவும் கத்தினர். இதைக்கேட்ட, பங்கஜ் மற்றும் குருவும் சிரித்தனர்.

இரண்டு மணிநேரத்தில், ஆழியார் அணை இருக்குமிடத்திற்கு வந்திறங்கினர். இறங்கிய இடத்தின் எதிரிலேயே மீன்கடைகள் வரிசையாய் இருந்தன. ஒவ்வொரு கடையிலும் பெரிய, பெரிய

மீன்களை, மசாலாக்கள் தடவி, சிவப்பு நிறத்தில் எண்ணையில் போட்டு பொரித்துக் கொண்டிருந்தார்கள்.

"டேமுக்கு அப்புறம் போலாம். மொதல்ல சாப்புடலாம்" என்று கவிதா முன்னே சென்றாள். அவள் கையைப்பிடித்த குரு, "முதலில், சுத்தி பார்த்துட்டு வந்து சாப்புடலாம்" என்றான். "இதப்பார்த்தா, எனக்கும் வாயில எச்சில் ஊறுது" என்று மீனா சொல்ல, அவள் காதைப்பிடித்து இழுத்துக்கொண்டு, லட்சுமி அணைக்கு போகும் வழியில் சென்றாள்.

ஆழியார் அணைக்கு கீழ் பூங்கா இருந்தது. சிறு குழந்தைகள் போல் கவிதாவும், மீனாவும் ஓடிக்கொண்டு இருந்தனர். சில இடங்களில், நின்று மாறிமாறி போனில் புகைப்படங்கள் எடுத்துக்கொண்டனர்.

"ரெண்டுபேரும், ஒன்றாக போட்டோ எடுக்கணும். அதனால, பங்கஜ் அண்ணா நீங்க போட்டோ எடுத்துதாங்க" என்று மீனா கேட்டாள். குருவும், லட்சுமியும் பின்னால் பேசிக்கொண்டு வந்தனர். பங்கஜ் புகைப்படம் எடுக்கும் வேலையை எடுத்துக்கொண்டான். கவிதாவும், மீனாவும் போஸ் கொடுக்க, அதை புகைப்படங்களாக எடுத்து தள்ளினான். அண்ணா இங்கு எடுக்கலாம், அந்த இடத்துக்கு போலாம் என்று இருவரும், அவனை படாதபாடு படுத்தினார்கள்.

"அண்ணா, அங்க ஒரு மரம் இருக்குது பாருங்க. அங்க போய் எடுக்கலாம் என்று இருவரும் போனார்கள்.

பங்கஜ், திரும்பி குருவைப் பார்த்தான். குரு, அவனைப்பார்த்து சிரித்துவிட்டு, "நல்லா மாட்டிக்கிட்ட. அனுபவி, அனுபவி" என்று சிரித்தான்.

மரத்தின் அருகே நின்று இருவரும் போஸ் கொடுக்கும்போது, மரத்தின் பின்னால் வித்தியாசமாக சத்தம் கேட்டது. என்னவென்று இருவரும் சென்று பார்த்தனர். அங்கே, ஒருஜோடி கீழே அமர்ந்து முத்தமழை பொழிந்து கொண்டிருந்தது. இவர்களை பார்த்தபின்பு, அந்த ஜோடி தட்டுதடுமாறி எழுந்து அங்கேயிருந்து ஓடியது. கவிதாவும், மீனாவும் ஒருவரையொருவர் பார்த்துக்கொண்டு, அசட்டுத்தனமாக சிரித்தனர்.

டேமுக்கு மேல போகலாம் என்று குரு சொல்ல, படிகளை பார்த்தனர் அனைவரும். படிகள் செங்குத்தாய் இருப்பதுபோல் இருந்தன. நாந்தான், மொதல்ல போவேன் என்று கவிதாவும், மீனாவும் படிகளில் ஏறத்தொடங்கினர். பத்து படிகள்தான் ஏறியிருப்பர். அதற்குள், முடியவில்லை என்று படியிலேயே உட்கார்ந்துவிட்டனர். பங்கஜ்,

இவர்களைத்தாண்டி வேகமாய் ஏறி, அணையின் மேல் போய், இரு கைகளையும் தூக்கி நான் ஜெயித்துவிட்டேன் என்பதுபோல் சிரித்தான். பிறகு, ஐவரும் மேல்நின்று அணையின் அழகை ரசித்தனர்.

அப்பொழுது குரு, கவிதாவை அழைத்து "இப்போ கீழே பார். பார்க் நல்லா தெரியுதா" என்று கேட்க, கீழே பார்த்துவிட்டு, ஆம் என்று தலையாட்டினாள்.

"இப்போ, பார்க்குல இருக்குற மரங்களுக்கு அடியில பார்" என்றான்.

அவள் பார்த்துவிட்டு, *ச்சீ.....* என்றாள். மறைவான ஒருசில மரங்களின் அடியில், ஜோடிகள் அமர்ந்திருந்தது மேலே இருந்து பார்க்கும்போது நன்றாக தெரிந்தது. ஒருசில ஜோடிகள், கீழே பார்த்ததுபோல் முத்தமழை பொழிந்து கொண்டிருந்தனர்.

"நாமளும்..... ஏதாவது மரத்தோட அடியில உட்காரலாமா" என்று கண்ணடித்தான் குரு.

"ம்ம்ம்..... ஆசையப்பார்" என்று அவன் மார்பில் குத்தினாள் கவிதா.

மதியவேளை வந்தது. சூரியனின் பார்வை ஒவ்வொருவரின் தலையிலும் விழுந்தது. கையில் இருந்த கைக்குட்டையை, தலையில் போட்டுக்கொண்டு நடந்தனர். அனைவருக்கும், பசி வயிற்றை கிள்ளியது. ஐவரின் பத்து கால்களும், மீன் கடையை நோக்கி வேகமாய் நடந்தன. கடையில், வகைவகையான மீன்கள் வரிசையாய் கிடத்தி வைத்திருந்தனர். ஜிலேபி, கட்லா, பாறை, நெய்மீன், நண்டு என ஏகப்பட்ட வகைகள் இருந்தன. எது வேண்டும் என்று சொன்னால், உடனே பொறித்துக் கொடுப்பார்கள்.

குரு, ஆர்டர் செய்துவிட்டு வந்து இருக்கையில் அமர்ந்தான்.

"என்ன ஆர்டர்? எல்லாத்திலும் ஒவ்வொன்னா" என்று கவிதா கேட்க, "இல்ல. ஒன்னு மட்டுந்தான்" என்று பாவமாய் முகத்தை வைத்துக்கொண்டு சொன்னான் குரு.

"ஒன்னு மட்டுந்தானா" என்று மீனாவும் முகத்தை சோகமாய் வைத்தாள். சிறிதுநேரத்தில், ஒரு தட்டில் பெரிய மீனை கொண்டுவந்து வைத்தனர். ஒரு பெரியமீன் பொறிக்கப்பட்டு, அதைச்சுற்றி வெங்காயம் மற்றும் பாதியாய் அரிந்த எலுமிச்சைபழம் வைக்கப்பட்டிருந்தன.

"இதென்ன... இவ்வளவு பெரிய மீன்" என்று மீனா கேட்டாள்.

"ஜிலேபி மீன் தான். ரெண்டு கிலோக்கு மேல இருக்கும். சிறுசுசிறுசா சாப்புடுறதுக்கு பதிலா, நாம எல்லோரும் சேந்து, இந்த பெரியமீன

சாப்புட்டா எப்படி இருக்கும்" என்றான் குரு. பேசிட்டே இருந்தா எப்படி என்று மீனாவும், கவிதாவும் சாப்பிட ஆரம்பித்தனர். மற்றவர்களும், அவர்களுடன் சேர்ந்து சிரித்துக்கொண்டு சாப்பிட்டனர்.

"ஐவரும், சாப்பிட்டுவிட்டு வெளியில் வந்தனர். சுவையான மீன். நம்மூர் கடையில வாங்குனா, இந்த ருசி வரலயே" என்று மீனா கேட்டாள்.

"இதெல்லாம், அணையில புடிச்சவுடனே இங்கே சமைச்சுடுவாங்க. இங்கிருந்து, மீன புடிச்சு பொட்டியில போட்டு அனுப்புனா, நமக்கு ஞாயித்துக்கெழம தான் கையில கிடைக்கும். அதனாலதான், இந்த சுவை நம்மூர்ல வாங்கும் போது கெடைக்கறதில்ல" என்று லட்சுமி சொன்னாள்.

"அக்கா, உங்களுக்கு அறிவோ அறிவு என்று மீனா சொல்ல, லட்சுமி கீழே கிடந்த குச்சியை எடுத்து, அவளை அடிக்க, மீனாவோ சிரித்துக்கொண்டு ஓடினாள்".

"சரி, வீட்டுக்கு கெளம்பலாமா" என்று குரு கேட்க, "என்ன.... அதுக்குள்ளேயா" என்று கவிதா கேட்டாள்.

"அப்போ, வேற என்ன செய்றது...?"

"இவ்ளோ தூரம் வந்துட்டு, தண்ணீல வெளயாடாமப் போனா எப்படியிருக்கும்?"

"அணைக்கு மேலதான், தண்ணீல எறங்குறதுக்கு அனுமதியில்லயே. அப்புறம் எப்படி?"

"நானும், மீனாவும் அந்த கடைக்காரர்கிட்ட கேட்டுட்டோம். பக்கத்துல ஒரு வாய்க்கால் போகுதாம். அந்த வாய்க்கால் வழியா போனா, குளிக்குறதுக்கு எடம் இருக்குதாம். அங்கே போய் கொஞ்சநேரம் வெளயாடிட்டு வரலாம்".

"தண்ணீல நனைஞ்சா, மாத்துறதுக்கு துணிகூட நம்மகிட்ட இல்ல".

"பைய்யா... இந்த கடையில துண்டு இருக்கும். வாங்கிக்கலாம்" என்று பங்கஜ் சிரித்தான்.

"நீயும், இதுல கூட்டுக் களவானியா" என்று குரு சிரித்தான்.

"வெயில்ல, கொஞ்சநேரம் நடந்தா காயப்போகுது. நம்ம ஊருல இதுமாரித்தானே செய்வோம்" என்று கவிதா சொல்ல, சரியென்று தலையாட்டினான் குரு.

சிறிதுநேர நடைக்குப் பின்னர், குளிக்குமிடம் வந்தது.

"இந்த பொண்ணுகள மட்டும் கூட்டு சேரவே விடக்கூடாது" என்று பங்கஜிடம் சொன்னான் குரு.

"ஏ பையா..."

"அங்க பாரு. இந்த ரெண்டுபேரும் தண்ணீல என்ன ஆட்டம் போடுறாங்கனு". கவிதாவும், மீனாவும் தங்கள் துப்பட்டாவை கொண்டு தண்ணீரில் சிறுசிறு மீன்களை பிடித்தனர்.

லட்சுமி, ஆற்றின் கரையில் தன் கால்களை நனைத்தாள். வெகுகாலங்கள் ஆகிவிட்டது இதுபோன்று நின்று என்று நினைத்தாள். கால்களை வருடிச்செல்லும் அந்த தண்ணீர், அவளைப்பார்த்து சிரிப்பது போல் இருந்தது. அவளின் காலை, சிறுசிறு மீன்கள் கடிப்பது, அவளுக்கு கூசுவது போல் இருந்தது. தண்ணீரில் விளையாடும் குழந்தைகளைப் பார்த்தாள். சிறுவயதில், தன் அம்மாவுடன் ஆற்றில் விளையாடியது, இன்னும் அவளுக்கு ஞாபகம் இருந்தது. கல்யாணத்திற்குப்பிறகு, அதுபோன்று ஒரு வாய்ப்பு அவளுக்கு அமையவே இல்லை. மீனாவும், கவிதாவும் லட்சுமியின் இரு கைகளையும் பிடித்து தண்ணீருக்குள் இழுத்துச்சென்றனர். "ஏய்... ஏய்.... விடுங்க டி" என்று லட்சுமி கத்த, அட வாங்கக்கா.... என்று இழுத்து, தண்ணீரை அவள் மீது, இருவரும் கையால் இறைத்தனர்.

குரு ஓடிச்சென்று தண்ணீரில் குதித்தான். ஒரு ஆள் மட்டும் வரவில்லை என்று குரு சொல்ல, பங்கஜை பார்த்தனர் கவிதாவும், மீனாவும்.

"நானு வரல, நானு வரல'னு பங்கஜ் பின்னோக்கிச் செல்ல, அவன் கைகளையும், கால்களையும் பிடித்து தூக்கிச்சென்று தண்ணீரில் போட்டனர். தண்ணீரில் விழுந்தவன், உள்ளே மூழ்கி வேகமாக எழுந்தான். அவனைப் பார்த்து அனைவரும் சிரித்தனர்".

"வெகுநேரமாக, ஆற்றின் கரையில் அமர்ந்திருந்தனர் ஐவரும். ஒருநாள் போனதே தெரியல" என்று மீனா சொல்ல, "ஆமா. ரொம்பவும் ஜாலியா இருந்துச்சு. உங்களுக்கு எப்படி இருந்தது அக்கா" என்று கவிதா கேட்டாள்.

அதற்கு லட்சுமி, "எனக்கு என்ன சொல்றதுனே தெரியல. இத்தன வருசம் நா வாழ்ந்தது என்னன்னு, இந்த ஒருநாள் என்னை கேக்க வச்சுடுச்சு. பணம் நம்மள எப்படியோ மாத்திடுச்சுனு பாருங்க. காசு பொறகாலயே ஓடிக்கொண்டிருந்ததால, அதுவே வாழ்க்கைனு

இருந்துட்டேன். உண்மையில, வாழ்க்கைங்கிறது பணத்தோட பொறகால இல்லனு புரிஞ்சுக்கிட்டேன். பணக்காரனும், பணத்தோட பொறகால ஓடுறான். நாமலும், அது பொறகாலதான் ஓடுறோம். ஆனா, அவன் பணத்தை மேலமேல சேக்க ஓடுறான். ஆனா, நாம ஓடுறது, நம் பிரச்சனைங்க முடிஞ்சுடாதானு ஏக்கம் தான். இந்த ஒருநாள்ல, கெடைச்ச சந்தோசம் இதுக்கு முன்னாடி ஒருநாளும் கெடைக்கல. எத்தன காலத்த, வேலைக்காக நாம வீணடிக்கிறோமுனு நெனைக்கும் போது, அழுகை தான் வருது".

"அக்கா, இதுக்குப்போய் ஏன் நீங்க வெசனப்படுறீங்க. மறுபடியும், வந்துட்டா போச்சு" என்று மீனா சொன்னாள்.

"எதுக்கு, மீன் சாப்புடவா?" என்று கவிதா கேட்க, ஆமாம் என்று அனைவரும் கத்தினர்.

பேருந்தில் ஊரை நோக்கி வந்துகொண்டிருந்தனர். ஜன்னல் ஒரமாய் அமர்ந்திருந்த மீனா, தூங்கி நடுவில் அமர்ந்திருந்த லட்சுமி தோள்மீது சாய்ந்தாள். "நல்ல மனசு அவளுக்கு" என்று லட்சுமியைப் பார்த்து கவிதா சொன்னாள்.

"நல்ல மனசு மட்டுமில்ல. நல்ல படிப்பாளியும் தான். நல்லவங்கள ஆண்டவன் ரொம்பவும் சோதிப்பான் போல".

"ஏங்கக்கா...."

"இவ அப்பா, என்னோட புருசன் மாறி பொறுப்பில்லாதவர். கொழந்தைகள பெத்துக்கும்போது இருக்குற ஆர்வம், வளக்கும்போது இருக்கறதில்ல. குடும்பத்த நடத்துறதுக்கு பதிலா, அவங்கள தத்தளிக்கச் செஞ்சுட்டு, வேறொரு பொண்ணுகூட ஓடிட்டாங்க. பாவம், அவ அம்மாவால சமாளிக்க முடியல. ஸ்கூல்ல படிக்கும்போது, எக்ஸாமுல மொத எடம் எடுத்தவ. அப்புறம், வேறுவழியில்லாம வேலைக்கு வந்துட்டா. இவளுக்கு, ஒரு தம்பி அப்புறம் தங்கச்சி இருக்குறாங்க. இவ ஒருத்திதான், சம்பாரிச்சு குடும்பத்த காப்பாத்துறா. பாவம் இவ. இனி, இவளுக்கு ஏத்த பையன் எப்போ வருவான்னு தான் தெரியல?

நம்ம ஒவ்வொருத்தருக்கும், ஒவ்வொரு பிரச்சன. உனக்கும், குருவுக்கும் இந்த வாழ்க்கையில தனியா நின்னு சாதிக்கவேணுமுனு ஆச. அதோ, அந்த பங்கஜக்கும், இந்த மீனாவுக்கும் அவங்கவங்க குடும்பத்த, கரைசேக்க வேணுமுனு ஆசை. எனக்கு, என்ன செய்றதுன்னே தெரியல. ஊட்டுக்காரர் எப்படியோ வழிதவறி போயிட்டார். பையன் மேல மட்டுந்தான் நம்பிக்க இருக்கு" என்றாள் லட்சுமி.

"கவலப்படாதீங்க அக்கா, உங்க நல்ல மனசுக்கு, எல்லாம் நல்லாவே நடக்கும்".

பேருந்துநிலையம் வந்து சேர்ந்தனர் அனைவரும்.

*****

சாப்பிடும் அறையில், ஒரு வயதானவர் கடுமையாய் இருமிக்கொண்டிருந்தார். என்ன என்பதுபோல் அனைவரும் பார்த்தனர். ஒருசிலர், அவரிடம் சென்று அவருக்கு ஏதாவது தேவையா என்று கேட்டனர். ஒருவர், அவருக்கு தண்ணீர் கொண்டுசென்றார். குருவும், கவிதாவும் அப்போதுதான் உள்ளே நுழைந்தனர். அந்த வயதானவரைச் சுற்றி கூட்டமாய் இருந்தனர். குரு என்னவென்று கேட்க, "இங்கு துணிகளை ஏற்றிச்செல்லும் வாகனத்தின் டிரைவர் தான் இவர். உடம்பு சரியில்ல போல" என்று சொன்னார்கள்.

சற்றுநேரத்தில், அந்த வயதானவர் வாயிலிருந்து இரத்தம் வந்தது. மருத்துவமனைக்கு சீக்கிரம் போகவேண்டும் என்று சிலர் கத்தினர். அங்கிருந்தவர்கள், அவரை உடனடியாக தூக்கிக்கொண்டு வாகனத்தை நோக்கி விரைந்தனர். குருவும், அவர்கள் பின்னால் சென்றான். அவரை, ஒரு வாகனத்தில் ஏற்றினர். அவருடன் பணியாற்றும் சிலர், அந்த வாகனத்தில் ஏறிக்கொண்டனர். வாகனம் மருத்துவமனை நோக்கிச்சென்றது. இரண்டு நாட்களுக்குப்பிறகு, அவர் இறந்துவிட்டார் என செய்தி வந்தது. இந்த செய்தி பலபேருக்கு வருத்தத்தை அளித்தது. குருவுக்கும், இந்த செய்தி கஷ்டமாக இருந்தது.

சிலநாட்கள் கழித்து, அலுவலத்திற்கு முன்பு ஒரு ஆறுபேர் நின்று கொண்டிருந்ததை கவனித்தான் குரு. ஹெச்-ஆர், மேனேஜர் அறைக்கு போவதுமாய், வருவதுமாய் இருந்தார்.

"இங்கே பாருங்க. அவங்க எல்லாம் வந்ததுக்காக எல்லாம் பணம் கொடுக்க முடியாது. நீங்களே சொல்லி அனுப்பிடுங்க" என்று மேனேஜர் கறாராய் சொன்னார்.

ஹெச்-ஆர், அவர்களிடம் சென்று மேனேஜர் சொன்னதை சொன்னார். அவர்கள் கேட்கமறுக்கவே, மேனேஜர் அறைக்குச் செல்லுமாறு கூறிவிட்டு அங்கிருந்து நகர்ந்துவிட்டார் ஹெச்-ஆர்.

"சார், எங்க அப்பாவ நம்பித்தான் இந்த குடும்பமே இருந்தது. இப்போ, அவரும் இல்ல. வேலை செய்யும்போது தானே இறந்தார். அதனால, நீங்க பெரிய மனசு வச்சு, ஏதாவது ஒரு தொகை தரணும்.

நாங்க, ரொம்ப ஏழ்மையான குடும்பம். இதுக்காக தொலவுல இருந்து வர்றோம்" என்றனர்.

"இங்கே பாருங்க. நீங்க, அவ்வளவு தூரத்துல இருந்து வர்றதுக்காக எல்லாம் பணம் தரமுடியாது. உங்களுக்குக்காக, ஒன்னு பண்றேன். ஒரு மாசம் சம்பளம் மட்டுந்தான் என்னால தரமுடியும். வேற, எந்த சலுகைகளும் இங்க இல்ல. அதனால, நீங்க இத வாங்கிட்டுப்போங்க" என்றார் மேனேஜர். வேற வழியில்லாமல், அந்த சம்பளப்பணத்தை வாங்கிக்கொண்டு, அந்த குடும்பம் கண்ணீருடன் வெளியேறியது.

இதையெல்லாம் பார்த்த குரு, ஒவ்வொருவரின் சம்பளவிவரங்களையும் கணினியில் பார்த்தான். இறந்தவருக்கு பிஎப் மற்றும் இஎஸ்ஐ என்று எதுவும் பிடிக்கவில்லை. அவர், ஒப்பந்த ஊழியர் என்றுதான் இருந்தது. இதுபோன்று நிறைய நபர்கள், முக்கியமாக இந்திக்காரர்களை ஒப்பந்த ஊழியர்கள் என்றும், எந்த சலுகைகள் வழங்காமல் வைத்திருப்பதையும் கவனித்தான். கிட்டத்தட்ட பாதிப்பேரின் நிலைமை இதுபோல் தான் இருந்தது. கம்பெனி இலாபம் சம்பாரிக்க, இந்த அடிமட்ட ஊழியர்களின் வயற்றில்தான் அடிக்க வேண்டுமா என்று நொந்துகொண்டான்.

அந்த ஊழியர் இறந்ததைப் பற்றியும், அவர் குடும்பத்துக்கு, இந்த நிர்வாகம் எதுவும் செய்யவில்லை என்பதைப் பற்றியும், கம்பெனியில் அனைவரும் பேசிக்கொண்டனர். நமக்கும், இதே நிலைமைதான் என்று ஒருசிலர் தங்களுக்குள் சொல்லிக்கொண்டனர். இறந்த ஊழியருடன், பணியாற்றிய சிலபேருக்கு இதைக்கேட்டவுடன் கோபம் வந்தது. இந்த நிர்வாகம், நம்மை வேலை என்ற பெயரில் சக்கையாய் பிழிகிறது. ஆனால், நமக்கு ஏதாவது நேர்ந்தால் ஒதுங்கிக்கொள்கிறது என்று பேசினர்.

ஒருவன், துணி ரோல்கள் வைக்கப்பட்டு இருக்கும் கட்டிட அறையின் மீது கற்களை வீசினான். மேலும் சிலர், அவனுடன் சேர்ந்து கண்ணாடி, ஜன்னல்களை உடைத்தனர். மேசைகள் மற்றும் நாற்காலிகள் கீழே தள்ளி உடைக்கப்பட்டது. கண்ணாடி உடையும் சத்தத்தை கேட்டு, அந்த இடத்திற்கு பலர் ஓடிவந்தனர். அதற்குள், உடைத்தவர்கள் அங்கிருந்து சென்றுவிட்டனர். அலுவலத்தில் இருந்து ஆட்கள் வந்து பார்த்தனர்.

"யார் இந்த வேலையைப் பார்த்தது? என்று மேனேஜர் வேகமாய் கத்திக்கொண்டு வந்தார். யார்.... யார்...?"

"சார், யாருனு தெரியல" என ஹெச்-ஆர் சொல்ல,

"கேமரா இருக்குது தானே. அப்புறம் எப்படி...?"

"சார், மொதல்ல உடைச்சதே கேமராவத்தான். அடிச்சுட்டு ஓடிட்டாங்க".

மேனேஜர், அங்கு நின்றிருந்த ஆட்களிடம், யாரென்று கேட்க, யாரும் வாயை திறக்கவில்லை. "ஒழுங்கா உண்மையச் சொல்லிடுங்க. இல்லன்னா, உங்க எல்லாத்தையும் வீட்டுக்கு அனுப்பிடுவேன". ஒருத்தருக்கும் தெரியவில்லை. கண்ணாடிகள் உடைக்கப்பட்டதைப் பற்றி அனைவரும் பேசிக்கொண்டனர். யாரோ கடுமையான கோபத்தில் இருந்திருப்பாங்க போல். அதுதான், இந்த இடத்தை துவம்சம் பண்ணியிருக்காங்க. இந்திக்கார ஆட்களும் இதைப்பற்றி பேசிக்கொண்டனர்.

மேனேஜர், தயங்கிக்கொண்டே முதலாளியிடம் சொல்ல, அவர் ஆவேசப்பட்டு கத்திக்கொண்டு இருந்தார்.

"எல்லாம் இந்த ஹெச்-ஆரால் வர்றதுதான் சார். இதுமாறி, ஆளுங்கள சரியா கவனிப்பதில்ல".

அலுவலக கூட்டத்தில் முதலாளி, அதிகாரிகளை பார்த்து கத்தினார். "நல்லவேள கண்ணாடி, ஜன்னல்ன்னு போய்டுச்சு. உள்ளேயிருக்குற துணி ரோல்ல, யாராவது ஒருத்தன் தீ வச்சிருந்தா என்ன செய்றது? மொத்தமா நாசமா போயிருக்கும். இத்தன பேர் இருந்தும், இத்தன கேமரா இருந்தும், இந்த வேலைய செய்றாங்கனா, அவங்க எப்படிப்பட்டவங்க. நீங்கதானே ஹெச்-ஆர். இதயெல்லாம் கவனிக்காம, என்ன செஞ்சிட்டு இருக்கீங்க?"

"சார், பல நாளாவே வொர்க்கர்ஸ் மத்தியில, அதிருப்தி நெறய இருந்துட்டு இருக்கு. இத, சிலதடவ உங்க கவனத்துக்கும், மேனேஜர் கவனத்துக்கும் கொண்டு வந்துருக்கேன். சம்பளத்துல, ஆளுங்களுக்கு தகுந்தமாறி வேறுபாடு, சலுகைகள சிலபேருக்கு மட்டும் கொடுக்கறது, வேலைகளைச் செய்ய வொர்க்கர்ஸ் மேல அதிக கண்டிப்பா இருந்தது. அப்புறம், செத்துப்போன டிரைவருக்கு, கம்பெனி சார்பா எந்த இழப்பீடும் தராது. இதெல்லாம் இங்குள்ளவங்க மத்தியில அதிருப்தி இருக்குது.

"நாம, என்ன சத்திரமா நடத்திட்டு இருக்கோம். வர்றவங்க, போறவங்களுக்கு எல்லாம் அள்ளிக்கொடுக்க. கம்பெனி நிர்வாகம் என்ன சொல்லுதோ, அத, கடபிடிக்க வேண்டியது தான் வொர்க்கர்ஸ் கடம. அவங்க சொல்றத கேட்க நிர்வாகம் இல்ல. இனிமே, இதுமாறி தப்பு

நடந்தா, இந்த ஆபிஸ்ல ஒருத்தரும் இருக்க மாட்டிங்க. எல்லாரையும் தூக்கிடுவேன்.

"எல்லாரையும் தூக்கிட்டா, நீங்களா வந்து வேலை செய்வீங்க" என்று கணக்காளர் நினைத்துக்கொண்டார்.

"யாருயா இவன். மொதலாளியின் மகள கட்டிட்டா, இந்த கம்பெனியில என்ன வேணுமுனாலும் பேசலாமுனு இருக்குதா. இவங்க மட்டும் சம்பாரிச்சா போதுமா? வேலை செய்றவங்களுக்கு, ஒருரூபா சேத்து கொடுத்தா கொறஞ்சா போய்டுவாங்க. இவங்க இஷ்டதுக்கு சட்டத்த மாத்துறாங்க. இத்தன பேர், வேலை செய்யுற கம்பெனியில, தொழிலாளிங்க பேச்ச காதுகொடுத்து கேக்கலனா, நஷ்டம் நிர்வாகத்துக்குக்தான். இந்த மேனேஜரும், மருமகனும் இந்த கம்பெனிய குழிதோண்டி பொதைக்காம போகமாட்டாங்க போல" என்று புகைபிடித்துக்கொண்டே நினைத்தார் ஹெச்-ஆர்.

*****

பங்கஜ்க்கு தூக்கம் வரவில்லை. ஆட்கள் நெருக்கிக்கொண்டு தூங்கியது காரணமில்லை. இறந்த வயதான ஆளின் தோற்றம் கண்முன்னே வந்துவந்து போனது. அவர் இருமியது, பங்கஜ் காதில் நன்றாகவே கேட்டது. அவரை, மருத்துவமனைக்கு கூட்டிக்கொண்டு போனாலும், காப்பாற்ற முடியவில்லை என்பதை நினைத்து வருந்தினான். தன்னுடைய அக்காவின் கணவருக்கும் இதேபோல் தானே நடந்தது என்று பழையதை நினைத்துப்பார்த்தான். அப்பா இறந்தபிறகு, எங்களின் நம்பிக்கையாகவே அவர் இருந்தார். அன்று ஒருநாள், மழை நன்றாக பெய்து கொண்டிருந்தது. வழக்கம்போல், மாமா சிரித்துபேசிக்கொண்டு தான் இருந்தார். திடிரென்று, கடுமையாய் இரும ஆரம்பித்தார். நாங்களும் அதை சாதாரணமாக எடுத்துக்கொண்டோம்.

இரவில், அவருக்கு கடுமையான காய்ச்சல் ஏற்பட்டது. அக்கா மிகவும் பதறிப்போனாள். அவரால் பேசக்கூட முடியவில்லை. சரி, மருத்தவமனைக்கு கூட்டிச்செல்லலாம் என்று நினைத்தோம். மழையும் நின்றபாடில்லை. சாலை வசதி இல்லாத இடத்தில், என்ன செய்வது என்று கையை பிசைந்துகொண்டு நின்றேன். எப்படியோ, பக்கத்து வீடுகளில் இருக்கும் ஆட்களின் உதவியுடன், அவரை ஒரு கட்டிலில் கிடத்தி தூக்கிச்சென்றோம். அவருக்கு காய்ச்சல் இருந்ததும், மழையில் அவரை தூக்கிச்சென்றதால், மேலும் அவரின் உடல்நிலை மோசமடைந்துவிட்டது. எப்படியோ வண்டிபிடித்து மருத்துவமனைக்கு கொண்டு சென்றோம்.

காய்ச்சல் மிகவும் தீவிரமாக இருப்பதால், நகரத்தில் இருக்கும் மருத்துவமனைக்குத்தான் கூட்டிக்கொண்டு செல்லவேண்டும் என்று மருத்துவர்கள் சொல்லிவிட்டார்கள். அவரின் கண்கள், என்னை பார்த்துகொண்டிருந்தது, எனக்கு இன்னும் ஞாபகம் இருக்கிறது. எப்படியாவது, என்னை காப்பாற்றிவிடு என்று அவர் கண்கள் என்னிடம் சொன்னன. அவரின் கையை இறுக்கமாக பிடித்து, உங்களுக்கு ஒன்றுமாகாது என்று சொன்னேன். ஆனால், போகும்வழியிலேயே இறந்துவிட்டார். எப்படி, அக்காவிடம் சொல்வேன். சிறு காய்ச்சல்தான். நான் மருத்துவமனைக்கு கூட்டிக்கொண்டு போய்வருகிறேன் என்று சொல்லிவிட்டுத்தானே வந்தேன். இப்போது, என்ன சொல்வேன்? மாமாவின் கை, என் கையை விடவே இல்லை. அதை, விடுவிக்க எனக்கும் விருப்பமில்லை என்று பழையதை நினைத்துப் பார்த்தான் பங்கஜ். **வறுமையில் இருப்பவர்களின் உயிர் என்றுமே, யாரையும் பெரிதாய் அசைப்பதில்லை.**

******

சோம்பேறி நாள்

லட்சுமி, வீட்டுவேலைகளை முடித்துவிட்டு அமைதியாக தன்னுடைய தலைமுடியை வாரிக் கொண்டிருந்தாள். தினமும் இருக்கும் அவசரம் இப்போது இல்லை. பொறுமையாய் கண்ணாடியை பார்த்துக்கொண்டு தலைமுடியை பின்னிக்-கட்டினாள். இன்று, அவள் நிறுவனத்திற்கு செல்லவில்லை. விடுமுறை எடுத்திருந்தாள்.

ஐவரும், ஒரு முடிவு செய்திருந்தார்கள். மாதம், ஒரு முறையாவது தேவை இல்லையென்றாலும், விடுமுறை எடுத்துக்கொண்டு ஓய்வு எடுக்கவேண்டும். லட்சுமி, இதை முதலில் ஒத்துக்கொள்ளவில்லை. "லீவு எடுத்து என்ன செய்றது? ஒரு நாள் சம்பளம் போயிடுமே? அதுக்கு, வேலைக்கே போகலாம்" என்று சொன்னாள்.

அதற்கு கவிதா, "நீங்க, எல்லா நாளும்தான் வேலை செய்றீங்க. ஞாயித்துக்கெழம கூட, நீங்க வீட்டுல பையனுக்காக, புருசனுக்காக என்று சமைக்கறதிலிருந்து, வீட்டுவேலை செய்றதுவரைக்கும் ஓடிட்டே தான் இருக்கீங்க. நா சொல்றதுமாரி, இப்படி மாசம் ஒரு தடவையாவது, லீவு எடுக்குறதுனால என்ன ஆகுமுனு நெனச்சுப்பாருங்க.

உங்க புருசன் வேலைக்குப் போயிருப்பார். பையனும் காலேஜ் போயிருப்பாங்க. அவங்க போனதுக்கப்புறம், உங்களுக்கு வேலையே இருக்காது. நீங்க புடிச்சத செய்யலாம். ஒரு குட்டித்தூக்கம் போடலாம். பக்கத்து வீட்டு பொம்பளைங்க கூட சேர்ந்து ஊர்க்கதைகள பேசலாம். புடிச்ச சேனல, யாரோட தடையும் இல்லாம, ரொம்ப நேரம் பார்க்கலாம். ஒரு நாளாவது, நைட் சாப்பாட்ட சீக்கிரம் முடிச்சுட்டு, ரொம்ப நேரம் தூங்கலாம். இதெல்லாம், மத்தவங்களுக்கு சாதரணமா இருக்கலாம். ஆனா, உங்களப் பொறுத்தளவுல பெரிய விசயம். அதனால, மறுக்காதீங்க. பங்கஜ், அப்புறம் மீனா எல்லோரும் இந்த திட்டத்துக்கு சரின்னு சொல்லிட்டாங்க. நீங்க மட்டுந்தான் பாக்கி".

"சரி, நீ சொல்றத, நா கேக்குறேன். ஆனா, நாம எல்லாரும் ஒரே நாளுல லீவு எடுத்துட்டு, அன்னைக்குமாரி போயிட்டு வந்தா என்ன?" என்று லட்சுமி கேட்டாள்.

"அக்கா, இந்த லீவு நாம சந்தோசமா இருக்கறதுக்காக இல்ல. நம்ம மனசோட அமைதிக்காகத் தான். எல்லா நாளும், நாம ஓயாம ஓடுறதுக்கு, இந்த நாள், ஒரு உத்வேகம் கொடுக்கும். நீங்க, முயற்சி

செஞ்சு பார்த்துட்டு சொல்லுங்க. புடிக்கலனா இத விட்டுடலாம். இதுக்கு என்ன பேர் வச்சிருக்கோமுனு தெரியுமா?"

"என்ன பேர்?"

"சோம்பேறி நாள்" என்று கவிதா சொன்னதை நினைத்துப்பார்த்தாள் லட்சுமி. சரிதான். இன்று அவசரமாக கிளம்ப வேண்டியதில்லை. பேருந்து போய்விடுமோ என்ற பயமில்லை. ஆட்கள் வேலைக்கு வந்திருக்கிறார்களா என்ற கவலையில்லை. மேனேஜர் வழிந்துகொண்டு, ஒவ்வொரு முறையும் பேசுவானே. அதெல்லாம் இன்றில்லை என்று அந்த கிழிந்த சோபாவில் வந்து அமர்ந்தாள். இப்பொழுது, தன்னை திட்டுவதற்கு கணவன் இல்லை. நான், இப்போது டிவியில் எனக்கு பிடித்த சேனலை வைத்தால், மாற்றுவதற்கு மகனும் இல்லை.

உண்மையில், இதுவும் நன்றாகத்தான் இருக்கிறது என்று டிவியை ஆன் செய்தாள். பழைய பாடல் ஒன்று ஒலித்தபோது, அந்தசத்தம் வீடு முழுவதும் நிரம்பியது. அந்த ஒலியில், அவள் மிதப்பதுபோல் உணர்ந்தாள். சிறிதுநேரம், பாடல்களை கேட்டுக்கொண்டே, சாப்பிட ஆரம்பித்தாள். டிவி பார்த்துக்கொண்டே சாப்பிடவேண்டும் என்பது லட்சுமிக்கு நீண்டநாள் ஆசை. அது, இப்போது தான் நிறைவேறியிருக்கிறது. அப்பொழுது, வீட்டைச்சுற்றி ஒரு துர்நாற்றம் வீசியதை அடுத்து, வீட்டிற்கு வெளியே வந்து பார்த்தாள்.

அங்கே, வீட்டை ஒட்டி அமைக்கபட்டிருக்கும் திறந்தவெளி சாக்கடை கால்வாயை, துப்புரவு பணியாளர்கள் சுத்தம் செய்து கொண்டிருந்தார்கள். சாக்கடைக்குள் இருந்த கழிவுகளை எடுத்து சாலையின் ஓரத்தில் போட்டனர்.

"அண்ணே... ஒவ்வொரு தடவையும் இப்படி ஊட்டுவாசல் முன்னாடியே இத எடுத்துப்போடுறீங்க. அதுக்கப்புறம், ஒருவாரம் இந்த எடமே நாறுது. குப்பை வண்டியும், இந்த கழிவுகள ஒருவாரத்துக்கப்புறம் தான் எடுத்துட்டு போறாங்க. அதுவரைக்கும், ஊட்ட தொறந்தாலே, இந்த கழிவுகளோட மொகத்துல முழிக்க வேண்டியிருக்கு. கொஞ்சம் தள்ளி, காலியிடம் இருக்குல. அங்கே எடுத்துப்போட்டா, நாத்தம் வருதோ, இல்லயோ கழிவுகள பார்க்க வேண்டிய அவசியம் இருக்காதே. நானும், நீங்க சுத்தம் செய்யும்போது சொல்லனும்முனு நெனப்பேன். ஆனா, நீங்க வரும்போது வேலைக்கு போயிடுறேன். இன்னைக்குத்தான், அதுக்கு நேரம் கெடச்சிருக்கு" என்று லட்சுமி சொன்னாள்.

"நாங்க, என்னங்க செய்ய முடியுங்க. இப்பத்தான் பாதாள சாக்கடை திட்டம். அப்புறம், முழுசா மூடுன சாக்கடை கால்வாய்னு

கொஞ்சம், கொஞ்சமா வந்துட்டு இருக்குங்க. அதெல்லாம், முழுமையா வந்துட்டாத்தான், இதுமாறி கழிவுகள எடுக்குற நெல வராதுங்க. அதுவுமில்லாம, உங்களுக்கும் கொஞ்சம் பொறுப்பு வேணுமுங்க. டிச்சு இருந்தாலே, நீங்க எல்லாம் என்ன நெனைக்குறீங்க? குப்ப கொட்றதுக்காகத்தான், டிச்சு எல்லாம் இருக்குதுனு நெனச்சுக்கீறீங்க. அப்புறம், டிச்சுல கழிவுத்தண்ணி எப்படி போகும். இப்படி அடைச்சுட்டுத்தான் இருக்குமுங்க.

ஊட்ட கூட்டுனா, அதோட குப்பைய இங்கதான் கொட்றது. பால் பாக்கெட்ல இருந்து, கெடைக்குற அத்தனை மலக்காயித பேப்பர் எல்லாத்தையும் இதுக்குள்ள தான் போடுறது. நீங்களாவது பராவாயில்லங்க. இந்த கடைக்காரங்க, இருக்குறாங்களே! முக்கியமாக ஓட்டல், பேக்கரி கடை வச்சிருக்குறவங்க எல்லாம் தங்களோட குப்ப, அப்புறம் கழிவுகள, குப்பை வண்டியில போடுறதுக்கு சோம்பேறித்தனபட்டுட்டு இதுக்குள்ளதான் போடுறாங்க.

அரசாங்கம் தான், ஊடுதேடி வந்து, குப்பைகள வாங்கிக்குது. அப்புறமும், இந்த சாக்கடைக்குள்ள, எப்படி இத்தனை குப்ப வருது? ஏ, சாக்கடை அடைச்சுக்குது? நாங்களும், இங்கவந்து அடைப்புக்கு காரணமான கழிவுகள எடுக்க வேண்டியிருக்கு. அதனால, எங்ககிட்ட பொலம்புறத விட்டுட்டு, நீங்க பொறுப்பா இருந்தா, இந்த பிரச்சனையே வராதுங்க" என்று ஒரு துப்புரவு பணியாளர் பேசியதைக் கேட்டு, லட்சுமி மௌனமானாள்.

"எல்லாரும், இதை கடைபிடிப்பாங்களான்னு என்னால சொல்ல முடியாது. ஆனா, நா இந்த சாக்கடைக்குள்ள தெரியாம கூட, குப்பைகள போடமாட்டேன்" என்று சொன்னதைக்கேட்ட துப்பரவு பணியாளர், "சரிம்மா... நானும், உங்க வாசல் பக்கத்துல கழிவுகள போடல. கொஞ்சம் தள்ளியே போட்டுக்கிறேனுங்க".

"சரிங்கண்ணே... டி சாப்பிடுங்க. வெயில் வேற. எத்தன நேரந்தான் வேலை செய்வீங்க. எல்லாரும் வந்து திண்ணையில உட்காருங்க. நா, டி போட்டு எடுத்துட்டு வர்றேன்" என்று உள்ளே சென்றாள். சிறிதுநேரம் கழித்து, டியை எடுத்துக்கொண்டு வந்து, ஒவ்வொருவருக்கும் டம்ளரில் கொடுத்தாள்.

அதைவாங்கிய ஒருவர், "ஏங்க, ஒன்-பூஸ் டம்ளர் இல்லங்களா. ஊட்டு டம்ளர்ல கொடுக்கறீங்க? எங்களுக்கு டி கொடுப்பதே, ஏதோ கடவுள் வரம் தர்றமாரி, ஒருசில ஊட்டுல நெனச்சுக்குவாங்க. மொதல்ல எல்லாம், தேங்காத்தொட்டியில தான் ஊத்துவாங்க. அதுவும்,

பால் கலக்காத "வற'டி" தான். இப்போ, ஒன்-யூஸ் டம்ளர் வரைக்கும் முன்னேறியிருக்காங்க".

"அதனால் என்ன அண்ணே? பாகுபாடு பார்த்து, நாம அப்படி என்ன சாதிச்சுட்டோம். ஒரு பேச்சுக்கு சொல்றேன். சாதி பெருமைகள பேசிட்டு இருப்பவங்க எல்லாம், என்ன மாடமாளிகையிலா வாழ்றாங்க? இல்ல, அவங்களோட நெலம இப்படி இருக்குதேனு, அவங்க சாதிசனம், கை கொடுத்து தூக்கிவிடுதா? இல்லதானே. அவனவன் வாழ்க்கை அவனவனுக்கு. இந்த ஒலகத்துல ரெண்டே ரெண்டு சாதிங்க மட்டும்தான் இருக்கு. ஒன்னு நல்லவன், இன்னொன்னு கெட்டவன். இவ்வளவுதான். இதுல ஆண்டசாதியும் இல்ல. அடிமைசாதியும் இல்ல.

"நீங்க என்னமோ பெருந்தன்மையா சொல்லீட்டீங்கமா. இதெல்லாம் மாறுமா? இதெல்லாம் மாறதுக்கு, இன்னும் நெறய காலம் ஆகும். எங்க புள்ளைங்க வளரும் போகும்போது, நாங்க இப்படி கஷ்டப்பட வேண்டியிருக்காது" என்று பெருமூச்சோடு சொன்னார் தூய்மை பணியாளர்.

"நீங்க சொல்றது ஒரு வகையில் சரிதான். பலநூறு வருசமா தூக்கிட்டு வந்தத, ஒடனே, கீழே எறக்கி வச்சுடுவாங்களா? ஆனா, இப்போ கேள்வி கேட்க உரிம இருக்குது தானே. அதுவா சரியாகுமுனு இருக்காம, நாமதான் முயற்சி செய்யணும். படிப்பு ஒருத்தனுக்கு ஏன்னு கேள்வி கேட்க கத்துக்கொடுக்கும். அதோட சேர்ற பொருளாதாரம் தான், அவன உசத்தும். நாள் முழுசுதும் கஷ்டப்பட்டு உழைச்சு சம்பாரிக்கும் ஆம்பளைங்க பலபேர் சாராயக்கடைல தானே கெடக்குறீங்க. ஏ, உங்க புள்ளைங்க வந்துதான் உங்களை காப்பாத்த வேணுமா? ஏ, உங்க புள்ளைங்களுக்கு, நீங்க முன்னுதாரணமா இருக்கக்கூடாது?"

"நீங்க சொல்றதும் சரிதாங்க. எங்க வேலை இன்னும் பாக்கியிருக்குதுங்க. நாங்க போய் அத பார்க்கிறோமுங்கோ" என்று சொல்லிவிட்டு அங்கிருந்து நகர்ந்தனர். மதிய சாப்பாட்டிற்குப்பிறகு, டிவியை பார்த்துக்கொண்டே இருந்தவள், அப்படியே தூங்கிப்போனாள். அந்த தூக்கம், அவளை தொல்லை செய்யவில்லை. நாளை சீக்கிரம் எந்திரிக்க வேண்டும் என்று சொல்லவில்லை. உடனே, சமைக்கவேண்டும் என்று தொந்தரவு செய்யவில்லை. அந்த மதிய குட்டிதூக்கம், அவளை ஒரு ஆழ்ந்த அமைதிக்கு கொண்டு சென்றது. இரண்டு மணிநேரம் கழித்து எழுந்தாள். எந்த அவசரமும் இல்லை. எந்த ஆர்ப்பாட்டமும் இல்லை. வீடு, அவளை இன்னும் கொஞ்சநேரம் தூங்கு என்பது போல் நிசப்தமாக இருந்தது.

வெளியில், ஒரு பாத்திரக்காரர் கத்திக்கொண்டே சென்றார். அவரின் குரல் லட்சுமிக்கு பரிட்சயமானது. அட... சுப்பிரமணி தாத்தா. வெளியில் சென்று பார்த்தாள். பக்கத்து வீட்டு அமுதா, அவரிடம் என்ன பொருட்கள் இருக்கிறது என்று விசாரித்துக் கொண்டிருந்தாள். லட்சுமி, அவரிடம் சென்று "தாத்தா நல்லா இருக்கீங்களா....?" என்று விசாரித்தாள்

"அம்மணி, நீயா.... இன்னைக்கு வேலைக்கு போகலயா. நா வர்றப்ப எல்லாம், நீ இருக்கமாட்டே. சரி... ஏதாச்சு பொருள் வேணுமா? நீ, என்கிட்ட பொருள் வாங்கி, எத்தன நாளாச்சு".

"சரிங்க தாத்தா... கண்டிப்பா வாங்கிக்கிறேன்".

"உன்கிட்ட, ஏதாவது பழைய பொருள் இருந்தா கொடு. நா, அந்த எடைக்கு ஏத்த பணத்தை கழிச்சுக்குறேன்" என்று தாத்தா சொன்னதைக்கேட்டு, வீட்டில் இருக்கும் உடைந்த பிளாஸ்டிக் குடம் மற்றும் வேறுசில பொருட்களை எடைக்கு போட்டுவிட்டு, அவரிடம் இருந்த ஆப்பக்கல்லை வாங்கினாள்.

"ஏனுங்கா, என்ன இது? தாளிக்குற சட்டியா" என்று அமுதா கேட்க, "இல்ல அமுதா. இது ஒரு தோசைக்கல் மாறித்தான். தோசைக்கல்லுல தோசையை திருப்பி போடனும். இதுல அப்படியில்ல" என்று லட்சுமி சொன்னாள். தாத்தாவிடம் "வியாபாரம் எப்படி போகுதுங்க" என்று விசாரித்தாள். "ஒருசில நாள் பரவால்ல. சிலநாள் அலையறது தான் மிச்சம். விக்கிதோ, இல்லயோ, நாம முயற்சி செஞ்சுட்டே இருக்கனும்".

"நீங்க, இந்த வயசுலயும் வேலை செய்றத பார்க்கும்போது, நானெல்லாம் ஒன்னுமேயில்லனு, எனக்கு அடிக்கடி தோணும் தாத்தா".

"என்ன செய்றது அம்மணி. யார்கிட்டயும் கையேந்தக்கூடாது. கடசிவரைக்கும், நம்மள நாமே பார்த்துக்க வேணுமுனுங்கிற வைராக்கியம் தான் இத்தன தூரம், என்னை தள்ளிட்டு வருது. இன்னும் எத்தன தூரம் போகமுடியுமோனு தெரியல. உனக்கு ஒன்னு தெரியுமா? புள்ளைங்க மூணு பெத்தா எ பொண்டாட்டி. நல்லா வளத்தோம். என் சக்திக்கு முடிஞ்சவரை படிக்கவச்சு, கல்யாணமும் செஞ்சுவச்சேன்.

அப்புறம் என்ன? அவங்களுக்கு நானும், எ பொண்டாட்டியும் பாரமா தெரிஞ்சோம். அதுவுமில்லாம, காசில்லாத வேலைக்காரங்கனு எங்கள நெனச்சாங்க. எத்தனைநாள் நானும், எ பொண்டாட்டியும் பசியோடு இருந்துட்டு, புள்ளைங்களுக்கு சாப்பாடு கொடுத்திருப்போம். இன்னைக்கு, அவங்க சாப்புட்டது போக, மீதியை சாப்புட வேண்டிய நெலம எங்களுக்கு. அதுதான், கையில் தொழில் இருக்குது. அப்புறம்,

ஏ அவங்களோட இருக்கனுமுனு வந்துட்டோம்" என்று தாத்தா சொல்லும்போது, லட்சுமிக்கு மனம் கணத்தது. "உ ஊட்டுக்காரன் இப்போ வேலைக்குப் போறானா?"

"அத, ஏ கேட்குறீங்க" என்று தன் கதையை சொன்னாள் லட்சுமி.

"நாம, என்ன தான் உஷாரா இருந்தாலும், ஆண்டவன் நமக்கு ஆங்காங்கே சோதனைச்சாவடிகள வச்சிருப்பான். நாம, எப்படி போனாலும் மாட்டிக்குவோம்".

"என்னமோ தாத்தா, ஒவ்வொருத்துருக்குள்ளேயும் ஆயிரம் வேதனைங்க இருக்குது. இதுமாறி சொல்லும்போது தான், மனசு கொஞ்சமாவது அமைதி ஆகுது" என்று வீட்டினுள் சென்றாள். சுப்பிரமணி தாத்தா சொன்னதுபோல், பிள்ளைகள் பாதியிலேயே கைவிடுவார்களா? கண்டிப்பாய், கார்த்தி நல்ல வேலைக்குச் சென்று, என் பெயரை காப்பாற்றுவான். நான் ஒவ்வொருவரிடமும் தைரியமாய் சொல்லியிருக்கிறேன். என் வாழ்க்கை தான் நாசமாய்ப் போனது. ஆனால், அவன் வாழ்க்கை நன்றாக இருக்கும். என்னைப்போல் பணத்திற்காக கஷ்டப்படும் நிலை, அவனுக்கு இருக்காது என்று அனைவரிடமும் சொன்னதை நினைத்து, மனதில் அசட்டுத்தனமாக பெருமிதம் கொண்டாள். என் வாழ்க்கையே இப்படி இருக்கும்போது நான், மத்தவங்களுக்கு அறிவுரை சொன்னா நல்லாவா இருக்கும் என்று தன்னையே நகைத்துக்கொண்டாள்.

இரவு உணவிற்காக, உணவை தயார் செய்ய ஆரம்பித்தாள். இந்தமுறை, இரவு 9 மணிக்கு மேல் வரவேண்டிய அவசியம் இல்லை. வந்தபிறகு, அவசரமாக உணவை தயார் செய்ய வேண்டியதில்லை. உப்பு இருக்கிறதா அல்லது காரம் அதிகமாக போட்டுவிட்டு, பின்பு வேறுவழியில்லாமல் சாப்பிட வேண்டிய நிலைமை இன்றிருக்காது. இந்தமுறை, கணவனும், மகனும் வீட்டிற்கு வருவதற்குள் உணவை தயார் செய்துவிடலாம். அதுவும், அவசரமில்லாமல். டிவியை பார்த்துக்கொண்டே காய்கறிகளை அரிந்தாள்.

மகன் வீடு வந்து அமர்ந்தபோது, குழம்பு வாசனை அவனின் மூக்கைத் துளைத்தது. கை, கால்களை கழுவிக்கொண்டு, வா சாப்பிடலாம் என்ற அம்மாவின் வார்த்தையைக் கேட்ட அவன் காதை, அவனாலேயே நம்ப முடியவில்லை. அவனுக்கு நினைவு தெரிந்த நாள் முதல், இரவு உணவு என்பது பத்து மணிக்கு மேல் தான் சாப்பிடமுடியும். இன்று, எப்படி எட்டு மணிக்குள்ளேயே தயார் என்ற பதில் வருகிறது என்று ஆச்சரியம் அகலாமல் அம்மாவிடம் கேட்டான்.

"இன்னைக்கு லீவு தானே. அதுதான் நேரத்திலேயே தயார் ஆகிடுச்சு. சரி.... சரி.... மொகம் கழுவிட்டு வா. நா ஆப்பம் செஞ்சு தர்றேன்".

"என்ன... ஆப்பமா.... இதுவரைக்கும் நீங்க செஞ்சதே இல்லையே". அதற்கு லட்சுமி, "அதுதான், இன்னைக்கு செய்றேன்" என்று சமையலறைக்கு சென்று ஆப்பம் தயார் செய்ய ஆரம்பித்தாள். ஆப்பக்கல்லில் மாவை ஊற்றி, அந்த கல்லை, இரண்டு கையால் தூக்கி, ஊற்றிய மாவை ஆப்பக்கல்லில் உள்ளே அனைத்து இடங்களிலும் படுமாறு செய்துவிட்டு, அடுப்பில் வைத்து, அதன் மேல் எண்ணையை ஊற்றினாள். பின்பு, அதை மூடியால் மூடி சுட்டாள். சிறிது நேரத்தில் தயாரானது. நன்றாக மொறு மொறுவென்று வெந்து வந்தது. அதில் ஊற்றிய எண்ணை வாசமே, அந்த ஆப்பத்தின் சுவையை பற்றிச் சொன்னது. அந்த ஆப்பத்திற்கும், கூடவே தேங்காய் பாலுக்கும், கடலை குழம்புக்கும் பொருத்தம் அருமையாகவே இருந்தது.

கார்த்தி போதுமென்றே சொல்லவில்லை. சாப்பிட்டுக்கொண்டே இருந்தான். "அம்மா... நீ மட்டும் ஊட்டுல இருந்தா போதும், இப்படி தெனமும் அறுசுவையா சாப்புடலாம்".

"நீ வேலைக்குப் போய் கைநெறயா சம்பாரிக்கும்போது, நா ஊட்டுலேயே இருந்து, உனக்கு புடிச்சத சமைச்சு போடுறேன்" என்ற லட்சுமியின் பதிலைக் கேட்டு சற்று திக்கினான்.

நான் மட்டும் வேலைக்குப்போய் சம்பாரிக்கவில்லை என்றால், என்கதி அதோகதி தான் என்று எண்ணிக்கொண்டு சாப்பிட்டான். இன்னொரு ஆப்பம் வைக்கட்டுமா என்ற அம்மாவின் கேள்விக்கு, இல்லையென்று தலையாட்டிவிட்டு எழுந்தான். இன்னும் பேச்சு கொடுத்தால், என்னைப்பற்றி நானே உளறிவிடுவேன் என்று கையில் போனை எடுத்துக்கொண்டு, இடத்தை காலி செய்தான்.

கணவன், சிறிதுநேரம் கழித்து வந்து சேர்ந்தான். என்னவொரு ஆச்சரியம்! இன்று குடிக்காமல் வந்திருக்கிறார் என்று கணவனைப் பார்த்தாள் லட்சுமி. "என்னங்க.... இன்னைக்குமாறியே தெனமும் குடிக்காம வந்தா, எவ்ளோ நல்லா இருக்கும்!".

"ம்ம்ம்.... உனக்கு நல்லா இருக்கும். எனக்கு எப்படி இருக்கும் தெரியுமா... நரகம் மாறி இருக்கும். கையைப்பார். எப்படி நடுங்குதுனு அந்த பாழாப்போன மொதலாளி, அட்வான்ஸ் தரமாட்டேனு சொல்லிட்டான். இந்த வட்டிக்காரனும், எங்கேயோ வெளியில போய்ட்டானாம். நாளைக்குத்தான் வருவானாம்" என்று கணவன் சொல்லியதைக் கேட்டுவிட்டு "என்ன சொல்லித்தான் இந்த கெரகத்த

திருத்த முடியுமோனு தெரியல" என்று தன் தலையில் அடித்துவிட்டு, இரவு உணவை எடுத்துவைத்தாள்.

"என்னடி தோசை இது? பானைமாறி இருக்கு. அதுவும் ஒரு பக்கந்தான் வெந்திருக்கு. உள்ளே வேகாம அப்படியே இருக்கு".

"ஆப்பம், அப்படித்தான் இருக்கும்" என்று சிரித்துக்கொண்டு சொன்னாள்.

"ஆப்பமா.... சம்பாரிக்கிறேனு, உனக்கு புடிச்சத செய்யலாமுனு அர்த்தமா? நாங்க இதத்தான் சாப்பிடனுமுனு எப்படி நெனைக்கலாம்? நானாவது பெருந்தன்மையோடு சாப்புடலாம். ஆனா, பையன் சாப்புடுவானா?" என்று ஏளனமாக கணவன் கேட்டான்.

"கார்த்தி, பத்து ஆப்பத்தை சாப்புட்டுட்டு, இப்பத்தான் போனான். உங்களுக்கு புடிக்கலைனா விடுங்க. மத்தியானம் சமைச்சசோறு மிச்சம் இருக்கு. அதை சாப்பிடுங்க. நா இதை சாப்பிட்டுக்கிறேன்".

"இல்ல... இல்ல.... ஏதோ சுட்டுட்டே. சரி, சாப்புட்டு தொலைக்கிறேன். எல்லாம் என் நேரம்" என்று ஆப்பத்தை சாப்பிட ஆரம்பித்தான். "கீழ உழுந்தாலும், மீசையில மண் ஒட்டாத பரம்பர தானே ஒங்களோடது. அதனால, நீங்க இப்படித்தானே பேசுவீங்க" என்று ஆப்பத்தை சுட ஆரம்பித்தாள்".

எபோழுதும் வேலைகளை முடித்துவிட்டு, தூங்க நடுஇரவு ஆகிவிடும். இன்று, சீக்கிரமே சாப்பிட்டுவிட்டு படுக்கைகளை விரித்தாள். ரொம்ப நாட்களுக்கு முன், வாங்கியிருந்த ரேடியோ பெட்டிக்கு இன்றுதான் வேலை வந்திருக்கிறது என்று அதையெடுத்து, மெல்லிய சத்தத்தில் ஓடவிட்டாள். பாலசுப்ரமணியம் பாடிய சோக கீதங்கள் ஓடிக்கொண்டிருந்தது. உண்மையில், இந்த சோம்பேறி நாள் கண்டிப்பாய் அருமையாய்த்தான் இருக்கிறது. எந்த அவசரமும் இல்லை. எந்த ஆர்ப்பாட்டமும் இல்லை. நாளும் மெதுவாய் சென்றது போல்தான் உணரமுடிந்தது என்று படுத்துக்கொண்டே எண்ணினாள்.

முதலில், அனைவரும் வந்து படுக்கும்போதே தூங்கிவிடுவாள். அந்த அளவிற்கு அவளின் உடல் சோர்வாக இருக்கும். ஆனால், இப்போது அவளுக்கு தூக்கம் வரவில்லை. ஏற்கனவே, மதியமும் போட்ட குட்டித்தூக்கமும், இப்பொழுது தூக்கம் வராததிற்கு இன்னொரு காரணம். காலை முதல் இரவு நடந்ததை யோசித்துப் பார்த்தாள். இப்போது தெரிகிறது ஏன் சோம்பேறியாய் இருக்க பெரும்பாலானவர்கள் விரும்புகிறார்களென்று.

மாதம் ஒருமுறை, இதுபோன்று இருப்பதற்கு பதில், வாரத்திற்கு ஒருமுறை இருந்தால் எப்படியிருக்கும் என்று யோசித்தாள். அப்படி இருந்தால், ஏன் தினமும் அப்படியிருக்க கூடாது என்று இருக்கும் பராவாயில்லையா என்று அவள் மனம் சொல்லியது. ஐயோ... வேண்டாம். மாதம் ஒருமுறையே நமக்கு அதிகம் என்று தூங்க ஆரம்பித்தாள். ரேடியோவில் ஒலித்த பாட்டு, அவளை தூங்கவைத்தது. அடுத்தநாள் காலை 5 மணிக்கு வழக்கம்போல் எழுந்தாள்.

*****

"அக்கா... நா சொன்னேன்ல. எப்படி இருந்தது" என்று கவிதா கேட்க, "இப்படியே தெனமும் இருந்தா, நா சுடுசோம்பேறியா மாறிடுவேன். இருந்தாலும், இது ரொம்பவும் அருமையா இருந்துச்சு. எந்த கேள்வியும் இல்ல, எந்த அதிகாரமும் இல்ல. ஏ, ஒரு சின்ன தடுப்பு கூட இல்ல. ரொம்பவும் அருமையா இருந்துச்சு. வேலை செஞ்சே பழக்கமாகிட்டதால், ஒரு கட்டத்துல எனக்கே, ஏதாவது வேலைய இழுத்துப்போட்டு செய்யலாமுனு எண்ணம் வந்துடுச்சு. அந்தளவுக்கு அமைதி. என் வீட்ட இந்தளவுக்கு அமைதியா நா பார்த்தே, பல வருசம் ஆகிடுச்சு. கண்டிப்பா சோம்பேறி நாள், சோம்பேறி நாள் தான்" என்று சிரித்தாள் லட்சுமி.

"அக்கா, அப்போ அடுத்து நா முயற்சி செய்யப்போறேன்" என்று மீனா சொல்லும்போது, அனைவரும் சிரித்தனர்.

அனைவருக்கும் சோம்பேறி நாள் நன்றாகவே வேலை செய்தது. மீனாவின் தம்பியும், தங்கையும் பள்ளிக்கு சென்றுவிட்டால் அம்மாவும், மீனாவும் வீட்டில் இருந்தார்கள். போனிற்கு அன்று விடுமுறை விட்டுவிட்டாள். ஏனென்றால், கவிதா முதலிலேயே சொல்லிவிட்டாள். அம்மா, மீனாவிற்கு பிடித்த அதிரசங்களை சுட்டுக்கொடுத்தாள். இருவரும் சேர்ந்து, டிவியில் நாடகங்களை பார்த்தனர். அப்படி பார்க்கும்போது, நாடகங்களின் இடையில், இதற்குமுன் நாடகத்தில் என்ன நடந்தது என்று மீனாவின் அம்மா கதையை விவரித்தாள்.

மீனா வேலைக்குச் சென்றபிறகு, அம்மாவிடம் சரியாய் முகம் கொடுத்து பேசுவதே இல்லை. இப்போது, இருவரும் கதைகள் பேசி சிரித்துக்கொண்டனர். தம்பி மற்றும் தங்கை பள்ளி முடிந்து வந்தபிறகு, அவர்களுடன் விளையாடி மகிழ்ந்தாள். வீட்டிற்குள் ஓடிப்பிடித்து விளையாடினார்கள். அம்மாவின் சேலைக்கு பின், மறைந்த தம்பியை பிடிக்க மீனா வரும்போது, அவளை செல்லமாக தடுத்தாள் அம்மா. அனைவரும், நீண்ட நாட்களுக்கு பிறகு சிரித்துப்பேசி மகிழ்ந்தனர்.

இரவில் தம்பி, தங்கை இருவருடனும் ஒரே பாயில் படுத்து தூங்கினாள். சற்றுநேரத்தில் தம்பியும், தங்கையும் மீனாவை கட்டிபிடித்துக்கொண்டு தூங்கினார்கள். அது, அவளுக்கு ஒருவித நிம்மதியையும், தைரியத்தையும் அளித்தது. அவர்களுக்காக நான் இருக்கிறேன் என்று தனக்குத்தானே சொல்லிக்கொண்டாள்.

*****

குருவும், கவிதாவும் சோம்பேறி நாளில் வெளியில் எங்கேயும் செல்லாமல் வீட்டிலேயே இருந்தனர். கவிதாவுக்கு, இன்று பெண்களுடன் முட்டல், மோதல் இல்லாமல் தண்ணீர் பிடிக்க முடிந்தது. அனைவரும், பொது பைப்பில் தண்ணீர் பிடித்த பின்னரே, அவள் தண்ணீர் பிடித்தாள். இதில் ஒரு நன்மையையும் இருந்தது. பெண்கள் சண்டை போடும்போது, தெறிக்கும் சுத்த தமிழ் வார்த்தைகளை கேட்க வேண்டியதில்லை. பாத்ரூம் செல்வதற்கு காத்திருக்க வேண்டியதில்லை என்பதே கவிதாவுக்கு பெரிய பாரத்தை இறக்கி வைத்தது போல் இருந்தது. குளித்துவிட்டு வரும்போது, வெறித்து பார்ப்பதற்கு அந்த பக்கத்து வீட்டு ஆள் இல்லை. உண்மையில், நீயும் ஒரு அறிவாளி தான் என்று தன்னைத்தானே தட்டிக்கொடுத்தாள்.

குருதான் இன்று சமைத்தான். கவிதாவுக்கு வேலையில்லை. காய்கறிகளை மட்டும் வெட்டிகொடுத்தாள். வேலை நாட்களில் எப்படி இருக்கும் என்று யோசித்துப்பார்த்தாள். அவசர, அவசரமாக சமைப்பாள். சிலநேரம் கையையும் சுட்டுக்கொள்வாள். உணவின் சுவை எப்படியிருக்கிறது என்றுகூட கவனிக்க அவளுக்கு நேரமிருக்காது. இருவரும் சுவையைப்பற்றி கவலைப்படாமல் வேகவேகமாக சாப்பிடுவார்கள். ஏனென்றால், வேலைக்கு நேரமாகிவிட்டது என்பதுதான் காரணம். ஆனால், இன்று அப்படியில்லை. தாங்கள் இருந்த பகுதியில், அனைவருமே வேலைக்கு கிளம்பி போயிருந்தனர். அதனால், அந்த இடமே அமைதியாகத்தான் இருந்தது. இருவரும் சாப்பிட்டுவிட்டு கட்டிலில் படுத்திருந்தனர்.

"ஏ குரு, இப்படியே தெனமும் இருந்தா நல்லா இருக்குமல. எந்த அவசரமும் இல்ல. பாத்ரூம் போறதுக்கு, குளிக்க போறதுக்குனு எந்த தடையும் இல்ல. உண்மையில, நீயே தெனமும் சமைச்சுடு".

"ஏய்... இதெல்லாம் உன்னோட ஐடியா தானே. இப்போ, தெனமும் கேக்குறே. இன்னைக்கு ரெண்டுபேரும் வேலைக்குப் போயிருந்தா சம்பளமாவது வந்திருக்கும்".

"டேய்.... எப்போ பார்த்தாலும் வேலை, சம்பளம் இது மட்டும்தான் கண்ணில் படுமா. இப்படி, ஒரு அழகான பொண்டாட்டி, உன்னோட பக்கத்துல படுத்திருப்பது தெரியாதா? உன்னப்போய் காதலிச்சேன் பாரு. என்னை சொல்லனும்".

"சரி... சரி... கோவப்படாதீங்க மேடம். நீங்க, பக்கத்துல இருந்தா மட்டும் போதுமா? சம்பளம் போகுதே. அதுதான் கவல".

"அடப்போடா... நீ திருந்தவே மாட்டே" என்று எழுந்தாள் கவிதா.

"ஏய்.... ஏய் சும்மாதான் சொன்னேன், அடியே கவிதா" என்று கையை பிடித்து இழுத்தான்.

"என்ன... இப்போ எதுக்கு கையப்புடிக்குறே? போ... போய் அந்த சம்பளத்தையே கட்டிக்கோ".

"சரி... கட்டிக்குறேன். ஆனா, பணத்தை இல்ல. உன்னத்தான்" என்று கவிதாவை கட்டிப்பிடித்தான்.

"ஓய்... எதுக்கு கட்டிபுடிக்குறே? என்ன விடு. கட்டிபுடிக்குற வேலையெல்லாம் வச்சுக்காதே. எனக்கு கோவம் வரும்" என்று செல்லமாக கோபித்தாள்.

"அப்போ, முத்தம் கொடுத்தா போதுமா" என்று அவள் கன்னத்தில் முத்தமிட்டான்.

"டேய்... என்ன... ரொம்பவும் அதிகமா போறே. நா சொல்றது உனக்கு கேக்கலயா. இனி, இதுமாறி செஞ்சா நல்லா இருக்காது?"

"ஒ... உனக்கு இவ்வளவு கோபம் வருதா? அப்படி என்ன நல்லா இருக்காது?" என்று குரு மீண்டும் கட்டிபிடித்தான்.

"ம்ம்... இப்பவாவது பொண்டாட்டிய கட்டிப்பிடிக்க வேணுமுனு தோணுதே. ஆனா, என்ன முத்தம் தர்றே. கன்னம் செவக்குற அளவுக்கு தரவேண்டாமா? என் பயனோ நீ. இரு. நா சொல்லித்தர்றேன்" என்று குருவின் கன்னத்தில் அழுத்தமாக முத்தத்தை பதித்தாள். இப்படித்தான் கொடுக்கவேண்டும் என்று கன்னத்தை கடித்தாள். குரு வலியால் கத்தினான். உடனே, அவன் வாயைப் பொத்திவிட்டு "மானத்த வாங்காதே" என்று சிரித்தாள் கவிதா.

"இராட்சசி... இப்படியா கடிக்குறது. இங்கே பார். பல்லே பதிஞ்சுடுச்சு".

"உன்னுடைய தாடிக்கு, இது எவ்வளவோ மேல்" என்று மீண்டும் சிரித்தாள். இருவரும் நீண்டநேரம் பேசி சிரித்துக்கொண்டு

இருந்தனர். தலையணையால் ஒருவர் மீது ஒருவர் அடித்துக்கொண்டு விளையாடினர்.

"வாழ்க்கையில, நாம எவ்ளோ எழக்குறோமுனு இப்போ தெரியுது. நாம, சந்தோசமாக இருப்பதே, நாம பொறந்து, வளந்து, படிப்ப முடிக்குறவரைக்கும் தான். அதுக்கப்புறம், ஓட ஆரம்பிச்சா, வயசானா கூட நிக்க முடியாம, ஓட வேண்டியிருக்கும். இந்த உலகம், எவ்வளவு குரூரமானதுனு இப்பத்தான் தெரியுது. பணம் இருப்பவன், பணம் இல்லாதவன்னு எத்தன வித்தியாசம். பணம் இருப்பவன் ஒருநாள்ல செலவு செய்யுற தொகைய, நாம சம்பாரிக்கறதுக்கு கொறஞ்சது ஒரு மாசமாவது ஆகும். பணம் இருப்பவனால, சர்வ சாதரணமா வாங்குற பொருள, நாம வேடிக்கை மட்டும்தான் பார்ப்போம். எவ்வளவு இடைவெளி பாரு. உண்மையில, நம்ம தலவிதி இதுதான்னு நெனச்சுட்டு வாழ ஆரம்பிச்சா, நம்மளமாறி முட்டாள் வேறயாரும் இல்ல" என்று குரு சொன்னதைக்கேட்ட, கவிதாவுக்கு சிரிப்பு தான் வந்தது.

"இங்க பாரு. வாழ்க்கைங்குறது, நம்ம கையிலதான் இருக்கு. பணம் இருப்பவனும், ஒரு நாள் கஷ்டபட்டிருப்பான். என்னவொன்னு, அவன் புள்ளைங்களுக்கு அந்த கஷ்டம் இருக்கறதில்ல. இயற்கை, நமக்கு சொல்லிக்கொடுத்த பாடம் ஒன்னுதான். எதுவும் நெலயில்ல. எந்த சூழ்நிலையும் மாறும். அதனால, வித்தியாசங்களப்பத்தி யோசிக்காம, நாம என்ன செய்யவேணுமுனு மட்டும் யோசி. நாம, இங்கவந்தே சில மாசந்தான் ஆகுது. அதனால, மனச போட்டுக் கொழப்பிக்காதே".

"கவி... சிலநேரம், உன் பேச்ச கேக்கும்போது, மனசு அமைதியாகிடுது. பேசாமல், நீ சாமியாரி ஆகிடு".

"அதென்ன சாமியாரி".

"சாமியார்... சாமியாரி".

"ஓ... என்னோட புருசனுக்கு எவ்வளவு அறிவு. து... என்று துப்பினாள்".

"ஏய்.... என்று குரு விளையாட்டாக அடிக்க வந்தான். ஏய்.... மகனே... இந்த சாமியாரியை அடிக்க வந்தா, நீ ஆடாக மாறிடுவேணு சபிச்சுடுவேன்".

"ஐயோ.. என்னை மன்னித்துவிடுங்கள். இந்த அறியாபிள்ளை தெரியாமல் செய்துவிட்டென்" என்று போலியாய் மன்னிப்பு கேட்டான்.

"சரி... சரி... பொழச்சுப்போ".

"என்ன... என்ன..." என்று மீண்டும், அவளை கட்டிப்பிடித்தான்.

*****

அனைவரும், சோம்பேறி நாளைப்பற்றி மகிழ்ச்சியாக சொல்லிக் கொண்டிருந்ததை பங்கஜ் கேட்டுக்கொண்டிருந்தான். "அண்ணா... நீங்க தான் இன்னும் சோம்பேறி நாள எடுக்கல. அதனால, நாளைக்கு நீங்க எடுக்கவேணும்" என்று மீனா சொன்னாள்.

"நானு இருக்கறது வீட்டுல இல்லேல்ல. கம்பெனி ரூம்ல தான் தங்கியிருக்கேன். நானு லீவு எடுத்து என்ன யூஸ்? நானு எடுக்கல" என்று பங்கஜ் சொன்னதைக்கேட்டு, குரு கோபமானான். "ஒழுங்கா நாளைக்கு லீவு எடு. ஓடம்பு சரியில்லனு சொல்லு. நாங்களும், அப்படித்தான் லீவு போட்டோம்".

"அது வந்து........." என்று தயங்கினான் பங்கஜ்.

"நீ ஒன்னும் பேசவேண்டாம். சொல்றத செய்".

"சரி... பையா எடுக்குறேன்".

"இன்னொன்னு, நாளைக்கு, நாங்க சாப்பாடு கொண்டு வர்றோம். அதனால, நீ காலைல மெஸ்ல சாப்புட வேண்டாம்".

"பங்கஜ், காலையில் வெகுநேரம் எழவில்லை. அந்த அறை காலியாக இருந்தது அவனுக்கு பிடித்திருந்தது. இரண்டு பக்கமும் நெருக்கி படுத்துக் கொண்டிருக்கும் ஆட்கள் இல்லை. அதுவே, அவனை இன்னும் கொஞ்சநேரம் தூங்கச் செய்தது. அறையில் ஓடிய மின் விசிறியின் சத்தம், இப்போது நன்றாகவே கேட்டது. கிரீச்...... கிரீச்...... என்ற மின் விசிறியின் சத்தம், தாளமிடுவது போல் இருந்தது".

மெதுவாக எழுந்து அமர்ந்தான். நேரம் ஒன்பது ஆகியிருந்தது. இந்நேரம், நான் தையல் இயந்திரத்தில் தலையை விடுவதுபோல் அமர்ந்திருக்கவேண்டுமே? துணிகளை தைக்கவேண்டுமே? என் அருகில் நிற்கும் கைமடி பெண், இன்று நான் வரவில்லை என்று மகிழ்ச்சி அடைவாளா? என் சூப்பர்வைசர், நான் வராததை பார்த்து, திட்டிக்கொண்டு இருப்பாரோ? நண்பர்கள் சொல்லிவிட்டார்கள். அதை, தட்டமுடியுமா. பசி, அவன் வயிற்றை கிள்ளியது. மெஸ்ஸில் சாப்பிட வேண்டாம் என்று சொல்லிவிட்டார்கள் என்று யோசித்துக் கொண்டிருக்கும்போது, பங்கஜின் அறையின் கதவை யாரோ தட்டினார். கதவை திறந்து பார்த்தான்.

கையில், பையுடன் இரவுநேர வாட்ச்மேன் நின்று கொண்டிருந்தார். குரு தம்பி கொடுத்துவிட்டார் என்று பையை, பங்கஜிடம் கொடுத்தார்.

சிறிது நேரத்தில், குரு போனில் அழைத்திருந்தான். "நைட் வாட்ச்மேன்கிட்ட பை கொடுத்துட்டேன். வாங்கிட்டயா?

"ம்ம்ம்... வாங்கிட்டேன் பையா..."

"இப்பவும், மத்தியானத்துக்கும் சாப்பாடு, அந்த பையில இருக்கிறது. சாப்புடு" என்று குரு போனை வைத்தான். இன்னைக்கு, மெஸ்ஸில இருந்து தப்பிச்சாச்சு என்று பங்கஜ் மகிழ்ந்தான். சாப்பாட்டுக் கூடையைத் திறந்தான். சிறிய, சிறிய பாத்திரங்களாக ஆறு இருந்தது. இரண்டு வேளைக்கும், ஒவ்வொருவர் வீட்டில் இருந்தும் சாப்பாடு வந்திருக்கிறது என்று நினைத்தான். நமக்காக, இங்கும் ஆட்கள் இருக்கிறார்கள் என்று நினைக்கும்போது, அவனுக்கு அழுகை வந்தது. எங்கோ இருந்துவந்த நம்மையும், அவர்கள் குடும்பத்தில் ஒருவராக நினைக்கிறார்கள். இதைவிட என்ன வேண்டும்? நம்மை பார்த்தாலே எத்தனை ஏளன பார்வைகள், எத்தனை கேலி பேச்சுகள், ஒருசிலர் நம்மை இயந்திரம் என்றுதானே பார்த்தார்கள். ஆனால், எங்களையும் மனிதர்களாக பார்க்க, இங்கேயும் ஆட்கள் இருக்கிறார்கள். முதலில் சாப்பிடு. பிறகு வருந்தலாம் என்று வயிறு கத்தியது.

பாத்திரங்களைத் திறந்தான். லட்சுமி, பணியாரங்களை கொடுத்தனுப்பியிருந்தாள். அந்த பணியாரத்துடன் கூடவே தக்காளி வதக்கியதை சாப்பிடும்போது, மிகவும் அருமையாய் இருந்தது. கவிதா, இட்லியை உதிர்த்து உப்புமா செய்திருந்தாள். அது என்ன என்றுகூட பங்கஜ்க்கு தெரியவில்லை. ஆனால், அந்த சுவை அவன் நாக்கை விட்டுப்போகவில்லை. கடைசியாய், மீனா அனுப்பிய பாத்திரத்தை திறந்தான். அதிலிருந்த சாப்பாட்டின் வாசம், அவனின் மூக்கைத் துளைத்தது. அந்த உணவின் பெயர் அவனுக்குத் தெரியவில்லை. அந்த உணவில் இருந்து வந்த தேங்காய் எண்ணெய் வாசம் அவனை சாப்பிடத் தூண்டியது. சாப்பிட ஆரம்பித்த அவனுக்கு, அதன் சுவை மிகவும் வித்தியாசமாய் இருந்தது. தால், சாவல் இரண்டு மட்டுமே இருக்கு. இருந்தும் உணவு அருமையா இருக்கு. அப்படி என்ன உணவா இருக்கும் என்று யோசித்தான்.

அந்த உணவு, திருப்பூர் மற்றும் அதனை சுற்றியுள்ள ஒருசில மாவட்டங்களில் மட்டும் உண்ணப்படும் அரிசிம்பருப்பு சாதம் (அரிசி + பருப்பு) என்று அவன் அறிந்திருக்கவில்லை. அரிசிம்பருப்பு சாதத்தை விரைவாக உண்டு முடித்துவிட்டான். மூன்று வீட்டுச்சாப்பாடும் அருமையாய் இருந்தது. கொஞ்சம்கூட மிச்சம் வைக்காமல் சாப்பிட்டு முடித்தான். கடைசியில், அவன் வாயிலிருந்து வந்த ஏப்பமே, அவன் நன்றாக சாப்பிட்டுவிட்டான் என்று கட்டியம் சொன்னது.

பாத்திரங்களை கழுவி வைத்துவிட்டு, தேமேயென்று அமர்ந்திருந்தான். தன் போனில், இந்தி பாடல்களை வைத்துவிட்டு, படுக்கையில் படுத்தான். மின்விசிறி வழக்கம்போல் *கீரீச்.... கீரீச்...* என்று தாளமிட்டது. சனம் ரே... என்ற காதல் பாடலைத் திரும்பத்திரும்ப கேட்டான். தன் வீட்டில் இருந்திருந்தால், இப்போது எப்படி இருக்கும் என்று நினைத்துப் பார்த்தான்.

"அம்மா, எனக்கு பசிக்குது மா. *சீக்கிரம்.* சாப்பாடு போடு மா" என்று கத்திக்கொண்டு குடிசையின் வெளியில் அமர்ந்திருந்தான் பங்கஜ். இவனுக்கு வேறு வேலையே இல்ல. எப்பப்பார்த்தாலும் சாப்பாடு. தயார் ஆகிட்டு இருக்கு என்று அம்மா சொன்னார்.

அக்கா, விறகு கட்டைகளை தலையில் சுமந்துகொண்டு வந்து வீட்டில் இறக்கிவைத்தாள். "என்ன மா. நீ இன்னும் சமைக்கலயா. நேத்துல இருந்து வீட்டுல எல்லாரும் பட்டினி. எப்படியோ இன்னைக்கு அரிசி வாங்க காசு கெடச்சுது. தம்பி பசி தாங்கமாட்டானு தெரியுமுல".

"அக்காவுக்கும், தம்பிக்கும் என்னை பேசுறதே வேலை. நான் என்ன மந்திரவாதியா. உடனே, சாப்பாடு தயார் ஆகுமா? கொஞ்ச நேரம் பொறுங்க" என்று அம்மா சொன்னாள்.

மண் அடுப்பில் சோறு கொதித்துக் கொண்டிருந்தது.

வெளியில் வந்த அம்மா, பங்கஜின் முதுகில் பலமாய் அடித்து, "போ போய் கீரைகள பறிச்சுட்டு வா" என்று விரட்டினாள்.

எழுந்தவன், அம்மாவைப் பார்த்து "டா மண்டி" தானே என்று சிரித்துவிட்டு, நடந்தான். (Daa Mandi- ஓர் உணவுவகை)

"என் மகனுக்கு சாப்பாடுன்னா அத்தனை பல்லும் தெரியுமே" என்று அம்மா சிரித்தாள்.

வீட்டின் அருகில் இருந்த முருங்கை மரத்தில் ஏறி, முருங்கை இலைகளை பறித்தான். வீட்டின் பின்புறம் சிறுசெடிகள் வளர்ந்திருந்தன. அந்த செடிகள் எல்லாம் "கோடாங்" (kodong) கீரைச்செடிகள். அந்த கீரைகளையும் பறித்துக்கொண்டு வந்து அக்காவிடம் கொடுத்தான்.

அக்கா, முருங்கை இலைகளை அதன் குச்சிகளில் இருந்து பிய்த்து தனியாக பாத்திரத்தில் போட்டுவிட்டு, கோடாங் கீரையை தண்ணீரில் போட்டு கழுவிவிட்டு, அதை, சிறுசிறு பகுதிகளாக நறுக்கினாள். அம்மா, ஒரு வாணலியை எடுத்து அடுப்பில் வைத்து, அதில் தண்ணீரை ஊற்றினாள். பின்பு இந்த இரண்டுவகை கீரைகளையும் அதில் போட்டு

கிளறிவிட்டாள். பின்பு, உப்பு மற்றும் பூண்டு பல்களையும் போட்டு வதக்கி எடுத்து வைத்தாள்.

பங்கஜ் சாப்பிடுவதற்காக சம்மணமிட்டு அமர்ந்திருந்தான். அக்காவும், அவனுடன் அமர்ந்திருந்தாள். அம்மா, அவனின் தட்டில் தண்ணீர் கலந்த சோற்றை வைத்தாள். கூடவே கீரையையும். பின்பு, கடித்துக்கொள்வதற்காக உரித்த வெங்காயம், பச்சை மிளகாய் மற்றும் உப்பையும் வைத்தாள். பக்கத்து வீட்டிலிருந்து வாங்கி வந்த கடலை குழம்பையும் வைத்தாள்.

பங்கஜ் வேகவேகமாக சாப்பிட ஆரம்பித்தான். "டேய்.... மெதுவாக சாப்புடு. தொண்டையில சாப்பாடு சிக்கிக்கப் போகுது" என்ற அக்காவின் வார்த்தைகளை, அவன் கேட்கவில்லை.

"அவன் எங்கே கேக்கப்போறான்? சாப்பாடுனா, அவனுக்கு எல்லாம் மறந்துவிடும். சாப்பிட்டு முடித்தவன், வெளியில் தன் நண்பனை பார்க்கச் சென்றான். எப்படி ஓடுது என்று பார்" என்ற அம்மா சாப்பிட ஆரம்பித்தார்.

எவ்வளவு நேரம், உனக்காக காத்துட்டு இருப்பது? எப்படியோ, காச ரெடி பண்ணியாச்சு என்ற நண்பனின் சொன்னதைக் கேட்டவுடன், சந்தோசத்தில் வா போலாமுனு இழுத்துக்கொண்டு சென்றான் பங்கஜ். கொஞ்சதூரம் போனவுடன் ஒரு கடை இருந்தது. முழுவதும் ஓலையால் வேயப்பட்ட கடையின் உள்ளே சென்று அமர்ந்தனர். பங்கஜின் நண்பன், இரண்டு என்று சைகை செய்தான். ஹடியா (Hadiya - Rice Beer) என்ற பானத்தை கொண்டுவந்து வைத்தனர். கூடவே, கடித்து கொள்வதற்காக கடலையையும் வைத்தனர். இருவரும், அதை அருந்தினர். மறுபடியும் வேணுமுனு பங்கஜ் சொல்ல, நண்பன் தடுத்தான். அளவாவே குடி, இல்லன்னா மாட்டிக்குவே. ஆனால், பங்கஜ் கேட்கவில்லை.

மூன்று கோப்பைகள் உள்ளே சென்றது. தள்ளாடிக்கொண்டே இருவரும் வந்தனர். அப்போது, ஒரு கல்யாண கும்பல் ஆட்டம் பாட்டத்துடன் வந்து கொண்டிருந்தது. அந்த கூட்டத்துடன் கலந்துகொண்டு, பங்கஜ் ஆட்டம்போட ஆரம்பித்தான். சற்றுநேரத்தில், அவன் முதுகில் ஒருஅடி விழுந்தது. ஐயோ... இந்த அடி ரொம்ப பழக்கப்பட்டது போல இருக்குதே என்று திரும்பி பார்த்தான். அம்மா, கோபமாக கையில் விறகு கட்டையுடன் நின்று கொண்டிருந்தார். பங்கஜ் அங்கே நிற்காமல் ஓட ஆரம்பிக்க, அம்மாவும், அவனை அடிக்க கட்டையை தூக்கிக்கொண்டு விரட்டினார். அங்கிருந்த அனைவரும் பார்த்து சிரிக்க, அவனுக்கு விருப்பமான பெண்ணும், அவன் ஓடுவதை

பார்த்து விழுந்து, விழுந்து சிரித்தாள். திடிரென்று, பழைய நினைவுகள் முடிந்து, எழுந்து உட்கார்ந்தான். எவ்வளவு அருமையான நினைவுகள். அந்த நினைவுகளை, நினைத்து பார்க்கவே ஒரு நாள் தேவைப்படுது.

அம்மாவின் அடி, அக்காவின் திட்டு, நண்பனுடன் சேர்ந்து ஊர் சுற்றுவது என்று அனைத்தையும் இழந்துவிட்டு, இங்கே இருக்க வேண்டியதாகிவிட்டது. இனி, ஒருநாளும் அதுபோன்ற மகிழ்ச்சி திரும்பாது என்று நினைத்தான். மதிய சாப்பாடும், குரு கொடுத்து விட்டிருந்தால் அதை சாப்பிட்டு முடித்திருந்தான். உண்மையில், என் வீட்டின் ஏக்கம் வராமல் நண்பர்கள் பார்த்துக் கொள்கிறார்கள். அவர்களுக்காக என்னால் என்ன திருப்பி செய்ய முடியும் என்று தெரியவில்லை. தரம் பார்த்து பேசும் மனிதர்களுக்கு மத்தியில், இவர்களை போன்றவர்களும் இருக்கத்தான் செய்கிறார்கள் என்று நினைத்துக்கொண்டு, காதில் ஹெட்போனை மாட்டிக்கொண்டு, பிடித்த பாடல்களை கேட்டுக்கொண்டு சற்று நேரம் நடக்க ஆரம்பித்தான்.

நிறுவனத்தின் மதில்-சுவரை ஒட்டி மரங்கள் இருந்தன. அந்த நிழலில் நடந்தான். காற்று, மதிய வேளையில் மெல்லியதாக அடித்தது. சூரியனின் வெப்பத்தை, நான் பார்த்துக்கொள்கிறேன். நீ, என் நிழலில் அமைதியாய் இரு என்று மரம் சொல்லியது. குருவிகள், அங்குமிங்கும் பறந்து கொண்டிருந்தன. அணில் ஒன்று, மரத்தில் இருந்து கீழே இறங்குவதற்காக பார்த்தது. அட... அணில். நான் இருப்பதால் இறங்க மறுக்கிறது. ஒருவேளை, அன்று பார்த்த அணிலாய் இருக்குமோ. எப்படியோ நாம் பின்னால் போய்விடுவோம் என்று ஒரு மரத்தின் அடியில் அமர்ந்துவிட்டான். அந்த அணில், சற்றுநேரம் அவனை பார்த்துவிட்டு, வேகமாக இறங்கி, கீழே கிடந்த வேப்பம்பழத்தை எடுத்துக்கொண்டு ஓடியது. பொறுமையாய் எழுந்து அறைக்குச் சென்றான்.

இரவில் பசி எடுக்கவில்லை. காலை மற்றும் மதியம் இரண்டு நேரமும் அதிகமாகவே சாப்பிட்டிருந்தான். இரவு உணவு வேண்டாம். இன்று, ஒருநாள் முழுவதும் மெஸ்ஸில் இருந்து தப்பித்துக் கொள்ளலாம் என்று படுத்துவிட்டான். அந்த அறையில் தங்கியவர்கள், வேலை முடிந்துவந்து உடைகளை மாற்றிக்கொண்டு சாப்பிடச் சென்றனர். பங்கஜை சாப்பிட கூப்பிட்டும், எனக்கு பசிக்கவில்லை என்று சொல்லிவிட்டான்.

அப்போது, காலைநேர வாட்ச்மேன் வேலை முடிந்து, தனது அறைக்கு திரும்பிக்கொண்டிருந்தார். பங்கஜ் அறைக்கு வரும்போது, குரு கொடுக்கச் சொன்னார் என்று சாப்பாட்டை கொடுத்தார். இந்தமுறை, கடையில் வாங்கி கொடுத்தனுப்பியிருந்தான் குரு. பங்கஜ் எதுவும்

பேசாமல், அதையே பார்த்துக் கொண்டிருந்தான். கண்ணின் ஓரமாய் கண்ணீர் வழிந்ததை, அவன் கவனிக்கவில்லை.

*****

ஐவரும் பேசி சிரித்துக்கொண்டிருந்தனர். அவர்களை கடந்து செல்பவர்கள். இவர்களை வித்தியாசமாக பார்த்தனர். "இங்கே என்ன பார்வை?" என்று ஒரு சிலரிடம், மீனா எகிறினாள். "அட... சும்மா இருக்க மாட்டியா?" என்ற லட்சுமியின் அதட்டலுக்கு பிறகு அமைதியானாள்.

"நம்ம குருப்ப பார்த்து, அவங்களுக்கு பொறாம" என்று கவிதா சொன்னாள். "ஆமா கவி. இவங்களுக்கு, நம்மள மாறி நண்பர்கள் இல்லனு பொறாம தான்" என்று மீனா ஆமோதித்தாள். "பொறாம இல்ல, வித்தியாசமா இருக்குனுதான் பார்க்குறாங்க" என்று லட்சுமி சொல்ல, மீனாவும், கவிதாவும் ஒரு சேர கேட்டனர். அதென்ன வித்தியாசம்?.

"அம்மா வயசுல நான், ஒரு புதுஜோடி, நீ, அப்புறம் ஒரு இந்திக்காரப் பையன் பங்கஜ். இதுமாறி நண்பர்கள் குழுவ யார் பார்த்தாலும், அப்படித்தான் பாப்பாங்க" என்று மீனாவைப் பார்த்துச் சொன்னாள் லட்சுமி.

"அதெல்லாம் இல்லக்கா. அவங்களுக்கு நம்மளமாறி நண்பர்கள் இல்லனு ஏக்கந்தான்" என்று மீண்டும் சொன்னாள் மீனா. "நீ சொன்னா சரியாத்தான் இருக்கும்" என்று குரு சொன்னதைக்கேட்ட, அனைவரும் சிரித்தனர்.

"அதெல்லாம் இருக்கட்டும். ஒவ்வொருவரும் சோம்பேறி நாளப்பத்தி சொல்லுங்க. அடுத்த மாசத்திலும் இதை செயல்படுத்தலாமா, இல்லன்னா இதோடு விட்டுடலாமா" என்று கவிதா கேட்டதிற்கு, அனைவரும் கண்டிப்பாய் செயல்படுத்தலாம் என்று ஒருசேர கூறினர். ஒவ்வொருவரும் அந்த நாளில் என்ன செய்தார்கள், அந்த நாள் எப்படி போனது என்று வரிசையாய் கூறினர்.

"பங்கஜ் கடைசியாய் பேச ஆரம்பித்தான். அவன் வாய் தடுமாறியது. கூடவே கண்களும் கலங்கியது. "எனக்கு, எப்படி சொல்றதுனு தெரியல. நீங்க ஒவ்வொருத்தரும் பேசும்போது, அந்தநாள் எப்படி மகிழ்ச்சியா இருந்துச்சு? அப்புறம், மனசுக்கு எப்படி அமைதியா இருந்துச்சுனு என்று சொன்னீங்க. ஆனா, எனக்கு அப்படியில்ல. உண்மையில, எனக்காக, எத்தன பேர் இருக்குறாங்கனு தெரிஞ்சுக்கிட்டேன். பைசா பார்த்து பழகுற இந்த காலத்துல, எந்த எதிர்பார்ப்பும் இல்லாம யார் பழகுறாங்கனு பார்த்துட்டேன்.

"பானிபூரி விக்கிறவன், குளிக்காதவன், பான்பராக்கு வாயன்னு மத்தவங்க கிண்டலடிக்கும் போது, உங்க வீட்டுல ஒருத்தர் இருந்தா, எப்படி நடத்துவீங்களோ, அதுல கொஞ்சமும் கொறயில்லாம என்னை நடத்துறீங்க. எ வீட்டு ஞாபகம் வரும்போது, மனசு ரொம்பவும் கனமா இருக்கும். ஆனா, அதுமாறி இனிமேலு, நானு நெனைக்கப் போறதில்ல. ஏனென்னா, எனக்கு இன்னொரு குடும்பமும் இங்க இருக்கு. நீங்க செஞ்ச எல்லாத்துக்கும் நன்றி" என்று கையெடுத்து கும்பிட்டுவிட்டு அழுதான்.

உடனே அனைவரும் எழுந்து, அவனைச்சுற்றி நின்று, அவனை சமாதானப்படுத்தினர். "இதுக்கெல்லாம் அழுறதா, நாங்கதான் இருக்குறோமுல. அப்புறம், எதுக்கு அழுகுறே. மொதல்ல அழுகைய நிறுத்து" என்று லட்சுமி சொன்னதைக்கேட்டு, அமைதியானான் பங்கஜ்.

"என்னண்ணா, நீங்க அழுது, எங்களையும் அழ வச்சுடிங்க. நானும், மீனாவும் உங்கள சும்மாவா அண்ணன்னு சொல்றோம். எப்பவும், நீங்கதான் எங்களோட அண்ணன். ஓகே வா" என்று மீனாவை பார்த்துக்கொண்டு சொன்னாள் கவிதா. "ஆமாண்ணா, உங்கள யார் கிண்டல் பண்ணுனதுன்னு சொல்லுங்க. அவன, நா ஒருவழி செஞ்சுடுறேன்" என்று மீனா சொன்னதைக்கேட்டு, அனைவரும் சிரித்தனர்.

அமைதி நிலைக்குத் திரும்பிய பங்கஜ், "நீங்க நேத்து கொடுத்த சப்பாட்டுல, மஞ்ச கலர்ல இருந்த சாப்பாடு ரொம்ப நல்லா இருந்துச்சு. அந்த சாப்பாடு பேர் என்ன?" என்று மற்றவர்களிடம் கேட்டான். "அப்போ, நா கொடுத்த சாப்பாடு நல்லா இல்ல அப்படித்தானே" என்று கவிதா போலி கோபம் கொண்டாள். லட்சுமியும், "அதெப்படி, எல்லாரும் சமைச்சு கொடுத்தோம்ல, அதென்ன மஞ்ச கலரு சாப்பாடு மட்டும் புடிச்சுருக்காம். பங்கஜ் இதெல்லாம் தப்பு" என்று கோபமாக இருப்பதுபோல், முகத்தை வேறுபக்கம் திருப்பினாள்.

"ஐயோ.... நானு அப்படி சொல்லல... மூணு வீட்டு சாப்பாடும் சூப்பரா இருந்துச்சு. அந்த சாப்பாடு பேரு தெரியல. அதான், கேட்டேன். நீங்க கோவப்படாதீங்கனு" பதட்டமாக சொன்னான் பங்கஜ். இதைக்கேட்ட அனைவரும் சிரித்தனர். "நாங்க சும்மாதான் சொன்னோம். வேலைக்கு நேரமாச்சு கௌம்பலாம் என்று லட்சுமி சொல்ல, ஹப்பா......னு பெருமூச்சு விட்டான் பங்கஜ். அனைவரும் வேலைக்கு செல்ல, இருக்கைகளை விட்டு எழுந்தனர். "அந்த சாப்பாட்டு பேர இன்னும் சொல்லல" என்று பங்கஜ் மறுபடியும் கேட்டதுக்கு, லட்சுமியும், கவிதாவும் முறைத்தனர். மீனா தலையை குனிந்து, சிரித்துக்கொண்டே சென்றாள்.

*****

ஞாயிற்றுக்கிழமை காலையில் மீனாவை எழுப்பிக் கொண்டிருந்தார் அவள் அம்மா. "அடியே... சீக்கிரம் எழுந்திரு. என்னோட பொறந்தவன் வர்றதா போன் பண்ணாங்க".

"மாமாவா...?" என்று தெரியாதது போல் கேட்டாள்.

"உனக்கு வாய் அதிகந்தான் என்று சொல்லிவிட்டு, என்னோட அண்ணன் தான் வர்றார்" என்றாள்.

"ஓ... அவரா... அவருக்கும், நமக்கும்தான் போக்குவரத்தே இல்லையே. எதுக்கு வர்றார்?".

"எல்லாம் நல்ல விஷயமாத்தான் வர்றார்".

"அவருக்கு, நல்ல விசயம்னா பணம்தான். அதுதான், நம்மிகிட்ட இல்லயே. அப்புறம், எதுக்கு வர்றார்?"

"உனக்கு வரவர வாய் அதிகமாகிடுச்சு. அவர், உனக்கு மாப்பிள பார்த்திருக்குறாராம். அதப்பத்தி, சொல்லத்தான் வர்றார்" என்று அம்மா சொன்னதைக்கேட்டு சிரிக்க ஆரம்பித்தாள். "அவர், இங்கவந்து மூணு வருசத்துக்கு மேல ஆகிடுச்சு தானே. ஏ, இப்போ திடீர்ன்னு அவருக்கு ஞானோதயம் வந்துருக்கு. அவர் செஞ்சது எல்லாம் மறந்துட்டயா? அவர, வரவேண்டாம்ுனு சொல்லிடு. நம்மள பார்த்துக்க நமக்குத் தெரியும்ுனு" கோபமாக சொன்னாள் மீனா.

"வாய மூடு. மொதல்ல ஒரு பொம்பளபுள்ள மாறி நடந்துக்கோ. என்னோட அண்ணன், அப்படி என்ன செஞ்சுட்டாருனு பேசிட்டு இருக்குறே. அவர் கொஞ்ச நேரத்துல வந்துடுவார். ஒழுங்கா பேசு" என்று சமையலறைக்குச் சென்றாள் அம்மா.

அப்படியே நடந்துகொள்கிறேன் என்று மனதிற்குள் சொல்லிக்கொண்டாள் மீனா. அப்போது, அவளிடம் வந்த அவள் தம்பி, "அக்கா, எனக்கு பிஸ்கட் வாங்கித்தா" என்றான்.

"நேத்து வாங்கித்தந்தது என்னாச்சு?"

"அக்கா.... அது முடிஞ்சுபோச்சு. இப்போ வாங்கித்தா".

"டேய்.... பணத்த, நானா அச்சடிக்கிறேன். எப்பப்பார்த்தாலும் வாங்கித்தா.... வாங்கித்தாுனு கேட்டா, நா எங்கே போறது?" இதைக்கேட்ட தம்பி, சோகமாய்ப் போனான். இதைப்பார்த்து, பெருமூச்சுவிட்டுவிட்டு, தம்பியை பிடித்து நிறுத்தி, "இந்தா பத்து ரூபா. அடிக்கடி கேக்ககூடாது" என்று கொடுத்தாள் மீனா. பணத்தை வாங்கியவுடன், பிஸ்கட் வாங்க கடைக்கு ஓடினான் தம்பி.

"லட்சுமியின் கணவனுக்கும், பக்கத்து வீட்டில் இருப்பவருக்கும் ஒரே சண்டை. அந்த தெரு முழுவதும் வேடிக்கை பார்த்தது. கார்த்தி விளையாட போய்விட்டதால், அவனுக்கு எதுவும் தெரியவில்லை. லட்சுமி, தன்னுடைய கணவனை சமாதானப்படுத்தினாள். ஆனால், அவன் கேட்கவில்லை. காலையிலேயே குடித்துவிட்டு வந்து, பக்கத்து வீட்டில் இருப்பவரிடம் சண்டை போட்டுக் கொண்டிருந்தான்".

"அக்கா, ஒங்க மொகத்துக்காக தான் பார்க்குறேன். இல்லன்னா, இந்த குடிகாரன அடிச்சுடுவேன்" என்று பக்கத்து வீட்டுக்காரர் சொன்னதைக்கேட்ட லட்சுமியின் கணவன், "டேய், எ ஊட்டுக்காரிகிட்ட, உனக்கு என்னடா பேச்சு? என்னடி, எனக்குத்தெரியாம, அவன்கிட்ட என்ன பேச்சு".

"பார்த்தீங்களாக்கா. இவனுக்கு வக்காலத்து வாங்கிட்டு வராதீங்க. நாலு பேருகிட்ட, நல்லா ஒத வாங்குனாத்தான் திருந்துவான்".

"அவருக்காக, நா மன்னிப்பு கேட்டுக்குறேன். அவர் பேசிட்டே இருக்கட்டும். நீங்க, உங்க ஊட்டுக்குள்ள போங்கனா. நா, அவர கூட்டிட்டுப் போறேன்" என்று கெஞ்சாத குறையாய் கேட்டாள் லட்சுமி.

"நீங்க சொல்றதால போறேனுக்கா" என்று அந்த பக்கத்து வீட்டுக்காரர் சென்றார். "எங்கடா போறே? நா தனியாள்தான். என்கிட்ட மோதிப்பாரு" என்று போதையில் தள்ளாடிக்கொண்டே பேசிய கணவனைப்பிடித்து, வீட்டிற்குள் இழுத்துச்சென்றாள் லட்சுமி.

"உங்களால, இந்த ஊட்டோட மானமே போகுது. மொதல்ல, இராத்திரில தான் குடிச்சுட்டு வருவீங்க. ஆனா, இப்போ பகல்லியே, அதுவும் காலையிலியே குடிச்சுட்டு வர்றீங்க. உண்மையில, இந்த குடும்பத்தப்பத்தி உங்களுக்கு அக்கற இருக்குதா? நம்மளப்பத்தி மத்தவங்க என்ன நெனப்பாங்க?"

"மத்தவங்க நெனச்சு என்ன ஆகப்போகுது? அவங்களா, எனக்கு சாப்பாடு போடுறாங்க" என்று கத்தினான் கணவன்.

"அவங்க சாப்பாடு போடல. நாந்தான் போடுறேன். என்னோட சம்பாத்தியத்துலதான் நீங்க சாப்புடுறீங்க. இதுல, அந்த பக்கத்து ஊட்டுக்காரனோட, என்னையும் சம்பந்தபடுத்தி அசிங்கமாக பேசுறீங்க. உங்களால சம்பளம்தான் கொடுக்கலைனாலும், இதுமாறி அவமானத்த எல்லாம் நெறயவே சம்பாரிச்சு கொடுக்குறீங்க".

"என்னடி.. ரொம்ப பேசிட்டே போறே. நா செய்யுற வேலைய, இங்க எவனும் செய்ய மாட்டான்".

"அதனால என்ன பலன். ஒரு ரூபா இதுவரைக்கும் கொடுத்திருக்கீங்களா? சும்மா பேசிட்டே ஊர ஏமாத்துனா போதுமோ" என்று லட்சுமி கேட்டதற்கு, அவள் கன்னத்தில் பளார் என்ற அறைதான் பரிசாக கிடைத்தது.

"வெளியே ஓடிடு. உன்னோட காசு எனக்குத் தேவையில்ல. என்னை பார்த்துக்க எனக்குத் தெரியும். புருசன் மதிக்காத பொண்டாட்டி தேவையில்ல. நா கட்டுன தாலிய கழட்டிவச்சுட்டுப்போ. அப்புறம், ஊருல இருக்கறவங்க என்னைப்பத்தி தப்பா பேசமாட்டாங்க. புருசன், பொண்டாட்டிய வெரட்டிவிட்டா ஊருல இருப்பவங்க, உன்ன எப்படி பார்ப்பாங்கனு தெரியும்போதுதான், உனக்கு அறிவு வரும். என்னமோ, இவ சம்பாரிச்சு, நா அழிச்சமாறி பேசுறா. நா சம்பாரிக்குறேன், நா குடிக்குறேன். இதுல உனக்கு என்ன கவல? ஒழுங்கா, அமைதியா இருந்தா இரு. இல்லன்னா போய்ட்டே இரு".

கணவன் அடித்ததில் லட்சுமியின் இரு கண்களும் கலங்கிவிட்டன. அவளுக்கு கோபம் பொத்துக்கொண்டு வந்தது. ஆனால், அதை அவள் வெளிக்காட்டவில்லை. "இவன் செய்வதை எல்லாம் பொறுத்துக்கொள்வதை தவிற என்ன செய்வது? வாழ பிடிக்கவில்லை என்று இத்தனை வருடங்களுக்கு பிறகு, ஓரியாடிட்டு சொந்த ஊருக்கா செல்ல முடியும். கணவன் இல்லாமல், ஒரு பெண் வாழ்ந்தால், இந்த ஊர் எப்படி பேசும் என்று தெரியாதா? அப்போதுதான், ஆபத்துபாந்தவன் போல், சில ஆண்கள் உள்ளே வருவார்கள். அதுபோன்ற இழிநிலை எனக்கு வேண்டாம். கஷ்டமோ, நஷ்டமோ சாகும்வரை, இங்கேதான் இருக்கவேண்டும். கணவன்தான் தவறு செய்கிறான் என்று, நாமும் போட்டி போட்டுக்கொண்டு செய்வதால் ஒரு பயனும் இல்லை. இதுவரை பொறுத்துத்தானே சென்றோம். இனிமேலும் போய்த்தான் ஆகவேண்டும்" என்று மனதில் நினைத்துக்கொண்டு அமைதியானாள் லட்சுமி.

கவிதாவின் அம்மா, சிலமுறை கவிதாவுக்கு போன்செய்திருந்தாள். ஆனால், கவிதா எடுக்கவேயில்லை. நான் மட்டும் வந்தால் போதும் என்றிருக்கும் அம்மாவிடம் எதற்கு பேசவேண்டும்? இதைப்பற்றி, குருவிடமும் எதுவும் சொல்லவில்லை. கல்யாணம் செய்துவிட்டாச்சு, இனி நாம் ஒன்றும் கைக்குழந்தை இல்லை. அம்மா, அப்பா என்று மீண்டும் அவர்கள் பின்னால் செல்ல முடியுமா? வாழ்க்கை எப்படியோ அமைந்துவிட்டது. இனி, அதை நோக்கித்தான் பயணம் இருக்கவேண்டுமே தவிர, இதைப்பற்றி இனியெல்லாம் யோசிக்ககூடாது.

அவளின் போன் மீண்டும் அடித்தது. குரு ஆட்டுக்கறியை வாங்கி வருவதற்காக வெளியே சென்றிருந்தான். அவன், இங்கே இல்லையென்று உறுதிசெய்து கொண்டு போனை எடுத்தாள்.

"என்னமா... உனக்கு வேணும். நாந்தான் வரலனு தெளிவா சொல்லிட்டேன்ல. அப்புறம், எதுக்கு இப்படி தொடந்து தொல்ல செய்றே. எனக்குன்னு, ஒரு வாழ்க்க அமைஞ்சுடுச்சு. அதனால, கொஞ்சம் நிம்மதியா விடுங்க. அவர், என்னை நல்லா பார்த்துக்குறார். இதுக்கு மேல என்ன வேணும்?"

"பேசி முடிச்சாச்சா? நா பேசலாமா என்று அம்மா பேச ஆரம்பித்தார். "அம்மா, அப்பாவோட செல்லபிள்ளயா இருந்துட்டு, காதல், கத்திரிக்காய்னு வந்து நின்னா, எங்களுக்கு கோபம் வராதா. உங்களுக்கு நல்லது எது, கெட்டது எதுனு பார்த்து, பார்த்து செய்யுற நாங்க, கடைசியில கெட்டவங்களா தெரியுறோமா? கல்யாணத்துக்கப்புறம் நம்ம பொண்ணு, ஒரு நல்ல வசதியான எடத்துல, கஷ்டபடாம இருக்கனும்முனு தானே பெத்தவங்க விரும்புவாங்க. உனக்கு, ஒரு கொழந்த பொறந்து, அந்த கொழந்த கல்யாண வயசுல வந்து நிக்கும்போது, நா, சொல்றது உனக்கு புரியும்.

ஆமா. நாங்க தப்பு பண்ணிட்டோம். உன்னோட காதலபத்தி தெரிஞ்சதுக்கப்புறம், நீ எங்கள விட்டு போய்டுவேனு நெனச்சோம். இந்த ஊர்க்காரங்களுக்கும், சொந்தக்காரங்களுக்கும் பயந்துதான், அவசரஅவசரமாக கல்யாணத்துக்கு ஏற்பாடு செஞ்சோம்.

பிள்ளைங்களுக்கு ஏதாவது பிரச்சனை, இல்ல வேற தேவை இருக்குதானு தெரியறதுக்கு பெத்தவங்க, பிள்ளைங்ககிட்ட பேசவேணும்முனு சொல்றாங்க. ஆனா, வளந்த பிள்ளைங்க, நீங்க ஒரு மொறயாவது எங்ககிட்ட உண்மையா நடந்துக்கறீங்களா. அத்தனையும் மறைச்சு, மறைச்சு தானே செய்றீங்க. திடிர்னு, ஒருநாள் விஷயம் தெரியவரும் போது, எங்களால எப்படி எடுத்துக்க முடியும்? எங்க நெலமயில, நீயும் யோசிச்சுப்பாரு. உங்களுக்கு ஒன்னு வேண்டாமுனு நாங்க சொல்லிட்டா, நாங்க விரோதிங்க ஆயிடுறோம்.

நாங்க, உங்க அளவுக்கு படிக்கலனாலும், ஏதோ கொஞ்சம் படிச்சிருக்கோம். நாட்டுநடப்பு எங்களுக்கும் தெரியும். சாதி விட்டு சாதி கல்யாணம் செஞ்சா, ஒருசில பேர் கத்தியையும், அருவாளையும் தூக்கிட்டு அலைறாங்களே. அதுபோல, நாங்க அப்படியா சுத்திட்டு இருக்கோம். எங்களுக்கு இன்னும் பாசம் இருக்கறதாலதான், உன்கிட்ட பேசுறோம். உன்னப்போல, யாரும் தேவையில்லனு நாங்க இருக்கல.

நீ பொறந்ததிலிருந்து, உன்ன தூக்கிட்டு அலைஞ்சவங்கதானே நாங்க. இன்னைக்கு, திடிர்னு பாசம் கெடையாது. நீங்க யாரோ, நாங்க யாரோனு நெல வரும்போது, நாங்க எங்கே போவோம்? எங்களுக்கு மட்டுமில்ல, உன்ன கல்யயணம் செஞ்ச, அந்த பையனோட பெத்தவங்களையும் நெனச்சுப்பார்" என்று பேசிமுடித்தாள் அம்மா.

கவிதாவுக்கு என்ன சொல்வதென்று தெரியவில்லை. "அம்மா... நா பேசுனது தப்புதான். நா காதலிக்கும் போதே, உங்ககிட்ட வந்து சொல்லியிருக்க வேணும். நீங்க, போனதடவ பேசுனத நெனச்சேன். இந்ததடவையும், நீங்க அதப்பத்தித்தான் பேசுவீங்க. என்னையும், அவரையும் பிரிச்சுடுவீங்கனு பயந்துட்டேன். அதுதான், நா அப்படி பேசிட்டேன். என்ன மன்னிச்சுடு மா".

"சரிவிடு. நீங்க, ரெண்டுபேரும் திரும்பி வந்துடுங்க. இனி, அங்கேயிருந்து என்ன செய்வீங்க? நா அப்பாகிட்ட பேசிக்கிறேன்".

"இல்ல மா. அது வேண்டாம்?"

"ஏ வேண்டா? ஒன்னும் பிரச்சனயில்ல".

"அப்படியில்லமா. தனியா வாழ்ந்து காமிக்கிறோமுனு வெளியே வந்துட்டோம். இப்போ, இதெல்லாம் கஷ்டமுனு மறுபடியும் உங்ககிட்டயே வந்தா நல்லவா இருக்கும். கஷ்டம் தெரியாம நீங்க வளத்திருக்கலாம். ஆனா, கையாலாகாத புள்ளயா நானும் வளரல, அவரும் வளரல. இனி, அங்கே வர்றது உங்கள பாத்துட்டு போகத்தான் இருக்குமே தவிற, உங்ககூட சேர்ந்து இருக்கறதுக்கு இல்ல.

நாங்க வளந்துட்டோமுனு நீங்களும் புரிஞ்சுக்கோங்க. எங்களால இதக்கூட சமாளிக்க முடியலனா, அப்புறம், எங்களால எதுவுமே சமாளிக்க முடியாது. கவலப்படாதீங்க. நாங்க கண்டிப்பா வழிதவறி போகமாட்டோம். இப்பத்தான் எங்களோட வாழ்க்கை ஆரம்பிச்சிருக்கு. மறுபடியும், உங்களோட பாசம் எங்கள சோம்பேறியாக்கிடும். உங்க மனசு, மாறுனதே என்னை பொறுத்தளவுல பெரிய விஷயம். அப்பாகிட்ட சொல்லுங்க, கண்டிப்பா அவர பார்க்க வருவேன். ஆனா, இந்த நெலமையில இல்ல. உன்புள்ள ஓடிப்போய் கல்யாணம் செஞ்சாலும், இப்போ நல்ல நெலமைல இருக்குராங்கனு மத்தவங்க சொல்லுற அளவுக்கு வந்ததுக்கப்புறம் தான் நாங்க வருவோம்" என்று சொன்னாள் கவிதா.

"உன்ன நெனச்சா பெருமையா இருக்கு. உண்மையில, இத அப்பா கேட்டிருந்தா கண்டிப்பா சந்தோசப்படுவார்" என்று கண்ணீர்விட்டாள் அம்மா.

*****

பங்கஜ் மிகவும் சந்தோசமாக இருந்தான் என்பது அவள் அக்காவுக்கும், அம்மாவுக்கும், அவன் போனில் பேசியதில் இருந்தே தெரிந்தது. "மகனே... அப்படி என்ன சந்தோசம். எங்களுக்கும் சொல்லேன்" என்று அம்மா கேட்டாள்.

தன் நண்பர்களை பற்றிச்சொன்னான். அவர்கள் என்னை எப்படி பார்க்கிறார்கள் மற்றும் தன்னிடம் எப்படி நடந்து கொள்கிறார்கள் என்று விலாவாரியாக சொன்னான். "மா, நானு இங்க தனியா இருக்கறதுக்கு கவலப்படாதீங்க. இவங்ககூட, நானு இருக்குறவரைக்கும், எனக்கு கவலயில்ல. அதுவுமில்லாம, ஒரு முக்கியமான விஷயம். திபாவளிக்கு இன்னும் கொஞ்ச மாசந்தான் இருக்கு. அப்போ, ஊருக்கு வந்து உங்களையும், அக்காவையும் நானு கூட்டிட்டுப் போறேன். இனி, நாம ஒன்னாவே இருக்கலாம்" என்று பங்கஜ் சொல்லியதைக்கேட்டு மகிழ்ச்சியடைந்தார் அவன் அம்மா.

அக்கா போனை வாங்கிப்பேசினாள். "எங்களையும், அந்த ஊருக்கு கூட்டிப் போறயா? கண்டிப்பா, நல்ல விசயம் தான். ஆனா, எங்களுக்கு, அங்க யாரையும் தெரியாதே? அவங்க மொழியும் தெரியாதே? எங்கள எப்படி நடத்துவாங்கனு தெரியாதே? என்று பயந்தாள் அக்கா.

"அக்கா, நீ ஒன்னும் பயப்படாதே. இங்கே எனக்கு ரெண்டு தங்கச்சிங்க இருக்கிறாங்கனு தெரியுமா? என்னைமாறியே ஒரு தம்பியும், உனக்கு இருக்குறான். அதுமட்டுமில்லாம, அம்மாமாறி இங்கேயும் ஒரு அம்மாவும் நமக்கு இருக்கிறார். அதனால, நீ பயப்படாதே. அவங்க பார்த்துக்குவாங்க. நம்மளமாறி எத்தனைபேர் இங்கே வேலையில இருக்குறாங்கனு தெரிஞ்சா, நீ ஆச்சரியப்படுவே. நா, ஊருக்கு வந்ததுக்கப்புறம் இன்னும் சொல்றேன்" என்று போனை வைத்தான் பங்கஜ்.

*****

மீனாவின் மாமா வந்துவிட்டார் என்பதை அவருடைய காரின் ஹாரன் சத்தம் பறைசாற்றியது. அவர்கள் வீட்டின் முன்னால் காரை நிறுத்த இடமில்லை. எனவே, சாலையில் ஓரமாக நிறுத்திவிட்டு, காரின் கண்ணாடியை ஏற்றினார் மாமா. சுற்றியும் பார்த்தார். அனைத்தும்

ஓட்டுவீடுகள். மாடிவீடுகளே இல்லை. சாக்கடை அடைத்துக்கொண்டு, கழிவுநீர் சாலையில் ஓடியது. அதனால், ஏற்பட்ட நாற்றத்தால் மூக்கை மூடிக்கொண்டார்.

இங்கெல்லாம் வரவேண்டிய அவசியம் வந்ததை நினைத்து நொந்துகொண்டார். அவரின் மனைவியும் கூட வந்திருந்தார். இருவரும் வீட்டினுள் நுழைந்தனர். அவர்கள் அணிந்திருந்த ஆடைகள்கூட, இங்கு வருவதற்கு விரும்பாதது போல் மினுமினுத்தன. மீனாவின் அம்மாவிற்கு மிகுந்த சந்தோசம். நீண்ட நாளைக்குப்பிறகு, தன்னுடைய அண்ணன் இங்கே வருகிறார் என்பதால்தான். மீனாவும், அவளின் தங்கையும் சிரித்துக்கொண்டு வரவேற்றார்கள். தம்பி என்ன சொல்வதென்று தெரியாமல் விழித்துக் கொண்டிருந்தான்.

மாமா, தான் வாங்கிவந்த தின்பண்டங்களை மீனாவின் அம்மாவிடம் கொடுத்துவிட்டு, "எல்லாரும் எப்படி இருக்கீங்க?" என்று கேட்டார். "எல்லாரும் நல்லா இருக்குறோம்" என்று மீனா சொல்ல, அவளின் தம்பி, மாமா வாங்கிவந்த தின்பண்டங்களையே பார்த்துக்கொண்டிருந்தான். எப்போ இதெல்லாம் நாம சாப்பிடமுடியும் என்று நினைத்தான். அவனின் ட்ராயர் பாக்கெட்டில், அக்கா வாங்கிக்கொடுத்த பிஸ்கட் பாக்கெட் இருந்தது. ஆனால் இப்போது, அவனுக்கு மாமா வாங்கிவந்த தின்பண்டங்கள் தான் பெரிதாய் இருந்தன.

மாமாவும், அத்தையும் உட்கார இருக்கைகளை கொண்டுவந்து போட்டாள் மீனா. அந்த பிளாஸ்டிக் இருக்கைகளின் வர்ணங்கள் முழுவதும் போயிருந்தது. இருக்கை கைப்பிடியின் ஓரமெல்லாம் உடைந்திருந்தது. இருவரும் முகம் சுழித்துக்கொண்டு அமர்ந்தனர். அம்மா, காபி எடுத்துக்கொண்டு வந்து இருவரிடமும் கொடுத்தாள். மாமா வீட்டை நோட்டமிட்டார். வீட்டின் கூரையில் ஒருசில ஓடுகள் உடைந்திருந்தன. வீட்டில் பொருட்கள் சொல்லிக்கொள்ளும்படி எதுவும் இல்லை.

மாமா, மீனாவின் அம்மாவை பார்த்து, "இன்னும் எத்தன நாள்தான் மீனா வேலைக்குப்போவா? வயசுக்கு வந்த பொண்ணு இவ. இன்னும் வேலைக்குப் போய்ட்டு இருந்தா, ஊர் ஒலகம் தப்பா பேசாதா? இன்னைக்கு, ஊரே கெட்டு கெடக்குது. எங்க பார்த்தாலும் காதல், கன்றாவினுதான் பேச்சு. நம்ம புள்ள பேசாம இருந்தாலும், இந்த பசங்க பேசி மனச கெடுத்துடுவாங்க. அதுவுமில்லாம, பொம்பளைங்க வேலைக்குப்போய், அப்படி என்ன சம்பாரிச்சுடுவாங்க. காலாகாலத்துல, அவங்களுக்கு கல்யாணம் செஞ்சு வச்சுட்டா குடும்பம், கொழந்தைனு இருக்கறதுக்கே, அவங்களுக்கு நேரம் சரியா இருக்கும்.

"எங்கிட்ட வேலை செய்யுற பையன் ஒருத்தன் இருக்குறான். பத்தாவது வரை படிச்சிருக்கான். அவனுக்கு, பொண்ணு பார்த்துட்டு இருக்காங்க. அந்த பையன், நம்ம மீனாவுக்கு பொருத்தமா இருப்பான். மீனாவும் பத்தாவது வரைக்குந்தானே படிச்சிருக்குறா. நகை, பணமுனு அவங்க எதிர்பார்க்கல. எனக்கும் பொறுப்பு இருக்குதுல. அதுதான் பேசிட்டு போலாமுனு" வந்தேன்.

இதைக்கேட்ட மீனா, சத்தமாக சிரித்தாள்.

"ஏய் மீனா...... என்ன செய்றே?" என்று அம்மா முறைத்தாள். மாமாவும், அத்தையும் அவளையே பார்த்துக்கொண்டிருந்தனர். "அவ கெடக்குறா. அவளுக்கு என்ன தெரியும்? நீங்க பேசி முடிவு செய்யுங்க" என்று மீனாவின் அம்மா சொன்னாள்.

"மீனா, இனிமே உனக்கு பொறுப்பு வரணும். இதுமாறி பெரியவங்க பேசும்போது, எப்படி நடந்துக்கனுமுனு தெரியனும்" என்று மாமா சொல்லி முடிக்கும்பொழுது, "மாமா, நா கொஞ்சம் பேசலாமா?" என்றாள் மீனா.

"நீ என்ன பேசப்போறே! அதெல்லாம் பெரியவங்க பேசிக்குறோம். நாங்க சொல்றதக்கேட்டா மட்டும் போதும்" என்று இளக்காரமாய் சிரித்தார்.

"பெரியவங்களா.. யாரு மாமா... நீங்களா?"

"மீனா..." என்று அம்மா தடுத்தாள்.

"அம்மா.... நீ வாய மூடு என்று சொல்லிவிட்டு, மாமாவைப் பார்த்து, எங்க அப்பா, எங்களவுட்டு போனதுக்கப்புறம், நீங்க எத்தனதடவ, எங்கள வந்து பாத்திருப்பீங்க. ஒரு ரெண்டு தடவ இருக்குமா? அப்புறம், இத்தன வருசத்துக்கப்புறம், இப்பத்தான் வர்றீங்க. இத்தனைக்கும் எங்க அம்மா, உங்க கூடப்பொறந்த தங்கச்சி. அப்பா எங்களவுட்டுப் போனதுக்கப்புறம், எங்க அம்மாதான், எங்கள காப்பாத்துனாங்க. அப்பவாது நீங்கவந்து, பொறந்தவ கஷ்டப்படுறா. எனக்கும் பொறுப்பு இருக்குது. நா பாத்துக்குறேனு சொல்லியிருந்தாக்கூட, இன்னைக்கு வந்து நீங்கபேச அருகத இருந்திருக்கும்.

என்னோட அம்மாவுக்கு ஒடம்பு ஒத்துழைக்காதபோது, நா படிப்ப விட்டுட்டு வேலைக்குப் போனேன். அப்பக்கூட வந்துருக்கலாம். எ தம்பி, ஒருதடவ காய்ச்சல்வந்து படுத்திருந்தான். அவன தூக்கிட்டு, நானும், எ அம்மாவும் ஆஸ்பிட்டல், ஆஸ்பிட்டலா ஓடுனோம். கையில பணம் இல்லாம, பலபேர் கால்லையும் விழுந்தோம். உங்களுக்கு

விஷயம் தெரிஞ்சும், எங்களுக்கு ஒதவுல. எங்க அப்பா, ஊட்டவிட்டு போனதுக்கப்புறம், துக்கம் விசாரிக்க வந்ததுமாறி வந்துட்டு போனீங்க. அப்புறம், எ தம்பிக்கு உடம்பு சரியானதுக்கப்புறம், பத்துருபாய்க்கு பிஸ்கட் வாங்கிட்டு வந்தீங்க. எங்களுக்கு, அதுவே அதிகமுனு நீங்களே முடிவு செஞ்சுடிங்க. இப்போ, மாப்பிள்ள பார்க்குறேனு வந்திருக்கீங்க.

நானும், உங்களப்பத்தி தப்பாக நெனச்சுட்டோமானு மொதல்ல பயந்துட்டேன். கடைசியில தானே தெரிஞ்சது. உங்க ஊட்ல வேலை செய்றவனுக்கு, தங்கச்சி மகள கல்யாணம் செஞ்சு வச்சுட்டா, அவனும் அடிமையா இருப்பான். நானும், அவன்கூட சேந்து உங்களுக்கு சலாம் போட்டுட்டு இருப்பேன். உங்க புள்ளைங்களுக்கு, இதேமாறி, ஊட்ல வேலை செய்யுற ஆளுக்கு கட்டி வைப்பீங்களா? எங்களோட தகுதி அறிஞ்சு, நீங்க பிச்சை போடுறீங்க. நாங்களும், அத ஏத்துக்க வேணுமுனு நெனைக்கிறீங்க.

இந்த காலத்துல பொண்ணுங்க வேலைக்கே போகக்கூடாதா? அப்படி போனா, யாரையாவது இழுத்துட்டு ஓடிடுவாங்களா. என்ன ஒரு எண்ணம்? அப்படி இல்லாம, புருசன் பக்கத்துல பளபள புடவய கட்டிட்டு, தகதகனு நகை எல்லாம் போட்டுட்டு, அத்தனைக்கும் ஆமானு தலையாட்டிட்டு, பொம்ம மாறி ஏ இருக்கனும்? அத்தைகிட்ட, ஒருநாள் கேட்டுப்பாருங்க. உண்மையில சந்தோசமா இருக்கறயானு? அப்பத்தெரியும், உங்களோட இலட்சணம்.

கண்டிப்பா, என்னால பெருசா சம்பாரிக்க முடியலதான். ஆனா, நீங்க குடிக்குற காபி, என்னோட சம்பாத்தியத்திலிருந்து வந்ததுனு பெருமையா சொல்வேன். உங்களமாறி, அப்பாவோட சொத்துல வாழல. உங்க அப்பாவோட சொத்தத்தான், நீங்க இதுவரைக்கும் அனுபவிச்சுட்டு இருக்கீங்க. ஆனா, உங்க தங்கச்சி கஷ்டபடுறானு ஒருரூபா கூட எடுத்துத்தரல. அப்படிப்பட்ட உங்ககிட்ட, ஒருநாளும், நாங்க வந்து நிக்கப்போறதில்ல. இப்பக்கூட, எதுக்கு வந்திருக்கீங்கனு எங்களுக்குத் தெரியும். உங்க பையனுக்கு பொண்ணு பார்த்துட்டு இருக்கீங்க. தங்கச்சி பொண்ண பாக்காம, வேற பொண்ணப்பார்த்தா, உங்கள, சொந்தக்காரங்க கேவலமா பேசுவாங்க. தங்கச்சி குடும்பத்த நட்டாத்துலவுட்டுட்டு, இவன் மட்டும் சந்தோசமாக இருக்குறானு சொல்லுவாங்க. அதுதான், எனக்கு முன்னாடியே கல்யாணம் முடிஞ்சா, உங்க பையன் கல்யாணத்துக்கு பிரச்சன இருக்காது. அதுதான் கல்யாணங்குற பேருல வந்திருக்கீங்க. எனக்கு, இந்த கல்யாணத்துல விருப்பம் இல்ல மாமா" என்று மீனா பேசி முடிக்கும்போது, யாருக்கும் முகத்தில் ஈயோடவில்லை.

மாமாவின் முகம் வெளறிப்போயிருந்தது. "என்ன அவமானப்படுத்திட்டா உ மக. நீ சும்மா வேடிக்க பார்த்துட்டு இருக்கே?" என்று மீனாவின் அம்மாவை பார்த்தார் மாமா.

கையை பிசைந்துகொண்டு, என்ன சொல்வதென்று தெரியாமல் தரையை பார்த்தார் மீனாவின் அம்மா. "உங்ககிட்ட, எதுவும் இல்லனாலும் திமிரு இருக்கு. அதுதான், உங்கள இப்படி பேசவைக்குது. எப்படியோ போங்க" என்று எழுந்தார் மாமா. அவர் கூடவே அத்தையும் எழுந்தார்.

"மாமா, எங்ககிட்ட எதுவும் இல்லனாலும் வைராக்கியம் இருக்கு. நாங்க, உங்களவிட கீழே இருந்தாலும், எச்ச கையுல காக்கா ஓட்டாத, உங்களமாறி கருமிகிட்ட, ஓதவினு வந்து நிக்கமாட்டோம். இப்போ, நீங்க போலாம்" என்று மீனா சொன்னாள். தம்பி, தின்பண்டங்களையே பார்த்துக் கொண்டிருந்தான்.

இதைக்கேட்டு, மாமா வேகமாக வெளியே நடந்தார். அத்தை வெளியே போவதற்கு முன், மீனாவைப் பார்த்து சிறிதாக புன்னகை செய்துவிட்டு சென்றாள். மாமா, ஏதேதோ தனக்குத்தானே பேசிக்கொண்டு, வீட்டின் வாசலுக்கு வந்து மனைவிக்காக காத்துக் கொண்டிருந்தார்.

அப்போது வெளியேவந்த மீனா, சத்தமிட்டுக் கொண்டிருந்த மாமாவை பார்த்து, "மூடிட்டு போங்க" என்றாள்.

அதைக்கேட்டு திடுக்கிட்ட மாமா, "என்ன... என்ன.... என்ன சொன்னே" என்றார். "மூக்க மூடிட்டு போங்க. இங்க டிச்சு நாத்தம் அடிக்கும். அதத்தான் சொல்ல வந்தேன்" என்றாள். இவளிடம், வாயைக்கொடுத்து வாங்கி கட்டிக்கொள்ள வேண்டாம் என்று காரை நோக்கி நடந்தார் மாமா.

அனைவரும் போனவுடன், சிறுவன் ஓடிவந்து தின்பண்டங்கள் நிறைந்த கவரைத் தூக்கினான். கவரின் உள்ளே கேக், சாக்லெட், இனிப்பு பலகாரங்கள், பெரியபெரிய பிஸ்கட் பாக்கெட்கள் நிறைய இருந்தன. இதைப்பார்த்த தம்பிக்கு கண்கள் விரிந்தன. அக்காவிடம், ஒரு பத்துரூபாய் பிஸ்கட் பாக்கெட் வாங்க எவ்வளவு போராட வேண்டியிருக்கும். ஆனால், மாமா எவ்வளவு வாங்கி வந்திருக்கிறார் என்று நினைத்தான். மீனா வெளியிலிருந்து இதை கவனித்தாள். தன் தம்பியிடம், இதை எப்படி புரிய வைக்கமுடியும் என்று யோசித்தாள். ஆனால், தம்பி அந்த கவரை தூக்கிக்கொண்டு, மீனாவை கடந்து வீதிக்குச் சென்றான்.

என்ன நடக்கிறது என்று வீட்டில் இருந்த அனைவரும் பார்த்தனர். மாமா காரை எடுத்துக் கொண்டிருந்தார். காரின்ருகே ஒரு

குப்பைத்தொட்டி இருந்தது. அங்கே போன சிறுவன், மாமா பார்க்கும்படி அந்த கவரைத் தூக்கி குப்பைத்தொட்டிக்குள் போட்டுவிட்டு, வீட்டை நோக்கி நடந்தான். அப்போது, அக்கா வாங்கிக்கொடுத்த பிஸ்கட் பாக்கெட்டை எடுத்து, அதிலிருந்த ஒரு பிஸ்கட்டை சாப்பிட்டுக்கொண்டே வீட்டுக்குச்சென்றான். மீனா அவனையே பார்த்து நின்றாள்.

"எனக்கு, நீ வாங்கிக்கொடுத்த இந்த பிஸ்கட்டே போதும்" என்று தம்பி சொல்லும்போது, மீனாவின் கண்ணில் கண்ணீர் வழிந்தது. தம்பியை, இறுக்கி அணைத்துக்கொண்டு, அவனை முத்தமிட்டாள்.

*****

குருவும், அவனது மேலதிகாரி கணக்காளரும் வண்டியில் சென்று கொண்டிருந்தனர். தங்கள் நிறுவனத்தில் இருந்து சிறுசிறு ஆர்டர்கள் பெற்று வேலைகளை முடித்துதரும், ஓர் நிறுவனத்திற்கு சென்று கொண்டிருந்தனர். அந்த நிறுவனம், வேலைகளை முடித்துகொடுக்க, இவர்கள் நிறுவனத்திடம் இருந்து மூலப்பொருட்களை பெற்றிருந்தார்கள். அதற்கான கணக்குளை ஆய்வு செய்வதற்காக இருவரும் சென்றனர். அந்த நிறுவனம், நகரத்தின் வடக்குத்திசையில் அமைந்திருந்தது. அந்த பகுதியில், ஏகப்பட்ட நிறுவனங்கள் இயங்கிக் கொண்டிருந்தன.

நிறுவனத்தின் உள்ளே சென்றவர்கள், கணக்குகளை ஆய்வு செய்தனர். சில மணிநேரத்தில் வேலை முடிந்துவிட்டது. இருவருக்கும், டீ வாங்கிவர ஆள் போயிருந்தார். இங்கே, ரெஸ்ட்ரூம் எங்கிருக்கிறது என்று நிறுவன ஆட்களிடம் கேக்க, மாடியில் இருக்கிறது என்றார்கள். குருவும், கணக்காளாரும் மாடிக்குச்சென்றனர். குரு மாடியில் இருந்து சுற்றிமுற்றி இருந்த கட்டிடங்களை பார்த்தான். எவ்வளவு பெரிய கட்டிடங்கள்! ஒவ்வொரு கட்டிடத்திலும் நூற்றுக்காணக்கான ஆட்கள் வேலை செய்வார்கள் தானே. உண்மையில் பெரிய நகரம் தான்.

இந்த நகரத்தை நம்பி, எத்தனை நபர்கள் வருகிறார்கள் என்று யோசித்துக்கொண்டு சுற்றி பார்க்கும்போது, ஒரு திசையில் அவன் பார்வை நிலைகுத்தி நின்றது. அவன் இருந்த கட்டிடத்தின் பின்புறம், சற்றுத்தள்ளி ஒரு பெரிய பாறைக்குழி இருந்தது. அதனுள் என்ன இருக்கிறது என்று உன்னிப்பாக பார்த்தான். ஆடு, மாடுகள் செத்து மிதப்பது போல், குப்பைகள் மூட்டை, மூட்டையாக மிதந்து கொண்டிருந்தன. அதைப்பார்த்த குருவுக்கு பேரதிர்ச்சி. குப்பைகளை இங்குதான் கொட்டுவாங்களா? என்னவொரு அநியாயம்! என்று நினைத்தான்.

"ஒருவழியா, என்னோட பாரத்த எறக்கி வச்சுட்டேன் என்று கணக்காளர் பாத்ரூமில் இருந்து வெளியே வந்தார். என்ன குரு! எதையோ அதிசயமா பார்த்துட்டு இருக்குறே. சொன்னா நானும் பார்ப்பேனே.

"சார், இங்கே பாருங்க. தண்ணி இருக்குற எடத்துல, குப்பைகள போட்டு வச்சுருக்காங்க".

அவர் பார்த்துவிட்டு, "டேய் தம்பி, நீ என்ன இதுக்கு முன்னாடி வெளிநாட்டுலயா இருந்தே. இதெல்லாம் நடக்கறதுதான். அப்புறம், குப்பைகள எங்கே கொட்றது?"

"சார்.... அதுக்காக, இப்படியா செய்வாங்க?"

"இங்க, மொதல்ல ஒன்ன புரிஞ்சுக்கோ. இதெல்லாம் சாதாரணம். சிட்டியோட, ஒரு பக்கத்த மட்டும் பார்த்து சிலாகிச்சா எப்படி? ஒவ்வொரு நகரத்துக்கும், அழுக்கான மறுபக்கமும் இருக்கும். மொதல்ல, இங்க பாறக்குழிங்க அதிகமா இருந்துச்சு. அதுல, மழை வரும்போது தண்ணி தேங்கி கொளம்போல ஆகிடும். எத்தன பேர், இதுமாறி பாறக்குழியில குளிக்குறேனு போய், உயிர விட்டிருக்காங்கனு தெரியுமா? உண்மையில, இதுக்கெல்லாம் நன்றி சொல்லனும். அதைவிட்டுட்டு பொலம்பிட்டு இருக்கே. இதுமாறி குழிகளுக்கு சொந்தமான ஆளுங்ககிட்ட, குறிப்பிட்ட பணத்தை செட்டில்பண்ணி மாநகராட்சி நிர்வாகம் குப்பைய கொட்டிக்கொள்ளும். அப்புறம், இந்த குழிங்க நெரம்புனதுக்கப்புறம், மண்ணைப்போட்டு மூடிடுவாங்க. இது இங்க மட்டுமில்ல. எல்லா ஊர்லேயும் இதே நெலமைதான். நாளடைவுல, பாறக்குழிங்களும் இருக்காது. அங்கே குளிச்சு யாரும் சாகமாட்டாங்க. எப்படி, ஒரே கல்லுல ரெண்டு மாங்கா.

"பாறக்குழிங்கள மூடுறது நல்லதுதானாலும், குப்பைகள போட்டு மூடுறது சரியா" என்று குரு கேட்டான்.

நீ வேற, அப்படி மூடுன ஒரு பாறக்குழி மேல, சைட் போட்டு, எடத்த விக்கப்பார்த்தாங்க. இதுக்கெல்லாம், என்ன சொல்றது? இப்போவெல்லாம், வீட்டிலேயே வந்து குப்பைகள தரம்பிரிச்சு வாங்குறாங்க. ஆனா, அதெல்லாம் சின்ன பகுதிதான். இன்னைக்குவர, நாட்டுல குப்பைய கையாளுவதுக்கு முழுமையான நடைமுறையே இல்ல. இதுகூட பரவால்ல. ஒருசில எடத்துல, அதுவும் மக்கள் அதிகமாக இருக்குற எடத்துக்கு பக்கத்துல, குப்பைகள மாநகராட்சி நிர்வாகமே கொட்டுது. அப்புறம், அத அங்கேயே எரிச்சுடுது. அதனால, ஏற்படுற பொகை, அந்த ஏரியா மக்கள பாதிக்குது. அந்த அசுத்தத்தால வர்ற கொசு, ஈயால, அந்த ஏரியாவ சுத்தியிருக்குற கொழந்தைங்க, பெரியவங்கனு எல்லாரும் பாதிக்கப்படுறாங்க. இதவிட, கழிவுநீர் போற பாதைகள பார்த்தா, இன்னும் நெலம மோசமா இருக்குமுனு புரிஞ்சுக்குவே. கழிவுநீர் வர்ற வழியும், அந்த கழிவுநீரில் போடும்

குப்பைகளும், கழிவுநீர் வற்ற வழியோட ரெண்டு பக்கமும் இருக்கும் வீடுகளோட நெலமைய பார்த்தா கொடுமைனு தான் தோணும்.

நீ கூட, பழைய செய்திகள பார்த்திருந்தா தெரிஞ்சிருக்கும். ஒருதடவ, இந்த ஊருல பெரியமழை வந்து, இங்க கழிவுநீர் ஓடற கால்வாயில வெள்ளம் வந்துடுச்சு, அதனால, சிலபேர் எறந்தாங்க, பல வீட்டுக்குள்ளே தண்ணி புகுந்துடுச்சு, பாலமெல்லாம் உடைஞ்சுது, வெள்ளத்தால ஏற்பட்ட சேதத்த பார்க்க, நெறய அரசியல்கட்சி தலைவர்களும் வந்தாங்க. ஆனா, முழுமையான தீர்வ, இன்னைக்கு வரைக்கு யாரும் கொண்டுவரல. நகரங்கள் இப்படித்தான் இயங்கும். அதனால, நீ ஒவ்வொன்னுக்கும் அதிசயித்து நிக்க வேண்டியதில்ல" என்று கணக்காளர் கீழே சென்றார்.

"குரு, அவர் பின்னே அமைதியாய் சென்றான்".

*****

"இன்னும் வரலயா" என்ற லட்சுமியின் கேள்விக்கு, வந்துட்டே இருக்கோம் என்று போனில் கவிதா சொன்னாள். குரு வேகமாக போ. நேரமாயிடுச்சு".

குரு இருசக்கர வாகனத்தை ஓட்டிக்கொண்டிருந்தான். "பங்கஜ், பஸ்ல வந்துட்டு இருக்காராம். என்ன எறக்கி விட்டதுக்கப்புறம், அண்ணன பஸ் ஸ்டாப்புல இருந்து கூட்டிட்டு வந்துடு" என்று கவிதா சொன்னாள்.

"உன்னோட அண்ணன, பத்திரமா கூட்டிட்டு வந்துருவேன்" என்று வண்டியை வேகமாக ஓட்டினான்.

"மீனாவும், லட்சுமியும் இவர்களுக்காக காத்துக் கொண்டிருந்தனர். அக்கா, இந்த ஊருல எப்படி இருக்கனுமுனு தெரிஞ்ச குடும்பம் இவங்க தான். ஊட்டுல இருக்குற எல்லாருமே வேலைக்குப் போனாங்க. இப்போ பாருங்க, கொஞ்ச வருசத்துலேயே புது ஊடு கட்டிட்டாங்க" என்று மீனா சொன்னதிற்கு, ஆமாம் என்று தலையாட்டினாள் லட்சுமி.

"நீ சொல்றது சரிதான் மீனா. ராஜி, அவ புருசன், அப்புறம் அவங்க ரெண்டு பசங்களும் இராத்திரி, பகல்னு பார்க்காம, எந்த நேரத்திலும் வேலை, வேலைனு ஓடிட்டே இருந்தாங்க. ராஜியோட ஊட்டுக்காரர், ஒருரூபா வந்தாலும், சேத்து வச்சுடுவாராம். அவங்க பசங்களும், வாங்குற சம்பளத்தை அப்படியே கொடுத்துடுவாங்களாம். ஊட்டுச்செலவு போக, மாசம் முப்பதாயிரத்துக்கு மேல சேத்தி வப்பாங்களாம். இந்த ஊருல பொழைக்கத்தெரிஞ்ச கொஞ்ச குடும்பத்துல, அவங்களும் ஒன்னு".

குருவும், கவிதாவும் வந்து சேர்ந்தனர். பங்கஜ்ணா எங்க? என்று மீனா கேட்க, "அவன் பஸ்ல வந்துட்டு இருக்கான். உங்க அண்ணன், பஸ்ல இருந்து எறங்குனவொடனே, நா போய் கூட்டிட்டு வர்றேன்" என்று குரு சொன்னதிற்கு, கவிதா சிரித்தாள். "ரொம்ப தூரம். சிட்டிக்கு வெளியே வீடு கட்டிட்டாங்க. காத்து மாசு அதிகமிருக்காது. வண்டி சத்தம் எதுவும் இருக்காது" என்று சுற்றியுள்ள இடங்களை பார்வையிட்டான் குரு.

நகரத்திலிருந்து பத்து கிலோமீட்டர் தள்ளியிருந்தது இடம். அருகில் தோட்டங்கள் இருந்தன. அந்த தோட்டங்களில் தென்னை மரங்கள் உயர்ந்து வளர்ந்திருந்தன. ஒவ்வொரு தென்னைமர தோப்புகளின் நடுவிலும், மிகவும் உயர்தர வீடுகள் இருந்தன. அந்த தோட்டங்களின் அருகில்தான் இடம் வாங்கி ராஜியும், அவள் கணவரும் வீடு கட்டியிருந்தார்கள்.

சிறிது நேரத்தில், பங்கஜ் போனில் அழைக்க, அவனை கூட்டிக்கொண்டு வந்தான் குரு. ஐவரும் உள்ளே சென்றனர். வீட்டின் வெளியில் பந்தல் போட்டு அலங்கார சீரியல் பல்புகள் தொங்க விடப்பட்டிருந்தன. அலங்கார பல்புகளால் ஆன ஒரு பெண் வடிவம், அனைவரையும் வாருங்கள் என்று கைகூப்பி நின்றது. வாசலில் வாழைமரங்கள் கட்டப்பட்டு, அதன் வாழைக்குலை இருபக்கமும் தொங்கியது. கூடவே, தென்னம்பூவையும் சேர்த்து கட்டியிருந்தார்கள். தரையை மாட்டுச்சாணத்தால் முழுவதுமாக துடைத்திருந்தார்கள். பின்பு, அதில் 32 புள்ளிகள் வைத்து பெரிய கோலம் போட்டிருந்தனர். அதற்கு பல வண்ணங்களில் அழகுபடுத்தியிருந்தார்கள். உள்ளே சென்றவர்கள் அமருவதற்காக இருக்கைகள் வரிசையாக போடப்பட்டிருந்தன. சிறுவர்கள் அங்குமிங்கும் ஓடிக்கொண்டு இருந்தனர். இரண்டு பெரிய ஸ்பீக்கர்கள் வைக்கப்பட்டு, அதில் பாடல்கள் ஒலித்துக் கொண்டிருந்தது.

ஐவரும் உள்ளே போனபோது ராஜியும், அவள் கணவனும் வாசலில் நின்று வரவேற்றார்கள். என்ன இவ்ளோ நேரம்? உங்கள எல்லாம், சீக்கிரமே வரச்சொன்னனே என்று ராஜி போலிக்கோபத்துடன் கேட்டாள். அப்போது, அவள் கழுத்தில் போட்டிருந்த நகை, அனைவரையும் கவனிக்கவைத்தது.

"அத்தனை பேரையும் இழுத்துட்டு வரவேணாமா? அதுதான் லேட் ஆகிடுச்சு" என்று லட்சுமி சொன்னாள். ராஜியும், இவர்களுடன் ஒரே நிறுவனத்தில்தான் வேலை செய்கிறாள். "சரி உள்ளேபோய் பார்த்துட்டு வாங்க, மாடியில் தான் சாப்பாடு".

"ஐவரும், வீட்டினுள் சென்று பார்த்தனர்".

வீட்டின் உள்ளே, ஹால் சற்று பெரிதாகவே இருந்தது. ஹால் நடுவே செங்கல்கள் சதுரமாக வைக்கப்பட்டு இருந்தன. அதன் நடுவே, புகை வந்து கொண்டிருந்தது. ஹோமம் அதிகாலையிலேயே முடிந்துவிட்டது. அதன் அருகில் திருநீறு, சந்தனம், குங்குமம் என்று தட்டில் வைத்திருந்தனர். ஒவ்வொருவரும், அதையெடுத்து நெற்றியில் இட்டுக்கொண்டனர். அந்த ஹால், குரு இருக்கும் வீட்டின் அறை போலவே, இரண்டு மடங்கு இருக்கும். ஹாலில் இரண்டு, மூன்று வண்ணங்களில் பல்புகள் பொருத்தியிருந்தனர். அதிலிருந்து வந்த ஒளி, வீட்டை இன்னும் அழகாக்கியது.

சமையலறை, நல்ல விலாசமாக இருந்தது. லட்சுமி தன்னுடைய சமையலறையை நினைத்துப் பார்த்தாள். அவள் சமையலறை, நிற்பதற்குத்தான் சரியாக இருக்கும். இங்கு புகையை வெளியேற்ற விசிறியை பொருத்தியிருந்தார்கள். நம்மைப்போன்று புகையில் வாட வேண்டியதில்லை என்று நினைத்தாள். பின்பு, பெரிய பெட்ரூமிற்கு சென்றார்கள். 10*16 என்ற அளவில் இருந்தது. அந்த அறையில், பாத்ரூம் குளிக்கும் வசதியுடன் இருந்தது. அதில் வெஸ்டர்ன் டாய்லட் வசதி இருந்தது. கவிதாவுக்கு தாங்கள் இருந்த வீட்டின் பாத்ரூமை நினைத்துப்பார்த்தாள். இதுபோன்று நமக்கென்று தனியாக டாய்லெட் வசதி இருந்தால் எப்படி இருக்கும்?

பங்கஜ் அந்த அறையை ஆச்சரியமாக பார்த்தான். இதுபோன்று அறை நமக்கிருந்தால், நெருக்கிக்கொண்டு தூங்க வேண்டியதில்லை என்று நினைத்தான். இன்னொரு தூங்கும் அறைக்குச் சென்றனர். முதல் அறையை விட சிறியது. இந்த அறையில் பாத்ரூம் வசதி இல்லை. வீட்டின் வெளியில் இன்னொரு பாத்ரூம், குளிக்கும் வசதியுடன் இருந்தது. அதுபோக வீட்டு போர்டிகோவில், கார் நிறுத்தும் அளவிற்கு இடம் இருந்தது. ஒரு குடும்பம் இருப்பதற்கு சரியாக இருக்கும். ராஜி அக்காவுக்கும், அவள் கணவருக்கும் ஒரு அறை. அவர்கள் பிள்ளைகளுக்கு ஒரு அறை. இருக்குமிடத்திற்கு ஏற்றார்போல் நன்றாகவே கட்டியிருக்கிறார்கள். மீனா, தன்னுடைய வீட்டை நினைத்துப் பார்த்தாள். சமையலறை, தூங்குறதுக்கு, குளித்துக்கொண்டு வந்தால், உடை மாற்றுவதற்கு என்று எந்த தனி அறைகளும் கிடையாது. இங்கே பார்த்தால், ஒவ்வொன்னுக்கும் தனி ரூம் இருப்பதை பார்க்கும்போது, அவளுக்கு இதுபோல வீடு வேணுமுனு ஆசை வந்தது. "ஊட்டச் சுத்தியிருக்கும் எடமும் அழகா இருக்கு. இதுக்கு மேல என்ன

வேணும்?" என்று மீனா சொன்னாள். வீட்டைச்சுற்றிப் பார்த்துவிட்டு, ஐவரும் போர்டிகோ வந்தனர்.

ராஜி சிரித்துக்கொண்டு அவர்களைப் பார்த்தாள். மிகப்பெரிய போரில், வென்றுவிட்டது போல் அவள் முகம் பிரகாசித்தது. அவள் பற்கள், முகத்தை விட அதிக வெள்ளையாக பிரகாசித்தது. வீடு, மிகவும் அருமையாய் இருக்குது என்று அனைவரும் சொன்னனர். "சரி... மொதல்ல போய் சாப்புடலாம். நாங்களும் இன்னும் சாப்புடல" என்று லட்சுமியின் கையைப்பிடித்து கூட்டிக்கொண்டு, மாடிப்படி ஏறினாள் ராஜி. மாடியில், சாமியானம் கட்டப்பட்டு, வரிசையாய் சாப்பிடுவதற்கு டேபிள்கள் போடப்பட்டிருந்தன. ராஜியின், இரு மகன்கள் தான் சாப்பாடு பரிமாறிக் கொண்டிருந்தனர்.

"நா, லட்சுமி அக்காவபத்தி சொல்லிட்டே இருப்பேன்ல" என்று மகன்களிடம் அறிமுகபடுத்தினார் ராஜி. அவர்கள், இருவரும் லட்சுமிக்கு வணக்கம் செலுத்தினர். அப்புறம், இவங்களும் என்கூடத்தான் வேலை செய்றாங்கனு ராஜி சொல்ல, அனைவரையும் வாங்க... வாங்கனு சிரித்துக்கொண்டு வரவேற்றனர் இரு மகன்களும். அனைவரும் சாப்பிட அமர, இலையை போட்டு தண்ணீர் தெளித்தனர். பின்பு, இனிப்பு பலகாரம் வைத்தனர். அதன்பின்பு, ஒவ்வொருவர் இலையிலும் கேசரி, இட்லி, தோசை, பூரி என்று பரிமாறினர். அனைவரும் சாப்பிட ஆரம்பித்தனர். சாப்பிட்டு முடிப்பதற்குள் மீண்டும், உணவுகளை பரிமாறினார். போதும்... போதும்... என்று கவிதா சொல்லும்போது, "இன்னொன்னு வச்சுக்கோங்க" என்று வைத்தனர். "போதும், முடியல" என்று பங்கஜ் சொல்லுமளவிற்கு மீண்டும், மீண்டும் வைத்துக்கொண்டே இருந்தனர். நன்றாக சாப்பிடுங்கள் என்று ராஜியின் கணவர் சொல்லிக்கொண்டே இருந்தார்.

அனைவரும் சாப்பிட்டு முடித்துவிட்டு, கீழே வந்து அமர்ந்தனர். வெற்றிலை, பாக்கு தயாராய் இருந்தது. ஒவ்வொருவரும் வெற்றிலைய எடுத்து அதில், பாக்கை வைத்து மடித்து வாயில் வைத்து மென்றனர். ஒரு சிலர், வெற்றிலையில் சுண்ணாம்பை தடவிக்கொண்டு, மடித்து வாயில் போட்டு மென்றனர். அப்போதுதான், நன்றாக வாய் சிவக்கும் என்று சொன்னனர். அங்கே இருந்த வயதான இரண்டு பாட்டிகள், தங்கள் சுருக்கு பையில் வைத்திருந்த புகையிலையும் சேர்த்து மென்றனர். கவிதாவும், மீனாவும் நாக்கு சிவந்திருக்கிறதா என்று அடிக்கடி நாக்கை நீட்டி பார்த்துக் கொண்டனர்.

"வீடு, ரொம்பவும் அருமையா இருக்கு" என்று குரு, ராஜியின் கணவரிடம் சொன்னான். "ரொம்ப நன்றிங்க" என்று சிரித்துக்கொண்டு சொன்னார்.

"சிட்டிக்குள்ளேயே விட்ட கட்டலாமுல. ஏங்க, இவ்ளோ தூரம் தள்ளி வந்துட்டீங்க?"

"நகரத்துக்குள்ள, எடம் வாங்குறதுக்கு பதிலா, இங்க ஊடே கட்டிடலாமுங்க. அங்க, ஒரு சென்ட் எடத்தோட வெலய கேட்டா மயக்கமே வந்துடுமுங்க. ஒரு காலத்துல, ஆயிரம் ரூபாய்க்கு வித்தாக்கூட வாங்குறதுக்கு ஆள் கெடையாது. இன்னைக்கு, நகரத்துல எடம் வெலைக்கு வருதுனா, போட்டி போட்டுட்டு வாங்குறாங்க. இப்போவெல்லாம், நகரத்துல ஒரு சென்ட் இருபது இலட்சம், முப்பது இலட்சமுங்கிறாங்க. இவ்ளோ தூரம் வெளியே வந்தாத்தான், ஒரு சென்ட் ரெண்டு இலட்சம், மூணு இலட்சத்துக்கு கெடைக்கும். இதுவே, இன்னும் அஞ்சு வருசம் போனா, இங்கேயும் வாங்குறதுக்கு எடம் கெடைக்காது.

எங்க ஊடு, 1000 சதுரஅடியில கட்டுனது. இதுக்கே, மொத்தமா 30 இலட்சம் ஆகிடுச்சு. இதுல, நா எங்க போய் நகரத்துல ஊடு கட்டுறதுங்க. இந்த ஊருல, நெலம் வச்சிருந்தவங்கதான், இன்னைக்கு கோடிஸ்வரங்க. நெலத்தோட வெல கன்னாபின்னான்னு ஏறுனதுல, நெலம் இருந்தவங்களுக்கு அதிர்ஷ்டம். அதனால தான், இங்க பெரிய, பெரிய பங்களாக்களுக்கும், பெரிய வெல கார்களுக்கும் பஞ்சமேல்லனு, நீங்க பார்த்தாலே தெரியுமுங்க. என்ன புது கார் வந்தாலும், உடனே இந்த ரோட்டுல ஓடிட்டு இருக்கும். ஆனா, எங்களப் பொறுத்தளவுல, இதுவே சாதனைதாங்க.

என்னோட அப்பா, ஒலக்குடிசையில இருந்தார். நா ஒட்டுஊட்டுல இருந்தேங்க. எம்பசங்க மாடிஊட்டுல இருக்கப்போகிறாங்க. அதுவுமில்லாம, ஒட்டுஊட்டுல இருக்குற பசங்களுக்கு, இப்போ பொண்ணு கொடுக்கவே யோசிக்குறாங்க. மாடிஊடு இருந்தாத்தான் கொஞ்சமாவது மதிக்குறாங்க. இன்னும், கொஞ்ச வருசம் போனதுக்கப்புறம், மாடியிலும் ஒரு ஊட்ட கட்டிட்டா போதுமுங்க. என்னோட கடம முடிஞ்சுடும். கீழ்ஊடு ஒருத்தனுக்கும், மேல ஒருஊடு இன்னொரு பையனுக்கும் கொடுத்துட்டு, அவங்களுக்கு கல்யாணமும் செஞ்சு வச்சுட்டா, அவங்க வாழ்க்கைய, அவங்க பார்த்துக்குவாங்க. எங்க ரெண்டு பேருக்கும், ஒரு சின்ன ரூம் இருந்தாப்போதும், அதுல, நாங்க மீதிக்காலத்த தள்ளிக்குவோம்" என்று வெகுளியாய் சிரித்தார் ராஜியின் கணவன்.

இதைக்கேட்ட ராஜிக்கு ஆனந்தக்கண்ணீர் வெளிப்பட்டது. "என்ன ராஜி, ஏ இப்ப கண்ணு கலங்குறே" என்று லட்சுமி கேட்டாள்.

"ஒன்னுமில்ல லட்சுமி. அவர் பேசும்போது, பழைய ஞாபகம் எல்லாம் வந்துடுச்சு. நாங்க இருந்த பழைய ஊட்டப் பார்த்துட்டு, எத்தன கேலிபேச்சு தெரியுமா? எங்க காலம் முடிறதுக்குள்ள, ஒரு புதுஊட்ட கட்ட வேணுமுனு வைராக்கியம் தான், எங்கள இங்க கொண்டுவந்து நிறுத்தியிருக்கு. என்னோட பசங்க மட்டும் இல்லன்னா, இத கட்டியிருக்கவே முடியாது. மத்த பசங்க மாறி ஒருநாளும் ஊர்சுத்திப் பார்த்ததில்ல. வேலையே கதின்னு கெடந்தாங்க. எ ஊட்டுக்காரரும் அப்படித்தான். இங்க எடம் இருக்குனு தெரிஞ்சதுக்கப்புறம், சேத்திவச்ச பணத்த வச்சு, எடம் மட்டுந்தான் வாங்க முடிஞ்சுது. அப்புறம், என்னோட நகை எல்லாத்தையும் பேங்குல அடமானம் வச்சேன். இப்போ, கழுத்துல போட்டிருக்குற நகை எல்லாம் கவரிங் தான். இந்த ஒருநாள் கூத்துக்காக போட வேண்டியிருக்கு. அப்புறம், மீதிப்பணத்துக்கு பேங்குல கடன் வாங்குனோம். ஒரு ஊடு கட்டுறதுக்கு, எவ்வளவு அலைய வேண்டியிருக்கு பாரு".

"உண்மையில, நீங்க செஞ்சது சாதனை தான் ராஜி. பணம் உள்ளவங்கள பொறுத்தளவுல, இதெல்லாம், அவங்களுக்கு சாதாரணமா இருக்கலாம். உன்ன, என்னை மாறி ஆளுங்களுக்கு இது வாழ்நாள் சாதனை. உன்னோட நல்ல மனசுக்கு, சீக்கிரம் மாடியிலும் ஊடு கட்டுவே" என்று சொல்லிவிட்டு, ஐவரும் சேர்ந்து 1000 ரூபாயை வெற்றிலையில் வைத்து, மொய் வைத்தனர்.

"நமக்குள்ள எதுக்கு இதெல்லாம்" என்று ராஜி சொல்ல, "எங்களின் அன்பளிப்ப வேண்டாமுனு சொல்லக்கூடாது" என்று சொல்லிவிட்டு லட்சுமியும், அவளது நண்பர்களும் கிளம்பினர்.

பெண்கள் மூவரும் பேருந்தில் கிளம்பினார்கள். பங்கஜ் மற்றும் குருவும் இருசக்கர வாகனத்தில் சென்றார்கள். பேருந்தின் நடத்துனர் யாரும் படியில் நிற்காதீங்க என்று கத்திக்கொண்டு இருந்தார். ஆனால், ஒரு சில இளைஞர்கள் அதை காதில் வாங்கவே இல்லை. பேருந்திற்குள் பாடல் பலமாக ஒலித்தது. அதன் இசைக்கேற்ப, பேருந்தும் குதித்துக்குதித்து சென்று கொண்டிருந்தது. ஜன்னல் ஓரத்தில் அமர்ந்திருந்த மீனாவுக்கு வெளியில் வேடிக்கை பார்க்க பிடித்திருந்தது.

பேருந்து, ஒரு நிறுத்தத்தில் நின்று கிளம்பியது. ஒரு பூக்காரப்பாட்டி, தனது பெரிய பூக்கூடையை தூக்கிக்கொண்டு வந்து, கவிதாவின் பக்கத்தில் அமர்ந்தார். "அப்பப்பா.... என்ன வெயிலு! மழை வர்றதுமாறி

மேககருக்க கட்டுனாலும் ஒன்னையும் காணோம். "ஏ பாப்பா... நேரம் என்னாச்சு?"

"பாட்டி, ஒம்போதுமணி ஆச்சு" என்று, தனது கைக்கடிகாரத்தை பார்த்துவிட்டுச் சொன்னாள் கவிதா. "ஏ பாட்டி, இனிபோய் எப்படி இந்த பூவ விப்பே. காலையில, சீக்கிரமே போனாத்தானே விக்கமுடியும்?"

"இன்னைக்கு, நல்ல முகூர்த்த நாள். அதனால, கோவில்ல கூட்டமாத்தான் இருக்கும். மத்தநாள்ல, நா சீக்கிரமே போய்டுவேன். இன்னைக்குப் பார்த்து நேரமாகிடுச்சு. என்ன செய்றதுன்னே தெரியல? பூ எல்லாம் சீக்கிரம் வித்துடனும்முனு மட்டுந்தான் எ மனசுல இருக்கு".

ஒரு அம்மா, தனது கைகுழந்தையை வைத்துக்கொண்டு அமர்ந்திருந்தாள். அந்த குழந்தை சத்தமிட்டு அழுதுகொண்டிருந்தது. லட்சுமி, அந்த அம்மாவிற்கு பின்சீட்டில் தான் அமர்ந்திருந்தாள்.

"என்ன ஆச்சு? கொழந்த, ஏ இப்படி அழுது?" என்று லட்சுமி கேட்க, "கொழந்தைக்கு ரெண்டு நாளா காய்ச்சல். அதுதான் அழுது. ஆஸ்பிட்டலுக்கு எடுத்துட்டு போறேன்னு" குழந்தையின் அம்மா சொன்னாள்.

"சீக்கிரம் சரி ஆகிடும். அழாதே செல்லம்" என்று லட்சுமி, குழந்தையை பார்த்துச் சொன்னாள்.

"இரண்டு பள்ளிமாணவிகள் புலம்பிக்கொண்டு வந்தனர். தேர்வுக்கு நேரமாகிவிட்டது. பேருந்து சீக்கிரம் போகவேண்டும். நேற்று படித்தது, எப்படியாவது, தேர்வில் வந்துவிட வேண்டும்" என்று வேண்டினர்.

நடத்துனர், பேருந்தில் பயணித்துவரும் பயணிகளை எண்ணினார். தான் கொடுத்த சீட்டிற்கும், இருக்கும் பயணிகளின் எண்ணிக்கையும் ஒருசேர வரவில்லை. யாரோ ஒருவர், டிக்கெட் எடுக்கவில்லை. டிக்கெட் எடுக்காதவங்க, எடுத்துக்கோங்க என்று மீண்டும் கத்திக்கொண்டு இருந்தார்.

பேருந்தில் இருந்த ஒவ்வொருவருக்கும் ஒரு கனவு இருந்தது அல்லது கவலை இருந்தது. பூக்காரப்பாட்டிக்கு சீக்கிரம் பூக்கள் விற்றுவிட வேண்டும் என்று கவலை. எங்காவது, இடையில் டிக்கெட் பரிசோதகர் வந்து, இந்த இளைஞர்கள், ஏன் படிகட்டில் பயணிக்கிறார்கள் என்று என்னைத்திட்டினால் என்ன செய்வது என்றும், அந்த ஒருடிக்கெட் வாங்கதாவர் யார் என்று தெரியவில்லையே என்ற கவலை நடத்துனருக்கு. குழந்தைக்கு, காய்ச்சல் சீக்கிரம் சரியாகவேண்டும் என்ற கவலை அம்மாவுக்கு. பேருந்து சீக்கிரம் போகவேண்டும் மற்றும்

படித்த பாடங்களில் இருந்து கேள்விகள் வரவேண்டும் என்ற கவலை மாணவிகளுக்கு.

லட்சுமிக்கும், மீனாவுக்கும் மனதில் ஒரேமாறி கவலை தான் இருந்தது. இதுபோன்று, ஒரு வீட்டை வாழ்நாள் முடிவதற்குள் கட்டவேண்டும். ஆனால், அது நடப்பதற்கு வாய்ப்பு இருக்கிறதா? கார்த்தி, வேலைக்குச் சென்றபின் இதெல்லாம் நடக்க வாய்ப்பிருக்கும் என்று லட்சுமி நினைத்தாள். தன் தம்பி மற்றும் தங்கை ஒரு நல்ல நிலைமைக்கு வந்தால், தன்னுடைய ஆசையும் நிறைவேறும். என் மாமாவின் முகத்திலும் கரியை பூசவேண்டும் என்று நினைத்தாள் மீனா. கவிதாவுக்கு, ஒரு நல்ல வீட்டிற்கு வாடகைக்குச் செல்ல வேண்டும். அதன்பின்பு, புதுவீடு கட்டுவதை யோசித்துக் கொள்ளலாம் என்று நினைத்தாள். இதுபோன்று, தினமும் நூற்றுக்கணக்கான கவலைகளை அல்லது கனவுகளை சுமந்துகொண்டு பேருந்து, நகரத்தை நோக்கிச்சென்று கொண்டிருந்தது.

*****

சில மாதங்களுக்குப்பிறகு

வீட்டை குருவும், கவிதாவும் சுற்றிபார்த்தனர். தனி காம்பௌண்ட் வீடு. பாத்ரூம் மற்றும் வீட்டுக்குள்ளேயே தண்ணீர் பைப் வசதி, ஒரு படுக்கையறை, ஒரு சமையலறை மற்றும் ஹால் வசதியுடன் இருந்தது. இருவர் இருப்பதற்கு விசாலாமாய் இருந்தது. இந்த வீட்டை லட்சுமிதான் பரிந்துரைத்திருந்தாள். இந்த வீடு, லட்சுமியின் வீட்டிற்கு அடுத்த தெருவில்தான் இருந்தது.

பழைய வீட்டைவிட, இந்த வீட்டிற்கு வாடகை 3000 ரூபாய் அதிகமாக இருந்தாலும், பரவாயில்லை என்றே தோன்றியது கவிதாவுக்கு. "பழைய வீட்டில் சிமென்ட் சீட்டில் இருக்கும்போது, வெப்பத்தில் வாடுவதுபோல் இருக்கும். தண்ணீர் பிடிக்க, துணி துவைக்க மற்றும் பொது கழிப்பிடத்திற்குச்செல்ல என்று அனைத்திற்கும் கஷ்டப்பட வேண்டியிருக்கும். இப்போது, இதிலிருந்து விடுதலை" என்று நினைத்து சிரித்தாள். என்ன என்பதுபோல் பார்த்தான் குரு.

"ஒன்னுமில்ல" என்று கட்டிக்கொண்டாள்.

"ஏய்.... வீட்டு ஓனர் வந்துடப்போறார். விடு" என்று அவளைத் தள்ளினான்.

"எப்போ, இங்க வரலாம்" என்று கவிதா கேட்க, "இந்தவாரத்தில் வந்துடலாம். வர்ற ஞாயித்துக்கெழமையில பால் காயிச்சிடலாம்".

"ஓகே திருவாளர் குரு. இந்த ஊருக்கு வந்து, சிலமாசத்துல ஒரு நல்ல வீட்டுக்கு வந்துட்டோம். அடுத்து, நாம என்ன செய்யலாம்" என்று கண்ணடித்தாள்.

"ஏய்... உன் பார்வை ஏன் இப்படி போகுது".

"ஆமா, கல்யாணமாகி ஆறுமாசத்துக்கு மேல ஓடிடுச்சு. இனிமேல, அடுத்ததுக்கு திட்டம் போடவேண்டாமா? எத்தன நாள்தான், நாம ரெண்டுபேரும் தனியா இருக்கறது. மேலும், ஒரு ஆள் வரவேண்டாமா?"

"ம்ம்ம்..... சொந்தவீடு வாங்குனதுக்கப்புறம் தான் இதெல்லாம் பாக்கணும். கிரைண்டர், ப்ரிட்ஜ், வாசிங் மெசின்னு நெறைய வாங்க வேண்டியிருக்கு!" என்று குரு சொல்ல,

"ஆமா, இப்போ பொருள் வாங்க வேணுமுனு சொல்வே. அப்புறம், வீடு. அதுவும் வாங்கிட்டா, கார் வாங்கவேணுமுனு சொல்வே. நீ, இதெல்லாம் வாங்கி முடிக்கறதுக்குள்ள, நா கெழவி ஆயிடுவேன். அப்புறம், எப்படி உன் புள்ளய, என்னால சொமக்க முடியும். என்னால, அத்தனை நாள் எல்லாம் காத்திருக்க முடியாது. ஊர் ஒலகத்துல இதெல்லாம் வாங்கி வச்சுகிட்டா புள்ளை பெத்துக்கிறாங்க?"

"நாம எல்லாம் மிடில் கிளாஸ் ஆளுங்க. நமக்கு, இதெல்லாம் சம்பாரிச்சு வாங்க வேணுமுனு ஆசை இருக்காதா?"

"இருக்கலாம் தான். அதோட, நம்ம குடும்பத்தையும் பார்க்கணும் இல்லயா. ஒவ்வொருத்தனும் பணம், காசை ஏராளமா வச்சுட்டு, புள்ள இல்லாம எவ்வளவு அவதிப்படுறாங்க. புள்ளைங்க இல்லாம இதை சேர்த்துவச்சு என்ன பலன்".

"அடியே... இப்போதுதான் வீடுமாறி வந்திருக்கோம். அதுக்குள்ள எங்கங்கோ போய்ட்டு இருக்குறே. என்னமோ, ரெண்டுபேருக்கும் முப்பது வயசுக்கு மேல ஆன மாறி பேசுறா! வாயாடி... ஒழுங்கா வா. போய் பாத்திரங்கள எடுத்துட்டு வரணும்".

"ஒரு கருத்து சொன்னா, உனக்குப் புடிக்காதே" என்று வாயை கோணித்துக்கொண்டு சென்றாள் கவிதா.

*****

பால் பொங்கிவழிந்து. அனைவருக்கும் காபியை போட்டு கொண்டுவந்து குடுத்தாள் கவிதா. கந்தசாமி, லட்சுமி, கார்த்தி, பங்கஜ், மீனா மற்றும் அவள் தங்கையும் வந்திருந்தனர்.

"உன்ன நெனச்சா, எனக்கு பெருமையா இருக்குது என்று கந்தசாமி, குருவை பார்த்துச்சொன்னார். இங்க எத்தனையோ பேர் பொழப்புத்தேடி வந்தத பாத்துருக்கேன். மொதல்ல, உயிருக்கு உயிரா காதலிச்சவங்க கல்யாணம் ஆனதுக்கப்புறம், சதாசர்வ நேரமும் சண்டை போட்டுட்டு இருக்கறதையும் பார்த்திருக்கேன். அப்படி சண்டை போட்டுட்டு, ஒருசில பேர் வழிதவறி எங்கெங்கோ போய் காணாமலே போய்டுவாங்க. எனக்குகூட, உங்க மேல மொதல்ல பயம் இருந்துச்சு. எ வீட்டுக்காரிகூட, உங்களுக்கு எதுக்கு வேண்டாத வேலைனு பேசியிருக்கிறா. ஆனா, நீங்க ரெண்டுபேரும் ஒருத்தரையொருத்தர் புரிந்துகொண்டு, குடும்பம் நடத்துறத பார்க்கும்போது, எனக்கே பொறாமையா இருக்குது! என்று கண்கலங்கினார். சீக்கிரம், நீங்க புதுவீடு கட்டணும். அதுதான் என்னோட ஆச" என்று சொல்ல, அதைக்கேட்ட குரு, கவிதாவை பார்த்து கண்சிமிட்டினான்.

"யாரும் போகக்கூடாது. இங்குதான் சாப்பாடு. கொஞ்ச நேரத்தில் சாப்பாடு ரெடியாகிவிடும்" என்று கவிதா சொன்னாள். ஒவ்வொருவரும் பேசி சிரித்துக்கொண்டு காய்கறிகளை வெட்டினர். பங்கஜ் வெங்காயத்தை அரிந்துகொண்டு இருந்தான். அந்த எரிச்சலால், அவன் கண்ணில் கண்ணீர் வழிந்தது. கவிதாவும், மீனாவும் காய்கறிகளை வெட்டிக்கொண்டு இருந்தனர். லட்சுமி,அடுப்பில் பாத்திரங்களை வைத்து சமைக்க ஆரம்பித்தாள். குரு, பங்கஜ் அழுவதை பார்த்து, அவன் மீது தண்ணீரை தெளித்தான். அதைப்பார்த்த அனைவரும் சிரித்தனர்.

கார்த்தி, மீனாவை பார்ப்பதற்காக சமையலறைக்குள் தண்ணீர் குடிப்பதுபோல் வந்தான். அவனை, ஒரக்கண்ணால் பார்த்து சிரித்தாள் மீனா. இவர்கள் பார்த்துக்கொண்டதை, கவிதா கவனித்தாள். ஆனால், வெளிக்காட்டிகொள்ளவில்லை. இவளின், அந்த போன்காதலன் கார்த்தி தானோ! என்று மனதிற்குள் சிரித்தாள் கவிதா. "நாம எல்லாரும் பக்கம், பக்கமாக வந்துட்டோம். நீங்க மட்டுந்தான் பாக்கி" என்று பங்கஜை பார்த்து கேட்டாள் மீனா.

"எனக்கும் ஆச தான். நானும், எ குடும்பத்த கூட்டிட்டு, பக்கத்துல வந்துடுவேன்" என்று சொல்ல, "அத இப்பவே செய்" என்று குரு சொன்னான். "கொஞ்ச நாள் போகட்டும், கூட்டிட்டு வந்தர்றேன். நா, இங்கு வந்தே ஒரு வருசம் தான் ஆகுது. இந்த தடவ தீபாவளி லீவுக்குப்போய் கூட்டிட்டு வரலாமுனு இருக்கேன்".

"சூப்பர்... அப்போ நாம எல்லாரும் ஒன்னா இருக்கலாம்" என்று மீனா சொல்ல, "ஆமாமா, இனி ஒன்னா இருக்கலாம்" என்று அவளைக் கிள்ளினாள் கவிதா.

அனைவரும் சாப்பிட்டனர். சாப்பாடு, உருளைக்கிழங்கு சாம்பார், இரசம், பீட்ரூட் பொரியல், தயிர் மற்றும் சேமியா பாயாசம் என்று இலை முழுவதும் நிரம்பியிருந்தது. பங்கஜ் ஆசையாய் சாப்பிட்டான். இதுபோன்ற, உணவை அவன், இங்கு சாப்பிட்டதே இல்லை. அந்த சுவை, அம்மா தனக்காக தயார் செய்யும் உணவின் சுவையைப்போல் இருந்ததாக உணர்ந்தான். வயிறு நிறைய சாப்பிட்டான்.

லட்சுமி, தன் வீட்டிலிருந்து எடுத்து வந்த மாங்காய் ஊறுகாயை அனைவருக்கும் வைத்தாள்.

"உங்களுக்கெல்லாம், ஒன்னு தெரியுமா? லட்சுமி அக்கா ஊறுகாய் வகைவகையா செய்வார். அந்த சுவை, இங்க கடையில கெடைக்குற எந்த ஊறுகாயிலும் கிடைக்காது" என்று மீனா அந்த மாங்காயை எடுத்து வாயில் போட்டு மென்றாள். அதைப்பார்த்த அனைவருக்கும் வாயில் எச்சில் ஊறியது.

அனைவரும் சாப்பிட்டு பார்த்தனர். "உண்மையிலேயே சுவையா இருக்குது. பேசாம, நீங்க ஒரு கடை போட்டுடுங்க" என்று குரு சொன்னான்.

"ஆமா... எனக்கும் அதுதான் தோணுதுக்கா" என்று கவிதாவும் ஆமோதிக்க, "கடையா. இருக்குற வேலைக்கே நேரம் சரியா இருக்கு. இதுல, இதுக்கெல்லாம் நேரம் எங்கே இருக்கு?" என்று லட்சுமி பெருமூச்சு விட்டாள்.

மீனா, மீண்டும் ஒரு மாங்காயை எடுத்து வாயில் போட்டாள்.

"ஏய்... ஏய்... தொட்டுக்கொள்ளத்தா ஊறுகா. இப்படிப் போட்டு மெல்றதுக்கு இல்ல" என்று லட்சுமி சொன்னாலும், அதை கேட்காமல் இன்னொரு மாங்காயை எடுத்து வாயில் போட்டாள். கவிதாவுக்கு இதைப்பார்த்து பல்கூசியது.

*****

பீரோவில் வைத்திருந்த பணத்தில், ஆயிரம் ரூபாய் குறைவாக இருந்தது. லட்சுமி மீண்டும் எண்ணினாள். ஆனால், குறைவாகத்தான் இருந்தது. என்ன இது? நா, ரெண்டு நாளுக்கு முன்னாடி வச்சபோது சரியாத்தானே இருந்துச்சு. இதுவரைக்கும், கொறஞ்சதே இல்லயே. எப்படி காணாம போச்சு? யார் எடுத்திருப்பாங்க? ஒருவேள, அவர் எடுத்திருப்பாரா? இல்ல... கார்த்தி தான். இல்ல, இல்ல. கார்த்தி அதுமாறி செய்யமாட்டான். அவர்தான் எடுத்திருப்பார். இந்த ஆள், இதுவரைக்கும் இப்படி செஞ்சதில்லயே. இன்னைக்கு திருடவும்

ஆரம்பிச்சுட்டார். ஆனா, தனக்கு பணம் வேணுமுனா, வட்டிக்குத்தானே வாங்குவார். என்கிட்ட போய், கேக்க வேணுமானு நெனச்சுட்டு இருப்பாரே. இப்போ, சிலிண்டருக்கு பணம் கொடுக்கணுமே. ஏற்கனவே, பணம் கொறவாத்தான் இருந்தது. இப்போ, இதுலயும் ஆயிரம் ரூபா இல்ல. எப்படி, இனிமே பணத்த தைரியமா வைக்கிறது. ஒழிச்சுத்தான் வைக்கவேணும். குடும்பம் நடத்துவதே பெரும்பாடா இருக்குது" என்று யோசித்துக்கொண்டு நின்றாள் லட்சுமி.

அக்கா... என்ற சத்தம் தான், அவளை நிகழ்காலத்திற்கு கொண்டுவந்தது. சிலிண்டர் பாஸ்புக் மற்றும் பணத்தையும் எடுத்துக்கொண்டு சென்றாள். பணத்தை கொடுத்தவளுக்கு, இன்னொரு சின்ன அதிர்ச்சியை சிலிண்டர் இறக்குபவர் கூறினார். "இந்தமொற, அம்பது ரூபா அதிகம்" என்றார்.

"இப்படி, ஒவ்வொரு தடவ ஏத்துறதுக்கு பதிலா ஒரேடியாக ஏத்திடுங்க. நாங்களும், எங்கள் தலவிதினு ஏத்துக்குறோம்".

"நாங்க, என்ன செய்யமுடியுங்கா. வெலய நாங்களா முடிவு செய்றோம். ஆனா, எல்லா வீட்டுலயும் இதுக்காக நாங்கதான் வாங்கி கட்டிக்குறோம்".

"நீங்க, முடிவு செய்றதில்ல தான். ஆனா, இறக்குகூலியும் சேர்த்துதானே வாங்குறீங்க. அதுவுமில்லாம, மொதல்ல ஒவ்வொரு சிலிண்டருக்கும் கொடுத்த மானியம் எவ்ளோ? இப்போ, கெடைக்குற மானியம் எவ்ளோ? என்று லட்சுமி கேட்டதற்கு, அவனிடம் எந்த பதிலும் இல்லை".

"எதுல, மக்களை சமமாக நடத்துறாங்களோ, இல்லயோ இதுமாரி, விசயங்கள்ல சமமாகத்தான் நடத்துது அரசாங்கம்".

"அக்கா, நீங்க சொல்றது புரியல" என்று குழப்பமாக பார்த்தான் சிலிண்டர் இறக்குபவன்".

"இப்போ, நம்ம ஊட்ல எல்லாம், கரண்ட் பில் எப்படி முடிவு செய்றாங்க?" என்று லட்சுமி கேட்க,

"எவ்வளவு நாம் பயன்படுத்துறோமோ, அதுக்கு ஏத்தமாரி கட்டணம் முடிவு செய்யப்படும். அதாவது, நூறு யூனிட் பயன்படுத்துபவர்களுக்கு இலவசம். இருநூறு யூனிட் பயன்படுத்துபவருக்கு, ஒரு யூனிட் கட்டணம் என்பது கொறவாத்தான் இருக்கும். அதுவே, அதவிட அதிகம் பயன்படுத்துபவங்கு, ஒரு யூனிட் கட்டணம் அதிகமாக இருக்கும்.

இப்படி, எவ்வளவு யூனிட் பயன்படுத்துறோமோ, அதுக்கேத்தமாறி, கரண்ட்பில் வரும்" என்று சிலிண்டர் இறக்குபவன் சொன்னான்.

"நீ சொல்றது சரிதான். ஆனா, இங்க பத்தாயிரம் சம்பளம் வாங்குபவனுக்கும் சிலிண்டர் அதேவிலை தான். ஒரு இலட்சம் சம்பளம் வாங்குபவனுக்கும் அதேவிலை தான். ஒரு கோடிரூபாய் சம்பாரிப்பவனுக்கும் அதேவிலை தான். மத்தவங்கனால, இந்த விலையேத்தத்த தாங்கமுடியும். எங்களால முடியுமா? இதெல்லாம் கூட, நம் மேலிருப்பவங்களுக்கு தெரிய வேண்டாமா?" என்று லட்சுமி வேதனையுடன் தெரிவித்தாள்.

"அக்கா... நீங்க கண்டிப்பாய் அரசியலுக்கு போய்டுங்க. உங்களமாறி ஆளுங்களத்தான் தேடிக் கொண்டிருக்கிறாங்க".

"ம்ம்ம்.... அது ஒன்னுதான் கொறச்சல். இங்க சோத்துக்கே திண்டாட்டமா இருக்குது" என்று சிலிண்டர் உருளையை வீட்டிற்குள் உருட்டிக்கொண்டு சென்றாள். இன்று, கணவர் வந்தால் பணத்தைப்பற்றி கேட்கலாமா? கேட்டால், அதற்கும் ஒரு சண்டை வருமே. போய்த்தொலைகிறது. அதைக்கேட்டு, நம்ம நிம்மதிதான் போகும். அந்த மனுசன், ஊரில் இல்லாத கதையெல்லாம் பேசுவார். என்னமோ, தங்கள் பரம்பரையே மன்னர் பரம்பரை போல நடந்துகொள்வார். இனி, நாம்தான் பணத்தை பொறுப்பாக பத்திரப்படுத்திக்கொள்ள வேண்டும் என்று பீரோவில் பணம் வைக்கும் அறையை பூட்டி சாவியை எடுத்துக்கொண்டாள் லட்சுமி.

கார்த்தி, தான் புதிதாக வாங்கிய காலணியை நண்பர்களிடம் காட்டிக் கொண்டிருந்தான்.

"எப்போ வாங்குனே? ரொம்ப சூப்பரா இருக்கு" என்று நண்பன் கேட்டான்.

"நல்ல தள்ளுபடி போட்டிருந்தாங்க. பாதிவிலை தான். மத்தநாள்ல வாங்குனா, ரெண்டாயிரம் ரூபா. இப்போ, தள்ளுபடியில ஆயிரம் ரூபாதான். அதுதான் வாங்கிட்டேன்".

"ஆமா. உனக்கு பணம் எப்படி கெடச்சது. எங்காவது பிக்பாக்கெட் அடிச்சுட்டயா? என்று சந்தேகத்துடேன் கேட்டான். "அதெல்லாம், எனக்கு கெடைக்கும். நா, ஏ பிக்பாக்கெட் அடிக்கனும். என்னோட அம்மாகிட்டத்தான் வாங்குனே" என்று கார்த்தி சொன்னபோது, மற்ற நண்பர்கள் சிரித்தனர்.

"மச்சா.... இவன் கண்டிப்பாக வீட்லயிருந்து, யாருக்கும் தெரியாம பணத்த எடுத்திருப்பான்".

"டேய்... ஆமா. அதுக்கென்ன? என்னமோ, நீங்க எல்லாம் ஊட்டுல திருடவே மாட்டிங்களா? என்னமோ, நீங்க எல்லாம் யோக்கியனுங்க மாறி பேசுறீங்க".

"சரிடா. நாம் எல்லாரும் ஒரேமாறி தான். நாங்க ஒத்துக்குறோம். இப்போ, பணம் காணாம போனது பத்தி எப்படியும், உன் அம்மாவுக்கு தெரிஞ்சிருக்கும். நீ இந்த புது சூ'வோடு போனே கண்டிப்பா, உ அம்மா, நீதான் பணத்த எடுத்திருப்பேனு கண்டுபுடிச்சுடுவாங்க" என்று ஒருவன் சொல்ல,

அதற்கு கார்த்தி, "அதெல்லாம் நா பாத்துக்குறேன். நீங்க கவலப்படாதீங்க. எ அம்மா கண்ணுல, இந்த சூ படாம பார்த்துக்குவேன். அதுவுமில்லாம, எ அம்மா எப்பப்பார்த்தாலும் ஊட்டுலேயே இருக்கிறாங்களா? காலையில, வேலைக்குப்போனா நைட்லதான் வருவாங்க. அதுல, இதயெல்லா கவனிக்க நேரமிருக்காது. அப்படியே, எப்பவாது இத கண்டுபுடிச்சா, பொய் சொல்ல காரணமா கெடைக்காதா".

"தலைவரே, நீங்கதான் எங்களோட குரு. உங்களுடைய தொழில் இரகசியங்களை எங்களுக்கும் சொல்லிதாங்க" என்று அனைவரும் கையெடுத்து கும்பிட்டனர். அதில் ஒரு நண்பன் மட்டும் எதுவும் பேசாமல் இருந்தான்.

"ஏன்டா ரகு... நீ, ஏ பேசாம இருக்குறே. உனக்கு என்னாச்சு?" என்று இளக்காரமாக கேட்டான் கார்த்தி.

"கார்த்தி.... நீ செஞ்சுட்டு இருக்கறது, சரின்னு நெனச்சுட்டு இருக்கயா? நீ இப்படி செய்றது, உ அம்மாவுக்கு தெரிஞ்சா, என்ன நெனைப்பாங்கன்னு பயமே இருக்காதா உனக்கு?"

"டேய்... எ அம்மாவுக்கு தெரிஞ்சா, நா பார்த்துக்குறேன். உனக்கு என்னடா கவல? நீ என்னமோ, எனக்கு பணம் கொடுக்குறமாறி பேசுறே" என்று கார்த்தி ஏளனமாக கேட்டான்.

நா பணம் தரலதான். ஆனா, கூத்தடிக்க மட்டும் ஒரு பிரண்ட் இருக்கறதில்ல. சில நேரத்துல, தப்புனா எடுத்துச்சொல்லவும் வேணும். உ அம்மாவும், எ அம்மாவும் ஒரே கம்பெனிக்குத்தான் வேலைக்குப் போறாங்கனு நமக்குத்தெரியும். உ அம்மா, ஒவ்வொரு தடவையும், எ அம்மாகிட்ட பேசும்போது, உன்னப்பத்தி தான் பேசுவாங்களாம்.

கார்த்தி வேலைக்குப் போனதுக்கப்புறம், குடும்ப நெலம மாறிடும். நீதான், இப்போ இருக்குற ஒட்டுஊட்ட இடிச்சுட்டு, மாடி ஊடு கட்டுவேனு பெருமையோடு சொன்னாங்களாம். எ அம்மா, என்கிட்ட, உன்னப்போல, நா இல்லனு கொற சொல்றாங்க. அவங்களுக்கு, உண்ம என்னன்னு தெரியாதே. நீ கடசிவரை, அம்மா நெழல்லதான் இருப்பேனு, அவங்களுக்குத் தெரியாதே. உன்னால, ஊட்டுல புதுசா, ஒரு சின்னபொருளக்கூட வாங்க முடியாதுனு அவங்களுக்கு தெரியாதே.

இங்கபாரு கார்த்தி. என்னோட ஊட்டுல, எ அப்பா, அம்மானு ரெண்டுபேரும் வேலைக்குப் போறாங்க. நானும், இப்போ வேலை தேடிட்டு இருக்கேன். ஆனா, உனக்கு அப்படியில்ல. உ அம்மா தான், இதுவரைக்கும் குடும்பத்த நடத்தீட்டு வர்றாங்க. நீ மேலமேல தப்பான பாதையில போயிட்டு இருக்கறதப்பத்தி தெரிஞ்சா, உ அம்மா நொடிஞ்சு போய்டுவாங்க. ஒழுங்கா எல்லாத்தையும் தூக்கிப் போட்டுட்டு, இப்பவாது வேலைக்குப்போ. எப்பவும் ஜாலியாக இருக்கனுமுனு நெனைக்காதே. அது, உன்ன கடசியில குழியில தள்ளிடும். உ அப்பா இருக்கறமாறி, நீயும் இருக்கனுமுனு நெனைக்காதே" என்று ரகு சொல்லும்போது, கார்த்திக்கு கோபம் உண்டானது. ரகுவின் சட்டையைப்பிடித்து, கீழே தள்ளினான் கார்த்தி.

"என்னை, கேவலமா பேச உனக்கு என்ன உரிம இருக்கு? எனக்கு, என்ன செய்யனுமுனு தெரியும். எனக்கு, நீ பாடம் எடுக்காதே. எங்களுக்கும் சம்பாரிக்கத் தெரியும். உன்னப்போல, கெடைக்குற வேலையை செஞ்சுட்டு, அத்தனையும் தலவிதினு இருக்க முடியாது. ஊட்டுல பணம் கேட்கப்போறேன். எனக்கு, பணம் மட்டும் வரட்டும். அப்புறம் பார். புட் ரிவ்யூ சேனல் ஆரம்பிச்சு, எவ்வளவு சம்பாரிக்கிறேன்" என்று சவால் விட்டான்".

பொறுமையாய் மேலே எழுந்த ரகு, கார்த்தியைப் பார்த்து சிரித்தான். "நீ சேனல் ஆரம்பிக்கனுமுனு இருந்திருந்தா, போன்லயே செஞ்சிருக்கலாம். உ அம்மாகிட்ட பணம் கேட்குறவரைக்கும், நீ காத்திருக்க வேண்டியதில்ல. நீ வேலை செய்யாம இருக்க, இதெல்லாம் ஒரு காரணம். எனக்கு கெடைக்கும் வேலையத்தான், நா செய்யப்போறேன். அதுவும், மனசுக்கு நெறவாத்தான் பண்ணுவேன். ஆனா, உன்னப்போல காரணம் சொல்லிட்டு, பொறுப்புகள ஏற்காம பயந்துட்டு ஓடமாட்டேன்.

இனி, உங்ககூட நா சேரப்போறதில்ல. அதுக்காக, உ அம்மாகிட்ட, நீ செஞ்சத எல்லாம் சொல்லிடுவேனு கவலப்படாதே. உ அம்மாவே, ஒரு நாள் கண்டுபுடிச்சுடுவாங்க. அப்போ, என்ன சொல்வேனு இன்னைக்கே

யோசிச்சுக்கோ. இங்க, உன்கூட இருக்குற ஆளுங்கள பார்த்துக்கோ. உன்கூட, எப்பவும் கடசிவரை வருவாங்கனு நெனச்சுட்டயா? அவனவனுக்கும் பிரச்சனைங்க இருக்கும். அவங்களும், உன்னமாறி சந்தோசமா மட்டும் இருந்தா போதுமுனு நெனச்சுட்டா, அவங்களோட குடும்பம் என்னாகும்? நாம எல்லாரும் படிச்சு முடிச்சுட்டோம். இனி, பொறுப்புகள ஏத்துக்க வேணும். அதுதான், நம்ம கடம. இனிமேலாவது, கொஞ்சம் மாறதுக்கு முயற்சி செய்" என்று தன் சட்டையில் ஒட்டியிருந்த மண்ணை தட்டிவிட்டு கிளம்பினான் ரகு.

"ஒரு பெரிய சொற்பொழிவே ஆத்திட்டான்" என்று கார்த்தி சிரித்ததைப் பார்த்து, கூட இருந்த நண்பர்களும் சிரித்தார்கள். "அவன், நம்மகூட சேரலனா ஒரு சிகரெட் மிச்சமுனு நெனைக்கனும். நாம எல்லாம், இப்போவே வேலைக்குப் போய் என்ன செய்றது? இப்பத்தானே, படிப்ப முடிச்சிருக்கோம். இன்னும் கொஞ்சநாள், ஊர் சுத்துறதால ஒன்னும் கெட்டுப்போகாது" என்று கார்த்தி சொல்ல,

அதற்கு இன்னொரு நண்பன், "மச்சா, நாங்க தான் டிகிரி முடிச்சிருக்கோம். உனக்கு, இன்னும் அரியர்ஸ் இருக்கு. அதயெல்லாம் முடிச்சாத்தான், உன்னால பட்டமே வாங்கமுடியும்" என்று சிரித்தான். மற்றவர்களும் கூடசேர்ந்து சிரித்தார்கள்.

"என்ன கிண்டல் பண்ணலனா, உங்களுக்குத் தூக்கம் வராதே" என்று கீழே கிடந்த கல்லை எடுத்து, அடிப்பது போல் பாவனை செய்தான் கார்த்தி.

*****

ஆசையின் மறுபக்கம்

செந்திலின் முகம் முழுவதும் வீங்கியிருந்தது. அவன் எதிரே கம்பெனியின் மேனேஜர் அமர்ந்திருந்தார். "உன்ன யார் அவங்ககிட்ட போகச்சொன்னது?"

"சார், கேண்டீன்ல டீ குடிக்கத்தான் போனேன். நா சேத்துவிட்ட ஆளுங்க என்ன கோபத்துல இருந்தாங்களோ. அடி வெளுத்துட்டாங்க. சார், இனிமேல இந்த கம்பெனி பக்கம், ஆளுங்கள கூப்புட்டே வரமாட்டேன். இனிமேல, அவங்க என்னை எங்க பார்த்தாலும் என்கதி, அதோகதி தான். இதவிட, நல்ல கம்பெனிங்க நெறய இருக்கு. புதிய ஆளுங்கள, இங்க கூட்டிட்டுவந்தா நீங்க, அவங்களுக்கு சோறும் சரியா போடமாட்டிங்க. தங்குறதுக்கு சரியான எடமும் தரமாட்டிங்க. யார்தான் இங்க வருவாங்க?"

"மத்த கம்பெனிங்க, நாங்க கொடுக்குற கமிசன் தருவாங்களா?"

"சார், பணம் ஒருபக்கம் இருக்கட்டும். உயிர் போனா வருமா? ஆள விடுங்க. அடி பின்னிட்டாங்க. நீங்க போய் என்னன்னு கேளுங்க".

"டேய்... ஏதோ, சின்ன கோவத்துல அடிச்சுட்டாங்க. அதுக்குப்போய் கேக்க முடியுமா? அவங்கதான், இப்போ கம்பெனிக்கு முக்கியமான ஆளுங்க. இப்பப்போய், நா கேட்டு, அதுக்கப்புறம் வேலைசெய்யாம இருந்துட்டா என்ன செய்றது? ஒருநாள் உற்பத்தி நின்னாலும், எவ்வளவு இழப்பு வருமுனு தெரியுமா? நீ போய், இந்த தென்னைமரக்குடில் எண்ணைய சூடுபண்ணி தேய். சீக்கிரம் சரியாகிடும். இப்போ, இங்கேயிருந்து கௌம்பு" என்றார் மேனேஜர்.

"சேத்துவிட்ட எனக்கே இந்த நெலமனா, உனக்கு என்ன நெலம ஆகப்போகுதோ" என்று மெதுவாய் பேசிக்கொண்டு வெளியில் நடந்தான் செந்தில்.

*****

லட்சுமி, வீட்டினுள் நுழைந்தாள். மழை நன்றாக பெய்து கொண்டிருந்தது. மிகவும் சோர்வாகவே இருந்தாள். காலையில், எழுந்ததில் இருந்து நிற்காமல் ஓடிக்கொண்டிருக்கிறாள். இப்பொழுது, மணியைப் பார்த்தாள். இரவு 9 ஆகிவிட்டது. இனிபோய் சமைத்து, சாப்பிட்டுவிட்டு, பாத்திரங்களை கழுவிவைத்துவிட்டு, தூங்கவேண்டுமே என்று நினைக்கும்போது அவளுக்குத் தலை சுற்றியது. இருந்தாலும், இதெல்லாம் தினமும்

செய்யும் வேலைதானே. கார்த்தி டிவி பார்த்துக்கொண்டிருக்க, கணவன் விட்டத்தை பார்த்துக்கொண்டு படுத்திருந்தான்.

உள்ளே போனவுடன் கணவன், லட்சுமியைப் பார்த்து "இப்படி, தெனமும் வந்துக்கப்புறம் சமைச்சா, நானெல்லாம் பெட்டினியியில சாகவேணுமா? சீக்கிரம் செய்" என்றான்.

"என்ன செய்றது? இதெல்லாம், கேட்டுக்கேட்டு காது புளித்துவிட்டது" என்று சமையலறைக்குள் சென்றாள். அங்கே, பாத்திரங்கள் எல்லாம் கழுவாமல் கிடந்தன. அடுப்பின் மீது முழுவதும் அரிசி பருக்கைகள் சிதறிக்கிடந்தன. தரையில், மீதமான சிக்கன் எலும்புத் துண்டுகள் மற்றும் காய்கறிகள் என்று அலங்கோலமாக கிடந்தன. சாப்பாட்டுக் குக்கரைப் பார்த்தாள். அதனுள், சாப்பாடு கருகிய நிலையில் நாற்றம் அடித்தது. லட்சுமிக்கு, கோபம்தான் வந்தது. "கார்த்தி...." என்று சத்தமிட்டாள்.

"ஏம்மா.... இப்படி கத்துறே" என்று சமையலறைக்குள் வந்தான்.

"என்னது இது.... எதுக்கு இப்படி செஞ்சுருக்கே?"

கார்த்தி சிரித்துக்கொண்டே, "மா.... நா புதுசா சேனல் ஆரம்பிச்சிருக்கேன். உணவு தயார் செய்றது, அப்புறம், ஓட்டல்ல போய் அங்க இருக்குற உணவுகள சாப்புட்டுட்டு, அதப்பத்தி மதிப்பீடுகள செய்யப்போறேன். இனிமேல் பாரு. நா இலட்சம், இலட்சமா சம்பாரிக்க போறேன். அதுதான், இன்னைக்கு மத்தியானம், பிரண்ட்ஸ் கூட சேர்ந்து பிரியாணி செஞ்சு பார்த்தேன்" என்று நமட்டு சிரிப்புடன் சொன்னான்.

இதைகேட்ட, லட்சுமிக்கு கோபம் தலைகேறியது. "சமைச்சா, இந்த ரூம சுத்தம் செய்யக்கூட தெரியாதா? அந்த அளவுக்கு சோம்பேறியா மாறிட்டயா? இங்கபாரு, இந்த குக்கர. முழுசும் நாறிக் கெடக்குது. கீழே பார். கோழிக்கறி மேல எறும்பு மொச்சுட்டு இருக்குது. நீ பாத்திரங்கள கழுவக்கூட வேண்டா. கழுவுற எடத்திலயாவது போட மாட்டியானு" கேட்டாள்.

"மா.... இந்தவேலை எல்லாம் என்னால செய்யமுடியுமா...? என்னம்மா பேசுறே நீ... இதெல்லாம் செய்ய, நீங்க பொம்பள புள்ளையா பெத்து வச்சுருக்கீங்க..."

"ஓ... இந்த வேலை செய்றதுக்கும், ஒரு பொண்ணுதான் வேணுமா. நீ செஞ்சா கொறஞ்சா போய்ட்டுவே... உனக்கு செல்லம் கொடுத்து, கொடுத்து நானே, உன்ன கெடுத்துட்டுடேன்".

"சும்மா பொலம்பாதே மா..." என்று மீண்டும் டிவியை பார்க்கப் போனான்.

"ஏய்... நில்லு. உனக்கு காலேஜ் முடிஞ்சு ரொம்ப நாளாச்சு. இந்த ஊருலேயே நல்ல வேலைக்குப் போனு சொல்லும்போது, இந்த ஊர் ஆகாது. நா வெளியூருக்குத்தான் போவேனு சொன்னே. சரின்னு, நானும் விட்டுட்டேன். இதுவர, அதுக்காக எந்த முயற்சியும் எடுத்தமாறி தெரியல. இன்னைக்கு வந்து, பொசுக்குனு சேனல் ஆரம்பிக்கப்போறேனு அசால்ட்டா சொல்றே. என்னதான், உன்னோட மனசுல இருக்குது" என்று கோபமாய் கேட்டாள்.

"என்னதா, உள்ள சத்தம் போட்டுட்டு இருக்கே" என்று கணவன் வந்து கேட்க, "நம்ம பையன் ஏதோ சேனல் ஆரம்பிக்கப் போறானாம். வேலைக்கு போகப் போறதில்லையாம்..."

"அவனுக்கு புடிச்சத செய்யட்டுமே. நீ ஏ தடுக்குறே".

"நா ஒன்னும் தடுக்கல. இத செய்றதா இருந்தா, முன்னாடியே சொல்லியிருக்கலாமுல. மொதல்ல, இங்க வேலை செய்ய விருப்பமில்லனு சொன்னான். அப்புறம், வெளியூர் போகனுமுனு சொன்னான். அதையும் செய்யல. இப்போ, சேனல். கொஞ்சநாள் கழிச்சு இன்னொன்ன சொல்வான்".

"உனக்கு என்ன பிரச்சன? எல்லாம் நீ சொல்றபடிதான் கேக்கனுமுனு சட்டமா" என்று கணவன் கத்த, "சட்டமில்ல. ஆனா, பொறுப்பு எப்போ வர்றது? ஒவ்வொரு ஊட்டுலயும் பாருங்க. வேலைக்கு எப்படி ஓடுறாங்கனு. ஊட்டுக்கு தேவையான பொருள் வாங்குறது, புதுஊடு கட்றதுனு இருக்குறாங்க. ஆனா, நாம இன்னும் இந்த ஒட்டுஊட்டுக்கு, சுண்ணாம்பு கூட அடிக்காம இருக்குறோம். செவுத்த பாருங்க. காரை எல்லாம் பேந்து கெடக்கு. உங்க ரெண்டுபேருக்கும் இதைப்பத்தி கவலையே கெடயாதா? மத்தவங்க வாழ்றத பார்த்துக்கப்புறமும் கூட, நமக்கு அறிவு வரலனா, என்ன சொல்றது உங்களையெல்லாம்".

"மா.... எனக்கும் பொறுப்பு எல்லாம் இருக்கு. எனக்கு அம்பதாயிரம் மட்டும் கொடுங்க. அப்புறம் பாருங்க" என்று கார்த்தி சாதாரணமாகச் சொன்னான்.

"என்ன...?" அதிர்ச்சியாய் பார்த்தாள் லட்சுமி.

"சேனலுக்கு லேப்டாப், கேமரா எல்லாம் வாங்கனும். இதுக்கெல்லாம், காசு வேண்டாமோ? நீங்க கொடுத்ததுக்கப்புறம் பாருங்க, எவ்ளோ வருமானம் வருதுனு".

"ஏ சாமி.... அவ்வளவு காசுக்கு, நா எங்கே போறது. இப்படி வந்து வேலைக்கும் போகல, பணமும் வேணுமுனு சொன்னா, நா என்ன செய்றது?"

"மா... நீ, ஒரு இலட்சரூபாய் சீட்டு போட்டிருக்கேல்ல. அதுல இருந்து கொடு. நா, சம்பாரிச்சதுக்கப்புறம் தர்றேன்".

"ஒரு இலட்சரூபா சீட்டா! எங்கிட்ட ஐம்பதாயிரமுனு பொய் சொல்லியிருக்கே" என்று கணவன் கேட்க,

"ஆமா. நா பொய்தான் சொல்லியிருக்கேன். வளையல, கடன்ல இருந்து மீக்கணும். அப்புறம், இந்த ஊட்டப்பாருங்க. கூரையில இருக்குற மரமெல்லாம் கரையான் அரிச்சு உலுத்துப்போச்சு. அதமாத்தி, இரும்புல போடணும். இப்பவந்து, அந்த பணத்தையும் கேட்டா, நா என்ன செய்யமுடியும்?" என்று லட்சுமி தலையில் கைவைத்தாள்.

"வளையல் தானே, போனா போகட்டும். கூர, இன்னும் சில வருசம் தாங்கும். அதனால, நீங்க அந்தப்பணத்த தாங்க" என்று கார்த்தி கேட்க, "உனக்கு தேவைப்படுற பணத்துக்கு, இங்க கொஞ்சநாளுக்கு, ஏதாவது கம்பெனிக்கு வேலைக்குப்போ. இல்லன்னா, என்னோட கம்பெனிக்கு தீபாவளி மாசம் வரைக்கும் வா. கொறஞ்சபட்சம், மாசம் எட்டாயிரம் சம்பளமாவது கெடைக்கும். சீட்டும் முடிய இன்னும் நாள் இருக்கு. ஒவ்வொரு மாசமும், சீட்டு எடுக்க கேட்டுட்டு இருக்கேன். ஆனா, சீட்டுக்கார அண்ணன் சீட்ட எடுக்கவிடமாட்றார். கடைசியில தான் கெடைக்கும்போல. அதுவரைக்கும், நீ ஏ சும்மா இருக்கணும். வேலைக்கு வா" என்று ஆதங்கத்துடன் கேட்டாள் லட்சுமி.

"மா....உனக்கு, தர்றதுக்கு விருப்பமில்லனா விடு. அதவிட்டுட்டு, வேலை, சம்பளமுனு எங்கிட்ட பேசாதே... உனக்கு, மகனவிட நகை போடுறதுதான் முக்கியமா போய்டுச்சு" என்று கோபமாய் போய் படுத்துக்கொண்டான்.

"உனக்கு மனசாட்சியே இல்லயா? இப்படி காசை சம்பாரிச்சு, நீ மட்டும் வச்சுட்டு, என்ன செய்யப்போறே?" என்று கணவன் கேட்க, லட்சுமிக்கு அழுகையே வந்தது. இத்தனை காலம், இவர்களுக்காக அனைத்தையும் தாங்கிக்கொண்டு, எந்தவொரு ஆசையும் தனக்காக வளர்த்துக்கொள்ளாமல் இருந்தும், இருவரும் என்னை இப்படி நினைக்கிறார்களே என்று வேதனை வாட்டியது லட்சுமியை. தன் வளையல்களை பார்த்தாள். நன்றாக கருத்துப்போயிருந்தது. அங்கு கிடந்த, நாற்றம் அடித்த பாத்திரங்களை கழுவினாள். அந்த தண்ணீரில், அவள் கண்ணீரும் கலந்திருந்தது.

*****

குருவும், கவிதாவும் கட்டிலில் படுத்திருந்தனர். "ஏ மாமா.... அடுத்தமாசம் வாசிங் மெசின் வாங்கலாமா...?"

"வேண்டா".

"க்கும்….அப்புறம், எப்பத்தான் வாங்குறது. வெளியில நல்ல மழை வேற பெய்யுது".

"ஆமா… அது இருக்கட்டும். என்ன மேடம், புதுசா மாமானு கூப்புடுறே".

"அதெல்லாம் அப்படித்தான். நமக்குத்தான் கல்யாணம் ஆயிடுச்சுல. இனிமேலயும், உன்னை வா, போனு கூப்புடவா முடியும். யாராவது பார்த்தா என்னை என்ன சொல்வாங்க?"

"தீபாவளிக்கு, இன்னும் மூணு மாசந்தான் இருக்கு. அப்போ, ரெண்டுபேருக்கும் போனஸ் வரும். அப்பத்தான் பொருளுக்கு எல்லாம் தள்ளுபடி போடுவாங்க. அப்போ வாங்கிக்கலாம்".

"அதுவரைக்கும், கையால தொவைக்கமுடியுமா?" என்று கெஞ்சலாய் கேட்டாள்.

"நீயா…. துணி எல்லாத்தையும் முழுசும் தொவைக்குறே. கொஞ்சநாள், என்கிட்டயும் தள்ளிடுறே தானே. அப்புறம் என்ன?"

"ஏதோ, ஒரு நாள் தொவச்சே. அதுக்குள்ள, என்னமோ நீயே தொவைக்கிறேனு அளந்துவிடுறே".

"இப்பத்தான் மாமானு சொன்னே. இப்போ, மறுபடியும் வேதாளம் முருங்கை மரம் ஏறிடுச்சு".

"ஆமாடா… அப்படித்தான் சொல்வேன். நா கேட்டத வாங்கித் தரமாட்டேனு சொல்லிட்டேல".

"எங்கே, மறுபடியும் சொல்லு. அப்புறம் இருக்கு உனக்கு" என்று கோபமாய் முகத்தை வைத்துக்கொண்டு குரு சொன்னான்.

"போ… போ…. போடா…."

"உன்ன…. என்ன செய்றேன் பாரு" என்று அவளின் இடுப்பை கிள்ளினான். "ஆ…. ஆஆ…. விட்றா என்னை" என்று கவிதாவும், குருவின் இடுப்பை கிள்ளினாள்".

"நீ, என்கூட சந்தோசமாத்தானே இருக்கே?" என்று குரு கேட்டான்.

"இதென்ன சந்தேகம். உன்கூட இருக்குற, ஒவ்வொரு நொடியும் எனக்கு சந்தோசம் தான்".

"ஒன்னு, உன்கிட்ட கேக்க வேண்டியிருக்கு. நா கேக்கறதுனால தப்பா நெனைக்காதே. நாம, ஊரைவிட்டு வந்து பலமாசம் ஓடிடுச்சு.

உனக்கு, உன்னோட வீட்டப்பத்தி ஞாபகமே வரலயா? நாம, அவங்களோட நம்பிக்கைய ஓடச்சுட்டு வந்துட்டோம். அதப்பத்தி, எனக்கு வருத்தமா இருக்கு. நாம, தப்பு பண்ணிட்டோமுனு என்னைக்காவது நெனச்சுருக்கியா?"

கவிதா, சிறிது நேரம் மௌனமாய் இருந்தாள். அம்மாவிடம் பேசியதைப் பற்றி, எதுவும் அவள் வெளிக்காட்டவில்லை. ஒருவேளை, சொன்னால் தன்னைப்பற்றி தவறாக நினைத்துவிடுவானோ என்று பயந்தாள். இத்தனை நாட்கள், இதை சொல்லாமல் இருந்ததற்காகவும் கண்டிப்பாய் கோபப்படுவான். அதனால், இதைப்பற்றி இப்பொழுது பேசவேண்டாம் என்று முடிவு செய்தாள்.

"ஏ, இவ்ளோ யோசிக்குறே. நா ஏதாவது தப்பா கேட்டுட்டேனா?" என்று சங்கடத்துடன் கேட்டான்.

"ச்சே.... அப்படி ஒன்னுமில்ல. இத்தன வருசம் நம்மள வளத்தது, நம்ம பெத்தவங்க தானே. அவங்களுக்கும், நம்மோட எதிர்காலத்துல அக்கற இருக்குமுல. நாம காதலிச்சது நம்ம விதி. ஆனா, வீட்டுக்கு ரொம்ப சீக்கிரமே தெரிஞ்சுடுச்சு. நம்ம படிப்ப முடிச்சு, ஒரு நல்ல வேலையில சேந்து, கை நெறய சம்பாரிச்சிருந்தா, இவ்ளோ களேபரம் ஆயிருக்காது. நம்ம காதல் தெரிஞ்சதுக்கப்புறம், எங்க வீட்டுல அவசர, அவசரமாக மாப்பிள பார்த்தது அவங்க தப்பு. இதுல என்ன சொல்ல, ரெண்டு பக்கமும் தப்பு இருக்குதுல.

ஒருவேள கல்யாணத்துக்கு ஏற்பாடு செய்யாம இருந்திருந்தா, நாமளும் ஓடிவந்திருக்க வேண்டிய தேவை இருந்துருக்காது. நம்ம வீட்டுல, நம்மள புரிஞ்சுக்கல. அவங்க பிள்ளைகளுக்கு, எல்லாமே அவங்கதானு நெனைக்கிறாங்க. அவங்க செய்றதே சரின்னும் நெனைச்சுக்குறாங்க. அப்புறம், என்ன செய்யமுடியும் நம்மால. நம்மோட கல்யாணம், அப்புறம், போலீஸ் ஸ்டேஷன்ல பஞ்சாயத்து, அப்புறம், இங்க வந்தாச்சு. இங்க வந்ததுக்கப்புறம் கொஞ்சநாள் வருத்தமாத்தான் இருந்துச்சு. அப்புறம், போகப்போக சரியாகிடுச்சு. நா, உன்கிட்ட மொதல்லயே சொன்னேன். நாம, எங்கயும் போகவேணாம். அவங்க முன்னாடியே வாழ்ந்து காட்டனுமுனு. நீ தான் மறுத்துட்டே" என்று குருவை பார்த்து சொன்னாள் கவிதா.

அதற்கு, அவன் சிரித்துக்கொண்டே, "அங்கயே இருந்துருக்கலாம் தான். அவங்க கோவம், ஒரு கட்டம் வரை நியாயமானதுதான். நமக்காக வாழ்ந்தவங்க. ஆனா, ஒரு கட்டத்துக்கு மேல, அவங்களுக்கு அதுவே புடிவாதமா மாறிடுது. நமக்கே, கொழந்தைங்க பொறந்தா, நாமளும்

அவங்க மீது இப்படித்தான் இருப்போம். நாம ரெண்டுபேரும், வேறவேற சாதியை சேந்தவங்க. இந்த விசயம், என்னோட வீட்டவிட, உன்னோட வீட்டுல தான் பாதிப்பாயிடுச்சு. உ அப்பா, அம்மா நம்மள மன்னிக்கத் தயாரா இருந்தாலும், இந்த சொந்தக்காரங்க, நண்பர்ங்க, பக்கத்துல இருக்கறவங்க, ஊர்க்காரங்க எல்லாரும் துக்கம் விசாரிக்குற மாறி, எரியுற தீ மேல, எண்ணைய ஊத்துறமாறி பேசுவாங்க.

நம்ம பெத்தவங்க, சொந்தக்கார ஆளுங்களோட கல்யாணம், காதுகுத்து பஞ்சனுக்கு போகும்போது, அவங்களுக்கு கேக்குற மாறியே குத்திக்காட்டி பேசுவாங்க. எப்போ, குடும்பப்பேர் எல்லாம் சாதிகளா மாறி, நா பெரியவன், நீ எனக்கு கீழேனு வந்துச்சோ. அப்போ இருந்து, காதல்னாலே கசப்புக்காய் தான். அதனாலதான், அங்கேயே இருந்து, நம்ம பெத்தவங்கள சங்கடப்படுத்த வேண்டாமுனு தோணுச்சு. என்னதான், நாம முன்னேறதுக்கு படிப்பு உதவுனாலும் அதுகூடவே, நம்ம நெலமையும் உசந்தா மட்டுந்தான் நம்மள மதிப்பாங்க. நெலம சரியானதுக்கப்புறம், மீதி இருக்குற எக்ஸாம எழுதிட்டு, நாம, இன்னும் அடுத்தநெலைக்கு போகணும். தள்ளியிருந்தா, சீக்கிரம் கோவமும் கொறய வாய்ப்பிருக்கு" என்று குரு சொன்னான்.

இதைக்கேட்ட, கவிதாவுக்கு மகிழ்ச்சியாக இருந்தது. அப்பொழுது ஊருக்குப்போக தடை ஏதும் சொல்லமாட்டான். நான் நினைப்பது போலவே, இவனும் நினைத்திருக்கிறான். எப்படியோ சண்டை தீர்ந்து, ஒன்று சேர்ந்தால் போதும் என்று எண்ணிக்கொண்டாள். "நீ சொல்வதும் சரின்னு தான் தோணுது. ஆனா, அதுக்கு நேரமெடுக்கும். அதுக்குப்பதிலா, இன்னொரு வழியும் இருக்கு..... ரொம்ப உபயோகமான வழி அது".

"என்ன வழி...?" என்று குரு குழப்பமாக பார்த்தான்.

கவிதா, தன் வயிற்றை தொட்டுக்காட்டி, "இதுல, ஒரு கொழந்த வந்துட்டா, நம்ம பெத்தவங்க, நம்மளத்தேடி வந்துடுவாங்க".

"போடி" என்று சொல்லிக்கொண்டு, போர்வையை எடுத்து தன்மீது போர்த்திக்கொண்டு திரும்பிப்படுத்தான்".

போர்வையை வேகமாக இழுத்து வீசிவிட்டு, அவனின் கையைப் பிடித்து இழுத்தவள், "என்டா.... ரொம்ப ஓவரா இருக்கு. நியாயமா, நான்தான் இதெல்லாம் செய்யணும். உனக்கு, என்னைப்பார்த்தா பாவமா இல்லயா. நா கோபமா இருக்கேன். அதனால ஒரு முத்தம் கொடு...."

"சரி, கோபப்படாதிங்க இளவரசி" என்று அவள் கன்னத்தில் முத்தமிட்டான்.

"கோவம் இன்னும் கொறயல" என்று தன் இன்னொரு கன்னத்தை காட்டினாள்.

"கிறுக்கி" என்று இன்னொரு கன்னத்தில் அழுத்தி முத்தமிட்டான்.

"இன்னும் கொறயல" என்று மென்மையாய் சொன்னாள்.

"அதுக்கு என்ன செய்ய?" என்று குருவும் மெதுவாய் கேட்க,

"தன் விரலால், உதட்டில் கைவைத்து இங்கு வேண்டுமென்றாள். வெளீயில் தவலைகள் கத்தும் சத்தங்கள் கேட்டது. இதில், இவர்களின் முத்தச்சத்தங்கள் கலந்துவிட்டது. போர்வை, அவர்கள் இருவரையும் மூடிக்கொண்டது".

*****

குளிக்குமிடத்தில் பங்கஜ் மற்றும் சில இந்திக்காரர்கள் குளித்துக்கொண்டிருக்க, வெளியூரில் இருந்துவந்து, தங்கியிருக்கும் சில ஆட்களும் குளித்தனர். அங்கு தண்ணீர் பிடிப்பதில், இரு குழுவுக்கும் வாய்த்தகராறு ஏற்பட்டது. கொஞ்சநேரத்தில், பேச்சு கைகலப்பில் போய் முடிந்தது. மாறிமாறி அடித்துக்கொண்டனர். கொஞ்சநேரத்தில் அங்கு கூட்டம் கூடிவிட்டது. இரு குழுக்களுக்கும், ஆதரவாக இன்னும் சிலர் சேர்ந்துகொண்டு சண்டையை பெரிதாக்கினார்.

காவலாளிகள் மற்றும் சிலஆட்கள் சேர்ந்து, சண்டையை தடுத்து இரு குழுக்களையும் விலக்கினர். கம்பெனியின் வேலை நேரம் ஆரம்பித்த பின்னர், ஹச்-ஆர் வந்து சண்டையில் ஈடுபட்ட நபர்களை விசாரித்தார். இரண்டு குழுக்களும், தங்கள் மீது தப்பில்லை என்றும், அவர்கள்தான் சண்டையை ஆரம்பித்தனர் என்றும் பரஸ்பரம் குற்றம் சாட்டினர். யாரெல்லாம் சண்டை போட்டார்களோ, அவர்கள் அனைவரையும் ஒருவாரம் சஸ்பெண்ட் செய்தார்.

"பலதடவ உங்ககிட்ட சொல்லியாச்சு. இவங்க தொடர்ந்து ஏதாவது பிரச்சன செஞ்சுட்டே இருக்காங்க. கொஞ்சம் பேர, நாம வேற எடத்துல தங்க வைக்கனும்" என்று ஹச்-ஆர், மேனேஜரிடம் சொன்னார். "அதெல்லாம் வேண்டா. தேவையில்லாம செலவு புடிக்கும். கொஞ்சம் பேர வேலைய விட்டு நீக்கிடுங்க".

"தீபாவளி வர்றதுக்கு, இன்னும் சில மாசந்தான் இருக்கு. இந்த நேரத்துல நிறுத்துனா, அவங்க வருமானம் பாதிக்கப்படும். அதுவுமில்லாம, வேற எங்கயும் அவங்களுக்கு உடனடியா வேலையும் கெடைக்காது".

"மொதலாளி, ஏற்கனவே சொன்னதுதான். இப்ப இருந்து, செயல்படுத்துனாத்தான் சரியா இருக்கும். வயசானவங்களா பார்த்து நீக்கிடுங்க" என்று மேனேஜர் சொல்லிவிட்டு, தன்னுடைய போனை நோண்டினார்.

வாரத்தில், குறைந்தது பத்துபேரையாவது வெளியே அனுப்புவது வாடிக்கையாகவே மாறிவிட்டது. குருதான், அவர்களின் சம்பள விவரங்களை தயார் செய்தான். எவ்வளவு அவர்களிடமிருந்து உறிஞ்சமுடியுமோ உறிஞ்சிவிட்டு, சக்கையா போடுறதுமாறி, அவர்களை வெளியே அனுப்பியதை நினைத்து வருத்தப்பட்டான்".

"நீ, எவ்வளவுதான் கம்பெனிக்காக பாடுபட்டாலும், இந்த காக்கா புடிக்கிறவங்க, ஜால்ரா தட்றவங்களத்தவிர, யாருக்காகவும் இந்த கம்பெனி அனுதாப்படாது. இந்த நெலம, இந்த நிறுவனத்துக்கு மட்டுமில்ல. ஓலகத்துல இருக்குற எல்லா நிறுவனத்திலேயும் இருக்கும். அதனால, வந்தோமா, வேலையை செஞ்சோமா, அப்புறம், சம்பளத்த வாங்குனோமானு இருக்கனும். அவங்களுக்காக வருந்துறதுனால, ஒரு பலனும் இல்ல.

இங்கு நடக்குறது, தப்புதான்னு தெரியும். இருந்தாலும், என்ன செய்யமுடியும்? இவங்கிட்ட, போய் சண்ட போடவா முடியும்? நமக்கு குடும்பம் இருக்கு. அதத்தான் மொதல்ல பார்க்கனும். இந்த மேனேஜரும், மருமகனும் வந்ததுக்கப்புறம் தான், இத்தன களேபரங்க. இதனால, இந்த கம்பெனி பாதிக்கப்பட்டா, அந்த மேனேஜர், இன்னொரு கம்பெனியில போய் நல்ல பதவியில உட்கார்ந்துக்குவான். நஷ்டம், இங்க வேலை செய்யுற ஆளுங்களுக்கும், இந்த கம்பெனியின் மொதலாளிக்கும் தான்" என்று கணக்காளர், குருவிடம் சொன்னார்.

*****

மீனாவின் அம்மா, மீனாவை திட்டிக்கொண்டு இருந்தார். "என்ன டி இது, புது பழக்கம். நானும் கொஞ்சநாளா பார்த்துட்டே இருக்கேன். எப்பவும் போனும் கையுமா இருக்கே. என்ன நெனப்பு உனக்கு?"

"அம்மா, அப்படி எல்லாம் இல்ல. என்கூட வேலை செய்யும் பிரண்ட்ஸ் தான், அடிக்கடி கூப்புடறாங்க. எனக்கு, இந்த ஊட்டுல பேசக்கூட உரிமையில்லையா?" என மீனா கோபமாய் கேட்டாள்.

"போன் வாங்குனதுல இருந்து, நீ ஆளே மாறிட்டே. எது சொன்னாலும் கேட்பதில்ல. தூங்கும்போதும் கூட பேசிட்டு இருக்கே".

"அப்படி பேசுறதுனால, உனக்கு என்னமா பிரச்சனை? ஏதோ, கொஞ்ச நேரம் நிம்மதியா இருக்குறேன்னு, என்னை விட்டுட வேண்டியது தானே".

"அப்படி என்ன, உன்ன கொடும செஞ்சுட்டோம்" என்று அம்மா கேட்டாள். அருகில் மீனாவின் பத்து வயதான தம்பியும் இருந்தான்.

"கொடும இல்லமா. பாரத்த தான் சொமக்க விட்டுடீங்க. உன்கூட வாழ்ந்ததுபோதுமுனு, மூணு கொழந்தைங்கள வளத்த வக்கில்லாம, இன்னொருத்திக்கூட ஓடிப்போனானே உ புருசன். அப்போ இருந்து, இந்த பாரத்த சொமந்துட்டு தானே இருக்கேன். உனக்கும் ஓடம்பு முடியல. என்னப்பாரு. சரியா, என்னால சாப்பிடமுடியுதா? இல்ல, எங்காவது சுத்தமுடியுதா? ஒரு படத்துக்காவது போக முடியுதா? இதுல, ஏதாவது ஒன்னு நடந்தா, எனக்கு உலக அதிசயம் போலத்தோணுது.

மாப்பிள நல்லவனா, கெட்டவனானு பாக்கறது கெடயாது. ஊட்டுல சொல்லிட்டா, கட்டிக்க வேண்டியது. அவன் குடிகாரனா, கடனாளியா, பொம்பள பொறுக்கியா இருந்தாலும், சகிச்சுட்டு நீங்க வாழ்ந்துட்டு போயிடுறீங்க. கஷ்டபடுறது, கடைசியில எங்களமாறி முட்டா புள்ளைங்க தான். எங்கள கண்டிக்கறதுல இருக்குற ஆர்வம், உ புருசன் மேல இருந்திருந்தா, அவனும் ஒழுங்கா இருந்திருப்பான். இல்லன்னா, முன்னாடியே ஓடியிருப்பான். நாங்களும் பொறக்காமாலே இருந்திருப்போம்.

உங்க ஆசைக்குப் பெத்து, ரோட்டுல வீசிட்டா போதுமா? வளத்தவேண்டாமா? நா வேலைக்குப்போனேன். இன்னொருத்தி, அடுத்து வேலைக்குப்போக ரெடியாக இருக்குறா. அப்புறம், இதோ நிக்கிறானே, இவனும் கொஞ்ச காலத்துல, படிப்ப பாதியில விட்டுட்டு வேலைக்கு போய்டுவான். எங்க மூணு பேரோட வாழ்க்கையையும் நீயும், உன்னோட புருசனும் சேந்து பாழுங்கெணத்துல தள்ளிட்டீங்க. இதுல, நா போன் பேசுறதுதான், உனக்கு கவலையா இருக்கு" என்று கோபமாய் சொல்லிவிட்டுச் சென்றாள் மீனா.

அவள் கேட்ட, ஒரு கேள்விக்கும் தன்னிடம் பதில் இல்லை என்பதுபோல் சிலையாய் அமர்ந்திருந்தாள் அவள் அம்மா. இவர்கள் பேசியது எதுவும் புரியாமல் பாவமாய் நின்றிருந்தான் தம்பி.

*****

பெரிய முதலாளி

கணக்காளரும், குருவும் சில ஆவணங்களை தயார் செய்து கொண்டிருந்தனர். மாதம் ஒருமுறை நடக்கும் கூட்டத்திற்காக வரவு, செலவு அறிக்கைகளைத்தான் தயார் செய்தார்கள். "இந்த, அறிக்கைகளை எல்லாம் பெரிய மொதலாளி பார்த்தால், நெஞ்சுல கைவச்சுடுவார். அந்த அளவுக்கு மோசமா இருக்குது" என்று கணக்காளார் சொன்னார்.

"ஏ சார். அவர் பொறுப்ப ஒப்படைச்சதுக்கப்புறம், இதயெல்லாம் பார்க்க வரமாட்டாரா?"

"அவரோட உடல்நெலயும் சரியில்ல. அதனால, அவங்கிட்ட இதயெல்லாம் கொண்டுபோறதே கெடயாது. எனக்கு வாய்ப்பு கெடச்சா, நேரா சொல்லிடுவேன்".

"சார்... இப்போ, புது மெசின் எல்லாம் வந்து எறங்கியிருக்கு. இனிமே, நம்ம வருவாயும் அதிகரிச்சுடும் தானே".

"இல்ல குரு. இப்பத்தான் அந்த மெசின்கள் வந்திருக்கு. ஆனா, அதுக்கு முன்னாடியே, இதுமேல, வாங்குன கடனோட மாசத்தவண தொடங்கிடுச்சு. இந்த மெசின்களுக்காக, வாங்குன கடன் ரொம்ப அதிகம். அப்போ, அதோட வட்டி எப்படி இருக்குமுனு யோசிச்சுக்கோ. மாசமானா, ஒரு பெரிய தொகைய இதுக்காக ஒதுக்கனும். இந்த மெசின்கள் இயங்குனதுக்கப்புறம், சில மாசம் கழிச்சுத்தான் இதிலிருந்து வருவாய் வரும். அதுவரைக்கும், நாம இந்த கடனைத் தாங்கவேண்டும். நம்ம பேங்கோட சிசி கணக்கோடா அளவு இப்போதே நீண்டுடுச்சு".

"சார், நா முன்னாடியே கேக்கனுமுனு இருந்தேன். இந்த சிசி கணக்கு எப்படி இயங்குது?"

இப்பவாது கேட்குறேயே. சரி சொல்றேன். "சிசி கணக்குங்கிறது கேஷ் அண்ட் கிரடிட்'னு சொல்வாங்க. இதுவும், ஒருவித கடன் மாறித்தான். நம்ம தேவைக்கேற்ப, இதுல பணம் எடுத்துக்கலாம். இப்போ, நம்மோட சிசி கணக்குல ஒரு கோடி ரூபானு அளவு வச்சுருக்காங்கனு வச்சுக்குவோம். நாம, ஒரு கோடி ரூபா வரைக்கும், நம்ம நிறுவன தேவைக்கு பணம் எடுத்துக்கலாம். இல்லன்னா, நாம யாருக்காவது செக் கொடுத்து, இந்த கணக்குல பணம் இருந்தா, அவங்க எடுத்துக்குவாங்க. இப்படி, அந்த அளவு வரைக்கும், நாம எடுத்துக்கலாம். இப்போ, நமக்கு பையரிடம் இருந்து பணம் வரும்போது, அத இந்த கணக்குல

செலுத்திட்டா, கடன் கொறஞ்சுடும். இதுக்கு, மாசம் ஒருதடவ வட்டி புடிச்சுக்குவாங்க".

அதன்பின்பு, மாத வரவு, செலவு அறிக்கைகளை எவ்வாறு தயார் செய்வது என்று சொல்லிக்கொடுத்தார் கணக்காளர். அனைத்தையும் கேட்டுக்கொண்டான். பின்பு, அவர் சென்றவுடன் ஒரு யோசனை உண்டானது அவனுக்கு. கணக்காளர் சென்றவுடன் வரவு, செலவு அறிக்கையை இன்னொரு காப்பியை எடுத்து வைத்துக்கொண்டான்.

சில நாட்கள் கடந்தன.

இன்று, கிடைத்த வாய்ப்பை எப்படியாவது பயன்படுத்திக்கொள்ள வேண்டும் என்று முடிவு செய்துகொண்டான் குரு. முதலாளிக்கு சாப்பாடு வீட்டிலிருந்து வாங்கி வரவேண்டும் என்று மேனேஜர் சொல்லியதில் இருந்து, கணினியில் இருந்து, சில தரவுகளை எடுத்துக்கொண்டிருந்தான். வங்கி வேலைகளை முடித்தவன், நேராக முதலாளியின் வீட்டிற்குச் சென்றான். சாப்பாட்டு கூடையை கொண்டுவந்த சமையல்காரரிடம், "மொதலாளி இருக்குறாரா?" என்று கேட்டான். கம்பெனியின் உண்மையான முதலாளியை பற்றித்தான் கேட்டான்.

"ம்ம்.... ஆமா இருக்குறார்".

"சில ஆவணங்களில், மொதலாளியின் சைன் வாங்கிட்டுவர, கணக்காளர் சொல்லியிருந்தார்" என்றான் குரு.

"சரி, அவரிடம் கேட்டுட்டு வர்றேன்" என்று சமையல்காரர் உள்ளே சென்றார். "இதுமட்டும், அந்த மேனேஜருக்கு தெரிஞ்சா, என்னோட தோல உரிச்சுடுவான். கணக்காளருக்கு, இது தெரிஞ்சா என்னைப்பத்தி என்ன நெனைப்பார். கண்டிப்பா, வேலை போய்டும்". எதுவாக இருந்தாலும், முயற்சி பண்ணி பார்க்கலாம் என்று குருட்டு தைரியம் இருந்தது அவனுக்கு. கல்லூரியில் படித்த வணிகவியலும் கொஞ்சம் கைகொடுக்க வேண்டும் என்று வேண்டிக்கொண்டான்".

சற்றுநேரத்தில், சமையல்காரர் வந்தார். "உங்கள, மொதலாளி வரச்சொன்னார். மேலே இருப்பார், போய்ப்பாருங்க". பதட்டத்துடன் மாடிக்கு சென்றான் குரு".

அறையின் உள்ளே, டி- ஷர்ட் மற்றும் ஷார்ட் சகிதமாய் முதலாளி சோபாவில் உட்கார்திருந்தார். "உன்னோட பேர் என்ன...?"

"சார், எம்பேர் குரு. கடந்த ஆறு மாசமா கணக்கு பிரிவுல, உதவியாளரா வேலை செய்றேன்".

"சரி, நா எதுல கையெழுத்து போடணும்".

"சார், கையெழுத்து வாங்க வரல" என்று தயங்கிக்கொண்டு சொல்ல,

"அப்புறம், எதுக்காக என்னைப்பார்க்க வந்தே".

"சார் உங்ககிட்ட, கம்பெனியில நடப்பத பத்தி சொல்லனும்னு வந்தேன். நீங்க, சில நிமிசம் தந்தா சொல்லிடுவேன்".

குருவை மேலும், கீழும் பார்த்துவிட்டு, "சொல்லு" என்றார் முதலாளி.

"கம்பெனியில், சிக்கன நடவடிக்கைகள் என்ற பெயரில் நடக்கும் நிகழ்வுகளையும், காரணமே இல்லாமல் வயதானவர்களை வேலையில் இருந்து அனுப்பவது குறித்தும், இறந்த ஒருவருக்கு செட்டில்மெண்ட் கொடுக்காததையும், ஆட்களை நடத்தும் விதத்தையும், பலருக்கும் பிஎப், இஎஸ்ஐ போன்ற சலுகைகளை வழங்காதது குறித்தும், கேண்டினில் கொடுக்கும் தரமற்ற உணவு மற்றும் ஆட்களை தங்கவைக்கும் அறைகளின் தரத்தைப் பற்றியும் சொன்னான்.

ஏற்கனவே, விலை குறைந்த மூலப்பொருட்களை தான் நிர்வாகம் வாங்கியது. ஆனால், அதை ஒதுக்கிவிட்டு கமிசனுக்காக, மேனேஜர் விலை அதிகமாக உள்ள மூலப்பொருட்களை வாங்கியதற்கான தரவுகளை அவரிடம் கொடுத்தான் குரு. அதுவுமில்லாமல், வங்கியில் கடனின் அளவும் அதிகரித்துள்ளது. சில மாதங்களாக கம்பெனியின் வருமானத்திற்கும், செலவிற்கும் பெரிய பற்றாக்குறை நிலவுகிறது என்று நிறுவனத்தின் மாத வரவு, செலவு அறிக்கைகளையும் கொடுத்தான்".

"அதை பொறுமையாய் பார்த்தார் முதலாளி. அவர் எதுவும் சொல்லவில்லை".

"சார், நா வர்றேன்" என்று சொல்லிவிட்டு, சாப்பாட்டுக் கூடையை வாங்கிக்கொண்டு, வண்டியை எடுத்தான் குரு. அவர், நான் சொல்வதைக்கேட்டு என்ன நடவடிக்கை எடுப்பார்? ஒருவேளை, இதைப்பற்றி சொன்னதிற்கு என்னை எதாவது செய்வார்களோ? நாமும், வாயை பொத்திக்கொண்டு இருக்கவேண்டும். இருந்தாலும், யாராவது ஒருவர் செய்துதானே ஆகவேண்டும். எத்தனை நாட்கள்தான் பொறுத்துக்கொள்ள முடியும்? என்ன நடந்தாலும் பரவாயில்லை. உண்மையை சொல்லிவிட்டோம். நடப்பது நடக்கட்டும் என்று கம்பெனி வந்து சேர்ந்தான். இரண்டு, மூன்று நாட்களாக கவனித்தான். அலுவலத்தில் எந்த அறிகுறியும் இல்லை. ஒருவேளை, முதலாளி இதை ஒரு பொருட்டாக எடுத்துக் கொள்ளவில்லையோ என்று நினைத்தான்.

*****

நிறுவனமே விழாக்கோலம் பூண்டிருந்தது. என்ன தீபாவளி வந்துவிட்டதா என்று கேட்க வேண்டாம். அதற்குமுன் வரும் பண்டிகைதான் இது. இந்த பண்டிகை வரும்போது, ஊரே பரபரப்பாய் இருக்கும். சுண்டல் மற்றும் பொங்கலின் விற்பனை, ஒவ்வொரு ஓட்டலிலும் படுஜோராக இருக்கும். சாலைகளின் இருபுறமும் கரும்புகள், பூக்கள், தேங்காய், பழம், பெரியபெரிய பூசணிக்காய் என்று விற்றுக்கொண்டிருப்பார்கள். தொழிலாளர் தினம் என்பது விடுமுறைக்கு மட்டுமே. மற்றபடி அந்த நாளை பெரிதாய் கொண்டாடமாட்டார்கள். ஆனால், ஆயுதபூஜை வரும்பொழுது குதூகலம் ஆகிவிடுவார்கள்.

ஒருநாள் முன்பு, வேலை முடித்து போகும்போது, நிறுவனத்தை முழுவதுமாக சுத்தம் செய்துவிடுவார்கள். தாங்கள் வேலை செய்யும் இயந்திரங்களை, துணியால் துடைப்பார்கள். ஜன்னல், கதவு அனைத்தையும் தண்ணியால் சுத்தம் செய்வர். கட்டிடத்தில், சிறு சிலந்தி ஒட்டடை இருந்தாலும், சுத்தம் செய்துவிடுவார்கள். ஆயுதபூஜை அன்று காலையில் சீக்கிரமே அனைவரும் வந்துவிட்டார்கள். மீனா மற்றும் லட்சுமி தாங்கள் இருந்த பிரிவில் வாழைக்கன்றுகளை கட்டினர். பங்கஜ் மற்றும் குழுவினர் தாங்கள் வேலை செய்யும் இயந்திரங்களுக்கு திருநீறு, சந்தானம் மற்றும் குங்குமமிட்டனர்.

குரு, கவிதா மற்றும் அலுவலக ஆட்கள், பூக்களை ஒவ்வொரு இயந்திரங்கள் அருகிலும் வைத்தனர். அனைவரும் சிரித்துப் பேசிக்கொண்டு வேலைகளை செய்து கொண்டிருந்தனர். இந்த ஒருநாள்தான், யார் சிரித்துப்பேசினாலும், யாரும் கேள்வி கேட்க மாட்டார்கள். ஏனென்றால், கேள்வி கேட்பவர்களும் சிரித்து பேசிக்கொண்டு தான் இருப்பார்கள். விழாக்கள் என்று ஒன்றில்லை என்றால் மனிதன் பைத்தியம் பிடித்து சுற்றிக்கொண்டிருப்பான். யாரிடம் பேச அவனுக்கு நேரமிருந்திருக்காது. இயந்திரம் போலவே மனிதனும் இருந்திருப்பான். நல்லவேளை, இதுபோன்று விழாக்கள்தான் அவனிடம் சிரிப்பை, மகிழ்ச்சியை வெளியே கொண்டு வருகிறது.

இயந்திரங்கள் இருந்த பகுதியில்தான், பூஜை நடக்க ஏற்பாடு செய்ப்பட்டு இருந்தது. ஒருசில குறும்பு இளைஞர்கள், மேனேஜர் வந்த காரின் கண்ணாடியில் பெரிதாக திருநீறில் பட்டை போட்டனர். வந்து பார்த்தால் என்ன சொல்வாரோ என்ற கவலை அவர்களுக்கில்லை. இளவயது பெண்கள் சேலை கட்டிக்கொண்டு வந்திருந்தனர். இப்போதுதான், முதன்முதலாக கட்டுவது போல் அடிக்கடி சேலையை சரி செய்து கொண்டிருந்தனர். சில இளைஞர்கள், அவர்களிடம் ஏதோ கேட்பதுபோல் வழிந்து கொண்டிருந்தனர்.

மீனாவும், கவிதாவும் பாவாடை தாவணி அணிந்திருந்தனர். "ரெண்டுபேரும், பேசி வச்சுத்தானே இப்படி வந்திருக்கிறீங்க" என்று லட்சுமி கேட்க, சிரிப்பை மட்டும் பதிலாய் சொன்னாள் கவிதா. பொரி மூன்றுமூட்டை, நிலக்கடலை, சுண்டல், பொங்கல் என்று ஆட்டோவில் வந்திறங்கியது. ஆட்கள் அதை இறக்கி, பூஜை நடக்குமிடத்திற்கு கொண்டுவந்தனர்.

முதலாளியின் மகள் மற்றும் மருமகன் வந்திருந்தனர். முதலாளியின் மகளை, பெண்கள் ஆச்சரியமாய் பார்த்தனர். எவ்வளவு வெள்ளையாய் இருக்காங்க பார். ஏசியிலேயே இருப்பாங்க போல என்று பேசிக்கொண்டனர். சில ஆண்கள், முதலாளியின் மகளை ஏக்கமாக பார்த்தனர்.

மருமகன் வந்தபின்பு, தான் அதிகமாக வேலை செய்வதுபோல் காட்டிக்கொண்டார் மேனேஜர். அதை எடுத்து இங்கே வை. இதையெல்லாம் சரியாய் கட்டமாட்டீங்களா. என்ன வேலை செய்றீங்க என்று பார்க்கும் ஒவ்வொருவரையும் கத்திக்கொண்டு இருந்தார். இவனுக்கு, இதுதான் வேலையா என்று கணக்காளரும், ஹச்-ஆரும் திட்டினர்.

சாமிபடம் வைக்கப்பட்டு, அதற்கு பொட்டு வைக்கப்பட்டு இருந்தது. சாமி படத்திற்கு பெரிய மாலை போட்டு, இருபக்கமும் கரும்பு வைத்தனர். சாமிபடம் முன்பு, பெரிய தலை வாழையிலை போடப்பட்டு அதில் தேங்காய், பழங்கள், பொரி, கடலை, பொங்கல் என்று வைத்தனர். நிறுவனத்தின் கணக்கு புத்தகங்களுக்கு, பொட்டு வைக்கப்பட்டு பூஜையில் வைத்தனர். மருமகன், தன் பேனாவை எடுத்து பூஜையில் வைத்தார். உடனே, அவருக்குப் பின்னே மேனேஜர், தன்னோட பேனாவை வைத்ததைப் பார்த்த கணக்காளர் தலையில் அடித்துக்கொண்டார்.

தேங்காயை உடைத்து கற்பூரம் காமித்து பூஜை செய்தனர். நிறுவனத்தின் அனைத்து வாகனங்களையும் தண்ணீர் கொண்டு சுத்தம் செய்து, பூக்களால் அலங்காரம் செய்யப்பட்டு, வரிசையாக நிறுத்தி வைத்திருந்தனர். நிறுவனத்தின் உள்ளே பூஜை முடிந்தபிறகு, வாகனங்களுக்கு கற்பூரம் காட்டினர். மேனேஜர் காருக்கும் கற்பூரம் காண்பிக்கும்போது, முதலாளியின் மகள் சிரித்தாள். மேனேஜர் காரை, அலங்காரம் செய்கிறோம் என்ற பெயரில் வேண்டுமென்றே கெடுத்து வைத்திருந்தனர் இளைஞர்கள். மேனேஜருக்கு கோபம் கொதித்தாலும், வெளியே காட்டிக்கொள்ளவில்லை. அவரும் சிரிப்பது போல் நடித்தார். யார் இந்த வேலையை பார்த்தது என்று ஹச்-ஆரை பார்த்தார்.

ஹச்-ஆர், அவரை பார்க்காதது போல் பாவனை செய்து கொண்டிருந்தார்.

"நீ, ஒரு நாள் என்னிடம் மாட்டுவாய்" என்று மனதில் நினைத்தார் மேனேஜர்.

"அப்போது பார்த்துக்கொள்ளலாம்" என்று ஹச்-ஆரும் மனதில் நினைத்தார்.

பின்பு, பெரிய பூசணிக்காயின் மேல்புறம் அரிந்து, அதில் குங்குமத்தை தடவினர். அதன்பின்பு, பூசணிக்காயின் மேல் கற்பூரத்தை பற்றவைத்து வாகனங்களுக்கு காண்பித்து, பிறகு கேட்டிற்கு வெளியே சென்று உடைத்தனர். பின்பு, ஒவ்வொருவரும் திருநீறு பூசிக்கொண்டனர். ஒவ்வொருவருக்கும் பொரி, கடலை, பொங்கல் கொடுத்தனர். அனைவரும் சிரித்து பேசிக்கொண்டு சாப்பிட்டனர்.

முதலாளியின் மகளும், மருமகனும் காரில் கிளம்பத் தயாரானார்கள். மேனேஜர், அவர்களிடம் வந்து "பெரிய மொதலாளி இன்னைக்கு வருவார்னு நெனச்சேன் சார்".

"அவருக்கு, ஹெல்த் கண்டிசன் சரியில்ல. அதுதான், எங்கேயும் வர்றதில்ல. நீங்க பார்த்துக்கோங்க" என்று மருமகன் காரை கிளப்பினார்.

"ஒவ்வொரு தொழிலாளிக்கும், ஒரு பாலித்தீன் கவரில் பொரி மற்றும் சுண்டலை போட்டுக் கொடுத்தனர்".

பூஜை முடிந்த பிறகு, நிறுவனத்திற்கு விடுமுறை. ஒவ்வொருவராக வீட்டிற்கு கிளம்பினர். ஐவரும், பேசிக்கொண்டு இருந்தனர். "இன்னைக்கு லீவு. என்ன செய்யலாம்?" என்று குரு கேட்டதுக்கு, "இன்னைக்கு, எதுவும் செய்யவேண்டாம். இனிபோய், ஊட்ட சுத்தம் செஞ்சாத்தான், சாயங்காலம் சாமி கும்புட சரியா இருக்கும். அதனால, ஊட்டுக்கே போலாம்" என்று லட்சுமி சொன்னதைக்கேட்டு மீனாவும், கவிதாவும் சோகமாக முகத்தை வைத்துக் கொண்டார்கள்.

"எங்க வீட்டுல, பெருசா வேலையில்ல. எங்க வீட்டுல, சாமி கும்புடுறதுக்கு பதிலா, உங்க வீட்டுல சாமி கும்புடலாமுனு இருக்கோம். அதனால, நாங்களும் உதவிக்கு வர்றோம்" என்று குரு சொன்னான்.

"உங்களுக்கு எதுக்கு வெட்டிவேலை" என்று லட்சுமி தடுத்தாள்.

"ஒன்னும் கஷ்டமில்ல. எங்க ஊருல இருந்திருந்தா, எங்க வீட்டுல இந்த வேலைகள் செஞ்சிருப்போம். அதனால, நாங்க வர்றோம்" என்று குரு சொல்லும்போது, "நானும் வர்றேன். நானும், இங்க சும்மா தானே இருக்கேன்" என்று பங்கஜ் சொன்னான்.

"சரி, இப்போ படத்துக்கு போய்ட்டு, மத்தியானம் லட்சுமி அக்கா வீட்டுக்கு போலாம். என்ன சரியா?" என்று குரு கேட்க, அனைவரும் சரியென்றனர்.

"அப்போ, என்னோட ஊட்டுக்கு யாரும் வரமாட்டிங்களா" என்று மீனா சோகமாக கேட்டாள். "உன்னோட வீட்டுக்கு, வராம இருப்போமா. கண்டிப்பா வர்றோம்" என்று கவிதா சொல்ல, அதற்கு மீனா சிரித்துக்கொண்டே, "எ ஊட்டுல நேத்தே சுத்தம் செஞ்சுட்டோம். அக்கா ஊட்டுல பூஜை செஞ்சதுக்கப்புறம், எங்க ஊட்டுக்கு போலாம்" என்று சொன்னாள்.

"சரி... இன்னைக்கு தியேட்டர்ல கூட்டமா இருக்குமே. எப்படி டிக்கெட் கெடைக்கும்?" என்று லட்சுமி கேட்டாள்.

"அதனால தான், நேத்தே புக் செஞ்சுட்டோமுனு" அனைவரும் சிரித்தனர். மீனாவின் காதைப்பிடித்து திருகி, "எல்லாரும் முன்னாடியே முடிவு செஞ்சுட்டு எதுவும் தெரியாதமாறி பேசறீங்களா" என்று சிரித்தாள் லட்சுமி.

"சீக்கிரம் கெளம்பலாம். இல்லன்னா நேரமாகிடும் என்று குரு சொல்ல, அனைவரும் கிளம்பினர். அப்போது ஒருவர் வந்து, மேனேஜர் கூப்பிடுவதாக லட்சுமியிடம் சொன்னார். "நாங்க, வெளியில வெயிட் பண்றோம். நீங்க என்னன்னு பார்த்துட்டு வாங்க" என்று மீதி நால்வரும் பேசிக்கொண்டு சென்றனர்".

"லட்சுமி, எனக்கு சில தரவு தேவைப்படுது. இன்னைக்கு லீவு வேற. எல்லாரும் கெளம்பிட்டாங்க. இதோ.. இத வாங்கிக்கோ" என்று ஒரு காகிதத்தை நீட்டினார். "இதுல இருக்குற அயிட்டங்களோட ஸ்டாக் எவ்வளவு இருக்குதுனு மட்டும் பார்த்துட்டு சொல்லு. நா மொதலாளிக்குச் சொல்லனும்" என்று சொன்னார் மேனேஜர்.

லட்சுமிக்கு, என்னடா இப்போது வேலை சொல்கிறாரே என்று கோபம். சரி என்ன செய்ய முடியும். முடியாது என்றா சொல்ல முடியும். வெளியில் நமக்காக அனைவரும் காத்துக் கொண்டிருக்கிறார்கள்.

"யோசிக்காதே. சீக்கிரம் சொல்லிட்டு கெளம்பு. நானும் கெளம்பணும்" என்று சிரித்தார். இந்த கேவலமான சிரிப்பை பார்த்துக்கொண்டு நிற்பதைவிட, சொன்ன வேலையை செய்துவிட்டு போகலாம் என்று காகிதத்தை வாங்கிக்கொண்டுச் சென்றாள் லட்சுமி.

வெளியில் காத்துக்கொண்டிருந்த மீனா, "அக்கா, ஏ இன்னும் வரலனு என்று கேட்டாள். பொறுமையா இரு வந்துடுவாங்க" என்று கவிதா பதில் சொன்னாள்.

லட்சுமி, சோதித்துவிட்டு விவரங்களை காகிதத்தில் எழுதிக்கொண்டிருந்தாள். அப்போது, யாரோ பின்னால் நிற்பது போல் இருந்தது. திரும்பிப்பார்க்க மேனேஜர் நின்றுகொண்டிருந்தார். "சார்... நீங்களா.." என்று பயந்துகொண்டே சொன்னாள்.

"பயப்படாதே. எனக்கு வேலை அவசரம். அதுதான் வந்தேன்".

"முடிஞ்சது சார்" என்று காகிதத்தை நீட்டினாள். அப்போது, அவள் கையைப் பிடித்தார் மேனேஜர்.

"சார்... என்ன பண்றீங்க... கைய விடுங்க..."

"என்ன லட்சுமி... எதுவுமே தெரியாதமாறி நடந்துக்குறே. இதுமாறி நமக்கு வாய்ப்பு கெடைக்குமா. யாருமே இல்ல. இங்க கேமராவும் இல்ல".

"சார், அதுக்கு வேற ஆளப்பாருங்க".

"கொஞ்சம் விட்டுக்கொடுத்து போ. உனக்கு இன்னும் சம்பளம் சேத்து தர்றேன். எவ்வளவு அழகா இருக்கே தெரியுமா? அந்த குடிகாரன கட்டிட்டு, நீ என்ன சொகம் அனுபவிச்சுருப்பே".

"சார், அப்படிப்பட்ட எதுவும் தேவையில்ல. மொதல்ல கைய எடுங்க. ஒரு பொண்ணு வேலைக்கு வந்துட்டா, உங்களுக்கு எப்படித் தெரியுது? புருசன் சரியில்லன்னா, உங்களமாறி ஆம்பிளைங்ககூட குடும்பம் நடத்த வந்துடுவாங்களா? எங்களமாறி ஆளுங்க வேற வழியில்லாமத்தான் வேலைக்கு வர்றோம். அதனால, எங்கள் இயலாமைல கைவைக்காதீங்க. எங்கள, வேலை செய்யவிடுங்க. அதுவே போதும். இப்போ கைய விடலனா, என்னோட செருப்ப கழட்டவேண்டி வரும்" என்று காலில் இருந்து செருப்பைக் கழட்ட, மேனேஜர் கையை விட்டுவிட்டு, அங்கிருந்து வேகமாக நடந்தான் அல்லது அங்கிருந்து ஓடிவிட்டான். யாரோ ஒருத்தர், மேனேஜர் ஓடுவதை பார்த்தார்,

"அக்கா, என்ன இவ்ளோ நேரம். வாங்க கௌம்பலாம்" என்று கவிதா கேட்கும்போது, மேனேஜர் கார், அவர்களை கடந்து சென்றது. "என்ன, இந்த ஆளோட மொகம் பேயறெஞ்ச மாறி இருக்கு" என்று குரு கேட்க, "அவன் செவுனியிலேயே ஒரு அப்பு அப்பிருக்கலாம்" என்று மனதில் நினைத்தாள் லட்சுமி.

ஐவரும், நகரத்தில் அமைந்திருந்த மல்டிபிளெக்ஸ் திரையரங்கத்திற்கு வந்து சேர்ந்தனர். லட்சுமி, இங்கு வந்ததே இல்லை. எப்பவோ, ஒருமுறை படத்திற்கு சென்றது நினைவில் இருந்தது. ஆனால், அது என்ன படம்

என்று கூட நினைவில்லை லட்சுமிக்கு. உள்ளே சென்றனர். கலர் வண்ண விளக்குகளால் திரையரங்கம் ஜொலித்தது. பங்கஜ் மற்றும் லட்சுமி வாயை பிளந்துகொண்டு பார்த்தனர்.

"நா, ஒருதடவ தோழிகளோட வந்திருக்கேன்" என்றாள் மீனா.

"நாங்க, இந்த ஊருக்கு வந்த புதுசுல, இங்க வந்துருக்கோம்" என்று கவிதா சொன்னாள்.

மல்டிபிளக்ஸ் உள்ளே ஏகப்பட்ட திரையரங்கங்கள் இருந்தன. "நா என்னமோ ஒன்னுதான் இருக்குமுனு நெனைச்சேன். உள்ள இத்தன இருக்குதா" என்று லட்சுமி சொல்ல, மீனா சிரித்தாள்.

"அக்கா, நீ ஒரு கெணத்துதவள. எங்கேயும் வந்ததேயில்ல. இங்கு பாரு. எத்தன படம் ஒடுதுனு. தமிழ், ஆங்கிலம், இந்தினு எல்லா மொழியிலையும் படங்க வந்தாலும், இங்கே வந்தால், பார்த்துடலாம்".

"சரி... சரி, எல்லாம் அறிஞ்ச அறிவாளியே, இப்போ, எந்த படத்துக்கு போகப்போறோம்" என்று லட்சுமி கேட்க, "அதுவா... இன்னைக்குத்தான், நம்ம தலைவர் நடிச்ச புதுப்படம் ஒன்னு வெளியாகியிருக்கு. அதுக்குத்தான்" என்று சொல்லிக்கொண்டு நகர்ந்தாள். "படத்துக்கு நேரமாகிடுச்சு. வாங்க, உள்ளே போய் சண்டை போடலாமுனு" பங்கஜ் முன்சென்றான். "அவனே சொல்லிட்டான்" என்று அனைவரும் உள்ளே சென்றனர்".

சோபா போன்ற சீட்கள். நல்ல வசதியாக இருந்தன. அனைவரும் சென்று அமர்ந்தனர். "இருக்கைகள் எல்லாம் அருமையா இருக்குது" என்று லட்சுமி சொல்லும்போது, "அதுக்குத்தான் 200 ரூபா" என்று சொன்னாள் மீனா".

"என்ன அவ்வளவு ஆ......"

"அது மட்டுமில்ல. ஆன்லைன்ல புக் பண்றதுக்கு, அதுக்கு தனியா ரேட் வேற".

"மொத்த பணத்தையும் முழுங்கிடுவாங்க போல" என்று லட்சுமி சொல்ல, "அம்பது ரூபாயில போய் படம் பார்த்தா, இந்த சொகுசான சோபா கெடைக்குமா? குளுகுளு ஏசி இருக்குமா? இதுக்கே, நீங்க வாய் பொளந்தா எப்படி. இடைவேளையில போய், தின்பண்டங்களோட வெல எல்லாம் விசாரிச்சு பாருங்க. உங்களுக்கு மயக்கமே வந்துவிடும்".

"அதுதான், நம்மகிட்ட பொரி கவர் இருக்குதே. அப்புறம், என்ன கவல" என்று லட்சுமி வெகுளியாய் சொன்னாள்.

"அக்கா, அந்த கவர வெளியிலேயே புடுங்கி வச்சுட்டாங்க. அப்புறம், ஒரு முக்கியமான விசயம், நா இதுவரெ, இங்கு வந்ததேயில்ல. எனக்கு, இதெல்லாம் புதுசு. சொல்றதுக்கு வார்த்தையே இல்ல. காலையில எழுந்திரிச்சு, வேலைக்குப் போய், அப்புறம், ஊட்டுக்கு வந்து, மறுபடியும், வேலை செஞ்சேன்னு பொலம்பாதீங்க. படத்த மட்டும் இரசிச்சுப்பாருங்க" என்று மீனா சொல்லும்போது, "உனக்கு வாய் ரொம்பவே அதிகமாகிடுச்சு" என்று தலையில் கொட்டினாள் லட்சுமி. லட்சுமியுடன் சேர்ந்து, மற்றவர்களும் மீனாவின் தலையில் கொட்டிவிட்டு சிரித்தனர்.

"ஆ....." என்று போலியாய் அழுதாள்.

படம் ஆரம்பமானது. திரைப்படத்தை சிரித்துக்கொண்டு பார்த்தனர். இடையில், ஒவ்வொருவரும் படத்தை பற்றியும், படத்தில் அழகாய் இருந்த நாயகன் மற்றும் நாயகியை பற்றி பேசிக்கொண்டனர். படத்தின் இடைவேளை வந்தது. பங்கஜ் எழுந்து, குருவின் காதில் சொல்லிவிட்டு சென்றான்.

எங்கே போறார்? என்று கவிதா கேட்க, பாத்ரூம் போறானாம். மீனாவும் அதே கேள்வியை கேட்க, அவர் எங்கே சென்றார் என்று சொன்னாள் கவிதா. எல்லாருக்கும் சாப்புட என்ன வேணும்" என்று குரு கேட்க, யாரும் எதுவும் பேசவில்லை. "ஏ, யாருக்குமே எதுவுமே வேண்டாமா?"

"இல்லண்ணா. இங்க வெல அதிகம். நாம, வெளியில போய் சாப்புடலாம்" என்று மீனா சொன்னாள். லட்சுமியும் அதையே சொன்னாள். வேறுவழி இல்லாமல் அமர்ந்தான் குரு.

"சிறிது நேரம் கழித்து, பங்கஜ், ஒரு பெரிய தட்டில் பாப்கார்ன், பப்ஸ், சாண்ட்விச், ஐஸ்கிரீம் என்று எடுத்துக்கொண்டு வந்தான். "பங்கஜ், எதுக்கு வேண்டாத செலவு. இப்பத்தான், குருவ எதுவும் வாங்கவேண்டாமுனு சொல்லி உக்காரவச்சோம்" என்று லட்சுமி சொன்னாள்.

"இங்கே பாருங்க. தியேட்டர்ல இருக்கறவங்க எல்லாரும் சாப்புட்டுட்டு இருக்கிறாங்க. நாம மட்டும், ஏ ஒருத்தர் மொகத்த, இன்னொருத்தர் பார்த்துட்டு இருக்கனும். நா பசியில இருக்கும்போது, என்னை, நீங்க எல்லாரும் நல்லா பார்த்துடிங்க. அதனால, இப்போ சாப்புடுங்க" என்று தட்டை நீட்டினான். அனைவரும் சாப்பிட்டனர். திரைப்படமும், இடைவேளை முடிந்து ஆரம்பமானது. இவர்கள், படத்தைப் பற்றி சத்தமாக பேசி சிரித்ததை, அந்த திரையரங்கில்

இருந்த அனைவரும் பார்த்தனர். "எல்லாரும் பார்க்குறாங்க, கொஞ்சம் அமைதியா பேசுங்க" என்ற லட்சுமியின் அறிவுரை காற்றில் பறந்தது.

அனைவரும் படம் முடிந்த பின்னர், நேராக லட்சுமியின் வீட்டிற்கு வந்துவிட்டனர். கார்த்தியும், கணவரும் வீட்டில் இல்லை. இந்த நாளில் கூட எங்கே போனார்கள் என்று யோசித்தாள் லட்சுமி. ஒவ்வொருவரும், வீட்டில் இருந்த பொருட்களை பேசிக்கொண்டே துடைத்தனர். துடைத்த அழுக்குத் துணியை, ஒருவர் மீது ஒருவர் வீசி எறிந்துவிட்டு விளையாடினர். கவிதாவின் முகத்தில், கரியை பூசிவிட்டாள் மீனா. பங்கஜ் மீது, சிலந்தி ஒட்டடையை வீசினான் குரு. மிக நீண்டவருடங்களுக்குப் பிறகு, லட்சுமியின் வீடு சிரிப்பு சத்தத்தைக் கேட்டது. அந்த சிரிப்புச்சத்தம், அந்த வீட்டையும் தாண்டி, அந்த தெருவையும் நிரப்பியது. வீட்டை சுத்தம் செய்து, பூஜை செய்து முடித்தனர்.

அடுத்து என்ன, மீனா வீடு தானே என்று அனைவரும் கிளம்பினர். அப்போது, கார்த்தி வீடு வந்து சேர்ந்தான். அம்மா, அவனுக்கு பிரசாதத்தை கொடுத்தாள். வாங்கியவன், பங்கஜை பார்த்து, "எங்கே போனாலும், இந்த இந்திக்காரனையும் சேத்துட்டு சுத்துறாங்களே" என்று நினைத்தான்.

மீனாவின் அம்மா, இவர்களை மகிழ்ச்சியாக வரவேற்றாள். கவிதா, மீனாவின் தம்பியோடு விளையாடினாள். பூஜையை முடித்துவிட்டு, மீனாவின் அம்மா, அனைவருக்கும் பொங்கல், சுண்டலை தந்தார். "இன்னைக்கு, பொங்கல் சாப்புட்டே வயிறு நெரம்பிடுச்சு" என்று பங்கஜ் சொல்ல, குருவும் தலையாட்டினான்.

"அப்போ, இந்த தோசைய யார் சாப்புடுவாங்கனு கேட்டார் மீனாவின் அம்மா. மீனா, முன்னாடியே நீங்க வருவீங்கனு கூப்புட்டு சொல்லிட்டா. சாப்பாடு தயாரா இருக்கு".

"என்ன மீனா, எதுக்கு, உன் அம்மாவ கஷ்டபடுத்துறே" என்று குரு கேட்டதற்கு, "அதெல்லாம் ஒன்னுமில்ல. வாங்க சாப்புடலாம். பங்கஜ் அண்ணா சீக்கிரம் பொங்கலை சாப்புடுங்க" என்று அனைவருக்கும் இலை போட்டு உணவைப் பரிமாறினாள் மீனா. "தோச, மிகவும் அருமையா இருக்கு. உங்க கைபக்குவம் நல்லா இருக்கு" என்று மீனாவின் அம்மாவிற்கு, பாராட்டுப் பத்திரம் வாசித்தாள் கவிதா.

தங்கை மற்றும் தம்பியுடன் பங்கஜ் ஓடிப்பிடித்து விளையாடினான்." நீ மாமாவை திட்டி அனுப்பும்போது, எனக்கு கோபமா வந்துச்சு. நம்ம ஊட்டுக்கு இனிமேல், யார்தான் வருவாங்கனு நெனச்சேன். ஆனா, உன்னோட நண்பர்கள பாக்கும்போது, கவலையெல்லாம் மறஞ்சுடுச்சு.

பொய்யான சொந்தங்க இருக்கறதவிட, உண்மையான நண்பர்ங்க கெடச்சவங்க, உண்மையில அதிர்ஷ்டம் செஞ்சவங்க தான்" என்று அம்மா, மீனாவை வாழ்த்தினாள்.

பங்கஜ் கடிகாரத்தைப் பார்த்தான். இரவு ஒன்பது மணி ஆகியிருந்தது. இப்பொழுது, அறைக்கு எப்படி போகமுடியும் என்று யோசித்தான். அனைவருடன் பேசி சிரித்துகொண்டு இருந்ததில், இவ்வளவு நேரமாகிவிட்டதே. இப்பொழுது என்ன செய்வது? குருவிடம், கொண்டுபோய் விடச்சொல்லலாமா என்று குருவைப் பார்த்தான்.

"ஒன்னும் பிரச்சனயில்ல. இன்னைக்கு, என்னோட வீட்டுல தூங்கு. நாளைக்கு கம்பெனி பஸ் வரும்ல. அதுல போ" என்றான் குரு. சரியென்று தலையாட்டினான் பங்கஜ். "யாரும், எங்கும் போகவேண்டாம். எல்லாரும் இங்கேயே தூங்கலாம்" என்று பாய் மற்றும் போர்வைகளை எடுத்துக்கொண்டு வந்து வைத்தாள் மீனா.

"இங்கயேவா... அதெல்லாம் வேண்டாம். தேவையில்லாம, உன்னோட அம்மாவுக்கு செரமத்த கொடுக்காதே. எங்க ஊடும், பக்கத்து தெருவுல தானே இருக்குது" என்று லட்சுமி சொன்னாள்.

"அதுதான் நானும் சொல்றேன். காலையில எழுந்து, உங்க ஊட்டுக்கு சீக்கிரம் போலாமுல. அதுவுமில்லாம எ தம்பி, தங்கச்சிக்கும் இவங்கள புடிச்சிருக்குது. எந்த சொந்தங்களும் வந்து இங்கிருக்கறதில்ல. நீங்க எல்லாம் இங்கே இருந்தா, எங்களுக்கும் சந்தோசமா இருக்கும்".

மீனாவின் தம்பி, "பங்கஜிடம் வந்து இங்கேயே இருண்ணா" என்று சொன்னான். "எ ஊட்டுல, என்ன சொல்வாங்களோனு தெரியல" என்று லட்சுமி பயந்தாள்.

"அக்கா, நீங்க ஒன்னும் சின்னப்புள்ள கெடையாது. எதுக்கெடுத்தாலும் பயந்துக்காதீங்க. அதான், சமைச்சு வச்சுட்டுத்தானே வந்தீங்க. கார்த்திக்கு போன் செஞ்சு சொல்லிடுங்க. நாம, இன்னைக்கு நைட் இங்கேயே இருக்கலாம்" என்று கவிதா சொன்னாள். "சரி, எல்லாரும் இங்கேயே தூங்கலாம்" என்று குரு சொன்னதும், மீனாவின் தம்பியும், தங்கையும் துள்ளிக்குதித்தனர்.

விட்டின் வெளியே தெருவிளக்கு நன்றாக ஒளிர்ந்து கொண்டிருந்தது. பங்கஜின் கண்ணை, மீனா கட்டினாள். ஒவ்வொருவரும், நான் இங்கே இருக்கிறேன் என்று கத்திக்கொண்டு, பங்கஜை சுற்றிக்கொண்டு இருந்தனர். பங்கஜ் அவர்களை தொட முயற்சித்துக் கொண்டிருந்தான். இவர்கள் கண்ணாமூச்சி விளையாட்டு விளையாடுவதைப் பார்த்த,

பக்கத்துவீட்டு சிறுவர்களும் வந்து விளையாட்டில் சேர்ந்து கொண்டனர். அந்த தெருவே விழாக்கோலம் பூண்டது போல் இருந்தது.

லட்சுமியும், மீனாவின் அம்மாவும் இதையெல்லாம் பார்த்து இரசித்துக் கொண்டிருந்தனர். அவர்களிடம் சென்ற கவிதா, அவர்களை இழுத்துக்கொண்டு வந்து, அவர்களின் கண்களிலும் துணியால் கட்டிவிட்டாள். அம்மா.... அம்மா... என்னைத்தொடு பார்க்கலாம் என்று மீனாவின் தம்பி சிரித்துக்கொண்டு ஓடினான்.

"வாழ்க்கை நமக்கு சொல்லிகொடுக்கும் பாடம் ஒன்று தான். மகிழ்ச்சி எப்பவும், நம்மிடம் தான் இருக்கிறது. அது எங்கேயும் போகவில்லை. நாம்தான், அதை எங்கோ மறந்து வைத்துவிடுகிறோம். அதனால், கவலையால் நாம் துவள வேண்டியதில்லை. கஷ்டங்கள் சூழ்ந்து, நம்மை அழுத்துகின்றன என்று நினைக்கவேண்டாம். நாம் நினைத்தால் போதும், சந்தோசம் தானாய் நம்மிடம் ஓடிவந்துவிடும். அதற்கு, இவர்கள் மகிழ்ச்சியாய் விளையாடுவேதே சாட்சி. இதனால், கவலைகள் தீர்ந்துவிடுமா? இல்லை. இதனால், அனைத்தும் சரியாகிவிடுமா? இல்லை. இதனால், பணம் கூரையை பியத்துக்கொண்டு கொட்டுமா? இல்லை. ஆனால், உன் மனது கொஞ்சமாவது நிம்மதியாய் இருக்கும். கவலைகளை நினைத்து, உன்னை, நீயே தாழ்த்திக் கொள்ளாமல், உன்னை முன்னோக்கி செலுத்தும் கருவிதான் மகிழ்ச்சி" என்று வானிலிருந்து இதையெல்லாம் பார்த்து, நிலா பிரகாசமாக சிரித்துக் கொண்டிருந்தது.

அனைவரும் பாயில் படுத்தனர். பங்கஜ் மற்றும் குருவுடன் மீனாவின் தம்பி நன்றாக ஒட்டிக்கொண்டான். அண்ணா கதை சொல்லுங்கள்... கதை சொல்லுங்கள்.... என்று நச்சரித்தான். "எ வீட்டுக்காரர் நல்லா கத சொல்லுவார். படிக்கும்போது, எக்சாமுலயே கததான் எழுதுவார். இவரு அளக்குற கதையில தான், நா மயங்கிப்போய், இவரையே கல்யாணம் செஞ்சேன்" என்று கவிதா சொல்லும்போது, அனைவரும் சிரித்தனர்.

"நானா... இவ பொய் சொல்றா. எனக்கு கத எல்லாம் சொல்லத்தெரியாது" என்று குரு சொல்ல, அனைவரும் சேர்ந்து, கதை சொல்லுங்கள் என்று கேட்க, சரியென்றான் குரு. கதை கேட்பதற்கு தயாராய் மீனாவின் தம்பியும், தங்கையும் சம்மணமிட்டு அமர்ந்தனர்.

"ஒரு பயங்கரமான காடு இருந்ததாம். அந்த காட்டில் புலி, சிங்கம், சிறுத்தைன்னு பெரிய, பெரிய மிருகங்க இருந்ததாம். அந்த காட்டிலேயே ஒரு அப்பாவி மானும், இரண்டு மான் குட்டிகளும் இருந்ததாம்".

"அனைவரும், ம்ம்ம்..... என்று கோரஸாக சொன்னார்கள்".

"தெனமும், மான் புல் மேஞ்சுட்டு வர்றதுக்கே கஷ்டமா இருந்துச்சாம். கொஞ்சம் அசந்தாலும், இந்த வேட்டை மிருகங்க, நம்மள வேட்டையாடிடும். அப்புறம், அந்த மான்குட்டிகள யார் பார்த்துக்குவாங்க? அதனால, எப்பவும் பயந்துட்டே புல்லை மேயுமாம்".

"ம்ம்ம்...."

"இந்த வேட்டை மிருகங்களுக்கு, இப்படி ஒரு மான், நம்மகிட்ட மாட்டாம இருக்குதுனு தெரிஞ்சுடுச்சாம். எப்படியாவது, இந்த மானை அடிச்சு சாப்புடணும்னு விலங்குங்க, தனித்தனியா திட்டம் போட்டுச்சுகளாம்".

"ம்ம்ம்..."

"ஒருநாள், மான் புல் மேஞ்சுட்டு இருக்கும்போதுபோது, பதுங்கிப்பதுங்கி சிறுத்தை வந்துச்சாம். இதக்கவனிச்ச, மான் ஓட ஆரம்பிச்சுதாம். அந்த சிறுத்தையும் விடாம தொரத்துச்சு. அப்புறம்,எப்படியோ மான் தப்பிச்சு, மான் குட்டிங்ககிட்ட வந்து சேந்துதாம்".

"மானை, துரத்தி பிடிக்க நினைத்தால் முடியாது. அதனால், என்ன செய்யலாம் என்று புலி யோசித்தது. அடுத்தநாள், மான் புல் மேய்ந்து கொண்டிருந்தபோது புலி, அங்குவந்து மானிடம் பேசியது. என்னைப்பார்த்து பயப்படாதே. உன்னை, மற்ற விலங்குகள் சாப்பிட நினைக்கின்றன. ஆனால், எனக்கு, உன்னை சாப்பிடும் எண்ணமில்லை. அதனால், நாம் இருவரும் நண்பர்களாக இருக்கலாம் என்று சொன்னது. புலியின் நயவஞ்சக எண்ணத்தை மான் புரிந்துகொண்டது. நான் யோசித்து சொல்கிறேன் என்று சொல்லிவிட்டு அங்கிருந்து ஓடிவிட்டதாம்".

"எத்தனை நாட்கள், இவர்களுக்கு பயந்துகொண்டே இருக்கமுடியும். இப்படியே தொடர்ந்தால், நம்மை எப்படியும் சாப்பிட்டுவிடுவார்கள். அதன்பின்பு, குட்டிகளும் நாம் இல்லாமல் கஷ்டபடும். இதற்கு, ஏதாவது ஒரு வழியை கண்டுபிடிக்க வேண்டும் என்று யோசித்தது".

"அடுத்தநாள் சிங்கம், மானின் இரண்டு குட்டிகளையும் பிடித்துவிட்டதாம்".

"அச்சச்சோ... அப்புறம் என்ன ஆனது" என்று பதறினான் மீனாவின் தம்பி.

"சிங்கத்திடம் மான் சொல்லியதாம், என் குட்டிகளை விட்டுவிடு. அதற்குப் பதிலாக, என்னை சாப்பிட்டுக்கொள் என்று மான் சொல்லும்போது, மான்குட்டிகளை விட்டுவிட்டது சிங்கம். மேலும் சொன்னது மான். இந்த புலி, சிறுத்தை எல்லாம் என்னை சாப்பிட நினைக்கின்றன. நீங்கள்தான் இந்த காட்டிற்கே ராஜா. அதனால் என்னை, நீங்கள் சாப்பிடுவது தான் சரியாய் இருக்கும். ஆனால், அதில் ஒரு பிரச்சனை இருக்கிறது".

சிங்கம் சிரித்துக்கொண்டே, "அப்படி என்ன பிரச்சனை?"

"ராஜா... நான் ஒரு மாயமான். என்னை யார் சாப்பிட நினைத்தாலும், அவர்களும் மானைப்போல் தான் நடந்துகொள்வார்கள். அதன்பின்பு, அவர்கள் வேட்டையாட மாட்டார்கள். புல்லைத்தான் மேய்வார்கள். புலி என்னை சாப்பிட நினைத்தது. இப்போது பாருங்கள். புலி, புல்லை மேய்ந்து கொண்டிருக்கிறது".

"என்ன... புலி புல்லைத் திங்கிறதா. என்னிடம் கதை அளக்க வேண்டாம்".

"உங்களுக்கு சந்தேகமிருந்தால், நீங்கள் ஒரு புல்கட்டை எடுத்துக்கொண்டு போய், புலியிடம் கொடுத்துப்பாருங்கள். அந்த புல்கட்டை திங்கும். இப்போது புலி, மானாய் மாறிக்கொண்டிருக்கிறது. என்னை, நீங்கள் சாப்பிட்டால் ஒரு நாளுக்கு தான் சரியாய் இருக்கும். அதுவே புலியை சாபிட்டால், ஒரு மாதத்திற்கு உங்களுக்கு பசி எடுக்காது" என்றது மான்.

"நீ சொல்வது பொய்யாக இருந்தால், உன்னை சாப்பிட்டுவிடுவேன் என்று புலியைத்தேடி, புல்கட்டோடு சென்றது சிங்கம். ஆனால், அதற்கு முன்னரே புலியிடம், இதே கதையை சொல்லியிருந்தது மான். சிங்கம், புல் கட்டோடு வருவதை பார்த்த புலிக்கு, மான் சொன்னது உண்மைதான் என்று தோன்றியது. சின்ன மானை வேட்டையாடுவதை விட, சிங்கத்தையே வேட்டையாடுவோம் என்று முடிவு செய்தது புலி. இரண்டும் சண்டையிட்டன. பின்பு சிங்கம், புலியை கொன்று சாப்பிட்டது. அதன்பின்பு சிங்கம், மானை ஒரு மாதம் வரை தொந்தரவு செய்யவில்லை. அதன்பின்பு, சிங்கத்திற்கு பசி எடுத்தது".

"இப்போது மான், சிறுத்தையிடமும் அதே கதையைச் சொல்லியது. இரண்டும் சண்டையிட்டன. இப்பொழுது சிறுத்தையையும், சிங்கம் சாப்பிட்டுவிட்டது. இனி சிங்கம் மட்டும்தான் பாக்கி. என்ன செய்யலாம் என்று மான் யோசித்தது. இனி, எந்த மிருகமும் இல்லை. அதனால்,

சிங்கத்திற்கு பசி எடுத்தால், அடுத்து நாம் தான். அதன்பிறகு குட்டிகளையும் சாப்பிட்டுவிடும்".

"சிங்கம், மானைத்தேடி வந்தது. எனக்கு இப்பொழுது மிகவும் பசிக்கிறது. அதனால், நீயே உணவாக வந்துவிடு".

"ராஜா, நானும் அதைத்தான் நினைத்தேன். என்னை சாப்பிட்ட பிறகு உங்களை அந்த மிருகம் சாப்பிடும்" என்றது மான்.

"எந்த மிருகம்.... என்னை சாப்பிடும் அளவுக்கு இருக்கிறது" என்று சத்தமாக சிரித்தது சிங்கம்.

"உங்களைவிட பத்துமடங்கு பெரிய மிருகம் அது. பற்கள், நகங்கள் அனைத்தும் மிக கூர்மையாய் இருந்தது. அந்த மிருகம், உங்களின் கழுத்தை பிடித்தால், ஒரு கடியில் துண்டாக்கிவிடும்". சிங்கத்திற்கு கொஞ்சம் பயம் எட்டிப்பார்த்தது. இருந்தாலும் வெளிகாட்டவில்லை.

"அந்த மிருகம், என்னை சாப்பிடவேண்டும் என்று சொன்னபோது, அதற்கு நான், அந்த மிருகத்திடம் இவ்வாறு சொன்னேன். நான் உன்னுடைய பசிக்கு சிறுஅளவு கூட வரமாட்டேன். இருந்தாலும் உனக்கு ஒருவழி சொல்கிறேன். என்னை, எங்கள் காட்டு ராஜா சாப்பிட நினைக்கிறார். அதனால், அவர் என்னை சாப்பிடட்டும். அவர் வயிற்றுக்குள் நான் போனவுடன், நீ அவரை சாப்பிடு. அப்போதுதான், என்னையும் சாப்பிட்டது போன்று இருக்கும். அதே நேரத்தில் சிங்கத்தையும் சாப்பிட்டால், உனக்கு பசி எடுக்காது என்று சொன்னேன்" என்றது மான்.

"என்ன... என்னை சாப்பிடச்சொல்லி, இன்னொரு மிருகத்தை வரவைத்திருக்கிறாயா?"

"ஆமா ராஜா. புலி, என்னை சாப்பிட நினைத்தது. உங்களை வரவைத்தேன் தானே. அதுபோல், சிறுத்தையும் என்னை சாப்பிட நினைத்தது. அப்போதும், உங்களைத்தான் வரவைத்தேன். இப்போது, உங்களை விட பெரிய மிருகம் என்னை சாப்பிட நினைக்கிறது. நான், என்ன செய்ய முடியும் ராஜா? என்னை சீக்கிரம் சாப்பிடுங்கள் ராஜா. அந்த மிருகம் இப்பொழுது வந்துவிடும்" என்று மான் சொல்லும்போது, சிங்கத்திற்கு நன்றாக வேர்த்தது.

"உன்னை சாப்பிட்டுவிட்டு, அந்த மிருகத்திடம் போய் மாட்டிக்கொள்வதா? நான், இனி மாமிசத்தையே சாப்பிடமாட்டேன். புல்லைத் தின்று உயிர் வாழ்ந்துகொள்கிறேன் என்று சிங்கம் சொல்லும்போது, பார்த்தீங்களா ராஜா. நான் முன்னமே சொன்னனே.

என்னை சாப்பிட நினைத்தால், நீங்களும் மானாய் மாறிவிடுவீர்கள் என்று சொல்லிவிட்டு, மான் பலமாக சிரித்தது. அதைக்கேட்டு பயந்த சிங்கம், அந்த காட்டை விட்டே ஓடியது. மானும், மான் குட்டிகளும் அங்கேயே சந்தோசமாக இருந்தாங்களாம்" என்று குரு கதையை சொல்லிமுடிக்கும் பொழுது, மீனாவின் தம்பி ஹே....... என்று கைதட்டினான்.

மற்றவர்களைப் பார்த்தான் குரு. அனைவரும் நன்றாக தூங்கிக் கொண்டிருந்தனர். "அடப்பாவிகளா, என்னை கதை சொல்லச்சொல்லிட்டு, நல்லா தூங்குறாங்களே" என்று சிரித்துவிட்டு, மீனாவின் தம்பியைப் பார்த்தான். இதையெல்லாம் பார்த்துக் கொண்டிருந்தாள் கவிதா.

"ஹேய்.... நீ இன்னும் தூங்கலயா. நீ தூங்கிட்டேனு நெனைச்சேன்".

"இல்ல. நீ எப்பவும், ஏதாவது ஒரு கதைய அளந்துவிடுவே. அதுதான் இன்னைக்கு, என்ன கதைய அளந்துவிடுறேனு பாத்தேன்".

குரு சிரித்துக்கொண்டே தம்பியிடம், "காட்டுல, வேட்டை விலங்குகளுக்குத் தான் அதிகாரம். அப்பாவியான மான்களுக்கு இல்ல. ஆனா, மான் இல்லன்னா காடே இருக்காது. அந்த மான்மாறித்தான் நாம. நம்மள, எப்பவும் வேட்டை விலங்குங்க நசுக்க நெனைக்கும். ஆனா, நாமதான் எப்பவும் நம்பிக்கைய விடாம இருக்கனும். உ அக்காவ போலத்தான், நீயும் இருக்கனும். நீயும் வளந்து, அக்காவுக்கு உதவி செய்வயா?" என்று கேட்கும்போது, "கண்டிப்பாண்ணா" என்று தம்பி சொன்னான். "சரி, இப்போ, நீ தூங்கு" என்று அவனை படுக்கவைத்து, போர்வையை போர்த்தினான் குரு.

அடுத்தநாள் காலையில், அனைவரும் வேலைக்கு கிளம்பினர். பங்கஜ், மீனாவின் வீட்டிலேயே சாப்பிட்டான். மீனாவின் அம்மா, அவனுக்கு சிரித்த முகத்துடன் உணவு பரிமாறினார். எப்போது லீவு விட்டாலும், நீ கண்டிப்பா இங்க வந்துட வேணுமுனு கண்டிப்பாக சொன்னார்.

"அண்ணன், இங்கதான் வருவார். வேறு எங்க போவார்?" என்று மீனாவின் தம்பி சொன்னான். நிறுவனப்பேருந்து வருவதற்கு நேரமானவுடன், பங்கஜ் மற்றும் மீனா இருவரும், பேருந்து நிற்குமிடத்திற்கு நடந்து சென்றனர். அவள் வீட்டிற்கு, அருகில் இருக்கும் தோழிகளிடம், இவர்தான் என் அண்ணன் என்று சொன்னாள். அப்போது, அவள் முகம் இன்னும் நன்றாகவே ஒளிர்ந்தது.

*****

"அம்மா... எதுக்கு மா, உனக்கு இந்த வேண்டாத வேலை. மீனா, உன்கூட வேலை செய்யுற பொண்ணு. அதனால, அவகிட்ட பேசுறதுல தப்பில்ல. மத்தவங்க யார், என்னனு கூடத் தெரியாது. குருவும், கவிதாவும் ஊரவிட்டு ஓடிவந்தவங்க. அந்த பங்கஜ், எந்த ஊர்னு கூட உனக்குத் தெரியாது. நீ பத்திரிக்கை எல்லாம் படிக்கறது இல்லயா? தீவிரவாத இயக்கத்துல இருந்த ஆளுங்க, இந்த ஊருல வந்து தங்கியிருக்கும் போது, அவங்கள போலீஸ் அரெஸ்ட் பண்ணுனாங்க. பங்களாதேஷ்ல இருந்தும்கூட இங்குவந்து, சட்ட விரோதமா தங்குனவங்கள புடிச்சகதை எல்லாத்தையும் பார்த்துருப்பீங்கள்ல.

அதெல்லாம் கூட விடுங்க. ஊருல, ஏதாவது தப்பு செஞ்சுட்டு, இங்க வந்து இருக்கறவங்களும் இருப்பாங்கள்ல. நாளைக்கு, அவங்களால ஏதாவது பிரச்சன வந்தா, நம்மளூட்டு முன்னாடிதான் போலிஸ் வந்து நிப்பாங்க. மொதல்ல உங்க வயசு என்ன? அவங்களோட வயசு என்ன? அவங்களோட சேந்துட்டு, சரிசமமா விளையாடிட்டு இருக்கிறீங்க. அப்பா, நேத்து நீங்க கண்ணாமூச்சி வெளயாடிட்டு இருந்தத பார்த்துட்டுத்தான் வந்தார். கண்ணாமூச்சி வெளயாடுற வயசா உங்களோடது?" என்று கார்த்தி கேட்டான்.

"நல்லா கேளு. நாம சாப்புட்டோமா, இல்லயானு கவல கூட இவளுக்கு இல்ல. என்னமோ, சின்னபுள்ள போல நடந்துக்குறா. இதயெல்லாம் மத்தவங்க பார்த்தா, நம்மளபத்தி, என்ன நெனப்பாங்கனு கவல இருக்குதா உ அம்மாவுக்கு" என்றான் லட்சுமியின் கணவன்.

"பரவால்ல. இன்னைக்காவது, உங்களுக்கு மத்தவங்க என்ன நெனப்பாங்கனு கவல வருதே. இங்கபாரு கார்த்தி, அப்படியென்ன நா செஞ்சுட்டேன். ஒருத்தரோட மனச பாரு. அவங்க யார்? எங்கிருந்து வந்தாங்கனு? பாக்காதே. குருவும், கவிதாவும் ஊரவிட்டு ஓடிவந்தவங்க தான். ஆனா, அவங்க இங்கவந்து, தனியா வாழ்றாங்க. அந்த தைரியத்த நெனச்சுப்பார். சண்டை போட்டுட்டு, ஆளுக்கொரு தெசயில ஓடல. ஒருத்தர் நடந்துக்குற வெதத்திலேயே அவங்க நல்லவங்களா, கெட்டவங்களானு தெரிஞ்சுடும். இந்திக்காரங்கனு சொன்னதும், மொகத்த சுளிச்சுட்டுப் போகாதே. அவங்களும், நம்மள மாறித்தான். பொழப்புக்காக வேலை தேடிவந்தவங்க. நீ சொல்றமாறி ஆளுங்களும் இருக்குறாங்கதான். அத, நா மறுக்கல. அதுக்காக, எல்லாரையும் ஒரே பார்வையில பாக்குறது நல்லதல்ல. மனுசங்கள்ல நல்லவங்க, கெட்டவங்கனு ரெண்டெவகை தான். அதுல தமிழ், தெலுங்கு, இந்தினு எந்த பாகுபாடும் இல்ல.

அப்புறம், கண்ணாமூச்சி வெளயாட வயசு வேணுமா? கண்டிப்பா என்னவிட, அவங்களுக்கு சின்னவயசு தான். சொல்லப்போனா, உன்னோட வயசுதா இருக்கும் அவங்களுக்கும். நட்புக்கு ஏது வயசு வித்தியாசம். இதோ, உன்னோட அப்பா, அவர் நண்பர்களோட குடிச்சுட்டு, ஒரு வாரம்வரக்கூட ஊட்டுக்கு வராம இருப்பார். அப்போ, இந்த ஊட்ட பார்க்கறவங்க ஏதும் சொல்லமாட்டாங்கல? ஏன்னா, அவர் ஆம்பிள. நீயும், உன்னோட நண்பர்களோட சேந்து, அடிக்கடி வெளியே சுத்திட்டுத்தானே வர்றே. அப்போ, யாரும் கேட்கமாட்டாங்க தானே? ஏன்னா, நீ பையன். ஆனா, அதுவே ஒரு பொண்ணு செஞ்சுட்டா மானம் போச்சு, மரியாத போச்சுனு பொலம்ப வேண்டியது. அதுவும், ஒரு பொண்ணுக்கு கல்யாணம் முடிஞ்சு, கொழந்தையும் வந்துட்டா, அப்புறம், அவ வாழ்நாள்ல ஆசைனு ஒன்ன, கனவுல நெனச்சுக்கூட பார்க்ககூடாது. அப்படித்தானே. எப்போதும், சண்டைய மட்டுந்தான் இந்த ஊடு பாத்திருக்குது. ஆனா, நேத்துதான் இந்த ஊடு சிரிப்பு சத்தத்த கேட்டது. உங்களுக்கு, இதயெல்லாம் கேட்க சாதாரணமா இருக்கலாம். ஆனா, எனக்கு அப்படியில்ல".

"இவ, நாம சொல்றத கேட்கமாட்டா. என்னமோ செய்யட்டும்" என்று கணவன் சொல்லும்போது, சமையலறையில் வேலையை செய்து கொண்டிருந்தாள் லட்சுமி.

*****

"ஏ, இன்னைக்கு மீனாவ காணோம்" என்று கவிதா கேட்க, "அவளுக்கு உடம்பு சரியில்லையாம். அதுதான் இந்த லீவு" என்று லட்சுமி சொன்னாள்.

"அக்கா, போனவாரமும் இதுமாறித்தானே லீவு எடுத்தா".

"ஆமா... என்னன்னு தெரியல. இதுவரைக்கும், இப்படி செஞ்சதில்ல. கேட்டாலும், சரிவர பதிலில்ல".

"ஒருவேள, காதல் ஜோடி ஊர் சுத்துதோ" என்று நினைத்தாள் கவிதா.

"சாப்பாடு, வரவர ரொம்ப மோசமா இருக்கு" என்று பங்கஜ் சொன்னதிற்கு. "கம்பெனியே அப்படித்தான் இருக்கு" என்று குரு சொன்னான். "நாம பேசாம, வேறவேலை தான் பாக்கனும்".

"ஏ... அதுக்கு, என்ன அவசரம்? அதுவுமில்லாம திபாவளி பக்கம் வந்துடுச்சு. இப்பவே, போய்ட்டா போனஸ் கெடைக்காது" என்று லட்சுமி சொல்ல, "கம்பெனி செயல்பாடு எதுவும் சரியில்ல.

யாரை வேண்டுமுனாலும் வேலைய விட்டுத் தூக்குறாங்க. போற போக்கப்பார்த்தா, கம்பெனியில இருக்குற எல்லாரையும் தூக்கிடுவோங்க போல. நாம, ஒரு வேலைய மட்டும் நம்பியிருக்கக் கூடாது. இன்னொரு வருமானம் வர்றதுமாறி ஏதாவது செய்யனும்" என்று குரு தன் மனதில் இருந்ததை சொன்னான்.

"அப்படி என்ன செய்றது? நமக்கு, இதுக்கே நேரம் பத்தல. இதுல, நாம வேறேன்ன செய்றது?" என்று லட்சுமி கேட்க, "அக்கா, இப்போ இணையதளங்கள் காலம். வீட்டிலிருந்தே அத்தனையும் வாங்கிக்க முடியும். அதேமாறி, விக்கவும் முடியும். அதனால, நாம இத மட்டுமே நம்பியிருக்க கூடாது".

"என்ன செய்யலாம்?" என்று கவிதா கேட்க, "என்ன வேணுமுனாலும் விக்கலாம். பனியன், டி-ஷர்ட், பேண்ட் இதுமாறி துணிகளக்கூட விக்கலாம்".

"இதுக்கு, நாம் எங்கே போறது" என்று லட்சுமியும், கவிதாவும் ஒருசேர கேட்டனர்.

"காதர்பேட்டை ஏரியாவுல நூத்துக்க்கணக்கான மொத்தவிலைக்கடைங்க இருக்குது. அவங்ககிட்ட வாங்கி, நாம வலைதளங்கள் மூலம் விக்கலாம்".

"இதெல்லாம் நம்மளால செய்யமுடியுமா? நம்ம பொறுத்தளவுல வேலைக்குப் போனோமா, சம்பளம் வாங்குனோமானு இருக்கறதுதான் நல்லது. அதுதான் நமக்கு பாதுகாப்பு. இதுல நஷ்டம் வந்தா, நம்மளால சமாளிக்க முடியாது. அதுவுமில்லாம, இதுக்கு முதலீடும் வேண்டும்" என லட்சுமி பயந்தாள்.

"வேலைக்கு போறது பாதுகாப்புதான். இருந்தாலும், நாம அதையே நம்பியிருப்பது தான் தப்புனு சொல்றேன். துணிங்க மட்டுமில்ல. வேற, நமக்கு புடிச்ச தொழிலையும் செய்யலாம், அன்னைக்கு, நீங்க கொண்டுவந்திருந்த மாங்காய் ஊறுகாயும் கூட சுவையா இருந்துச்சு. அதுவுமில்லாம, மத்த ஊறுகாய விட வித்தியாசமாக்கூட இருந்துச்சு. இதுமாறி ஊறுகாய, வேற எங்கேயும், நா சாப்பிட்டதில்ல. இதுக்கு, மொதலீடு பெருசா தேவையில்ல. வாரம், ஒருதடவ தயார் செஞ்சா போதும். நம்மகிட்ட வாங்கி, வாடிக்கையாளர்கிட்ட கொண்டுபோக, டெலிவரி கம்பெனிங்க இருக்குது. நமக்கும் மாச செலவுக்கு சின்ன வருமானமும் வரும். அதுவுமில்லாம, இதுமாறி குடிசை தொழிலுக்கு, வரி மாறி தொல்லைகளும் இருக்காது. அதனால, நாம தைரியமா செய்யலாம்" என்றான் குரு.

"தம்பி, நீ சொல்றது, கேக்க நல்லாத்தான் இருக்கு. யோசிக்கலாம்" என லட்சுமி சொல்ல, "பங்கஜ், நீ ஏ எதுவும் பேசாம இருக்குறே?" என்று குரு கேட்டான்.

"இந்த கம்பெனியும், நம்மள மோசமா நடத்துது. நீங்க சொல்றமாறி நல்லது நடந்தா சரி. இந்த புது தொழிலுக்கு, என்னோட ஆதரவு இருக்குது பையா".

"நீ, கம்பெனிய நெனச்சு கவலப்படாதே. நம்மால, அவங்கள மாத்த முடியாது. நாமதான், நம்ம வாழ்க்கைக்கு எது நல்லதோ, அதை செஞ்சுக்க வேணும். இவங்கள மட்டும் நம்பியிருக்க கூடாது".

"சரி, சரி மொதலாளிங்களா. சீக்கிரம் சாப்பிடுங்க. வேலைக்கு நேரமாகிடுச்சு" என்று கவிதா சொல்ல, அனைவரும் சீக்கிரமாக சாப்பிட்டனர்.

"மீனாவும், கார்த்தியும் பேருந்தில் போய்க்கொண்டு இருந்தனர். இப்படி ஊர் சுத்திட்டு இருந்தா மாட்டிக்குவோம்" என்றாள்.

"இங்க யார் வரப்போறாங்க. நாம, ஊரவிட்டு 60 கிலோமீட்டருக்கு மேல வந்துட்டோம். யார் பார்க்கப்போறாங்க?"

"எனக்கு பயமா இருக்குது. லட்சுமி அக்காவுக்கு தெரிஞ்சா, என்னை என்ன நெனப்பாங்க".

"அம்மாவுக்குத் தெரியாது. தெரிஞ்சாலும் பார்த்துக்கலாம்".

"மறுபடியும் கேக்கிறேன்னு தப்பா நெனைக்காதே. உண்மையில என்னை, உனக்கு புடிச்சிருக்கா?" என்று சங்கடமாய் கேட்டாள்.

"இது என்ன கேள்வி. உன்ன புடிக்காமலா, உன்கூட சேந்து, ஒன்னா உக்காந்து இந்த பஸ்ல வர்றனா? உனக்கு, எதுக்கு சந்தேகம்? என்னை, நீ நம்பலயா?" என்று கோபமாய் கார்த்தி கேட்டான்.

"அப்படியில்ல. என்னோட குடும்பத்தப்பத்தி உனக்குத்தெரியும். என்னோட சம்பளம் மட்டுந்தான், என்னோட குடும்பத்துக்கு ஆதாரம். எங்ககிட்ட சொத்துனு எதுவும் இல்ல".

"அத, ஏ சொல்றே?"

"இல்ல. நம்ம கல்யாணத்துக்கு, இதனால பிரச்சனை வந்தா என்ன செய்றது...." என்று மீனா தயங்கினாள்.

கார்த்திக்கு மனதில் ஒரு பயம் வந்தது. "ஏய் ஏய்.. இப்பவே எதுக்கு கல்யாணத்தப்பத்தி பேசுறே. நாமளே, இப்பத்தான் பழக

ஆரம்பிச்சிருக்கோம். கல்யாணத்தப்பத்தி அப்புறம் பேசிக்கலாம்" என்று தடுமாறிக்கொண்டு சொன்னான்.

"சரி, இப்போ எங்கோ போகிறோம்?"

"அதுவா, படத்துக்கு...."

"படமா... போனதடவ பார்க்குக்குத்தானே போனோம்".

அங்கே நெறயபேர் இருந்தாங்க என்று மனதில் நினைத்துக்கொண்டு, "அதுதான், பார்க்குக்கு போனவாராம் போய்ட்டோமே. இப்போ, படத்துக்கு போலாம்" என்றான் கார்த்தி.

பேருந்து சரியாய் கோயம்புத்தூரில், ஒரு மிகப்பெரிய திரையரங்கம் வாசல்முன்னே வந்து நின்றது. இருவரும், இறங்கி திரையரங்குக்குள்ளே சென்றனர். அதுவொரு பெரிய திரையரங்கம். ஒரு காதல் சம்பந்தமான படம். டிக்கெட்களை வாங்க, மீனாவிடமே பணம் வாங்கினான். "ஏய்... இதெல்லாம் திருப்பி கொடுத்துடுவேன்..."

"டேய்...அடிப்பேன். நமக்குள்ள, எதுக்கு இப்படி. கல்யாணமானா, நீ தானே என்னை பார்த்துப்பே". இருவரும் இருக்கையில் போய் அமர்ந்தனர். படம் ஓடிக்கொண்டு இருகும்போது, அவளின் கையைப் பிடித்தான் கார்த்தி. என்ன என்பதுபோல் பார்த்தாள் மீனா.

"ஒன்னுமில்ல. சும்மா தான். கை புடிக்கக்கூடாதா..."

"அப்படியில்ல. ஒருமாறி இருக்குது".

"ம்ம்ம்..." கொஞ்சநேரம் கழித்து, அவளிடம் சிரித்து பேசிக்கொண்டே, அவளின் அருகில் வந்தான்.

"கார்த்தி எனக்கு பயமாய் இருக்குது. யாராவது பார்த்தா என்ன செய்றது. கொஞ்சம் சும்மா இரு" என்றாள்.

"யாரும் பார்க்கமாட்டாங்க. கூட்டமும் இல்ல. நீ, ஏ இப்படி பயப்படுறே". என்று அவள் தோளில் கைபோட்டான். மீனா நெளிந்தாள். "இல்ல. இதெல்லாம் வேண்டாம்". கார்த்தி, கோபத்தில் திரும்பி உட்கார்ந்துகொண்டான்.

"கோபப்படாதே. எனக்கு பயமா இருக்குது அதுதான். கல்யாணத்துக்கு அப்புறம், இதெல்லாம் ஒகே" என்றாள்.

"சரி... சரி..." என்று வெறுப்பாய் சொன்னான்.

அவனின் கன்னத்தைக்கிள்ளி, இப்போதைக்கு இதுபோதும். அதனால, நீ படத்த மட்டும் பாரு" என்று சிரித்தாள் மீனா.

*****

"என்னய்யா செஞ்சுட்டு இருக்கீங்க... இவங்களுக்கு எப்படி இதுமாறி யோசிக்கத் தோணுது. நீ தான் இதுமாறி செய்யுங்கனு சொல்லித்தர்றயா" என்று மேனேஜர் நடந்துகொண்டே கோபமாய் கேட்டார்.

"சார் எனக்கும், இதுக்கும் சம்பந்தம் இல்ல" என்று ஹச்-ஆர் அவர் பின்னாடியே நடந்துவந்தார்.

"வேலைக்கு, இந்தி ஆளுங்க யாரும் வரல. இப்போ எங்கதான் இருக்கிறாங்க?".

"சார், அவங்க எல்லாம் கேண்டீனுக்கு போற பாதையில உக்காந்து போராட்டம் பண்ணிட்டு இருக்காங்க".

"என்னதான் பிரச்சனையாம், அவங்களுக்கு".

"சார், இத பலதடவ உங்ககிட்ட சொல்லிட்டேன்". என்று ஹச்-ஆர் சொல்ல, நடந்துவந்து கொண்டிருந்த மேனேஜர் நின்று, ஹச்-ஆரை பார்த்தார். "உன்னால இதயெல்லாம் கட்டுப்படுத்த முடியலனா, வேலைய விட்டு போகவேண்டியது தானே. இங்கு யார் போனாலும் கவலயில்ல".

"நீ, இங்கிருந்து போய்ட்டாத்தான் கம்பெனி உருப்படும்" என்று மனதில் நினைத்துக்கொண்டார் ஹச்-ஆர்.

"நீ, என்ன மனசுல நெனைக்குறேனு தெரியுது".

"சார், அதை பெருசா எடுத்துக்காதீங்க" என்று வேகமாய் நடந்தார் ஹச்-ஆர்.

"மொதல்ல, இவன காலி செஞ்சாத்தான், என்னால இங்க இருக்கமுடியும்" என்று நினைத்துக்கொண்டு, கூட்டம் கூடிய இடத்திற்கு சென்றார் மேனேஜர்.

"பங்கஜ்தான் கூட்டத்தில் முதன்மையாய் உட்கார்ந்திருந்தான். அவனுக்கு ஒரளவு தமிழ் தெரியும் என்பதால் முன்னே இருந்தான்".

"இப்போ, உங்களுக்கு என்ன பிரச்சன. ஒழுங்கா வேலைக்குப் போங்க. ஆர்டர்கள் அதிகமா இருக்கு. அதனால, வேலைக்கு திரும்புங்க. இல்லன்னா, எல்லாரும் பொட்டி படுக்கையத் தூக்கிட்டு, வெளியிலதான் போகனுமுனு" கறாராய் சொன்னார் மேனேஜர்.

பங்கஜ் எழுந்துநின்று, அவரிடம் "இதுக்கெல்லாம், ஒரு முடிவு வர்றவரைக்கும், நாங்க வேலைக்கு வரப்போறதில்ல" என்றான்.

மேனேஜருக்கு கோபம் பொத்துக்கொண்டு வந்தது. இருந்தாலும், வெளிக்காட்டிக் கொள்ளவில்லை. இவனுங்ககிட்ட எல்லாம் வந்து பேச வேண்டியிருக்கே என்று நினைத்துக்கொண்டு, "அப்படி என்னதான் பிரச்சன. சொல்லுங்க கேக்குறேன்".

"சார், கேண்டின்ல போடற சாப்பாடு ரொம்பவும் மட்டமா இருக்குது. இதுக்காக, நாங்க பலதடவ புகார் சொல்லியும், எந்த நடவடிக்கையும் இல்ல. நாங்க தங்குற ரூம்ல, ஒரு பேன் கூட சரியா இல்ல. எத்தன பேர்தான் சின்ன ரூம்ல தங்குறது. குளிக்குற பாத்ரூம், லெட்டின் எல்லாமே கம்மியாத்தான் இருக்கு. போனவாரம், சிலபேருக்கு மெசின எடமாத்தி வைக்கும்போது அடிபட்டுடுச்சு, அவங்கள, ஆஸ்பிட்டல்ல சேத்தோம். அந்த செலவக்கூட நிர்வாகம் ஏத்துக்கல. அதுமட்டுமில்லாம, அடிபட்ட ஆளுங்க லீவுல இருந்தால, அந்த நாளுக்கு உண்டான, அவங்க சம்பளத்தையும் கொடுக்கல. இங்க வேலை செய்யும்போது தானே அடிபட்டுச்சு. அப்புறம், அதுக்குண்டான செலவக்கூட நிர்வாகம் ஏத்துக்கலனா, நாங்க மட்டும் ஏ வேலை செய்யனும்?"

"இங்கே பாருங்க. இதயெல்லாம், நா மொதலாளிக்குச் சொல்றேன். அதுக்கப்புறம் பாக்கலாம். இப்போ வேலைக்குப்போங்க".

"இல்லை என்பதுபோல் தலையாட்டினர் அனைவரும்".

"குரு, இதையெல்லாம் கூட்டத்தில் நின்று கவனித்துக் கொண்டிருந்தான். மருமகன் வந்து பேசியும் கூட்டம் கலையவில்லை. "சார், அவங்க சொல்றத செஞ்சு கொடுத்துடலாம்" என்று ஹெச்-ஆர் சொன்னார்".

"சார், அதெல்லாம் செய்யவேண்டாம். இத செஞ்சுகொடுத்தா, அப்புறம், சின்னச்சின்ன விசயங்களுக்கு கூட, இங்குவந்து உக்கார்ந்துடுவாங்க. எவ்வளவு நேரம் இங்கேயே உக்கார்வாங்க. பசிச்சா சோறு வேணுமுல. ஊருக்கு அனுப்ப காசு வேணுமுல. எப்படியும், நம்ம வழிக்கு வந்துதான் ஆகணும்" என்று மருமகன் காதில் ஓதினார் மேனேஜர்.

"என்னமோ பண்ணுங்க" என்று அங்கிருந்து நகர்ந்தார் மருமகன். ஹெச்-ஆருக்கு சரியான கோபம். என்ன சொல்லியும் கேட்க மாட்றாங்க என்று, போனை எடுத்து யாரிடமோ பேசினார்.

பங்கஜ் மற்றும் அவனைச்சேர்ந்த ஆட்கள் எங்கேயும் நகரவில்லை. அவனுடன், வெளியூரில் இருந்துவந்து தங்கியிருக்கும் ஆட்களும் சேர்ந்து கொண்டனர். கொஞ்சநேரம் கழித்து, ஒரு பெரியகார் கம்பெனிக்குள் நுழைந்தது. காவலாளிகள், அவசரமாக கதவை திறந்துவிட்டு, வணக்கம் வைத்தனர். பெரிய முதலாளி வந்திறங்கியதை பார்த்த, மேனேஜர் ஓடோடி வந்தார். அவரை கண்டுகொள்ளாமல், நேரே தொழிலாளர்கள் இருக்குமிடத்தை நோக்கிச்சென்றார் முதலாளி.

பங்கஜிடம், இவர்தான் முதலாளி என்பதுபோல் சைகை செய்தான் குரு. பங்கஜ் எழுந்துசென்று, அவர்கிட்ட, மற்றவர்களிடம் என்ன சொன்னானோ, அதை அச்சு பிசகாமல் சொன்னான். அதை கேட்டுக்கொண்டு அமைதியாய் கம்பெனியை சுற்றிபார்க்கச் சென்றார். தொழிலாளர் தங்கும் அறைகள், மிகவும் மோசமாய் இருந்ததை கவனித்தார். படுப்பதற்கு, இரும்பு கட்டில்கள் ஒன்றையும் காணவில்லை. துணிகளை வைப்பதற்கு அலமாரிகள்கூட இல்லை. கழிவறைக்குள் உள்ளே செல்லவே முடியவில்லை. நாற்றம் குடலை பிடுங்கியது. கேண்டின் வந்து, மதியம் தயார் ஆகிக்கொண்டிருந்த உணவுகளை ருசி பார்த்தார். ஹச்-ஆரிடம் வந்து ஏதோ சொல்லிவிட்டு, காரில் ஏறிப் போய்விட்டார்.

"என்னடா... இது. அன்னைக்கும் இப்படித்தான் அமைதியா இருந்தார். இப்பவும், எதுவும் சொல்லாம போய்ட்டார். உண்மையில், மருமகனைப் போல் தான் முதலாளியுமா?" என்று மனதில் நினைத்தான் குரு.

ஹச்-ஆர், தொழிலாளர்கள் முன்வந்து பேச ஆரம்பித்தார். இனிமே, தொழிலாளர்களுக்கு அடிபட்டு இருந்தாலோ, ஏ ஒடம்பு சரியில்லாம போய் லீவு எடுத்தாலோ, அவங்களோட செலவுகள நிர்வாகம் பார்த்துக்கும். அதுபோக, யாரோட சம்பளமும் புடிக்கமாட்டோம். கேண்டின் ஒப்பந்தக்காரரை சீக்கிரமே மாத்தறதுக்கும், தங்குற ரூம்கள ஜாஸ்தி பண்றதுக்கும், ரூம்ல பேன், கட்டில்மாறி வசதிகள செஞ்சு தருவதாகவும் மொதலாளி உறுதி அளிச்சுருக்கார். அதனால, நீங்க வேலைக்குத் திரும்பலாம் என்று சொல்ல, கூட்டம் சந்தோஷத்தில் குதித்தது.

"மேனேஜருக்கு முகத்தில் ஈயாடவில்லை".

*****

ஐவரின் திட்டம்

அந்தவார இறுதியில், குருவின் வீட்டில் அனைவரும் கூடியிருந்தனர். "சரி, நம்ம கம்பெனிக்கு என்ன பேர் வைக்கலாம்" என்று குரு கேட்டான்.

"இந்த கூட்டத்துல இருந்து கழட்டி விட்டுடீங்களே" என்று முகத்தை சோகமாய் வைத்துக்கொண்டாள் மீனா.

"நீ இல்லாம, இந்த கம்பெனி நடக்குமா. நீயே, மொதலாளியா இரு" என்று லட்சுமி சொல்ல, "அப்ப, கொஞ்சம் கஷ்டந்தான்" என்று கவிதா கண்ணடித்தாள்".

அதற்கு பங்கஜ், ஏன் என்று கேட்க, "இவ, ஏற்கனவே ஊறுகாய சாப்பாடு போல சாப்புடுவா. இவகிட்ட கொடுத்தா, அத்தனையும் ருசி பாக்குறேனு சாப்புட்டுடுவா" என்று கவிதா சிரித்தாள்.

இதைக்கேட்ட அனைவரும் சிரிக்க, "என்னைப்பார்த்தா, உங்களுக்கு எல்லாம் கிண்டலாக இருக்குதா. என்கிட்ட கொடுத்துப்பாருங்க. இந்த கம்பெனிய, எவ்வளவு உயரத்துக்கு கொண்டுபோறேனு, உங்களுக்கு அப்புறந்தான் தெரியும்".

"அதுக்கு, மொதல்ல கம்பெனிக்கு பேர் வைக்கணும்" என்று குரு மேசையை தட்டினான். ஒவ்வொருவரும், பல பெயர்கள் சொன்னார்கள். ஆனால், அந்த பெயர்கள், மற்றவர்களுக்கு பிடிக்கவில்லை. நீண்ட நேரம் யோசித்தார்கள். ஏதும் நன்றாக இல்லை. கவிதா நீண்ட மௌனத்திற்குப்பிறகு, "லட்சுமி'ஸ் கிச்சன் புட்ஸ்" என்று சொல்ல, அனைவரும் அவளைப் பார்த்தனர்".

"ஓகே... ஓகே... வைக்கலாம்" என்று அனைவரும் சொன்னார்கள் ஒரு ஆளைத்தவிர. "வேண்டா. எம்பேர் வேண்டா. எம்பேரா வச்சா நல்லா இருக்காது. வேறபேரா வைக்கலாம்" என்று லட்சுமி சொன்னாள்.

"கவிதா, லட்சுமியின் கையைப்பற்றி, "அக்கா, உங்க கைக்குவத்தை நம்பித்தான், இத ஆரம்பிக்கிறோம். அதுவுமில்லாம, எங்களவிட வயசுலயும், அனுபவத்திலும் மூத்தவங்க நீங்க. உங்கள் பேரிலேயே இருக்கட்டும். அது தான் சரி".

"பேர் தான் லட்சுமி. ஆனா, குண்டுமணி நகைக்குகூட பெறாதவ நா. என்னைமாறி அதிர்ஷ்டமில்லாத பொண்ணோட பேர ஏ வைக்கணும்".

"அதெல்லாம், நீங்க பேசக்கூடாது. நாங்க சொன்னா, சொன்னது தான்" என்று கவிதா மற்றவர்களை பார்க்க, மற்றவர்களும் ஆமாம் என்றனர்".

"எத்தனையோ தடவ, கவலையில அழுதிருக்கிறேன். ஆனா, ஒருமுறைகூட நா சந்தோசத்துல அழுதது இல்ல. இப்ப, அதுமாறி அழுத் தோணுது" என்று வந்த கண்ணீரை துடைத்தாள்.

"சரி, யாராருக்கு என்னென்ன வேலை?" என்று மீனா கேட்டாள்.

"நீ தான் சரியான கேள்வி கேட்டே. லட்சுமி அக்கா, கவிதா ரெண்டுபேருக்கும் ஊறுகாய தயார் செய்யுற வேலை. இதோட போட்டோ, அப்புறம் இதப்பத்தி வெவரத்த, சமூக வலைதளங்கள்ல போடுறது உன்னோட பொறுப்பு" என்று மீனாவிடம் சொன்னான் குரு.

"நானா. எனக்கு இதெல்லாம் வராதே".

"போனும், கையுமாத்தானே இருக்குறே. அதெல்லாம் வரும். உனக்கு நானும், கவிதாவும் சொல்லித்தர்றோம். சுலபம் தான். கத்துக்கோ".

"பள்ளிப்படிப்ப விட்டு, பல வருசம் ஆகிடுச்சு".

"படிப்பத்தானே விட்டே. மூளைய இல்லயே. போன்ல, எதுவா இருந்தாலும் உனக்குத் தெரியுதே. அப்புறம் என்ன? பொருள விக்கறதுக்கு, இதுக்குன்னு வலைதளங்கள் இருக்கு. அதுல, நாம போட்டோ, வெவரம் அப்புறம், வெலய பதிவு பண்ணா போதும். மீதிய, அந்த வலைதளம் பார்த்துக்கும். ஆர்டர் ஓகே ஆனதுக்கப்புறம், வர்ற டெலிவரி ஆளுங்ககிட்ட பொருள கொடுத்தாப்போதும். மாசமானா, நம்மோட வங்கிகணக்குக்கு பணம் வந்துடும். ஏதாவது, சந்தேகம் இருந்தா என்னைக்கேளு" என்று கவிதா சொன்னாள்.

"பங்கஜ் மற்றும் நானும் இதுக்கான மூலப்பொருள் வாங்குறது, ஆர்டர் வந்ததுக்கப்புறம் ஊறுகாய் அனுப்புறது. இந்த ரெண்டும் எங்க பொறுப்பு" என்றான் குரு.

"நீங்க மட்டும் ரெண்டுரெண்டு பேர். நா மட்டும் தனி".

"ஏ, ஜோடிக்கு ஆள் தேவையா? என்று கவிதா, அவளை இடித்தாள். ஒருவேளை, கவிதாவுக்கு யாரென்று தெரியுமோ என்று சற்றுப் பயந்தாள் மீனா".

"நம்ம கையிலும், கொஞ்சம் பணம் வேணுமே என்ன செய்றது" என்று லட்சுமி கேட்க, "ஒன்னும் பிரச்சனயில்ல. கந்தசாமி அண்ணங்கிட்ட

பேசிட்டேன். அவர் தர்றதா சொல்லியிருக்கார். பணம் வந்ததுக்கப்புறம் கொடுத்துடலாம்" என்றான் குரு.

"எல்லாமே சரி, எங்கே நம்ம ஆபிஸ்" என்று மீனா கேட்க, அதற்கு குரு, என்னோட வீடே சரியா இருக்கும். எடவசதியும் இருக்குது. அதனால், நாம ஒரு ஆபிஸ் போடுற வரைக்கும், இதையே பயன்படுத்திக்கலாம்.

*****

பங்கஜ் மற்றும் சில இந்தி ஆட்களும், ஒன்றிரண்டு தமிழ் ஆட்களும் நிற்க அவர்கள் முன்னே மேனேஜர் நின்றிருந்தார். "எல்லாத்துக்கும், நீங்க தானே காரணம். ஏ கொடுக்குறத வாங்கிட்டு அமைதியா போகமுடியாதா? எல்லாரையும் கூட்டுசேத்து, வேலை நிறுத்தம் செய்யற அளவுக்கு, உங்களுக்கு என்ன தைரியம்? அவ்வளவு, பெரிய ஆளுங்க ஆயிட்டிங்களா நீங்க எல்லாம்?"

"சார், அப்படி இல்ல. நாங்க, இதப்பத்தி ஏற்கனவே புகார் சொல்லியிருக்கோம்" என பங்கஜ் சொல்ல, "ஓ.... சொன்னவுடனே செஞ்சு கொடுத்துடணுமா? உன்ன, யார் மொதலாளிகிட்ட போய் பேசச்சொன்னது? அவ்வளவு பெரிய ஆளா நீ? எங்கயோ இருந்து பொழப்பு தேடிவந்த உங்கள, வேலைக்கு வச்சா, நீங்க எங்களையே போட்டுப்பார்க்குறீங்க". தமிழ் ஆட்களைப் பார்த்து, "ஏன்டா... உங்களுக்கு என்ன? சொந்த ஊருல தொழில், விவசாயமுனு எதுவும் இல்லைனுதானே, இங்க வேலைக்கு வர்றீங்க. அப்புறம் என்ன? இந்த இந்திக்காரங்களோட சேந்து ஆடுறீங்களா?" என்று கேட்டார். அனைவரும் எதுவும் பேசாமல் நின்றிருந்தனர்.

"சார், அவர்தான் வந்து என்னன்னு கேட்டார். அதுதான் சொன்னோம்" என்று பங்கஜ் சொல்ல, "அவர் கேட்டா, வாயை மூடிட்டு இருக்கணும். அது வேணும், இது வேண்டுமுனு பட்டியல் போடுறீங்க. வந்தோமா, வேலைய செஞ்சோமா, கொடுக்குற காச வாங்கிட்டு போய்ட்டே இருக்கனும். இதுமாறி, இனிமேல செஞ்சா உங்கள உண்டு, இல்லன்னு செஞ்சுடுவேன். இனிமேல, என் கண்ணிலேயே படக்கூடாது. கெளம்புங்க இங்கிருந்து" என்றார். அவர்கள் செல்லும்போது, "மொதல்ல, குளிங்க. அப்புறம் வந்து, எங்களுக்கு பாடம் எடுங்க. நாத்தம் புடிச்சவங்க" என்று அவர்கள் போகும்போது, காதுபடவே பேசினார்".

"இவர் பேசியதை, அந்த அலுவலகத்தில் இருந்த அனைவரும் கேட்டனர். குருவும் அங்கே இருந்தான். "நீ, அவர் பேசுனத நெனச்சு கவலப்படாதே. அந்த ஆள் அப்படித்தான்" என்று பங்கஜை தேற்றினான் குரு.

"பரவாயில்ல விடு. வேலைக்கு வந்தாச்சு பையா. இதுக்கெல்லாம் கோவப்பட முடியுமா...?"

"மேனேஜர் திட்டியது அனைவருக்கும் கோபத்தை உண்டாக்கியது. ஒருநாள் கையில் மாட்டட்டும் அவனுக்கு இருக்கிறது என்று உள்ளேயிருக்கும் அனைவரும் பேசிக்கொண்டனர்". மேனேஜருக்கு, முதலாளி சொன்னதை நினைத்து கோபம். அவர்கள் கேட்டதை செய்துகொடுக்கச் சொன்னால், அவர் சொல்லிட்டா போதுமா? வரவர எனக்கு இங்க மரியாதையே இல்லை. இதையும் செஞ்சு கொடுத்தால், என்னை மதிக்கவே மாட்டங்க. அப்புறம், ஒவ்வொருதடவையும் என்கிட்டே வரமாட்டாங்க. நேரா மொதலாளிகிட்டத்தான் பேசுவாங்க. அப்புறம், நா ஏ இருக்கணும். இவனுங்க பண்ணுனதுக்கு, கண்டிப்பா நா சும்மா விடமாட்டேன். எப்படி, இதெல்லாம் நடக்குதுனு பாக்கலாம் என்று நினைத்துக்கொண்டார்.

*****

"நீங்க தான், கேண்டீன்ல வர்ற வருமானத்துல, ஒரு பகுதிய கமிசனா வாங்கிக்குறீங்க. அதனாலதான், கொறஞ்ச வேலைக்கு கெடைக்குற பொருள வச்சு சமைக்க வேண்டியிருக்கு. மொதலாளியியும் எங்கள போகச்சொல்லிட்டார். உங்களுக்கு, கமிசன் தரமா இருந்தாலே நல்ல சாப்பாட்ட கொடுத்திருக்கமுடியும்" என்று கேண்டீன் ஒப்பந்தக்காரர் சொல்ல,

"யோவ்... போனு சொன்னா, உடனே அனுப்பிடுவமா? அவர், என்ன தெனமும் வந்து பாக்கவா போறார். இனிமேல, எப்போ வருவாரோ? அதெல்லாம் பாத்துக்கலாம். யார் அவரை இங்கு வரச்சொன்னதுனு தெரியல". அப்போது, அறைக்குள் ஹச்-ஆர் உள்ளே வந்தார். மேனேஜர், உடனே பேச்சை மாற்றி, "இனிமேல், சாப்பாடு சரியில்லனு ஒரு புகார் வந்தாலும், உன் ஒப்பந்தம் இரத்து ஆகிவிடும்" என்றார்.

*****

"வங்கியின் வேலைகளை முடித்துக்கொண்டு, கந்தசாமியின் கடையை நோக்கிச்சென்றான் குரு. அவர் பணம் தருவதாய் இருந்தது. அவரிடம், போனில் விலாசத்தை கேட்டுக்கொண்டு சென்றான். கடைகள் வரிசையாய் இருந்தன. அதில், அவரின் கடை ஒரு பத்துக்குபத்து என்ற அளவிலேயே இருந்தது. அனைத்து கடைகளிலும், துணிகள் மூட்டை, மூட்டையாய் கிடந்தது. பெண்களும், ஆண்களும் அந்த துணிகளின் முன் உட்கார்ந்து, அளவு வாரியாக பிரித்துக் கொண்டிருந்தனர்".

அவர்களை பார்த்துக்கொண்டே, கடையின் படியில் ஏறினான். அப்போது, கடைகளின் மேற்பகுதியில் வர்ணம் அடித்துக்கொண்டிருந்தனர். அது அவனை ஆச்சரியப்படுத்தவில்லை. வர்ணங்களை அடித்தவர்களை பார்த்துதான் ஆச்சரியப்பட்டான்.

"என்ன வெளியவே நின்னுட்டு இருக்கே. உள்ளே வா" என்று கந்தசாமி அழைக்க, உள்ளே சென்றான். உள்ளே கந்தசாமியும், ஒரு இஸ்லாமியரும் இருந்தனர். இரண்டு பெண்கள், அங்கு கீழே உட்கார்ந்து துணிகளை பிரித்துக்கொண்டிருந்தனர்".

"இந்த துணிகளை வைத்து என்ன செய்வீங்க" என்று குரு கேட்க, அதற்கு கந்தசாமி, "உனக்கு முன்னாடியே சொன்னனே, பனியன், டி-ஷர்ட் மாறி துணிகள தைச்சதுக்கப்புறம், மிச்சமாகும் துணிங்கதான் இது. இதுகள, தரம் பிரிச்சு அரைக்க கொடுத்துடுவோம். அப்படி அரைச்சதுக்கப்புறம், இவை நூற்பாலைகளுக்கு போகும். அதுக்கப்புறம், நூலாக வரும். இத, ஓஐ நூல்னு சொல்வோம். அதாவது, ரெண்டாம்தர நூல். பருத்தியில் இருந்து வருவது முதல்தரம். இவையும், தங்கத்தப்போல தான். நகையை உருக்கலாம். அப்புறம், மறுபடியும் நகையாய மாத்துறதப்போல, துணியையும் மீண்டும் நூலா மாத்தலாம்" என்றார்.

"தங்கம்மாறி இருக்குறதுனால தான், நூலோட வேல அதிகமா இருக்குதா?"

"நீ சொல்றது சரிதான். தங்கவேல போலத்தான். தெனமும் ஏறும். இன்னும் கொறஞ்சபாடில்ல. எந்த அரசாங்கம் வந்தாலும், இதுக்கு இன்னும் தீர்வு வரல".

பையன் யாரென்று அமீர் கேட்டார். "எங்க ஊர் பையன். இங்கதான் இருக்குறான். வேலைக்கும் போய்ட்டு, இப்போ, சின்ன அளவுல புதுசா தொழில் ஆரம்பிச்சுருக்கான்".

"இன்ஷா அல்லா" என்று சொல்லிக்கொண்டு அமீர், குருவிடம் கேட்டார். "இங்க வேலை எப்படியிருக்குது".

"எப்பவும் ஓடிட்டே இருக்கறமாறி தோணுதுங்க".

"அப்படித்தான் இருக்கனும். இந்த ஊருல, நீ படுத்துட்டு எல்லாம் சம்பாரிக்க முடியாது. ஓடிட்டேதான் இருக்கனும். இல்லன்னா, உன்னோட எடத்த, இன்னொருத்தன் புடுங்கிக்குவான். எல்லாத்தையும் மறந்து, இங்க வேலை செஞ்சா அள்ள, அள்ள பணம் கெடைக்குற ஊர் இது. அதுவே, இங்க கணக்கு பார்த்து வேலை செஞ்சா, பத்துபைசா

கூட உனக்கு தேறாது. அத்தனை வேலைகளையும் இழுத்துப்போட்டு செய்யனும். மொதலாளியின் புள்ளைங்கள ஸ்கூல்ல கொண்டுபோய் விடணுமா. கவலப்படாம செய்யனும். சாப்பாடு வாங்கிவரவேணுமா, ஓடனே ஓடணும்".

இதைக்கேட்டவுடன், குரு சிரித்தான்.

"அப்போ செஞ்சுருக்கே. இந்த வேலைய மட்டுந்தான் செய்வேனு நீ நின்னுட்டா, உன்ன கடசிவர, அந்த வேலையிலேயே இந்த ஊர் இருக்கவச்சுடும். அதனால, கவலப்படாதே. கெடைக்குற வாய்ப்புகள கெட்டியா புடிச்சுக்கோ. இந்த ஊருல, கெடைக்குற அனுபவம் எங்கபோய் தேடினாலும் கெடைக்காது. இந்த ஊருல, யார் வேணுமுனாலும் மொதலாளி ஆகலாம். அதேநேரம், மொதலாளியா இருக்குறவன், நொடிஞ்சுபோய் தொழிலாளியாவும் ஆவான். ஒருத்தன் என்ன ஆவான்குறது, அவன் கையிலதான் இருக்குது".

"பையனுக்கு, அறிவுரையா சொல்லி கெடுத்துடாதீங்க. அவனே பார்த்து கத்துக்குவான்" என்று சிரித்துக்கொண்டு சொன்னார் கந்தசாமி.

"இங்கிருக்குற மக்கள் பேசுறவிதம், அப்புறம் நடத்துறவிதம் என்பது எனக்கு புதுசா இருக்கு. மத்த ஊரப்போல என்ன படிப்பு, எத்தன வருசம் அனுபவமுனு கேக்கறதே இல்ல. இங்கவந்து நெறய கத்துக்கிட்டேன். ஆனா, இவங்களப்பத்தி மட்டும் புரிஞ்சுக்கவே முடியல என்று வர்ணம் அடிக்கும் நபர்களை கை காண்பித்தான்".

"அவங்களப்பத்தி என்ன" என்பதுபோல் அமீர் கேட்டார்.

"பெயிண்ட் அடிக்கக்கூட இந்திக்காரங்க தானா?"

"இங்குமட்டுமில்ல. எல்லா வேலைக்கும் வந்துட்டாங்க".

"மத்தவங்க சொல்றாங்க. இவங்க, நம்மோட வேலைகள அபகரிச்சுட்டாங்கனு. அது உண்மைதானா?"

"அப்படி, முழுசா சொல்ல முடியாது. இப்போ, எங்கே பார்த்தாலும், வேலைக்கு ஆள் பத்தல. இலட்சக்கணக்கான மக்கள் இங்கேயிருந்தும், ஆள் பத்தாக்கொற நெலவுறத பார்க்கும்போது, இங்க தேவை எவ்ளோ அதிகமுனு தெரிஞ்சுக்கணும். இவங்களால, நமக்கு வேலை போய்டுச்சுனு என்பதெல்லாம் முழு உண்மையில்ல. ஏன்னா, இவங்கள கூட்டிட்டு வர்றதே, நம்ம ஆளுங்க தான். அங்கு பெயிண்ட் அடிக்கிறாங்களே. அவங்க எங்கிருந்து வர்றாங்கனு சொன்னா, நீ ஆச்சரியப்படுவே. உத்திரப்பிரதேசத்துல இருந்து வர்றாங்க".

"என்ன... சொல்றீங்க!".

"நம்ம ஆளுங்களுக்கு, நேர அடிப்படையில சம்பளம் கொடுக்கணும். இவங்களுக்கு, அந்த தொல்ல இல்ல. ஒரு ஒப்பந்தக்காரர்கிட்ட இந்த வேலைய, ஒரு தொகை பேசி ஒப்படைச்சுட்டா, அவர், ஆளுங்கள கூட்டிட்டு வந்து வேலைய செஞ்சு கொடுத்துடுவாங்க. நமக்கும் பெயிண்ட் வாங்கணும், அப்புறம் ஆளுங்க வரலனா, வேற ஆளுங்களத் தேடவேணுமுனு எந்த அலைச்சலும் இருக்காதுனு தான், வேலை கொடுக்குறவங்க நெனக்கிறாங்க. அதுவுமில்லாம, நம்ம ஆளுங்க, இப்போ கொறஞ்சது பள்ளிப்படிப்பையாவது முடிச்சிருக்காங்க. அதனால, இந்த வேலைகள அவங்க செய்றதுக்கு ஏத்தது இல்லனு, வேற வேலைகளுக்கு போய்டுறாங்க".

"ஆனா, இவங்களோட வாழ்க்கைத்தரத்த பார்க்கும்போது, எனக்கு கொழப்பமா இருக்கு. ஒருபக்கம், இங்கே தொழில்ல கொடிகட்டி பறக்குற இந்தி ஆளுங்க. இன்னொரு பக்கம், வறுமையில பொழப்பு தேடிவரும் ஆளுங்க. எப்படி இந்த வித்தியாசம்?"

"மொதல்ல, நீ இந்த வடஇந்தியர்கள ஒன்னா பாக்கறதே தப்பு. இப்போ, ஒரு வடஇந்திய ஆள், நம்மள பார்த்து பொத்தாம்பொதுவாக தென்னிந்தியர்னு சொன்னா, நீ என்ன சொல்வே?"

"அதெப்படி, நாம் தமிழர்ங்க. மத்தவங்களோட கலாச்சாரமும், நம்மோட கலாச்சாரமும் வேறவேற தானே".

"சரியா சொன்னே. அதுபோலத்தான். இங்கே, வடஇந்தியர்கள் மூணு வகையா இருக்கிறாங்க. இந்த மகாராஷ்டிரா, குஜராத், ராஜஸ்தான் அங்கிருந்து அதிகமாக தொழில் செய்யத்தான் இங்க வருவாங்க".

"ஆமா. அவங்கள பாத்திருக்கேன்".

"அவங்க தொழில் செய்றது, பெரும்பாலும் குடும்ப ஆளுங்கள வச்சுத்தான் இருக்கும். தப்பித்தவறிக் கூட, நமக்குத் தொழில கத்துக்கொடுக்க மாட்டாங்க. நீ அவங்கிட்ட வேலைக்கு வேணுமுனா போலாம். இன்னொன்னு ஒரிசா, சட்டிஷ்கர், பீகார், உத்திரபிரதேசம், மேற்குவங்காளம், அப்புறம் வேறசில மாநிலத்துல இருந்து வர்றவங்க. அங்க தொழில் எல்லாம் இல்லமா, வருமானத்துக்கு வழியில்லாம வர்றவங்க".

"அப்பொழுது மூனாவது..."

"மொதல்ல சொன்னனே, இந்த ரெண்டுவகை ஆளுங்களும் கூட, இந்த மூனாவதுவகை ஆளுங்கள, இந்தியர்னு பலகாலமா ஒத்துக்கல.

இப்பத்தான் நெலம மாறிவருது. மத்தவங்கள விட, இவங்களோட வாழ்க்கைங்குறது ரொம்பவும் கீழே. அஸ்ஸாம், மேகாலயா மாறி வடகிழக்கு இந்தியாவுல இருந்து வர்றவங்க தான், இந்த மூனாவதுவகை ஆளுங்க. இப்போ, இவங்கள நெறய ஓட்டல்ல பாக்கலாம். பனியன் கம்பெனிங்க, பார்லரு, சலூன் கடைனு இவங்க இல்லாத எடமே கெடயாது. ஒருவகையில, நமக்கு கைகொடுக்குற தூண்களும் இவங்க தான்.

"கொஞ்ச வருசத்துல, இவங்க போய்டுறாங்கனு வச்சுக்கலாம். அப்போ என்னாகும்?"

"அப்படி வாய்ப்பில்ல. ஒருவேள, அதுமாறி நடக்கும்போது, இந்த ஊர் முடிஞ்சு போயிருக்கும்".

"என்ன... அதுமாறி, நடக்க வாய்ப்பிருக்காங்க" என்று அதிர்ச்சியாய் குரு கேட்டான்.

"இந்தியாவுல, வங்காளத்துலதான் மொதல்ல, அதிகமா தொழிற்சாலைங்க இருந்துச்சு. அப்போ, நம்மகிட்ட ஊருக்கே ஒன்னுதான் இருக்கும். இப்போ, நெலம என்ன? இங்க, வீதிக்கு பத்து கம்பெனிங்க இருக்கு. ஆனா, இப்போ வங்காளத்தோட நெலம என்ன? தொழிற்துறையில, நம்மளவிட பின்தங்கி தான் இருக்கு. நமக்கு, வரலாறு சொல்றது ஒன்னேஒன்னு தான். எதுவும் நெலயில்ல. நம்ம ஊர், இப்போ வேகமா முன்னேறுது. ஆனா, அடுத்த இருபது, முப்பது வருச காலத்துல, வேறொரு ஊர், இதேமாறி எழும். அமெரிக்காவுல வாகன உற்பத்திக்கு பேர்போன டெட்ராய்ட்டோட நெலம என்ன? இப்போ, அங்க எத்தன தொழிற்சாலைங்க இருக்குது? ஆரம்பமுனு ஒன்னு இருந்தா, முடிவுனு ஒன்னு இருக்கும். பங்களாதேஷ், இப்போ டெக்ஸ்டைல் துறைல வேகமா வளந்துட்டு இருக்கு. இதுகூட, நமக்கு எதிர்காலத்துல ஆபத்தா முடியும்.

"நீங்க சொல்ல, சொல்ல எனக்கு பயமாத்தான் இருக்கு. எனக்கு இன்னொரு கேள்வி இருக்கு. இந்தி ஆளுங்கள, நாம எப்படி பாக்குறோமுனு ஒன்னு இருக்குதே. செலவுகள கொறக்கறதுக்காக மட்டும், அவங்கள இங்க கூட்டிட்டு வர்றத, சரின்னு ஒத்துக்க முடியுமா?" என்று குரு ஆதங்கமாக கேட்டான்.

"இது, ஒலகம் முழுசும் நடக்கும் பரவலான விசயந்தான். இங்க மட்டுந்தான், இதுமாறி நடக்குதுனு சொல்லக்கூடாது. வெளிநாட்டுக்காரான், இங்க எதுக்கு துணிகளுக்கும், மத்த வேலைகளுக்கும் ஆர்டர் கொடுக்குறான்? அங்கேயே, தயார் செஞ்சா,

அதிக செலவு புடிக்கும். சம்பளமும், இங்கேவிட, அங்க அதிகமா கொடுக்கனும். அதுதான் வேலை எல்லாத்தையும், ஏழை நாடுங்கிட்ட தர்றான். நாமகூட, பொருள் கொறஞ்ச வேலையில கெடச்சா, அங்க தானே வாங்குவோம். ஒருகொழந்த, தானே தவழ்ந்து, தட்டுத்தடுமாறி, பலதடவ விழுந்து, அதுக்கப்புறம் எழுந்து நடக்கற மாரித்தான், ஒரு நகரம் தானாவே உருவாகும். அதுமாரி, உருவான நகரங்கள்ல, இந்த நகரத்துக்கும் ஒரு எடம் உண்டு. ஒரு நகரம், நெலையா நிக்கறதுக்கு, இதுமாரி ஆளுங்க நெறயவே தேவை. நம்ம ஊருல இருந்தும், நெறய பேர், துபாய்மாரி நாட்டுக்கு, இந்த மாரி வேலைக்குத்தானே போறாங்க. இந்த ஊருல இருக்குற நெறய பேக்கரி, கேரளாவுல இருந்து வந்தவங்கதான் நடத்துறாங்க. இங்க இருக்குற முக்காவாசி மளிகை கடையெல்லாம், அண்ணாச்சினு சொல்லுவோமே, திருநெல்வேலிக்காரங்க தான் நடத்துறாங்க. அதுக்காக, இங்க இருக்குறவங்க, எங்க வாய்ப்பெல்லாம் மத்த ஆளுங்க பறிச்சுட்டாங்கனு சொல்வாங்களா? அதைக்கூட விடு. இங்க, நெறய கம்பெனிங்க இந்திக்காரங்கதான் நடத்துறாங்க. அந்த கம்பெனியில, நம்ம ஆளுங்கதான் வேலை செஞ்சுட்டு இருக்காங்க. இதெல்லாம் என்ன சொல்றது? வேலை கொடுக்கும்போது பிரச்சனையில்ல. ஆனா, வேலைக்கு இங்க வரும்போது தான் பிரச்சன வருது. இப்போ, பல நிறுவனங்க எல்லாரையும் சமமாத்தான் நடத்துறாங்க" என்றார் அமீர்.

"இருந்தாலும், சில கம்பெனிங்க, அப்புறம் இங்க இருக்குற ஆளுங்க இன்னும் வெறுப்புல தானே இருக்காங்க" என்று குரு கேட்டான்.

"கையில அஞ்சு வெரலும், ஒரே அளவாவா இருக்கு. அதுபோலத்தான் மனுசங்களும். நாமலும் பொழப்புத் தேடி, பல எடங்களுக்கு, பல நாடுகளுக்கு போயிருக்கோம். இன்னைக்கு திரும்பி பார்த்தா, நூத்துக்கும் மேலான நாடுகள்ல தமிழர்ங்க இருக்குறாங்க. அப்படி போனவங்க, அந்த நாட்டுக்கெல்லாம் சுத்திப்பார்க்கவா போனாங்க. இல்லதானே. அப்படி போனவங்ககிட்ட கேட்டுப்பார். அங்க, எத்தன கஷ்டங்கள அனுபவிச்சு இருப்பாங்கனு தெரியும். தன்னோட குடும்பத்த காப்பாத்த, நாடு கடந்து, கடல் கடந்து எங்கெங்கோ போனவங்க தானே, நம் முன்னோர்ங்க.

தோட்டவேலையில, தொழிற்சாலைல, கெடைக்குற அத்தன வேலைகளையும் செஞ்சாங்க தானே. அப்படிப்போய் செத்தவங்க, எத்தன பேர்னு நமக்கு கணக்கு கூடத்தெரியாது. பொழப்பு தேடிப்போகும் ஒவ்வொருத்தரும், இதுமாரி வெறுப்ப வாங்குறது சாதாரணந்தான். மதத்துல, இல்லன்னா சாதியில ஏற்றத்தாழ்வு பாக்கறது எவ்வளவு பாவமோ, அதேமாரி, வேலைக்கு இங்க வர்றவங்களையும் பாப்பது

பாவந்தான். அவன், இங்கவந்து வேலை செய்றது வறுமையால தான். ஆனா, அவன் ஒழைப்பு, அவன மட்டுமில்ல, இந்த ஊரோட வளச்சிக்கும் ஒதவி புரியுதுல. வறுமைக்கு மொழி கெடயாது. யார்கிட்ட வறுமை இருக்குதோ, அவன ஏளனமாத்தான் பாப்பாங்க. அதுவே, அவன் பணக்காரனா இருந்தா, அதேபோலத்தான் பாப்பாங்களா? இதெல்லாம், ஒவ்வொரு மனுசன் மனசுலயும் இருக்கறது தான்".

"எல்லாரையும், ஒரேமாறி குத்தம் சொல்ல முடியாதே" என்று குரு கேட்க, அதற்கு அமீர், "மனுசனோட அடிப்படையே, பிரிச்சு பாக்கறது தான்".

"நீங்க சொல்றது புரியலயே".

"உன்னச்சுத்தி பலநாட்டு ஆளுங்க இருக்கும்போது, உன்கிட்ட நீ யாருனு கேட்டா என்ன சொல்வே?

"இந்தியன்னு சொல்வேன்?".

"இப்ப, உன்னச்சுத்தி பல மாநில ஆளுங்க இருந்தா?"

"தமிழன்னு சொல்வேன்".

"அதுவே, மாநிலத்துக்குள்ள கேட்டா, உன்னோட ஊரைச் சொல்லுவே. உன் ஊருல யாராவது கேட்டா, இன்னார் மகன்னு சொல்லுவே. இதுவே, உன் குடும்பத்துல, நீ யார்னு கேட்டா, அண்ணன் அல்லது தம்பினு சொல்வே. இப்போ, அண்ணன், தம்பி ரெண்டுபேர்ல, யார் எப்படிப்பட்டவங்கனு கேட்டா, நா நல்லா படிப்பேன், அவன் நல்லா வெளயாடுவான்னு சொல்வே.

ஒரு மனுசன், மத்தவங்ககிட்ட இருந்து, கடைசிவர அவன வேறுபடுத்தித்தான் காட்டிக்குவான். இப்போ, நம்மோட கிரிக்கெட் டிம்தானே ஜெயிக்கனுமுனு நெனைப்போம். நம்ம டிம, எதிரணி தோற்கடிச்சா, நாம விரும்புவோமா. தன்னை, தனிச்சு காட்டிக்கொள்றது எப்பவும் மனுசனோட அடிப்படை. அத, நாம ஒத்துக்கொள்ளலனாலும் அது உண்மை தான்".

"உங்ககிட்ட பேசுனதுல, என்னை முழுசா கொழப்பிட்டீங்க" என்று குரு சிரிக்க,

"இன்னும், நெறயா இருக்கு. மறுபடியும் வா பேசலாம்" என்றார் அமீர். "பாவம், அவன் சின்னப்பையன்" என்று கந்தசாமி, கொடுப்பதாக சொன்ன பணத்தை குருவிடம் கொடுத்தார்.

*****

"இனிமேல, இந்த கம்பெனிய நடத்துறது சரியில்ல. இத விக்கலாமுனு முடிவெடுத்துட்டேன்" என்றார் முதலாளி. இதைக்கேட்ட மருமகனுக்கும், முதலாளியின் மகளுக்கும் அதிர்ச்சியாய் இருந்தது.

"என்னப்பா சொல்றீங்க. கம்பெனிய ஏ விக்கணும்? இந்த சின்ன பிரச்சனைக்கு உங்களமாறி, எல்லோரும் கம்பெனிய விக்கறதுனு முடிவெடுத்தா, எத்தனை கம்பெனிகள விக்கிறது. என்னோட ஹஸ்பண்ட் அமெரிக்காவுல எம்பிஏ படிச்சவர். அவருக்கு, இந்த நிறுவனத்த நடத்துறது ரொம்ப சாதரணமான விசயம். நீங்க விக்கணுமுனு சொல்றது, அவர அசிங்கபடுத்துறமாறி இருக்குதுங்கபா. இப்படி, ஒரு முடிவ நீங்க சொல்வீங்கனு, நா எதிர்பார்க்கலைங்கபா" என்று மகள் கோபமாய் சொன்னாள்.

"இங்கே பாரு. கோவத்துல பேசுறதால, இதுக்கு முடிவு வராது. மாப்பிள வெளிநாட்டுல படிச்சத, நா ஒன்னும் கேவலமா பேசல. ஆனா, அதுக்காக பெருமைப்படவும் இல்ல. மொதல்ல, இந்த ஊருல நிறுவனங்க எப்படி இயங்குதுனு அடிப்படைய புரிஞ்சுக்க வேணும். இங்க, எந்த பெரிய கம்பெனியிலையும் வேலை செய்யுற ஆளுங்களோ, இல்ல அந்த நிறுவனத்த நடத்துற ஆளுங்ங்ளோ ஐஐடி, ஐஐமில் படிச்சுட்டு வந்தவங்க கெடையாது. சென்னையில இருக்கும் நிறுவனங்களைப்போல நெனைச்சுட்டு வந்து, லேப்டாப்புல உக்காந்து செய்யுற வேலை இதில்ல. எல்லா எடத்துலயும் எறங்கி வேலைசெய்ய வேணும். நா, இந்த கம்பெனிய பாக்குற வெதத்துக்கும், என் புள்ளைங்க பார்க்குற வெதத்துக்கும் ஏகப்பட்ட வித்தியாசம் இருக்குது. நா, இந்த தொழில அணுகுறமாறி, நீங்களும் அணுகவேணுமுனு என்னால எதிர்பார்க்கமுடியாது.

என்னோட பெத்தவங்க, கூலி வேலைக்குப் போனவங்க. ஆனா, உங்க பெத்தவங்க அப்படி கெடையாது. பசியோ, வறுமையோ உங்களுக்குத் தெரிஞ்சுருக்காது. ஆனா, எனக்குத் தெரியும். பணத்த சம்பாரிக்க எவ்வளவு நேரம் வேலை செய்யவேணுமுனு தெரியும். நா, இந்த கம்பெனிய உருவாக்க 30 வருசமாச்சு. இன்னும், பலவருசத்துக்கு இந்த கம்பெனி இருக்க வேணுமுனு நெனைக்குறேன். இந்த கம்பெனியில, எனக்கு ஒவ்வொரு வேலையும் அத்துப்படி. பல நாள், நா கம்பெனியே கதின்னு கெடந்திருக்கேன். அதுபோல உங்கள, நா கஷ்டப்படுத்த முடியாது.

பலவருசம், நமக்காக வேலை செஞ்சவங்கள, குப்பைபோல தூக்கி எறியரது, நாமளே, நம்மோட நிறுவனத்த ஓடைக்கறதுக்கு சமம். ஒருத்தர்

போனா, பத்து பேர் அந்த வேலைக்கு வருவாங்க. ஆனா, அவரோட அனுபவம் நூறு புது ஆளுங்களுக்கு சமம். நல்ல அனுபவமுள்ள ஆட்களால தான், இன்னைக்கு பெரியபெரிய நிறுவனங்க தாக்குபுடிச்சு நிக்குது. அப்படிப்பட்ட ஆளுங்கள வெளியேத்துவது, நமக்கு நாமளே மண்ண அள்ளி போட்டுக்கறது போலத்தான்.

ஏ, இன்னைக்கும் பல கம்பெனிங்க நல்ல வேலையாளுங்கள விடாம புடிச்சு வச்சுருக்கறத பார்த்தாலே உங்களுக்குத் தெரியும். ஒரு நிறுவனம் நடக்க முதலீடு முக்கியம். அதவிட, அந்த முதலீட்ட சரியா நிர்வாகம் செய்யுற அமைப்பு இருந்தாத்தான், கம்பெனி அடுத்த நெலைக்குப் போகும். இருக்குற சின்னக்கடன அடைக்காம, பெரிய கடனுக்குப்போனா, அதுவே வழக்கமாகிடும். சில வருசம் கழிச்சுப்பார்த்தா, வரவவிட கடன்தான் அதிகமா இருக்கும். சிக்கன நடவடிக்கை நல்லதுதான். ஆனா, சிக்கனத்துக்கும், கஞ்சத்தனத்துக்கும் நெறயவே வித்தியாசம் இருக்குது.

சம்பளம் பாதி கொடுத்தா போதுமுனு, இந்தி ஆளுங்கள சேத்து, அவங்களுக்கு சேரவேண்டிய மீதி சம்பளத்துல, நாம சொத்து சேக்கறது கொடுமையான பாவம். அவங்க, எல்லாரும் நமக்காகத்தானே ஒழைக்கிறாங்க. அப்போ, அவங்களுக்கு சேரவேண்டிய நியாயமான சலுகைகள கொடுக்கவேண்டியது நம்மோட கடம. நானும், தொழிலாளிக்கு அள்ளி கொடுக்கலங்கறது உண்மதான். ஆனா, அவங்களுக்கு சேரவேண்டியத கண்டிப்பா கொடுத்துடுவேன்.

நா, இப்பவும் உங்களுக்கு நல்லதுதான் சொல்றேன். உங்களுக்குத் தோதான வியாபாரத்தையோ, இல்ல நிறுவனத்தையோ தொடங்கிக்கோங்க. அப்பன், இந்த தொழிலத்தான் செஞ்சான். அதனால, நாமளும் அதத்தான் செய்யவேணுமுனு கட்டாயமில்ல. இந்த ஊருல, நா, பல நிறுவனங்களோட செயல்பாடுகள கவனிச்சிருக்கேன். அப்பாவால, தொடர்ந்து நஷ்டத்துல இயங்குன நிறுவனத்த, மகன் வந்து தூக்கி நிறுத்துனதையும் பாத்திருக்கேன். பல வருசமா இருந்த நிறுவனத்த, ஒன்னுமே இல்லாம போகச்செஞ்ச புள்ளைங்களையும் நா பாத்திருக்கேன். அதனால, இந்த கம்பெனிய என்னைமாறி, நடத்த ஆர்வமா உள்ளே யாருக்காவது விக்கவுள்ளேன். எப்படி இருந்தாலும், இந்த சொத்து உங்களுக்குத்தோனே. உங்களுக்கு, புடிச்சத செய்யுங்க" என்று முடித்தார் முதலாளி.

மகளுக்கு இதை ஜீரணிக்கவே முடியவில்லை. மருமகனுக்கு, "இவர் தன்னை மட்டம் தட்டிவிட்டார் என்று மனதில் தோன்றினாலும், அவர்

சொல்லியது உண்மைதான் என்று தோன்றியது. அவரின் பெண்ணை மணந்ததிற்காக, நமக்குத் தெரியாத துறையில் ஏன் உட்காரவேண்டும். இந்த துறையைவிட, நமக்கு பிடித்த துறையில் சாதிப்பது எளிது தானே. எதற்கு பிடிவாதம் நமக்கு" என்று நினைத்தார்.

"நா சொல்றது சரியாங்க மாப்பிள" என முதலாளி கேட்க, "ரொம்பச்சரிங்க மாமா" என்றார் மருமகன்.

மகள் முறைத்துக்கொண்டே இருந்தாள். சிரித்துக்கொண்டே வந்து மகளை பிடித்து "இன்னும் கோவம் போகலயா... உனக்கு?"

"என்னங்கப்பா இப்படி சொல்லிட்டீங்க. இத முன்னாடியே சொல்லியிருந்தா, வேற ஏதாவது தொழில ஆரம்பிச்சிருக்கலாமே".

"இப்போ, என்ன லேட் ஆயிடுச்சு. புடிச்சத செய்யுங்க. அப்புறம், மாப்பிள ஒரேயொரு வேண்டுகோல். இந்த கம்பெனிய விக்குறவரைக்கும், பிரச்சன வராம பார்த்துக்கோங்க".

"சரிங்க மாமா".

*****

"ஏதாவது, முன்னேத்தம் இருக்குதா?" என்று பங்கஜ் கேட்க, "பெருசா இல்ல. ஒரு பத்து ஆர்டர்தான் வந்திருக்கு" என்று குரு சொன்னான்.

"பத்து வந்துதுச்சா. நானு ஒன்னோ, ரெண்டோ தான் மொதல்ல வரும்னு நெனைச்சேன். இப்பத்தானே ஆரம்பிச்சிருக்கோம். போகப்போக பார் இன்னும் அதிகமா வரும்".

மீனா இப்பொழுது, அவளே சமூக வலைதளங்களில் தங்கள் பொருட்களை பற்றி பதிவேற்றம் செய்து பழகியிருந்தாள். "நாம, இன்னும் சிலதை சேக்கவேணும். எல்லாரும் போல கொடுக்கக்கூடாது. கஸ்டமருக்கு கெடைக்குறதுக்கே அரிதா, இல்ல இதுவர சாப்பிடாத வகைகள கொடுக்கனும்".

"என்ன சொல்றே. எனக்கு புரியல" என்று கவிதா கேட்க, "அதாவது, மாங்காய், எலுமிச்சை, பூண்டு மாறி ஊறுகாய் எல்லாம் சாதரணமாவே கெடைக்கும். ரொம்பவும் கொறவா கெடைக்குற வெரைட்டியத்தான், நாம கொடுக்கனும். ஒரு வீடியோவுல பார்த்தேன். கேரளாவுல, பேரிச்சம்பழம் அப்புறம் சிறு எலுமிச்சங்காய செத்து ஊறுகா செய்றாங்க. பார்க்கவே நாக்கு ஊறுது. கருவாடு, மட்டன், சிக்கன், மீன், வெள்ளரிக்காய் ஊறுகா வெரைட்டிங்கறது, ஒருசில எடத்த தவிர பெருசா கெடைக்காது. அதுபோக வெளிநாட்டுல, நம்மளமாறி இல்லாம கொஞ்சம் வித்தியாசமா

செய்றாங்க. அத, நமக்கு ஏத்தமாறி செஞ்சு கொடுத்தா, நெறய ஆர்டர் கெடைக்கும்" என்றாள்.

"பரவால்ல. நல்ல ஐடியா தான். இப்போ, நீ மொதலாளியாவே மாறிட்டடே" என்று மீனாவைப் பார்த்து, குரு சிரித்தான்.

"அதுமட்டுமில்ல. நாம லீவு நாள்ள கடைகளுக்கும், அப்புறம் தெரிஞ்சவங்களுக்கும் மொதல்ல இலவசமாக, இல்ல கொறஞ்ச வெலையில தரலாம். டேஸ்ட் புடிச்சுட்டா, அவங்களும் வாங்குவாங்க. நாம வேலை செய்யுற கம்பெனியில கூட கொடுக்கலாம். தெனமும், சைக்கிள்ல பாத்திரம் விக்க போறாரே சுப்பிரமணி தாத்தா. அவர்கிட்டயும் கொடுக்கலாம். அவர், ஒரு நாளைக்கு எத்தன வீட்டு பொம்பளைங்கள பாக்குறார். அதுமூலமாவும், நம்ம பொருள்கள வாங்குவாங்க".

"இனிமே, மீனாதான் விற்பனைக்கு பொறுப்பு. அவள் என்ன சொல்றாளோ, அதத்தான் நாம கேக்கணும்" என்று லட்சுமி சிரித்துக்கொண்டு சொன்னாள்.

"நல்லவேள, டேஸ்ட் பாக்குற பொறுப்ப அவளுக்குத் தரல" என்று கவிதா கிண்டலாய் சொல்ல, "பாருங்க அக்கா. அவ, என்னை கலாய்க்கிறா" என்று அழுவது போல் விளையாட்டாக சொன்னாள் மீனா.

"நீ கோபிக்காதே தங்கம் என்று மீனாவைப் பார்த்து, கொஞ்சமா டேஸ்ட் பாரு" என்று லட்சுமியும் கிண்டல் செய்ய, அந்த அறை முழுவதும் சிரிப்பலையால் நிரம்பியது.

*****

"தொழிலாளர்களுக்கு தேவையான வசதிகள செஞ்சு தரச்சொல்லி மாமா சொல்லியிருக்கார். என்ன வேண்டுமோ அத செஞ்சு கொடுங்க. அப்புறம், இந்த கேண்டீன் காண்டிராக்ட்ட மாத்தி, வேறுஆளுங்கிட்ட கொடுங்க" என்று மேனேஜரிடம் சொன்னார் மருமகன்.

"சார், தீபாவளி நெருங்கி வருது. அப்புறம், லேபர்ங்க எல்லாம் ஊருக்குப்போனா, வர்றதுக்கு ஒரு வாரத்துக்கு மேலாகும். இந்த இந்திக்காரங்க போனா, இதவிட நாள் அதிகமாகும். இந்த நேரத்துல, நாம இந்த வேலைகள செஞ்சா, நம்ம ஆர்டர் பாதிக்கும். இப்பவே இராத்திரி, பகலா ஆர்டர்களுக்கு உண்டான வேலை நடந்துட்டு இருக்கு. இப்போ, இதுல கவனம் செலுத்துறது தான் சரியா இருக்கும். இந்த வேலைகள எல்லாம் தீபாவளி லீவு விடும்போது, அதுல செஞ்சுக்கலாம் சார். அதுவுமில்லாம, இத்தன நாள் இருந்துட்டாங்க. இன்னும் கொஞ்ச நாளைக்கு இருக்கட்டும் சார். இந்த கேண்டீன் ஒப்பந்தம் முடிய,

இன்னும் சில மாசந்தான் இருக்குது. அதனால, அது முடிஞ்சதுக்கப்புறம் பார்த்துக்கலாம் சார்".

"உங்க பொறுப்புலேயே விட்டுடுறேன். நீங்க பார்த்து செஞ்சுக்கோங்க. இனிமே, இதுமாறி சாப்பாடு, தங்குற எடத்தப்பத்தி எந்தப் புகாரும் வரக்கூடாது" என்று மருமகன் சொன்னார்.

"ஓகே சார். என்னோட சம்பள உயர்வப்பத்தி, உங்ககிட்ட ஏற்கனவே சொல்லியிருந்தேன்".

அது, இந்த கம்பெனிய வாங்குற ஆள்கிட்டத்தான் பேசிக்க வேணும். அவன், உன்ன வச்சிருப்பானா, இல்ல தூக்கி வீசுவானாங்குறது பொறுத்துதான் பாக்கவேணும் என்று மனதில் நினைத்துக்கொண்டு, மாமாகிட்ட பேசியிருக்கேன். அவர் சொன்னவுடனே போட்டுடலாம்" என்று மருமகன் சொன்னார்.

முதலாளி வந்து பேசியும், இன்னும் எந்த மாற்றங்களையும் செய்யவில்லை என்று ஊழியர்களுக்கு வருத்தம். "மொதலாளி, நமக்கு என்ன தேவையோ, அதை செய்யச்சொல்லி சொல்லிட்டாராம். ஆனா, இந்த மேனேஜர் தீபாவளி முடிஞ்சு பார்த்துக்கலாமுனு சொல்லிட்டாராம். அந்த ஆள், நமக்கு என்ன நல்லது நடந்தாலும் தடுத்துடுறான். இன்னும், எத்தனை நாள் தான், நாம தாங்கிக்கொண்டு இருக்கறது. பங்கஜ், மொதலாளியிடம் சொன்னதுக்கப்புறம் தான், அவருக்கே தெரிஞ்சுது. அந்த கோபத்துலதான், அந்த மேனேஜர் செஞ்சுட்டு இருக்கான். அவன, ஏதாவது செய்யனும். நமக்கு ஒரு நல்லது நடந்தா, யாரோ ஒருத்தன், எடையில வந்து, கரடி போல நின்னுக்குறான். சரி, தீபாவளி முடியுறவரை பொறுத்துட்டுத்தான் இருக்கவேணும். அப்புறமும், இவங்க எதுவும் செய்யலனா, நாம, ஒருகை பார்க்க வேணுமுனு" ஊழியர்களில் சிலர் பேசிக்கொண்டனர்.

*****

லட்சுமியின் கணவன், நல்ல போதையில் மிதந்திருந்தான். பாரில், அவன் அமர்ந்திருந்த இடத்தில் இருந்த மேசை முழுவதும் சாராய பாட்டில்கள் காலியாய் கிடந்தன. லாட்டரி சீட்டுகளை கிழித்தான். "ச்சே.... இன்னைக்கும் அடிக்கல" என்று காறித் கீழே துப்பினான். அவனருகில், அவனுடன் வேலை செய்யும் ஆட்களும் போதையில் இருந்தனர்.

"அண்ணே, நீங்க எப்படி இதேமாறி ஜாலியா இருக்கீங்க? எப்பவும் கவலையே இல்லாம இப்படி இருக்க ஒரு கொடுப்பன வேணுமுன்னே.

இதுல, எங்களுக்கும் வாங்கித்தர்றீங்க. உங்களுக்கு பெரிய மனசு" என்று ஒருவன் தூபம் போட்டான்.

"இங்கே பாருங்க. சம்பாரிச்சு என்ன பண்ணப்போறோம். வாழ்றதுக்குத்தான் வாழ்க்க. வேலையே செஞ்சிட்டு இருந்தா, எப்ப வாழ்றது?"

"உங்கள, வீட்டுல எதுவும் சொல்லமாட்டாங்களா?"

"அவ கெடக்குறா. பொம்பள சொன்னா, கேட்டுக்க முடியுமா? நாம யார்? ஆம்பளைங்க. நாம சொல்றதத்தான் பொம்பளைங்க கேக்கணும். நா யார் தெரியுமா? ஒவ்வொருத்தனுக்கும் தைக்க, துணி வெட்ட, துணி தேய்க்கணு ஒரு வேலை மட்டுந்தான் தெரியும். ஆனா, எனக்கு ஒரு கம்பெனியில எந்த பிரிவுல விட்டாலும் வேலை செய்யத்தெரியும். என்னை, எதிர்த்து பேசவே மொதலாளி பயப்படுவான். எனக்கு நானே ராஜா, நானே மந்திரி. என்னை எவனும் கேள்விகேட்க முடியாது. நா நெனச்சா, ஒரு வாரத்துல பத்தாயிரம் சம்பாரிக்குறது எல்லாம் சுலபம். பணம் எல்லாம் என் கால் தூசுக்கு சமம்" என்று வாய்க்கு வந்ததை எல்லாம், போதையில் உளறிக் கொண்டிருந்தான்.

குடித்தது மற்றும் சாப்பிட்டது என்று 1000 ரூபாய் பில் வந்தது. "வேறு எதாவது வேணுமா? சொல்லுங்க" என்று காசை கொடுத்துக்கொண்டே சொன்னான் லட்சுமியின் கணவன்.

"அண்ணே.... உங்ககிட்ட சொல்லலாம். ஆனா, வேண்டா விடுங்க" என்று ஒருவன், சோகமாய் சொல்வது போல் சொன்னான்.

"என்னடா... என்னன்னு சொல்லு. என்கிட்ட கூச்சம் எல்லாம் படக்கூடாது" என்று தட்டுத்தடுமாறி எழுந்தான் லட்சுமியின் கணவன்.

"அப்படி இல்லண்ணே. எனக்கு அவசரமா, ஒரு 25000 ரூபா தேவைப்படுது. நீங்க ஏற்பாடு செஞ்சு கொடுத்தா, ஒருவாரத்துல கொடுத்துடுவேன். ஒருத்தன், எனக்கு பணம் தரவேண்டியிருக்கு. அடுத்தவாரம் தான் பணம் வரும். வந்தவுடனே கொடுத்துடுவேன்" என்று அழுவது போல சொன்னான்.

"இவ்வளவு தானா! அண்ணன் கிட்ட சொல்லிட்டேல. நாளைக்கு பாக்கலாம்".

இப்போதுதானே போதையில் இருக்கிறாய் என்று மனதில் நினைத்துக்கொண்டு, "அண்ணே, இன்னைக்கு வேணும். ஏதாவது செய்யுங்க" என்று மீண்டும் புலம்பினான்.

"சரி, ஆனா சரியா திருப்பிக் கொடுத்துடனும். லேட் பண்ணுனா வட்டி அதிகமாகும். அப்புறம், என்னை கோபிச்சுக்க கூடாது".

"அண்ணே.... கண்டிப்பா உங்க பேர காப்பாத்துவேன்".

சரியென்ற லட்சுமியின் கணவன், போனை எடுத்து கந்துவட்டிகாரனிடம் பேசினான்.

"என்னடா, அவன்கிட்டயே பணம் வாங்கிட்டே. எப்படி, இவ்ளோ பணத்த திருப்பி தரப்போறே" என்று இன்னொருவன் கேட்க, "யார் திருப்பி தர்றாங்க. நானே ஊருக்கு போகும்போது, கையில காசு இல்லன்னு பாத்தேன். நல்லவேள கிறுக்கன் வந்தான்".

"நாளைக்கு ஏற்பாடு செஞ்சு தர்றேன்னு சொன்னார்ல. நீ, ஏ இன்னைக்கே வேணுமுனு கேட்டே?"

"அடேய்.. ஒன்னை மட்டும் நல்லா நெனவுல வச்சுக்கோ. போதையில இருக்கும்போது தான், ஒருத்தன் வானத்த கிழிப்பேன், பூமிய பொளப்பேன்னு சொல்லுவான். அதுவே, அவன் மப்புல இல்லாம இருந்தா, அவன்கிட்ட வெத்தலைக்கு, சுண்ணாம்பு கூட வாங்கமுடியாது".

"ஒருவேள, உன்னப்புடிச்சு காசு வேணுமுனு கேட்டா என்ன செய்வே?"

"நா, ஊருக்கு போய்ட்டு திரும்பி வந்தாத்தானே".

"இது முன்னாடியே தெரிஞ்சிருந்தா, நானும், ஒரு 25000 ரூபா வாங்கியிருப்பேன். இருந்தாலும், அந்த ஆள் வட்டிகாரன் கிட்டத்தானே வாங்கி கொடுத்திருக்கான். பாவம் எப்படி கொடுப்பான்?"

"பாவமா.. அதெல்லாம் பார்த்துட்டு இருந்தா காசு வருமா. கெடைக்குறவர இலாபமுனு போகவேண்டியது தான்" என்று இருவரும் அங்கிருந்து ஓட்டம் பிடித்தனர்.

*****

அந்த மாதம், கணக்குப் பார்த்தனர். ஒரளவு நன்றாகவே ஊறுகாய் பாட்டில்கள் விற்பனை ஆகியிருந்தது. தேவைக்கேற்ப, சிறுசிறு அளவில் பல வகையான ஊறுகாய்கள் செய்திருந்தனர். அதிகளவில் செய்தால் தேக்கம் ஆகிவிடும் என்று மீனா சொல்லியிருந்தாள். "மீனாவோட ஐடியா நல்லா வேலை செய்யுது" என்று லட்சுமி சொன்னாள்.

அனைவரின் கைகளிலும் தலா 3000 ரூபாயை கொடுத்தான். "எல்லா செலவும் போக, இது நம்மோட இலாபம்" என்றான் குரு. மீனாவுக்கும்,

லட்சுமிக்கும் இதில் ஏக சந்தோசம். முதல்முறையாய் சம்பளம் போக, தங்களால் சுயமாய் சம்பரிக்க முடியும் என்ற நம்பிக்கை வந்திருந்தது அவர்களுக்கு.

"பங்கஜ், இந்த காச என்ன பண்ணுவே?" என்று குரு கேட்க, "என்ன செய்றது, உடனே ஊருக்கு அனுப்பிட வேண்டியது தான். அம்மாவோட மருத்துவ செலவுக்கு ரொம்ப உதவியா இருக்கும்" என்றான்.

"நீ... என்ன செய்வே?" என்று மீனாவை பார்த்து கேட்டான்.

"அண்ணா.... நா என்ன பண்ணுவேன்னு யோசித்தாள். தம்பி ரொம்பநாளா சைக்கிள் வேணுமுனு கேட்டுட்டு இருந்தான். ஏதாவது, நல்ல சைக்கிள் ஒன்னு வாங்கித்தரணும். பாவம், மத்தபசங்க சைக்கிள் ஓட்டும்போது, யாரும் அவனுக்கு ஓட்ட தரமாட்றாங்களாம். அம்மாகிட்ட அழுதான். சைக்கிள் வாங்கிக்கொடுத்தா, அவன் மொகம் எப்படி இருக்குமுனு பாக்கத்தோணுது" என்று மகிழ்ச்சி பொங்கச்சொன்னாள். அவள் சொல்லும்போது, அவளையே அனைவரும் பார்த்தனர்.

"லட்சுமி அக்கா, நீங்க என்ன செய்வீங?" என்று கேட்க.

அதற்கு லட்சுமி, "எனக்கென்ன?. இந்த பணம் ஊட்டுக்கு போகும்போது, ஏதாவது செலவு தயாரா இருக்கும். அதனால, எந்த எதிர்பார்ப்பும் இல்ல".

"விடுங்கக்கா. சீக்கிரம், கடன் எல்லாம் முடிஞ்சுடும். நீங்க கவலப்படாதீங்க" என்று கவிதா சொன்னாள்.

"ஆமா. நம்ம சுப்பிரமணிய தாத்தாகிட்ட, கொடுத்த ஊறுகா பாட்டில் விற்பனை எப்படி இருக்கு?" என்று மீனா கேட்க, அதற்கு குரு, "நல்லாவே இருக்கு. அவர் வித்துக்குண்டான கமிசன் கொடுத்தாச்சு. அவர்கிட்ட கொடுக்கச் சொன்னது, நல்லா வேலைசெய்யுது. கடையிலயும், இதுக்கு தேவை இருக்குது. இனி, போகப்போக விற்பனை ஜாஸ்தி ஆகும். இனி வர்ற மாசத்துல நல்ல வருமானம் கெடைக்கும்".

"பங்கஜ் அண்ணா, நீங்க, உங்க குடும்பத்த அழைச்சுட்டு வந்து, தனி ஊடு எடுத்தே தங்கலாம். அதனால, மறக்காம இந்த லீவுல கூட்டிட்டு வந்துடுங்க. இங்க ஊடு புடிச்சு கொடுக்கறது, எங்க பொறுப்பு" என்று கவிதா சொன்னாள்,

"தொழில் நல்லாப்போனா, நாமளும் கொஞ்ச நாள்ல, வேலையை விட்டுட்டு இதையே முழு நேரமாக செய்யமுடியும். லட்சுமிக்கா, உங்களுக்கு ஒரு விடிவுகாலம் வந்துடுச்சு. எத்தன வருசம், காலைல

இருந்து நைட் வரைக்கும் வேலை, வேலைனு ஓடிருப்பீங்க. இனிமே, நீங்க கொஞ்சம் நிம்மதியா இருக்கலாம்" என்று மீனா சொல்ல, இதைக்கேட்ட லட்சுமிக்கு மனதில் கொஞ்சம் நிம்மதியாய் இருந்தது.

"இப்போதைக்கு, வேலைக்கு போய்ட்டு இதை செய்றதுதான் நல்லது. ஏனென்னா, நாம எல்லாரும் சேந்து செய்றது. அதனால, ஒவ்வொருத்தருக்கும் வருமானமும் கொறஞ்ச அளவுல தான் இருக்கும். அதனால, பெரியளவுல செய்யும்போது, வேலைய விட்டாத்தான் சரியா இருக்கும்" என்று குரு சொன்னாள்

"இனி, அடுத்தது என்ன...?" என்று மீனா கேட்க, கோழிக்கறியை சூடாய் செய்து கவிதா இறக்கிவைத்தாள். "வாங்க எல்லோரும் வந்து சாப்புடுங்க. அப்புறம், பேசிக்கலாம்".

*****

"மா, நா பணம் கேட்டத, நீங்க மறந்தே போய்ட்டீங்க. அதுவுமில்லாம, அந்த கவிதா ஊட்டுலதான், லீவுல கூட இருக்கீங்க. சாப்பாட்ட செஞ்சு வச்சுட்டு போனா போதுமா. அத சாப்புடும்போது, பழைய சாப்பாட்ட சாப்புடறமாறி இருக்கு. நமக்கு எல்லாம் ஊறுகா தொழில் தேவையா? எதுக்கு தேவையில்லாத வேலை" என்று கார்த்தி கேட்க,

"இவ, ஒரு எடத்துல அடங்குறதே இல்ல. எனக்கு, ஒரு டி வச்சு கொடுக்ககூட, இங்கே ஆள் இல்ல. அவங்க எல்லாம் என்ன ஆளுங்கனு கூடத்தெரியல. அவங்ககூட சேந்துட்டு கூத்தடிக்கிறா. அவங்களோடு சரிக்கு சமமா பேசிட்டு இருக்கா" என்று கணவன் அவன் பங்கிற்கு சொன்னான்.

லட்சுமி, பெருமூச்சை இழுத்துவிட்டுட்டு, "நா, என்ன உங்களமாறி சும்மா குடிச்சுட்டு, ஊர்புல்லா கடன் வாங்கிட்டு சுத்திட்டு இருக்கனா? அத்தன வேலையும் செஞ்சுட்டு, அதையும் பார்த்துட்டு இருக்கேன். இதுல, உங்களுக்கு என்ன கவல. எனக்கு, அப்படி என்ன ஒதவி செஞ்சீங்க, என்னை கேள்வி கேக்கறதுக்கு? இத்தன நாள், சாவி கொடுத்த பொம்மை மாறி, எந்த உணர்ச்சியும் இல்லாமத்தான் ஊடு, வேலைன்னு இருந்தேன். இந்த வேலைய செய்யும்போது, என்னமோ மனசு கொஞ்சம் நிம்மதியா இருக்கு. ஏதோ, கை செலவுக்கு பணம் வற்றமாறி இருக்கு. அதுல, உங்களுக்கு என்ன பிரச்சன?"

"கார்த்தி, சீட்டு இன்னும் கொஞ்ச நாள்ல முடிஞ்சு, காசு கொடுத்துடுவாங்க. அப்போ, வளையல அடமானத்துல இருந்து எடுத்து, மறுபடியும் வேற எடத்துல வச்சு பணம் வாங்கித்தர்றேன். ஆனா,

அதுக்குமேல என்கிட்ட காசு வேணுமுனு நிக்காதே. இனிமேலாவது, கொஞ்சம் சேத்தி வைக்கனும். இப்பெல்லாம், கல்யாணத்துக்கு பொண்ணு கெடைக்குறது குதிர கொம்பா இருக்கு. நல்லா படிச்ச, கை நெறய சம்பளம் வாங்குற மாப்பிள்ளைக்கே பொண்ணு கெடைக்காம கஷ்டபடுறாங்க. அதனால, நீ நல்ல வேலையில சேர்றது முக்கியம்".

"மா... என்னைப்பத்தி கவலப்பட வேணாம். நா, வேலைய ஏற்பாடு செஞ்சுக்குவேன். நீ, பணம் கொடுத்தா மட்டும் போதும்".

"இவளுக்கு, அந்த வளையல விடக்கூடாது. அதுதான் முக்கியம். அவளுக்கு, நாம எல்லாம் எப்படி போனா என்ன?" என்று கணவன் சொல்ல, "இன்னைக்குப்போய், தங்கம் வாங்குனா எவ்வளவு வெல தெரியுமா உங்களுக்கு? அத, அப்படியே விடமுடியுமா? நீங்க வாங்கி கொடுத்திருந்தா தானே, அதோட, அருமை தெரிஞ்சிருக்கும். நா சிறுக, சிறுக சேத்து வச்சு வாங்குனதுதானே. அதுதான் எப்படியோ போகட்டுமுனு சொல்றீங்க".

"என்னைப்பார்த்தா, எதுக்கும் லாயக்கு இல்லன்னு சொல்றீயா?"

"உங்க ரெண்டுபேருக்கும், வேற வேலையே இல்ல. எப்பப்பார்த்தாலும், இதுமாறி சண்டை போட்டுட்டே இருக்கீங்க" என்று டிவி பார்க்கப்போனான் கார்த்தி. யாரு எப்படி போனாலும் நமக்கென்ன? நமக்கு பணம் கிடைத்துவிடும் என்பதுபோல் போனான்.

"இங்கே பாருங்க. தேவையில்லாம எதுவும் பேசவேண்டாம். எனக்கு வேலை இருக்குது" என சமையலறைக்குச் சென்றாள் லட்சுமி.

*****

தீபாவளி மாதம்

தீபாவளி மாதம் வந்தாலே, இந்நகரத்தில் வேலை செய்யும் ஒவ்வொருவர்க்கும் மகிழ்ச்சி பொங்கும். குறைந்தபட்சம், ஒருமாத சம்பளம் போனஸ் கொடுப்பார்கள். இன்னும், நல்ல நிறுவனங்கள் இரண்டு மாத போனஸ் கொடுப்பார்கள். வருடம் முழுவதுமே, இந்த மாதத்திற்குத்தான் காத்திருப்பார்கள். சம்பளம், போனஸ் மற்றும் ஒரு வாரம் வரை விடுமுறை கிடைக்கும். பிள்ளைகளுக்கு, புது துணிகள் எடுப்பதும் மற்றும் பெரியவர்கள் இந்த தீபாவளிக்குத்தான் துணியே எடுப்பார்கள்.

வீட்டிற்கு தேவையான பொருள்கள், வண்டி, டிவி என்று வாங்குவதற்கு இப்போதுதான் திட்டம் போடுவார்கள். ஒவ்வொரு வீட்டிலும் தோரணங்கள் கட்டாவிட்டாலும், தங்கள் மனதில் தோரணங்கள் கட்டி வரவேற்பார்கள். ஒருபக்கம் வேலை, மறுபக்கம் தொழில் என்று ஐவருக்கும் வேலைப்பளு அதிகமாய் இருந்தாலும், அது அவர்களுக்கு பெரிதாய் தெரியவில்லை. பேருந்தில் வரும்போது, சாப்பிடுமிடம் என்று எங்கு பார்த்துக்கொண்டாலும் பேசி சிரித்துக்கொண்டார்கள். அதில், அவர்களுக்கு மகிழ்ச்சி.

பங்கஜை, கம்பெனி அறையை காலி செய்துவிட்டு, தன்னுடனே வந்து தங்கச்சொன்னான் குரு. அதற்கு, பங்கஜ் மறுத்துவிட்டான். "இன்னும் கொஞ்சநாள் தானே. அம்மாவையும், அக்காவையும் கூட்டிக்கொண்டு, இங்க பக்கத்துல வீடு பார்த்து வந்தர்றேன். அப்புறம் என்ன? எல்லாரும் பக்கத்துல தானே இருப்போம்".

மீனா, அங்குள்ள மற்ற ஊழியர்களுக்கு, ஊறுகாய் பாட்டில்களை பற்றிச்சொல்லி, சுவை பாருங்கள் என்று ஒவ்வொருவரின் தட்டிலும் வைத்தாள்.

"சாப்புடும் நேரத்துலகூட, நீ சும்மா இருக்க மாட்டியா?" என்று கவிதா கேட்க,

"இதுமாரி சாப்புடும் நேரத்துலதான் மார்க்கெட்டிங் செய்யனும்". நிறைய பேர், சுவை நன்றாய் இருக்கு. எங்களுக்கு, இந்த வாரம் கொண்டுவந்து கொடுங்கள் வாங்கிக்கொள்கிறோம் என்று சொல்ல, மீனா, கவிதாவைப் பார்த்து சிரித்தாள்.

இதை யார் செய்வது என்று சிலர் கேட்க, லட்சுமியை கைகாட்டினான் பங்கஜ். அனைவரும் லட்சுமியிடம் வாழ்த்துக்கள்

சொன்னார்கள். ஒரு சிலர் லட்சுமிக்கு கை கொடுத்து வாழ்த்தினார்கள். முதல்முறை மற்றவர்கள், அவளை வாழ்த்தியது லட்சுமியை வானில் பறக்கச்செய்தது".

"சரி.... சரி...... அழுகாதே லட்சுமி" என்று மீனா கிண்டலடித்தாள்.

"அடிப்போடி..." என்று செல்லமாக மீனாவை அடித்தாள் லட்சுமி.

"மீனா, உன்னோட ஆர்வம் எனக்கு புடிச்சிருக்கு. ஏதோ, ஒரு எடத்துல கொண்டுபோய் சேர்த்தா போதுமுனுதான், நா நெனச்சேன். ஆனா, நீ கெடைக்குற வாய்ப்ப எல்லாம் வருமானமா மாத்திட்டு இருக்கே. ஒருவேள, நீ காலேஜ்க்கு போய், படிப்ப முடிச்சிருந்தா, ஒரு பெரிய கம்பெனியில, நல்ல வேலையில இருந்திருப்பே என்று குரு சொல்ல, அதுக்கென்ன, நம்மகிட்ட தான் ஒரு கம்பெனி இருக்குதே. அத, பெருசா உருவாக்குனாப் போச்சு" என்றாள் மீனா.

*****

குருவும், கவிதாவும் வீட்டில் பேசிக்கொண்டு இருந்தனர். எனக்கு ரொம்ப சந்தோசமா இருக்கு. இந்த புதுஊருல, என்ன செய்யப் போறோமுனு ரொம்பவே பயந்தேன். காதலிச்சு ஊரைவிட்டு ஓடிவந்தவங்க தானே, எங்கே நல்லா இருக்கப் போறாங்கனு நெனச்சவங்ககிட்ட, நாங்க அப்படியில்லன்னு நிருபிச்சிருக்கோம். நாமா, இங்கவந்து ஒரே வேலையில இதுவரை இருக்குறோம். நமக்குள்ள சண்ட வந்தாலும், ஒருத்தருக்கொருத்தர் விட்டுக்கொடுத்து போறோம். நாம தப்பு செஞ்சாலும், ரெண்டுபேரும் ஒத்துக்குறோம். கந்தசாமி அண்ணனுக்கும், நமக்கும் என்ன சம்பந்தம். அவர், நம்மமேல நம்பிக்கவச்சு இருக்க எடம் கொடுத்து, வேலையும் வாங்கி கொடுத்தார்.

இங்க பாரு. லட்சுமி, மீனா, பங்கஜ் இவங்க எல்லாம் யார்? நமக்கும், அவங்களுக்கும் என்ன சம்பந்தம்? நாமா, சில நல்ல நண்பர்கள சம்பாதிச்சிருக்கோம். உண்மையை சொல்லணுமுனா, ஊருல இருந்து இங்குவந்து எறங்கும்போது, எனக்கு எந்த நம்பிக்கையும் இல்ல. பயம் தான் இருந்துச்சு. உன்னையும், கூட்டிட்டு எங்க போகப்போறேன்? எப்படி ரெண்டுபேரும் இருக்கப் போறோமுனு, எனக்கு எந்த ஐடியாவும் இல்ல. ஆனா, இன்னைக்கு, எனக்கு பயமில்ல. தைரியம் வந்துருக்கு. எங்களாலும், நல்லா சம்பாரிக்க முடியுமுனு, நம்ம ஊருல போய்ச் சொல்லணுமுனு தோணுது. போலிஸ் ஸ்டேஷன்ல, உ அம்மா சொன்னது நெனவு இருக்கா? நீ, இவனை கட்டிட்டு, பிச்சைதான் எடுப்பேனு சொன்னாங்க. அந்த நெலம இல்ல. நாங்க நல்லாத்தான் இருக்கோமுனு சொல்லணும். நம்ம பெத்தவங்க, கொஞ்ச மாசத்துக்கு அப்புறம் இங்கவந்து, நம்ம

நெலய பார்த்தா, கண்டிப்பா ஆச்சரியப்படுவாங்க" என்று சந்தோசம் பொங்கச் சொன்னான் குரு.

நாம, பழகும்போதே தெரியும். நீ, என்னை கடசிவர கைவிடமாட்டேனு, என்னோட மனசு சொல்லுச்சு. அதுதான், வீட்டுல கல்யாணம் ஏற்பாடு செஞ்சாலும், தைரியமா, அத உதறிட்டு வந்தேன். நாம இங்கு வரும்போது, நம்கிட்ட என்ன இருந்துச்சு? ஒரு பட்டப்படிப்பு சான்றிதழ் கூட இல்ல. வாழவேணுமுனு வைராக்கியம் தான், நம்மள இதுவர நகர்த்திட்டு வந்துருக்கு. நம்ம நண்பர்களோட கதைகள கேட்கும்போது, நாம, எல்லாம் அந்த அளவுக்கு கஷ்டங்கள சந்தித்திருப்போமா? பங்கஜை பாருங்க. மருத்துவ செலவு செய்யமுடியாம, அக்கா கணவர இழந்திருக்கிறார். தன்னோட குடும்பத்துக்காக ரெண்டாயிரம் கிலோமீட்டர் கடந்துவந்து, அந்த சின்ன ரூம்ல தூங்கி, கெடைக்குற சாப்பாட்ட சாப்புட்டு, யார், அவர கிண்டலா பேசுனாலும், காதுல வாங்காம, அவர் வேலைய செய்றார்.

மீனாவப் பாருங்க. படிப்ப பாதியில விட்டுட்டுத்தான் குடும்பத்துக்காக ஓடுறா. அவள் நெலமையில, நா இருந்திருந்தா கண்டிப்பா அவளமாறி, என்னால இருக்க முடியுமானு கூடத்தெரியல. கிட்டத்தட்ட, எங்க ரெண்டு பேருக்கும் ஒரே வயசுதான். ஆனா, அவ நடந்துக்குற விதத்த பாத்தா, எனக்கே ஆச்சரியமா இருக்கு. அவ வயசுல, நா கல்யாணம் செஞ்சுட்டேன். கையில காசு இருந்தாலும், தனக்கு ஏதாவது வாங்கிக்கலாமுனு யோசிக்காம, தன் தம்பிக்கு சைக்கிள் வாங்கி தர்றவள என்ன சொல்றது?

இவங்க ரெண்டுபேருக்கும் நம்ம வயசு. ஆனா, லட்சுமி அக்காவப் பாருங்க. காலையில, சீக்கிரமே எழுந்து, வீட்டுவேலையும் செஞ்சுட்டு, கம்பெனி வேலைக்கும் வர்றாங்க. அவங்க சம்பளம் தான், இத்தன வருசம், அந்த குடும்பத்த காப்பாத்திட்டு வருது. அவங்களுக்கு ஒடம்பு முடியாம போனா நெனச்சுப் பாருங்க. யார், அவங்களுக்காக உழைப்பாங்க. கவலையே இல்லாத புருசன், பொறுப்பில்லாத பையன் இருந்தும், அந்த குடும்பத்த தாங்குற, அந்த அக்கா படுறபாட்ட நெனச்சா, நாம எல்லாம் ஒன்னுமே இல்லனு தோணுது.

அப்புறம், இந்த சுப்பிரமணி தாத்தாவப் பாருங்க. இந்த வயசுலேயும் யார்கிட்டேயும் கையேந்தி நிக்கக்கூடாதுனு, அந்த சைக்கிள்ல போய் பாத்திரம் விக்கிறார். எத்தன வகையான மனுசங்கள, இங்கே பாக்கமுடியுது. காசயே வெளியில எடுக்காத மனுசங்கள, கண்ணும் கருத்துமாய் சம்பாரிக்குற குடும்பங்கள, குடியால வாழ்க்கைய தொலைச்சவங்கள, குடும்பங்கள கவனிக்க முடியாம விட்டுட்டு,

வேறபொண்ணுகூட ஓடுற ஆளுங்கள, எதிர்காலம் என்னன்னு தெரியாம, ஊர் சுத்தும் புள்ளைங்க மாறி எத்தன பேர்.

இந்த ஊருல, எல்லா மக்களையும் பார்க்கமுடியுது. தமிழ், தெலுங்கு, மலையாளம், கன்னடம், இந்தினு எல்லா மொழி பேசுற மக்களையும் பாக்குறோம். வாழ்க்கையில சந்தோசமா இருக்குற ஆளுங்கள விட, இங்க வேலைக்கு வந்து, தன்னோட கஷ்டத்த தீர்த்துக்க முடியாதானு இருக்கும் ஆளுங்க தான் அதிகம். நாம எதுக்கு வாழ்றோமுனு மறந்து, வாரம் ஆறு நாளும், தெனமும் கொறஞ்சது 12 மணிநேரம் வேலைசெய்யுற ஆளுங்கள, நாம பாக்கும்போது, நாம, எல்லாம் கொஞ்சம் சொகுசாவே இருந்திருக்கோமுனு எண்ணத் தோணுது" என்று ஆச்சரியமுடன் பேசிமுடித்தாள் கவிதா.

"தெனமும், எட்டு முதல் பத்துமணி நேர வேலை. வாரம் 5 நாள் மட்டுமே வேலை. அதுபோக ஏகப்பட்ட சலுகைனு இயங்க, இது ஒன்னும் அரசாங்க நிறுவனங்க இல்ல. அரசு நிறுவனத்துல, வேலை செய்யுற ஒரு பொண்ணு கர்ப்பமானா, ஒரு வருசம் வரை சம்பளத்தோடு, லீவும் கிடைக்கும். ஆனா, இங்க வேலை செய்யுற பொண்ணுங்களுக்கு அதுமாறி சலுகை கெடைக்குமா? ஒரு அரசாங்க ஊழியர், வாங்குற சம்பளத்த, ஒரு தனியார் ஊழியரால வாங்கமுடியுமா? இதெல்லாம் சின்ன, சின்ன தனியார் நிறுவனத்துல வேலை செய்றவங்க கனவுலையும் நெனச்சுப்பார்க்க முடியுமா?

ஒரு சில தனியார் துறைங்க மட்டுந்தான், சலுகைகள ஊழியர்களுக்கு கொடுக்கிறாங்க. இதெல்லாம் மாறனும். வேலை செய்ற எல்லாருக்கும் அரசாங்கம், அப்புறம் தனியார்னு எந்த பாகுபாடில்லாம, அவங்களுக்கு நியாயமா சேரவேண்டிய சம்பளம், சலுகை, அப்புறம் வசதிகள்னு எல்லாமே செஞ்சுதர வேண்டுமுனு" குரு சொல்ல, அதற்கு கவிதா, "நம்மால, பேசத்தான் முடியும். செய்யவேண்டியது அரசாங்கம் தான்" என்று சொன்னாள்.

*****

"எங்கே போனே?" என லட்சுமி கேட்க, "அம்மாவுக்கு ஓடம்பு சரியில்ல. அதுதான், நேத்து லீவு" என மீனா மழுப்பினாள்.

"என்ன... எப்பப்பார்த்தாலும், ஏதாவது சொல்லிட்டு, அடிக்கடி கம்பெனிக்கு வர்றதில்ல. என்ன நெனச்சுட்டு இருக்கே?"

"அப்படியில்லக்கா. உண்மையில, அம்மாவுக்கு ஓடம்பு சரியில்லதான்".

"வாரம் ஒருதடவ, இப்படி லீவு எடுத்தா, முழு சம்பளம் எப்படி வரும்? வரவர உனக்கு அக்கறையே இல்லாம போய்டுச்சா. உன்னோட ஊடு, உன்னத்தானே நம்பிட்டு இருக்கு. அப்புறம், என்ன வெளயாட்டுத்தனம் உனக்கு" என்று கோபமாக கேட்டாள் லட்சுமி.

"சரி, விடுங்கக்கா. இனிமே, அப்படி செய்யமாட்டா" என்று கவிதா, மீனாவுக்கு சாதகமாக பேசினாள்.

"இதுவரைக்கும், இப்படி செஞ்சதே இல்ல. இவளுக்கே, ஓடம்பு சரியில்லன்னாலும் வந்துடுவா. இப்போ, ஏதாவது நொண்டிசாக்கு சொல்லிட்டு லீவு எடுக்குறா. என்கிட்ட ஏதாவது மறைக்கிறயா...?"

"ஐயோ.... அப்படி இல்ல. இனிமேல, சரியா வந்துடுவேன் பாருங்க" என்று தலையை குனிந்துகொண்டு சொன்னாள் மீனா.

*****

"சார், நீங்க சொல்றமாறி கடசி நாள்ல போனஸ் கொடுக்கறது, நல்லா இருக்காது. அதுவுமில்லாம, கடசி ஒருவருசத்துல சேர்ந்தவங்களுக்கு போனஸ் எதுவும் கெடயாதுனு முடிவு செஞ்சிருக்கறது, கண்டிப்பா தொழிலாளர்கள்கிட்ட கோபத்த உருவாக்கும். ஏற்கனவே, இந்தி ஆளுங்களுக்கு போனஸ் இல்லன்னு சொல்லிட்டிங்க. இப்போ, இதுவேற. எதுக்கும் மாப்பிள மொதலாளிகிட்ட, பேசிப்பார்க்கலாம் என்று ஹெச்-ஆர், மேனேஜரிடம் சொன்னார்.

"இதெல்லாம், மேலிடம் எடுத்த முடிவு. என்னால எதுவும் செய்யமுடியாது" என்று மேனேஜர் கையை விரித்தார்.

இந்தி ஆளுகங்ளுக்கு, சம்பளம் முன்னாடியே கொடுத்தாத்தான், அவங்க ஊருக்கு பணம் அனுப்புவாங்க. இல்லன்னா, லீவுல இரயில் ஏறி, ஊருக்கு போறதுக்குள்ள திபாவளியே முடிஞ்சுடும். அதுவுமில்லாம, வெளியூர் ஆளுங்களுக்கும், அப்புறம் உள்ளூர்ல இருந்து வேலைக்கு வரும் ஆளுங்களுக்கும் இதேமாறி கொடுத்தா, தேவையில்லாம பிரச்னையாகும். அவங்களுக்கும் செலவு இருக்கும். ஒரு மூணு நாளுக்கு, முன்னாடி கொடுத்தாக்கூட போதும். இப்படி, திபாவளிக்கு ஒருநாள் இருக்குற வரை, வேலை வச்சுட்டு, அப்புறம், சம்பளம் கொடுப்பது நல்லா இல்ல.

எனக்கே, நீ சொல்லி கொடுக்குறயா? மூணு நாள் முன்னாடி கொடுத்தா, காசை வாங்கிட்டு, பலபேர் கம்பி நீட்டிடுவாங்க. எனக்கு இன்னும் ஆர்டர் முடியலனு கவல. ஆளுங்க, ஊருக்கு போய்ட்டா நீயும், நானும் தான் போய் துணிகள தைக்கணும். அதனால, எனக்கு

பாடம் எடுக்கறத விட்டுட்டு, போய் சொல்றத செய். இன்னொரு முக்கியமான விசயம். இந்த போனஸ் பத்தி, வெளியில யார்கிட்டேயும் சொல்லவேண்டாம். அதப்பத்தி தேவையில்லாத பேச்சு வர்றத, மொதலாளி விரும்பல.

"அவர் விரும்பலயா, இல்ல நீ விரும்பலயா. நா சொல்லலனாலும் எப்படியும் தெரிஞ்சுடும். ஏனென்னா, கம்பெனியோட சொவத்துக்கு, ஆயிரம் காது இருக்குது என்று மனதிற்குள் நினைத்துக்கொண்டு, அறையைவிட்டு வெளியே வந்தார் ஹச்-ஆர்.

*****

"நல்லவேள, போனவாரம் போனத, உ அம்மா கண்டுபுடிச்சிருப்பாங்க. அதுவுமில்லாம, நா போன் பேசுறதப்பத்தி, கவிதாவுக்கு தெரியும். இனிமேல், அடிக்கடி வெளியில போகவேண்டாம்" என்று மீனா பேசியதைக் கேட்டு கார்த்தி சோகமானான்.

"அப்போ, இந்தவாரம் நீ வரமாட்டியா..?"

"அப்புறம், நானே மாட்டிக்குவேன்".

"இதுக்கெல்லாம் பயந்தா என்ன செய்றது. சும்மா வேலை, வேலைனு இருந்துட்டே இருந்தா போதுமா? அவங்க, இப்படித்தான் கேப்பாங்க. அதுக்காக, கம்பெனியிலேயே காலம் தள்ளப்போறயா".

"நா, வரலனு சொல்லல. அடிக்கடி வேண்டாம். எப்போவாது போலாம்" என்று மீனா சொல்ல, அதற்கு கார்த்தி, "எங்காவது, வெளியில் போனாத்தான் உன்கூட நேரம் செலவழிக்க முடியுது. இப்போ, இப்படிச்சொன்னா என்ன செய்றது? சரி. எனக்காக ஒன்னு செய். இன்னைக்கு நைட், நா, உன்ன ஊட்டுல கொண்டுபோய் விடுறேன். அப்புறம், உன்ன தொல்ல பண்ணமாட்டேன்".

"ஐயோ.... அதெப்படி முடியும். உங்க அம்மாவும் கூட இருப்பாங்க. நா, பஸ்ல வரலனா, தேடமாட்டாங்களா? நா, இந்த ஆட்டத்துக்கு வரல. ஆள விடு கார்த்தி".

"பஸ்ல ஏறி, பாதிவழியில எறங்கிடு. கேட்டா, என்னோட மாமா ஊடு இங்கிருக்கு, என்னோட சித்தப்பா ஊடு இங்கிருக்குனு ஏதாவது சொல்லிட்டு, அங்க போகணுமுனு சொல்லு. ஒன்னும் சொல்லமாட்டாங்க".

"இல்ல.... இல்ல. வேண்டாம். நா வரல".

"இப்போ வரமுடியுமா, முடியாதா? நீ வரலனா, என்கூட இனிமே பேசாதே".

"என்னடா இப்படி பண்றே... சரி முயற்சி பண்றேன். ஆனா, சீக்கிரம் என்னை ஊட்டுக்கு கொண்டுபோய் விட்டுடணும்".

"சரி தாயே.... பஸ் ஏறிட்டு, எனக்கு கூப்புடு" என்று சொல்லிவிட்டு, மனதிற்குள் சிரித்தான் கார்த்தி.

****

பேருந்தில் அனைவரும் ஏறினார்கள். மீனாவின் முகம் பதற்றமாகவே இருந்தது. அக்காவிடம் என்ன சொல்லுவது. நம்புவாங்களா. இந்த காதலே இப்படித்தான் போல. பொய் சொல்லிக்கொண்டே இருக்கவேண்டுமோ என்னமோ.

"கவிதாவும், லட்சுமியும் வந்தார்கள். குரு, பின்சீட்டில் போய் அமர்ந்துகொண்டான். குருவுக்குத்தான் வண்டி இருக்குதே. அப்புறமும், ஏ நீங்க ரெண்டுபேரும் பஸ்ல வர்றீங்க" என்று லட்சுமி கேட்க, "வண்டிய வேறொருத்தர், ஏதோ வேலை விசயமா எடுத்துட்டு போய்ட்டாங்களாம். என்ன இருந்தாலும், அது நம்ம வண்டியில்லயே".

"மீனா, ஜன்னலின் வெளியவே பார்த்துக்கொண்டிருந்தாள். "நீ, ஏ எதுவும் பேசாம வர்றே" என்று கவிதா கேட்க, "ஒன்னுமில்ல. என்னோட மாமா, தம்பிய அவர் ஊட்டுக்கு கூட்டிட்டு போய்ட்டாராம். என்னையும் வரச்சொல்றார். அங்க போய் சாப்புட்டுட்டு, அப்படியே எங்க ரெண்டுபேரையும் கொண்டுவந்து விடுறாராம்".

"அதுக்கென்ன, போய்ட்டு வரவேண்டியது தானே" என்று கவிதா சொல்ல, "போகணுந்தா. என்னோட மாமாவுக்கு அறிவே இல்ல. இந்த இராத்திரியிலதா சாப்பிட வரச்சொல்லணுமா?" என்று பொய் முகத்துடன் சொன்னாள்.

எங்க எறங்கணுமுனு லட்சுமி கேட்டாள். "ரெண்டு ஸ்டாப் தாண்டித்தான் அவர் ஊடு இருக்குக்கா".

"சரி, பார்த்து போயிட்டு வா".

பேருந்திலிருந்து மீனா இறங்கினாள். பேருந்து கிளம்பியவுடன், கார்த்தி வண்டி அங்கு வந்து சேர்ந்தது. "யாராவது பார்த்துடப் போறாங்க. சீக்கிரம் கெளம்புனு" அவள் சொல்ல, பைக் கிளம்பியது".

"என்னை, எங்க கூட்டிட்டுப்போறே இந்த இராத்திரியில" என்று பயந்துகொண்டே கேட்டாள்".

"அப்படியே, ஊரைச் சுத்தலாம்".

"இப்படிப் போனா, கண்டிப்பா யாரவது பார்த்துடுவாங்க".

"சும்மா பயப்படாதே. நாம போற ரோட்டுல, உன்ன யாரும் பாக்கமாட்டாங்க" என்று வேறு பாதையில் போனான். சிறிதுநேரத்தில் அவன் போகும் பாதையில், இருபக்கமும் தோட்டங்களும், காடுகளும் மட்டுமே இருந்தது. வீடுகளும், சற்று தூரத்திற்கு ஒன்று என்ற விகிதத்திலேயே இருந்தது. தெருவிளக்குகளும் இல்லை. ஒருவேளை, வண்டி நடுவழியில் நின்றால் உதவிக்கு கூட யாரும் வரமாட்டார்கள் என்று மீனாவிற்கு தோன்றியது.

"என்னை, எங்கதா கூட்டிட்டுப்போறே. முழுசும் இருட்டா இருக்கு. நாம ஊட்டுக்குப் போலாம்"

"இதோ இங்கதா" என்று வண்டியை நிறுத்தினான். அருகில், ஒரு கரையான் அரித்த பெயர் பலகை இருந்தது. இங்கபாத்தியா, இந்த காட்டிலும் வந்து, எடம் விற்பன செய்றாங்கனு" சொன்னான் கார்த்தி.

மீனா சுற்றிப்பார்த்தாள். வண்டி, வாகனங்கள் என்று ஒன்றையுமே காணோம். நிலா வெளிச்சம் மட்டுமே இருந்தது. "என்ன எடம் இது?"

"எடம் விக்கறதுக்கு போடப்பட்ட சைட்தான் இது".

"அப்புறம், ஏ இங்க, யாரும் ஊடே கட்டல. ரோடும் குண்டும், குழியுமா இருக்கு. அப்புறம், எடமெல்லாம் புல் வளந்து கெடக்குது" என்று மீனா கேட்க, அதற்கு கார்த்தி, "வெகு தொலைவுல இருக்கறது. அப்புறம், இந்த எடத்துல சரியான வசதி இல்லாம இருக்கலாம். அதனாலே என்னவோ, இந்த எடங்க விக்காம போயிருக்கலாம். இதுமாறி விக்காத எடங்க, இந்த ஊரச்சுத்தி நெறயவே இருக்குது".

"உனக்கு, எப்படி இந்த எடமெல்லாம் தெரியும்" என்ற மீனாவின் கேள்விக்கு, கார்த்தி சற்றுத் தடுமாறினான். "அது.... அது.... நாங்க, கிரிக்கெட் விளையாட வருவோம். அதனாலதான், இதுமாறி எடங்களப்பத்தி தெரியும்" என்று ஒருவழியாய் சமாளித்தான்.

தூரத்தில், நாய் குரைக்கும் சத்தம் மட்டுமே கேட்டது. "எனக்கு பயமா இருக்குது. போலாம். யாரையுமே காணோம்".

"யாருமே இல்லாத எடத்துக்கு, உன்னை கூட்டிட்டு வரணுமுனு ஆசை. அதுதான் கூட்டிட்டு வந்தேன். இத, வாங்கிக்கோ என்று பெரிய சாக்லெட் பாரைத் தந்தான். ஆசையாய் வாங்கிக்கொண்டாள் மீனா.

"இதைக்கொடுத்த எனக்கு எதுவும் இல்லயா".

"என்ன வேணும்?"

"நீ, என்ன தந்தாலும் எனக்கு ஓகே தான்".

"ம்ம்.... அப்போ, தேங்க்ஸ்" என்றாள்.

இதெல்லாம் பத்தாது என்று அவளை கட்டிப்பிடித்து, அவளின் கன்னத்தில் முத்தமிட்டான்.

மீனாவுக்கு தூக்கிவாரிப்போட்டது. "கார்த்தி, இதெல்லாம் எனக்கு புடிக்காது. இதெல்லாம், கல்யாணத்துக்கு அப்புறம்தான். என்னை விடு" என்று அவனிடமிருந்து விலக முயற்சித்தாள்.

"இதுக்கு, ஏ இவ்ளோ கோவப்படுறே. இதெல்லாம் சாதாரணந்தானே".

"எனக்கு, இது சாதாரணம் இல்ல. என்னை மொதல்ல விடு" என்று அவனிடமிருந்து விலகிக்கொண்டாள்.

"நாம, காதலிச்சுட்டுத்தானே இருக்கோம்" என்ற கார்த்தியின் கேள்விக்கு, "ஆமா. ஆனா, இதுமாறி நடந்துக்கறது எனக்கு புடிக்கல" என்று மீனா கறாராக பதில் சொன்னாள்.

"அப்புறம், எதுக்கு என்கூட வந்தே".

"நா, உன்கூட வந்தது, கட்டிபுரண்டு சல்லாபம் செய்யறதுக்கில்ல. உம்மேல நம்பிக்க இருந்துச்சு. அதுதான், நீ கூப்புட்டவுடனே வந்தேன். ஆனா, நீ கூப்புட்டு வந்ததே, இதுக்குத்தான்னு தெரியல".

"இதுல, என்ன தப்பு இருக்கு. கல்யாணத்துக்கு அப்புறம், இதுமாறி நடக்குமுல. இப்போ நடந்தா என்ன தப்பு. ஊருல எத்தனை ஜோடி, தனியா எடம் கெடைக்காதானு ஏங்குறாங்க?"

"கார்த்தி, அதுமாறி காமத்துக்கு அலையுற காதலா என்னோடது இருக்க விரும்பல. என்னோட அப்பாவப்பத்தி, உனக்குத் தெரியுமுல. ஒரு இச்சைய மட்டும் வச்சுட்டு வர்ர காதல், எனக்குத் தேவையில்ல. எனக்கு நேரமாயிடுச்சு. என்னை கொண்டுபோய் விடு".

கார்த்திக்கு கோபம் வந்தது. அவளை வலுக்கட்டாயமாக மீண்டும் கட்டிபிடித்து முத்தமிட ஆரம்பித்தான்.

"விடு... விடு என்னை.... விடுடா..."

அவன் விடவில்லை. கண்ட இடங்களில், அவன் தொட ஆரம்பித்ததால், மீனா அழ ஆரம்பித்தாள். ஒரு கட்டத்தில்,

அவனிடமிருந்து விடுபட்டவள். அவனை, ஓங்கி பளாரென்று அறை விட்டாள். அவன், மீண்டும் கோபத்தில் கட்டிபிடிக்க, அவளை நெருங்கினான். இன்னொரு அறை விழுந்தது.

"ச்சீ... உன்னப்போய் எவ்வளவு நம்புனேன். ஆனா, நீ இவ்ளோ கீழ்த்தரமா நடந்துக்குறே. எனக்கு, இதுல விருப்பமில்லனு சொன்னேன்ல. ஆனா நீ, என்னை மறுபடியும், மறுபடியும் அசிங்கபடுத்துறே. உண்மையைச்சொல்லு. நீ உண்மையில என்னை காதலிக்கிறயா? இல்ல, இதுமாறி ஏதாவது செஞ்சுட்டு சுத்தலாமுனு என்று நெனைக்கிறயா?" கார்த்தி எதுவும் பதில் சொல்லாமல் நின்றிருந்தான்.

மீனாவுக்கு கோபமாய் வந்தது. "இங்கே பாரு கார்த்தி. உன்ன, நா காதலிக்கிறேன். ஆனா, அந்த காதல் நீ நெனைக்குறமாறி இல்ல. உண்மையில உனக்கும், அதுமாறி காதல் வந்தா சொல்லு. நாம கல்யாணம் பண்ணிக்கலாம். இந்த புதருக்கு அடியில, மரத்துக்கு பின்னால, யாருமில்லாத நேரத்துல, ஊட்டுக்கு வரச்சொல்லி தனிமையில இருக்கறதுனு, கேவலமா இருக்க, நா விரும்பல. இப்போ, என்னை ஊட்டுல எறக்கிவிடு.

கார்த்திக்கிற்கு என்ன சொல்வதென்று தெரியவில்லை. அமைதியாய் வண்டியை எடுத்து, இருவரும் கிளம்பினர். பேருந்துகள் அதிகமாய் போகும் சாலை வந்தபின்பு, நிறுத்தச்சொன்னாள். வண்டியை நிறுத்தியவுடன், கார்த்தியிடம் பேசாமல் விறுவிறு என்று சென்று, நின்றுகொண்டிருந்த அரசுப்பேருந்தில் ஏறி அமர்ந்துகொண்டாள்.

*****

போனஸ் பற்றிய பேச்சுகள் தான், கம்பெனி முழுவதும் இருந்தது. ஊழியர்கள் தனக்கு எவ்வளவு வரும். உனக்கு எவ்வளவு வரும் என்று கணக்கிட்டு கொண்டிருந்தார்கள். "இந்த மேனேஜர், எப்போ பார்த்தாலும், நமக்கு வரவேண்டியத தடுத்துடுறான். முன்னாடியே, கொடுத்தா தானே, நாமளும் புதுத்துணி, அப்புறம், வேறு பொருள் எல்லாம் வாங்கமுடியும். லீவு கொடுக்குற நாளன்னைக்கு, கொடுத்தா என்ன செய்றது? வேலைய மட்டும் அதிகமா வாங்கிக்குறாங்க. போனஸ் கொடுக்க மட்டும், என்ன கேடு. கொல்லைல போறவன்" என்று பெண்கள் பேசிக்கொண்டார்கள்.

"அந்த ஆள் பத்தித்தான் தெரியுமே. இத்தனபேர் சாபத்த வாங்கிக் கட்டிக்குறான். நம்ம, பக்கத்து கம்பெனியில ரெண்டுமாச சம்பளம் போனஸ். இங்க, ஒரு மாச சம்பள போனஸ் கொடுக்கவே ஒராயிரம் நெபந்தனை. திபாவளி முடிஞ்சதுக்கப்புறம், அங்கதான் போகணும். அப்போத்தான், அடுத்தவருசம் கையில கொஞ்சம் காசு நிக்கும். இவங்கள

நம்புனா, நடுத்தெருவுல பிச்சை தான் எடுக்கனுமுனு" காரசாரமாய் பேசிக்கொண்டார்கள்.

அனைவருக்கும், ஒவ்வொரு நாட்கள் செல்வது ஒருயுகம் போல் இருந்தது. அடிக்கடி நேரத்தை பார்த்துக்கொண்டனர். அடுத்தவார இந்நேரம், நம்ம கையில் போனஸ் இருக்கும். அப்புறம், ஒருவாரம் லீவு வேற. செம ஜாலியாய் இருக்கும். எத்தன படங்க வந்தாலும் பார்த்துடனும். பட்டாசு எல்லாம் வாங்கிட்டயா? எ மாமா, சிவகாசில இருந்து கம்மியான வெலைக்கு வாங்கிட்டு வந்துட்டாங்க. மறக்காம, சரக்கு எல்லாம் வாங்கி வச்சுடுடனும். லீவுல போய் கேட்டா, ஒவ்வொரு பாட்டிலும், யான வெல சொல்வாங்க" என்று ஆண்கள் கூட்டம் பேசியது.

"இந்த தடவ சேலையா அல்லது சுடிதாரா? கண்டிப்பா, லாங் கவுன் எடுக்கனும். மஞ்ச கலர்ல ஒரு சுடிதார் பாத்தேன். எப்படி இருந்தது தெரியுமா...? கண்டிப்பா, போய் வாங்கிடனும். இல்லன்னா, யாராவது வாங்கிட்டு போய்டுவாங்க" என்று துணிகளைப்பற்றி இளம்பெண்கள் பேசிக்கொள்ள,

அதற்கு நேர்மாறாக இளைஞர்கள், "மச்சி, இந்த போன்தான் புதுசா வந்துருக்கு. 108 பிக்சல் கேமரா. ஒவ்வொரு போட்டோவும் எப்படி இருக்கும் தெரியுமா? அது வேண்டாம். அந்த கம்பெனி போனு அடிக்கடி சூடாகிடும். இந்த கம்பெனி போன்தான், ரொம்ப நேரம் சார்ஜ் நிற்கும். அப்பத்தான், கேம் வெளயாடும்போது பிரச்சன ஆகாது" என்று புதிதாக எந்த போன் வாங்கவேண்டும் என்று இளைஞர்கள் பேசிக்கொண்டார்கள்.

*****

மீனா எப்பவும் போல் இருந்தாள். கார்த்தி, அவ்வாறு நடந்துகொண்டதில் அவளுக்கு வருத்தம் இருந்தாலும், அதை வெளிக்காட்டவில்லை. கார்த்தி போனில் அழைத்தும், அவள் எடுக்கவேயில்லை.

சீட்டுக்காரர் வீட்டில் இருந்தாள் லட்சுமி. இந்த மாதத்துடன் அவள் கட்டிய சீட்டு முடிந்தது. பணம் வாங்க வந்திருந்தாள். வேட்டி மற்றும் பனியன் சகிதமாய் அணிந்திருந்த சீட்டு நடத்தும் நபர், சேரில் உட்கார்ந்திருந்தார். அருகில், இருக்கை இருந்தும், லட்சுமியை உட்காரச் சொல்லவில்லை. "இந்தாம்மா" என்று தனது கமிசன் போக, 95000 ரூபாயை கொடுத்தார். "இதுவரைக்கும், பணத்த சரியா கட்டிடுட்டே. ரெண்டு நாள்ல புதுசீட்டு சேக்கிறேன். அப்போவந்து, உன்கிட்ட புதுசீட்டுக்கு பணம் வாங்கிக்குறேன்" என்று சொல்ல, சரியென்று சொல்லிவிட்டு அங்கிருந்து நடந்தாள்.

காலையிலே, சமைச்சு வச்சுட்டு கார்த்தியிடம், நான், சீட்டுக்காரர் வீட்டிற்கு போய்விட்டு, அப்புறம் குரு வீட்டிற்குப்போய், ஊறுகாய்களைத் தயார்செய்ய வேண்டும் என்றும், அதனால் வருவதற்கு மாலை ஆகிவிடும் என்றும் சொல்லிவிட்டுத்தான் லட்சுமி கிளம்பி போயிருந்தாள்.

பணத்தை வைத்துக்கொண்டு, ஏன் அங்கேயும், இங்கேயும் நடக்கவேண்டும். வீட்டில் வைத்துவிட்டு, பிறகு குருவின் வீட்டிற்கு போகலாம். பக்கத்து தெருவில் தானே இருக்கிறது என்று யோசித்துக்கொண்டு, வீட்டிற்குச் சென்றாள். அங்கு, வீட்டின் வெளியே நிறைய செருப்புகள் இருந்தன. வண்டிகளும் நின்று கொண்டிருந்தன. கார்த்தியின் நண்பர்கள்தான் வந்திருந்தனர்.

செருப்பை வெளியே கழட்டிவிட்டு, உள்ளே செல்லப் போகும்போது, அவர்கள் பேசும் சத்தமும், உள்ளே இருந்து புகைபிடிக்கும் நாற்றமும் வந்தது. உள்ளே செல்லாமல் வெளியவே நின்றாள் லட்சுமி.

"டேய்... நீ மச்சக்காரன் டா. எப்படியோ, பொய் சொல்லி உ அம்மாகிட்ட இருந்து பணம் வாங்கப்போறே. பணம் வாங்குனதுக்கப்புறம் சொல்லு. எல்லாரும் சேந்து, கோவா போய்ட்டு வரலாம்".

"மச்சி... நீ, மொதல்ல சிகரெட்ட கீழே போட்றாதே. இந்த கோப்பையில போடு" என்று கார்த்தி, நண்பனிடம் குளிக்கும் கோப்பையை கொடுத்தான்.

"இருந்தாலும், நீ என்ன சொன்னாலும், உ அம்மா நம்புராங்க பாரு. அது தான் டா உன்னோட தெறம. எழுதுன, அத்தனை எக்சாமுலையும், அய்யா பெயிலு. கேட்டா, இன்னும் ரிசல்ட் வரலனு சமாளிச்சுட்டே. வேலைக்குப்போனு சொன்னா, வெளியூர்க்குத்தான் போவேன்னு தப்பிச்சுட்டே. இப்போ என்னன்னா, புட் ரிவ்யூ பண்ணனுமுனு சொல்லி பணம் வாங்கப்போறே".

"உனக்கு, உண்மையில எங்கேயோ மச்சம் இருக்கு. உனக்கு அமைஞ்ச முட்டாள் அம்மாமாறி, எங்களுக்கு அமையலயே. எங்கப்பன், என்னை கண்கொத்தி பாம்பா பாக்குறான். ஒரு சின்னபொய் சொன்னாலும், அடி வெளுத்துவிட்றாங்க என்று ஒருவன் சொல்ல, அதற்கு இன்னொருவன், "இந்த பணமும் செலவானதுக்கப்புறம் என்ன செய்வே?".

"மறுபடியும், போய் கேக்கனும் தான். இன்னொரு, நல்ல கேமரா வாங்கனும், மைக் வாங்கவேணுமுனு சொல்லவேண்டியது தான். பொய் சொல்றதுக்கு காரணமா இல்ல" என்று சிரித்தான் கார்த்தி.

"இவனுக்கு, ஒருவேள அவங்க அம்மா பணம் தரலனாலும், இன்னொரு ஆள் இருக்குறா. இவனோட வண்டிக்கு பெட்ரோல் போடுறதுக்கு, படத்துக்கு டிக்கெட் வாங்கக்கூட, அவகிட்டத்தான் காசு வாங்குறான். இப்பவும், போய் கேட்டா கொடுத்துடுவா" என்று ஒருவன் சொல்ல, அதற்கு இன்னொருவன், "மீனாவத்தானே சொல்றே. உனக்கு விசயமே தெரியாதா? அய்யா, அவள காதலிக்கவெல்லாம் இல்ல. சும்மா ஊர் சுத்திட்டு அங்கே, இங்கேனு கூட்டிட்டுப் போய், தன்னோட லீலைகள காமிக்கலாமுனு இருந்தான்".

"அதுதான், மீனாவ வேலைக்கு போகவேண்டாமுனு சொல்லி, லீவு போடவச்சு தியேட்டர், பார்க்குனு கூட்டிட்டு அடிக்கடி சுத்துனான்ல" என்று ஒருவன் சொன்னான்.

"டேய்.. சும்மா இருடா" என்று கார்த்தி தடுத்தான்.

"நீ... சொல்லுடா" என்று இன்னொரு நண்பன் கேட்க, "அங்கெல்லாம், கூட்டிட்டுப்போய், ஒரு பருப்பும் வேகல. அதனால, ஒருநாள் நைட், மீனா வருவாளே, அந்த கம்பெனி பஸ்ல இருந்து பாதியில எறங்கச்சொல்லி, அய்யா, அவள தனியான எடத்துக்கு கூட்டிட்டுப்போய், கொஞ்சம் அத்துமீறிட்டான். அந்த பொண்ணுக்கு வந்துச்சே கோபம். ரெண்டு கன்னத்துலேயும் விட்டா பாரு அறை. அய்யாவுக்கு பேச்சே வரலயாம். அதிலிருந்து, அவ பேசறதே இல்ல" என்று நண்பன் சிரிக்க, மற்றவர்களும் கூடசேர்ந்து சிரித்தனர்.

"அவ போனா என்ன? அதுதான், வீட்டுல அம்மாவுக்கு தெரியாம, இப்போ பணம் எடுக்குறான்ல. அப்புறம் என்ன கவல?" என்று மீண்டும் நண்பர்கள் சிரித்தனர்.

வெளியில் நின்று கேட்டுக்கொண்டிருந்த லட்சுமி, அமைதியாய் குருவின் வீட்டை நோக்கி நடந்தாள்.

"நால்வரும், வேலையை செய்துகொண்டே அரட்டை அடித்துக்கொண்டிருந்தனர். "எங்கக்கா போனீங்க.... நீங்க வருவீங்க... வருவீங்கனு... இவ்ளோ நேரம் பார்த்துட்டு இருந்தோம்" என்று மீனா கேட்க, முகத்தில் எந்த உணர்ச்சியும் காட்டாமல், "கொஞ்சம் வேலையிருந்தது, அதுதான் லேட்" என்று மேசையில் இருந்த காய்களை அரிந்தாள் லட்சுமி.

"பங்கஜ் அண்ணா, நீங்க இந்த லீவுல ஊருக்கு போய்டுவீங்க. உங்கள விட்டு, எப்படி படத்துக்கு நாங்க மட்டும் போறது?" என்று மீனா சொல்ல, "பரவால்ல. நானு வந்துக்கப்புறம், மறுபடியும் ஒருதடவ போலாம்" என்று பங்கஜ் சிரித்தான்.

"நாம ஆழியார் டேம் போனதுமாறி, வேற எங்காவது போகணும்".

அதற்கு குரு, "போலாம். லீவுல, சும்மாதானே இருப்போம். எங்கேனு நீயே சொல்லு".

மீனா யோசிக்க ஆரம்பித்தாள். "எங்கே போலாம்.....? எங்கே போலாம்...? பங்கஜ் அண்ணா, நீ சொல்லு... ஓ சாரி... நீங்க தான் ஊருக்கு போறீங்க. சரி, கவி நீ சொல்லு".

"எனக்கு, இங்க இருக்குற எடங்களபத்தி ஒன்னும் தெரியாது. நீயே சொல்லு".

"அப்போ, லட்சுமிக்கா நீங்க சொல்லுங்க எங்கேனு..." சிரித்துக்கொண்டு மீனா கேட்க, லட்சுமி எதுவும் பேசாமல் இருந்தாள். "அக்கா சொல்லுங்க... பேசாம இருந்தா எப்படி.... சொல்லுங்க" என்று மீனா அடம்பிடித்தாள்.

"உனக்குத்தான், வெளிய சுத்த ரொம்ப புடிக்குமே..."

"அக்கா....." என்று இழுத்தாள்.

"அதுவும், பொய் சொல்லிட்டு, ஊர் சுத்துறது ரொம்ப புடிக்குமே". மீனா எதுவும் பேசாமல் நின்றாள். கவிதாவுக்கு புரிந்துவிட்டது. கார்த்திகூட இவள் சுற்றியதைப்பற்றி, லட்சுமி அக்காவுக்கு தெரிந்துவிட்டது என்று நினைத்தாள். ஆனால் குருவுக்கும், பங்கஜ்க்கும் அங்கு என்ன நடக்கிறது என்றே தெரியவில்லை.

"அக்கா, அது.... வந்து......"

"பேசாதே. உன்ன எவ்வளவு நம்புனேன். நீ போய் இப்படி செஞ்சுட்டே..."

"என்ன ஆச்சுங்க?" என்று குரு கேட்க, "இந்த மேடம், அடிக்கடி வேலைக்கு வரமா, உடம்பு சரியில்லனு பொய் சொன்னாளே. உண்மையில, ஒரு பையன்கூட சேர்ந்து ஊர் சுத்தத்தான். லீவு எடுத்தா, சம்பளம் போய்டுமுனு தெரிஞ்சும், ஊர் சுத்தியிருக்கா. இதுல, அந்த பையனுக்கும், செலவ மேடமே செஞ்சுருக்காங்க. குடும்பம் என்ன நெலமயில இருக்குதுனு தெரிஞ்சும், இவ தம்பியும், தங்கச்சியும் இவளத்தான் நம்பியிருக்காங்கனு புரிஞ்சதுக்கப்புறமும், மேடம் ஊர் சுத்தியிருக்காங்க. இதெல்லாம்விட, ஒருநாள் இராத்திரி பஸ்ல இருந்து பாதியில எறங்கி, மாமாவ பார்க்க போகணுமுனு சொன்னாளே. அதுவும், இந்த பையனுக்காகத்தான். அந்த பையன் வேறு யாருமில்ல. என்னோட பையன் தான்" என்று லட்சுமி முடிக்க,

குருவுக்கு என்ன சொல்வெதென்று தெரியவில்லை. மீனா தரையைப் பார்த்து, தலையை குனிந்துகொண்டு நின்றாள். அவளிடம் சென்ற லட்சுமி "அறிவுகெட்டவளே, அன்னைக்கு இராத்திரி ஏதாவது தப்பா நடந்திருந்தா, என்ன செய்ய முடியும்?"

"அதில்லக்கா.... நா வந்து...."

"எதுவும்...... பேசாதே. இத்தன வருசம் என்னை அக்கா....... அக்காணு... பேசிட்டு, எல்லாத்தையும் மறைச்சிருக்கே".

"உங்களுக்கு, காதல் திருமணத்துல...." என்று வாயெடுத்தான் குரு.

"எனக்கு, மீனாவப்போல மருமக அமைஞ்சா நல்லாத்தான் இருக்கும். ஆனா, அது நடக்கக்கூடாது. அதுதான், அவளுக்கும் நல்லது. இங்குபாரு. உம்மேல, எனக்கு கோவந்தான். இருந்தாலும், உன்னப்பத்தி தெரியும். அவன, நீ அடிச்சது சரிதான். நா அடிச்சு வளத்திருந்தா, இன்னைக்கு, அவன் இதுமாறி நடந்திருக்கமாட்டான்".

"அக்கா...." என்று கட்டிபிடித்து அழுதாள் மீனா.

"சரிவிடு. அவனுக்கு, நல்ல பொண்ணு கெடைக்க குடுத்து வைக்கல. நீ அழாதே".

இதைப்பற்றி, மேற்கொண்டு கேட்டு, இவர்களை சங்கடபடுத்த வேண்டாம் என்று நினைத்தான் குரு.

"நடந்தது போகட்டும். இனிமேலாவது பொறுப்பா, கவனமா இரு" என்று மீனாவை தட்டிக்கொடுத்தாள் லட்சுமி. சரியென்று தலையாட்டினாள் மீனா".

வெளியில் யாரோ கூப்பிட, யாரென்று வெளியில் வந்து பார்த்தான் பங்கஜ். ஒரு சிறிய பையை, அக்குளில் மாட்டிக்கொண்டு கந்துவட்டிக்காரன் நின்று கொண்டிருந்தான்.

"யார் பையா வேணும்?"

யார் இவன்? இந்திக்காரன் இங்க என்ன பண்றான். வீடு எதாவது மாறி வந்துவிட்டோமா என்று நினைத்துக்கொண்டு, பையா, இந்த லட்சுமி லேடி இதர்... இதர்.... இருக்காங்களா?"

"தமிழிலேயே சொல்லுங்க...".

"லட்சுமி இருக்காங்களா...?"

"இருக்காங்க...."

லட்சுமி வெளியேவந்து பார்த்தாள். "என்னங்க இங்கே வந்திருக்கீங்க?"

"வீட்டுல பாத்தேன். உங்கள காணோம். பக்கத்துல தான் சொன்னாங்க. நீங்க புதுக்கம்பெனி ஆரம்பிச்சிருக்கீங்கனு. இங்கதான், இருப்பீங்கனு சொன்னாங்க".

"சரிங்க. அதனால என்ன? எதுக்கு, என்னைப்பார்க்க வரணும். என்னோட ஊட்டுக்காரர் வாங்குன கடன் எல்லாத்தையும் கொடுத்தாச்சுலங்க".

"அதெல்லாம் பழசுமா. இப்போ, புதுசு".

"இங்கே பாருங்க. பலதடவ சொல்லிட்டேன். அவராலதான், கட்ட முடியலயே. அப்புறம், அவர்கிட்ட கொடுத்துட்டு, என்கிட்ட ஏ வர்றீங்க? சரி எவ்ளோ தான் வாங்கி தொலச்சார். ஆயிரமா, ரெண்டாயிரமா" என்று கேட்டாள்.

"ஆயிரமா" என்று ஏளனமாய் சிரித்துவிட்டு, "அசல், அப்புறம் வட்டினு 35000 தரணுமுனு" சொன்னான் பானை வயிற்றுக்காரன்.

ஒருகணம், அவளுக்கு மூச்சே அடைத்துவிடும் போல் இருந்தது. அவ்வளவு பணமா. எதுக்காக?"

"அதெல்லாம் எனக்குத்தெரியாது. பணத்த வாங்கிட்டு, உ புருசன் பேசவே மாட்றான். நீ இங்க வந்து உட்கார்ந்துட்டு இருக்கே".

"இங்கே பாருங்க. நீ.. வா... போனு பேச வேண்டா. நா, அவர்கிட்ட கேட்டுட்டு சொல்றேன்".

"நா, நாளைக்கு வருவேன். பணத்த எடுத்து வைக்கணும். இல்லன்னா நடக்குறதே வேறு" என்று அவன், தன் பானைவயித்த தூக்கிட்டு சென்றான்.

லட்சுமி, தலையில் கைவைத்து அமர்ந்திருந்தாள். நால்வரும், அவளைத் தேற்றினர். "கவலப்படாதீங்கக்கா. நாங்க இருக்குறோமுல. ஆளுக்கு கொஞ்சம் பணம்போட்டு ஏற்பாடு செஞ்சு, நாளைக்கு, அவன் மூஞ்சில பணத்த வீசிடலாம். நீங்கள் வருத்தப்படாதீங்கக்கா" என்று கவிதா சொல்ல, மீனா, பங்கஜ் மற்றும் குருவும் அதையே சொன்னார்கள்.

லட்சுமி அவர்களைப் பார்த்தாள். அவள் கண்ணில் கண்ணீர் தாரை, தாரையாக கொட்டியது. "யார் நீங்க எல்லாம்? எனக்கு என்ன சொந்தம்? எனக்கு, நீங்க ஏ ஒதவி பண்ணணும்? பழகிய பாவத்துக்கு, எனக்கு ஒதவ வர்றீங்க. ஆனா, என்னை கட்டுனதும், நா பெத்ததும், என்னை

ஏமாத்தவே பார்க்குதுங்க. நீங்க யாரும் பணம் தரவேண்டாம்" என்று சொல்லி தன்னிடம் இருந்த பணத்தை, குருவிடம் கொடுத்தாள். "இது இங்கயே இருக்கட்டும். அப்புறம், நா வாங்கிக்குறேன்".

*****

லட்சுமி, அமைதியாய் வீட்டில் அமர்ந்திருந்தாள். இரவு உணவு எதையும் சமைக்கவில்லை. கணவன் சாப்பாட்டை எடுத்துவை என்று சொல்ல, எதுவும் சொல்லாமல் அமைதியாய் இருந்தாள். மீண்டும், மீண்டும் கேட்க எந்த பதிலும் இல்லை. உள்ளே சென்று பார்க்க, எதுவும் இன்னும் தயார் ஆகவே இல்லை.

"ஏய்... என்ன டி.... இன்னும் சமைக்காம இருக்கே. நா இவ்ளோ கேக்குறேன். குத்துக்கல்லா உக்கார்ந்துட்டு இருக்கே!".

"எதுக்கு வட்டிகாரன்கிட்ட, அவ்வளவு பெரிய தொகை நீங்க வாங்கணும். அப்படி, என்ன தேவை உங்களுக்கு?"

"அது.... அதுவா... ஒருத்தனுக்கு ரொம்ப அவசரமா தேவைப்பட்டதுனு வாங்கிக் கொடுத்தேன். இப்போ, அவன காணோம். உனக்குத்தான், சீட்டுப்பணம் வந்திருக்குமுல. அத கொடுத்துடு. அவன் வந்ததுக்கப்புறம், நா வாங்கி கொடுத்துடுறேன்".

"அடடா.... கொடுத்துடுவீங்களா. அப்போ நீங்களே, வட்டிக்காரன் வந்தா பேசிக்கோங்க. என்னால முடியாது" என்று லட்சுமி கோபமாக சொன்னாள்.

"ஏ..... ஏ.... முடியாது. காசு இருக்குதுல" என்று பதட்டத்தில் கேட்டான்.

"இருக்குது தான். ஆனா, உனக்குத் தரமுடியாது".

"ஏய்... என்ன வாய் அதிகமாகுது. புருசன்னு மறந்துட்டயா?"

"மறக்கல. புருசன் இருக்கறதா, நா இனி நெனைக்கப்போறதில்ல". அப்பொழுது, வீட்டிற்குள் கார்த்தி வந்தான்.

"ஓ.... அந்த அளவுக்கு வந்துட்டயா. இனி உனக்கும், எனக்கும் சம்பந்தமில்ல. ஊட்டவிட்டு வெளியே போ" என்று கத்தினான் கணவன்.

"மன்னிக்கனும். நீ தான் வெளியே போகணும். என்னோட நகை எல்லாத்தையும் வச்சுத்தான், இந்த ஊட்ட கட்டுனோம். அதுவுமில்லாம, இந்த ஊடு எம்பேர்ல தான் இருக்குது. அதனால, நீ எப்போ கௌம்புறேனு பாக்கப்போறேன்".

கணவன், அதிர்ச்சியில் அவளை அடிக்கப்பாய்ந்தான். கீழே அமர்ந்திருந்தவள் எழுந்துநின்று, அருகில் இருந்த மண்பானையை எடுத்து, கீழே போட்டு உடைத்தாள். அடிக்க வந்தவன், அப்படியே அமைதியாய் நின்றான்.

"அடச்சீ.... உனக்கே குடும்பம் நடத்த வக்கில்ல. உனக்கு எல்லாம் எதுக்குடா கல்யாணம், பொண்டாட்டி, கொழந்த. நீ குடிகாரன்னு தெரிஞ்சும், உருப்படியா, ஒரு ரூபாகூட சம்பாரிக்க தெரியாதவனா இருந்தாலும், தாலி கட்டுன ஒரே பாவத்துக்காக, அத்தனையும் பொறுத்துட்டு, இந்த குடும்பத்துக்காக மாடா தேஞ்சேன். இந்த ஊர் என்ன சொல்லும், சொந்தக்காரங்க என்ன சொல்வாங்கனு பயந்துட்டு, நீ செய்யுற ஒவ்வொன்னையும் சகிச்சுக்கிட்டேன். ஆனா, நீ ஒவ்வொரு தடவயும், என்னை மாடா இருக்க வைக்கறதுக்கே விரும்பிருக்கே. உன்னோட சந்தோசத்துக்காக, இந்த குடும்பம் எக்கேடு கெட்டாலும் பரவால்லனு நெனைக்கும்போது, உனக்காக, நா ஏ கஷ்டப்படணும். மத்தவங்க, என்ன சொல்வாங்கனு நா ஏ வெசனப்படணும். இனி, உனக்காக ஒரு பைசா கூட கொடுக்கமாட்டேன். இஷ்டம் இருந்தா இரு. இல்லன்னா ஊட்டவிட்டு ஓடு".

"கணவன், லட்சுமி பேசுவதைக்கேட்டு சிலைபோல் நின்றான்".

"அந்த ஆளப்பத்தித்தான் தெரியுமுலமா. அவர் எப்படியோ போறார். நாமதான் இருக்குறோமுல. நாம் பார்த்துக்கலாம். நீ சீட்டுப்பணத்த வாங்கிட்டயா. நா, கொஞ்ச அயிட்டத்த உடனே வாங்கணும். பணம் எங்கமா இருக்கு?" என்று சாமியறைக்குப்போய் பார்த்தான். பணமில்லை. அவன் குழப்பமாய், அம்மாவைப் பார்த்தான்.

"சார், இங்கே வாங்க" என்று கார்த்தியை அழைத்தாள் லட்சுமி. சிரித்துக்கொண்டே, அம்மாவிடம் வந்தான். பளாரென்ற அறை, கார்த்தியின் கன்னத்தில் மாறிமாறி விழுந்தது. அதை தடுப்பதற்கு, கணவனுக்குத் தைரியமில்லை. ஒருவேளை, தடுத்தால் தனக்கும் அந்த அறை விழும் என்று பயந்தான்".

"உங்களுக்கு, கொடுக்குற அளவுக்கு என்கிட்ட பணமில்ல. உனக்கு வேணுமுனா, நீயே சம்பாரிச்சுக்கோ" என்று கோபமாய் கத்தினாள் லட்சுமி.

"என்னமா இப்படி பேசுறே. இப்போவந்து, இப்படிச்சொன்னா நா என்ன செய்றது. எல்லாம் தயாரா இருக்கு. இப்போ, நா பணம் இல்லாம, என்ன செய்றது. எங்க போறது?" என்று அழுதுகொண்டே சொன்னான் கார்த்தி.

"எங்கே போறதா? கோவா போங்க?"

"அம்மா...."

"வாய மூடு நாயே... அந்த ஆளக்கூட ஒருவகையில செத்துக்கலாம். அவன் குடிப்பான், செலவு செய்வானு தெரியும். ஆனா, நீ... வாய தொறந்தாலே பொய். அதுக்கு, இதுக்குனு பணத்த புடுங்கிட்டே இருந்திருக்கே. படிப்பு, வேலைனு எல்லாத்துலேயும் பொய். நீங்க, சோம்பேறியா சுத்த என்னை, ஏ கழுத மாறி, ரெண்டுபேரும் பயன்படுத்துறீங்க. ஒருநாள், என்னோட வாழ்க்கைய வாழ்ந்து பாரு. அப்போ தெரியும், ஒருரூபா சம்பாரிக்கறது எவ்ளோ கஷ்டமுன்னு. உனக்கு எல்லாம் ராஜா ஊட்டு கன்னுகுட்டினு நெனப்பா? நா, என்ன பணம் காய்க்குற மரமா? விட்டா, வேரோட புடுங்கிடுவீங்க போல. அந்த மீனா, உனக்கு என்ன கெடுதல் செஞ்சா. அவள, ஏ காதலிக்கறதுது மாறி நடிக்கனும்?"

இதைக்கேட்டு மேலும், மேலும் அதிர்ச்சியாய் இருந்தது கார்த்திக்கிற்கு. "அது..... அது....." என்று திக்கினான்.

"சொல்லு.... நீ சொல்றத கேட்க, ஆர்வமா இருக்கேன்".

"மா... அவ பொய் சொல்லியிருக்குறா. எனக்கு அந்தமாறி எண்ணமெல்லாம் இல்ல".

"அப்போ, வேற எந்தமாறி எண்ணம் இருக்கு உனக்கு? காட்டுக்கு தனியா கூட்டிட்டு போற எண்ணம் இருந்ததா?"

"மா... நா எங்கயும் கூட்டிட்டுப் போகல. அவங்க என்ன ஆளுங்க, நாம என்ன ஆளுங்க...? நம்ம சாதிசனத்துக்கு தெரிஞ்சா, எனக்கு யார் பொண்ணு கொடுப்பாங்க?"

"சாதிசனமா.... நாம் கஷ்டத்துல இருக்கும்போது, அவங்களா வந்தாங்க? சொந்தம் எல்லாம் நலம் விசாரிக்கறதோட சரி. வாழ்கையில தோள் கொடுக்கறதுக்கெல்லாம், இங்க யாருக்கும் நேரம் கெடையாது. அந்த பொண்ணு, மீனாவோட குடும்ப சூழ்நெல தெரிஞ்சும் அவள, உன்னோட தேவைக்காக பயன்படுத்திருக்கே. அவளோட வயசும், உன்னோட வயசும் ஒன்னுதானே. அவ இப்போ, ஒரு குடும்பத்தையே காப்பாத்துறா. ஆனா நீ, யார ஏமாத்தலாமுனு சுத்துறே. அவ வருமானத்தை நம்பித்தான், அந்த குடும்பமே இருக்குது. அவகிட்டப்போய், பணம் வாங்கி செலவு செஞ்சுருக்கே. உனக்கு வெக்கமா இல்லையா? அவகிட்ட பணம் வாங்கும்போதும், அவகூட பழகும்போதும், அவ என்ன சாதினு, உனக்குத் தெரியல. நல்லவேள, அவளத்தான் கல்யாணம்

பண்ணிக்குவேனு நீ சொல்லல. அப்படி நடந்திருந்தா, என்னைப்போல, அவளும் காலம் முழுசுக்கும் அத்தன பாரத்தயும் சொமந்துட்டு இருப்பா. நீயும், இந்த ஆளமாறி வாழ்க்கையப்பத்தி கவலப்படாம சுத்திருப்பே. இனிமே, உங்க ரெண்டுபேருக்காக, நா ஓடப்போறதில்ல. இனிமே, எனக்காக மட்டுந்தா ஓடப்போறேன்.

இனி, நா வாழ்றது 5 வருசமோ, இல்ல 50 வருசமோ. நா வாழ்ற காலம் முழுசும், உங்களுக்காக வாழப்போறதில்ல. உங்களோட தேவைக்காக, நா கஷ்டப்படப் போறதில்ல. உங்களுக்கு இஷ்டம் இருந்தா, வேலைக்குப்போங்க, இல்லன்னா, எங்கயோ போங்க. எனக்கு, அதப்பத்தி கவலயில்ல. இனிமே, சும்மா சுத்துற சோம்பேறிகளுக்காக, ஒரு பருக்கசோறு கூட வேகாது. அப்புறம், உங்க ரெண்டு பேருக்காக, ஊட்டுல எந்த வேலையும் நடக்காது".

கணவனைப் பார்த்து, "நீ குடி, இன்னும் லாட்டரி சீட்டு வாங்கு, கடன் வாங்கு. எதப்பத்தியும் எனக்கு கவலயில்ல". மகனைப்பார்த்து, "சார்... நீங்க ஊர் சுத்துங்க, இன்னும் நெறய பொண்ணுகளோட பழகுங்க, அவங்ககிட்ட பணம் வாங்குங்க, இன்னும், ஏதாவது எண்ணம் இருந்தா செய்யுங்க. அவனுக்கு, பொண்டாட்டியும் இல்ல. உனக்கு, அம்மாவும் இல்ல".

கார்த்தி தரைய பார்த்து நின்றுகொண்டிருந்தான். அப்போது, அவன் காலருகே, அவனின் காலணிகள் வந்து விழுந்தது. இந்த காலணிகள்தான், வீட்டின் தொலைந்துப்போன பணத்தில் வாங்கியது அம்மாவுக்கு தெரிந்துவிட்டது என்று நினைத்து, அம்மாவை பார்க்கவே பயப்பட்டான்.

"உன்னப்பத்தி, எத்தன பேர்கிட்ட, நா பெருமையா சொல்லியிருப்பேன்னு கணக்கேயில்ல. ஆனா நீ, என்னை முழுசா சாகடிச்சுட்டே. நா, ஒரு பைத்தியக்காரி. நீ சம்பாரிச்சு, இந்த குடும்பத்த எங்கயோ கொண்டு போய்டுவேனு நெனச்சேன் பாரு. அதுக்கு, என்னை எதுல வேணுமுனாலும் அடிக்கலாம். நீ, வாங்குன இந்த சூ'ல கூட என்னை அடி. அப்பவாது, எனக்கு புத்தி வரட்டும். இனி, உங்கள எதுவும் கேட்கப்போறதில்ல. உங்க இஷ்டம் போல ஆடுங்க" என்று கோபமாய் போய் படுத்துக்கொண்டாள். இத்தனை வருடங்கள் இருந்த பாரங்கள் முழுவதும் இறக்கிவைத்து விட்டதுபோல் இருந்தது லட்சுமிக்கு. நீண்ட நாட்களுக்குப் பிறகு, நிம்மதியாய் தூங்கினாள்.

*****

கார்காலம்

காலையிலேயே வட்டிக்காரன் வந்துவிட்டான். லட்சுமியின் கணவன் வெளியில் வரவே பயந்தான். "வெளியே வா மா...." என்று கத்தினான்.

"சொல்லுங்க... என்ன வேணும் உங்களுக்கு?"

"என்னாரா புதுசா கேக்குறே பணத்தை எடுத்துவை..."

"நா, உங்ககிட்ட பணம் வாங்குன்னா?"

"இல்ல.... உ புருசன்".

"அப்போ, அந்த ஆள்கிட்டே கேக்க வேண்டியதுதானே. அப்புறம், என்கிட்ட எதுக்கு கேட்குறீங்க?"

"வீடு இங்கதானே இருக்கு".

"ஊடு இங்கதான் இருக்கு. ஆனா, எம்பேர்ல இருக்கு. அதனால, இங்கவந்து கேட்க உங்களுக்கு உரிமையில்ல".

"அவன், உ புருசன் தானே. அப்போ, நீ தானே கொடுக்கணும்" என்று சாமர்த்தியமாக பேசியதாக நினைத்து சந்தோசப்பட்டான் பானை வயிற்றுக்காரன்.

"நா, அந்த ஆளுக்கு கொடுக்கச்சொல்லி, எதாவது உன்கிட்ட சொன்னனா? இல்லைல. வேற ஏதாவது, பேப்பர்ல கையெழுத்து போட்டு கொடுத்தனா? ஒவ்வொரு தடவையும், அந்த ஆள்கிட்ட கொடுத்துட்டு, என்கிட்ட கேக்குறே".

"என்னமா வா... போனு... பேசுறே".

"அநியாய வட்டி வாங்கி, உன்னோட வயித்த வளத்துறே. உனக்கு எல்லாம் எதுக்கு மரியாத".

"நா யார்னு சரியாத்தெரியல. ஒழுங்கா பணத்த கொடுக்கலனா நடக்குறதே வேற".

"இப்படி, அநியாய வட்டி கேட்டு மிரட்டுறேனு, இந்த ஏரியா பொம்பளைங்க எல்லாம் சேந்து, போலீஸ் ஸ்டேஷன்ல புகார் கொடுப்போம். பரவால்லயா. யார்கிட்ட பணம் கொடுத்தீங்களோ, அவங்ககிட்டயே கேட்டுக்கோங்க. இனிமேல, என்னோட ஊட்டு வாசல்ல

வந்து நின்னா, நடக்குறதே வேற" என்று கதவை இழுத்துச் சாத்தினாள் லட்சுமி. கணவன் மூச்சுவிடக்கூட பயந்தான்.

*****

அடுத்தநாள் காலை, அனைவரும் வேலைக்கு கிளம்பிக்கொண்டிருந்தனர். "நாம, இந்த லீவுல எங்க போலாம்" என்று கவிதா கேட்க, அதற்கு குரு, "நம்ம வீட்டுக்கு போலாமா?" என்றான்.

"என்ன திடீர்ன்னு, இந்த ஆச".

"சும்மாதான் சொன்னேன். நீயே சொல்லு, எங்கே போறதுன்னு?"

"எனக்கும் தெரியல. அதுதான் உன்னக் கேட்டேன்" என்றாள் கவிதா.

"இதெல்லாம், நாளைக்கு யோசிச்சுக்கலாம். இப்போ நேரமாயிடுச்சு. சீக்கிரம் கெளம்பு" என்று சொல்லிவிட்டு, குரு வெளியில் சென்றான். கவிதாவிற்கு மனதில் சற்று நிம்மதி வந்தது. "அவன் மனசுலயும், ஊருக்குப் போக ஆச இருக்கு. எப்படியோ, எல்லாரும் சமாதானமானால் சரி" என்று தானும் கிளம்பினாள்.

தங்கும் அறையில், பங்கஜ் போன் பேசிக்கொண்டிருந்தான். தனக்கு இரயில் டிக்கெட் கிடைக்கவில்லை என்றும், நாளை இரயிலில் கூட்டம் அதிகமாய் இருக்கும் என்றும், எப்படியாவது அந்த இரயிலில் ஏறி வந்துவிடுகிறேன். இங்கு, எனக்கு எத்தனை நண்பர்கள் இருக்கிறார்கள் என்று உங்களை கூட்டிவந்த பின்பு, நீங்களே பாருங்க என்று தன் வீட்டாருடன் மகிழ்ச்சி பொங்கச்பேசினான்.

லட்சுமி, இன்றிலிருந்து கவலையைப் போட்டு குழப்பிக்கொள்ளாத, இலக்கே இல்லாமல் ஓடும் விலங்கைப் போல் இல்லாமல், புதிய ஆளாக இருக்கவேண்டும் என்று மனதில் நினைத்துக்கொண்டாள். நேற்று, அவள் அடமானத்திலிருந்து மீட்டுக்கொண்டு வந்திருந்த வளையல்கள் மேசையில் மின்னின. அந்த வளையல்களை அணிந்து, எத்தனை வருடங்கள் ஓடிவிட்டன. இனி மற்றவர்களுக்காக, நான் ஏன் நம்முடைய சந்தோசத்தை விட்டுக்கொடுக்கவேண்டும். இனி, தனக்காக வாழவேண்டும் என்று நினைத்துக்கொண்டாள்.

போதும், இத்தனை வருடங்கள் நான் செய்தது. கடைசியில் ஒன்றுமேயில்லை என்ற நிலை வரும்போது, இனி, இதை இழுத்துபிடிப்பது சாத்தியமில்லை. ஒரு விதத்தில், நானும் ஒரு குற்றவாளிதான். தன் கணவன் தடம்மாறி போகும்போது, அவரை முறைப்படுத்த முயலாமல், அதை, தன்னோட விதி என்று ஏற்றுக்கொண்டதாலும், தன் மகனுக்கு

சிறுவயதில் இருந்தே கஷ்டம் தெரியாமல் வளர்த்ததாலும், அவனுக்கு பொறுப்புகளை எதுவும் கொடுக்காமல் சுதந்திரமாய் விட்டதாலும், வந்த வினையே என்று நினைத்துப்பார்த்தாள்.

இனியும் இதைத்தொடர்ந்தால், இவர்கள் திருந்த வாய்ப்பேயில்லை என்று எண்ணிப்பார்த்தாள். நேரமாகிக்கொண்டிருக்கிறது கிளம்பலாம் என்று நினைத்துக்கொண்டு, கையில் கருகிப்போயிருந்த அந்த கவரிங் வளையல்களை கழட்டிவீசினாள். தங்க வளையல்களை எடுத்து போட்டுக்கொண்டாள். அதை அவள் போடும்போது, பலநாள் தவம் நிறைவடைந்தது போல் இருந்தது அவளுக்கு. 24 கிராமே எடை கொண்ட அந்த வளையல்கள், அவள் கையில் நடனமாடின. என்னமோ, அனைத்து நகைகளையும் மீட்டுவிட்ட மிதப்பு அவளுக்கு இருந்தது.

அனைவரும், புதிதாக நகைகள் வாங்கும் இக்காலத்தில், தனது நகையை மீட்டதை, ஒரு சாதனையாகவே நினைத்தாள். அவளின் மகிழ்ச்சிக்கு எல்லையே இல்லை என்பதுபோல் இருந்தது. வீட்டிலிருந்து வெளியே வந்தாள். அப்போது, சீட்டுக்கு வசூல் செய்யும் நபர் வந்தார். "லட்சுமி, உம்பேரிலும் ஒரு சீட்டு எழுதியாச்சு. பணத்துக்கு எப்போ வரணுமுனு சொன்னா, வந்து வாங்கிக்குறேன்".

படிக்கட்டிலேயே நின்றாள். கீழே இறங்கவேயில்லை. அந்த நபர், கீழே நின்றிருந்தார். "அண்ணே, உங்ககிட்ட சீட்டு போடுறதுக்கு எனக்கு விருப்பமில்ல. அதனால, நீங்க வேறயாராவது சேத்துக்கோங்க".

"ஏம்மா... திடிர்னு இப்படிச்சொல்றே. இதுவர கொடுக்கல், வாங்கல் நல்லாத்தானே இருக்கு. அப்புறம், என்ன பிரச்சன?"

லட்சுமி சிரித்துக்கொண்டே, "அண்ணே, சீட்டுப்போடுறதே, நம்மளோட அவசரத்துக்கு பயன்படுமுனு தான். எத்தன தடவ, பணத்தேவைக்காக உங்ககிட்ட சொன்னதுக்கப்புறமும், நீங்க சீட்டு எடுக்கவிடல. கடசியா, சீட்டு முடிஞ்சதுக்கப்புறம் பணம் தர்றீங்க. கொடுக்கல், வாங்கல்ல நம்பிக்க தானே எல்லாம். அந்த நம்பிக்க, உங்ககிட்ட இல்லாதப்ப, நா ஏ மறுபடியும், உங்ககிட்ட சீட்டுப்போடணும். எங்கள வச்சு நீங்க சம்பாரிக்கலாம். ஆனா, எங்களுக்குத் தேவைனு வரும்போது, உங்க பாதுகாப்ப மட்டும் நெனச்சா, நல்லாவா இருக்கு?"

படியில் இருந்து இறங்கிய லட்சுமி, "அதுவுமில்லாம அண்ணே, மரியாதன்னு ஒன்னு இருக்குது. நாங்க என்னைக்கும், உங்ககிட்ட ஓடிவரல. நீங்க தான், உங்க பொழப்புக்காக எங்ககிட்ட வர்றீங்க. அதனால, எம்பணத்த வாங்க, நா வரும்போது, கால்மேல கால்

போட்டுட்டு, வியாக்கியானம் பேசுறது எனக்கு புடிக்கல. அதனால, நீங்க வேற ஊடு பார்த்துக்கோங்க" என்று கிளம்பினாள். பக்கத்துவீட்டு பெண்கள் எல்லாம், இவள் பேசுவதைக்கேட்டு மெய்மறந்து நின்றனர். பேருந்து நிற்குமிடத்திற்கு சென்றாள். எதிரே, சுப்பிரமணி தாத்தா வழக்கம்போல், மிதிவண்டியில் தொழிலுக்குப்போக, அவரைப்பார்த்து புன்னகை புரிந்துவிட்டு பேருந்தில் ஏறினாள்.

பேருந்தில், கம்பெனி போகும்போது நால்வரும் பேசி சிரித்துக்கொண்டனர். லட்சுமியின் வளையலை பார்த்து மீனாவும், கவிதாவும் ஆச்சரியப்பட்டுப் பேசினர்.

"இனி, நமக்கு எல்லாமே நல்லதாத்தான் தான் நடக்கும்" என கவிதா சொல்ல, "அந்த நம்பிக்கதான் இங்க இருக்குற எல்லோரையும் முன்னோக்கி நகர்த்துது. அந்த நம்பிக்க, நம்மளையும், ஏதாவது சாதிக்கமுடியுங்குற வெதையையும் மனசுல வெதச்சுட்டே இருக்குது" என்றாள் லட்சுமி.

"ஓகே... குரு ஜி. நீங்க சொன்னா சரியாத்தான் இருக்கும்" என்று மீனாவும், கவிதாவும் சிரிக்க, கவிதாவின் காதை பிடித்து திருகிய லட்சுமி, "சரியான வாலுங்க, ரெண்டு பேரும்" என்றாள்.

"நாம மறக்காம, பங்கஜ் அண்ணன் ஊருக்கு போகும்போது வழியனுப்ப போகணும்" என்று மீனா சொல்ல, "ஆமா. கண்டிப்பா போலாம். டிக்கெட்டும் கெடைக்கலயாம். எப்படி, அந்த நெரிசல்ல போவாங்களோ. அவர் ஊருக்கு போய் சேர, ரெண்டு நாள் ஆகுமாம். அப்பப்பா, நம்மால இந்த பஸ்ல வர்றதுக்கே டையர்டு ஆயிடுறோம். எப்படித்தான் போகபோறாரோ" என்று கவிதா கவலைப்பட்டாள்.

"பெஸ்டிவல் டைம்ல, ட்ரைன்ல கூட்டமாத்தான் இருக்கும். வேறு என்ன செய்யமுடியும்? அவன் திரும்பி வரும்போது, நாமே டிக்கெட் போட்டுடலாம் சரியா" என்று குரு சொல்ல, மீதி மூவரும் தலையாட்டினர்.

"இன்னைக்கு, நா ரொம்ப சந்தோசமா இருக்கேன். ரொம்ப வருசமாயிடுச்சு இதுமாறி இருந்து. சின்ன வயசுல தோழிகளோட இருக்கும்போது, எப்படி இருப்பேனோ, அதுமாறித்தான் இப்பவும் இருக்குறமாறி தோணுது. மனசுல பாரமில்ல. எது வந்தாலும் பார்த்துக்கலாமுனு தைரியம் வருது. வாழ்க்கையோட அர்த்தம் தெரியாமலே இதுவரைக்கும் வாழ்ந்திருக்கேன். காசு, பணம் சேக்க, கடன் அடைக்கனுமுனு, இதுக்கே காலம் ஓடிடுச்சு. என் மகன் வயசுதான்

உங்களுக்கெல்லாம். காதலுக்கு கண் இல்லனு சொல்றமாறி, நட்புக்கும் வயசு தேவையில்ல போல".

"சரி, லட்சுமி ரொம்ப பீல் பண்ணாதே" என்று மீனா, லட்சுமியின் தோளைத் தட்டிக்கொடுத்தாள். "உன்ன...." என்று செல்லமாக அடித்தாள் லட்சுமி.

"இருந்தாலும், நாம இப்போ ரொம்ப சிரிக்கிறோம்" என்று மீனா சொன்னாள்.

"அதனால என்ன? என்று கவிதா கேட்க, "ஒன்னுமில்ல. ஏழைங்க, ஒரு நாள் சிரிச்சா, ரெண்டுநாள் அழறமாறி ஆயிடும். அதத்தான் சொன்னேன்".

"அதுக்கெல்லாம், நம்ம மனசுதான் காரணம். அதனால, இதுமாறி தேவையில்லாத பேசிட்டு சுத்தாதே மக்கு" என்று கவிதா, மீனாவின் தலையில் கொட்டினாள்.

*****

கம்பெனியில், பல தொழிலாளர்கள் கொதிப்பில் இருந்தனர். முக்கியமாக இந்திபேசும் தொழிலாளர்கள். தங்களுக்கு போனஸ் இல்லையென்று சொல்லிவிட்டார்கள் என்ற காரணம் தான் அந்த கொதிப்பிற்கு காரணம். "எத்தன வருசம், இங்க வேலை செஞ்சாலும், நாம எல்லாம் காண்ட்ராக்ட் வேலைக்காரங்குற நெலமதான் இங்க இருக்கு. அதனால, போனஸ் தர வேண்டியதில்லனு" மேனேஜர் சொன்னதாக, அனைவரும் பேசிக்கொண்டனர்.

கம்பெனியில் கடைசிநாள் வேலை. இதுக்கப்புறம் லீவு தான். ஆனா, இன்னும் சம்பளம்கூடத் தரல. எப்பத்தான் தருவாங்களோ என்று சிலர் பேசிக்கொண்டனர். குரு, வங்கிக்குச் சென்று கொண்டிருந்தான். சில காசோலைகளை வங்கிக்கணக்கில் போடுவதற்கும், பணம் எடுப்பதற்கும் நிறுவனத்தின் காரில் போனான். அவன்கூடவே கணக்காளரும் போனார். பணம் அதிகளவில் எடுக்க வேண்டியிருந்ததால், இருவரும் சென்றார்கள்.

ஹெச்-ஆர் அறையில் செந்தில் இருந்தான். "சார். இதுவர சேத்துவிட்ட ஆளுங்களுக்கு, பாதியளவு தான் பணம் வந்துருக்கு. எனக்கு, இன்னைக்கு செட்டில் செய்யுங்க. அப்புறம், நீங்க லீவுல போய்ட்டா, நா என்ன செய்றது" என்றான்.

"உனக்கு, எந்த பாக்கியும் இல்லையே. மேனேஜர் தானே, உனக்கு பணம் தருவார். அவர், உனக்கு புல்லா தந்துட்டடாச் சொன்னாரே".

"அடப்பாவி, என்னோட பணத்த தின்னுட்டயா? இரு வர்றேன்னு" செந்தில், மேனேஜரைப் பாக்கப்போனான். மேனேஜர் அறையில் இல்லை. "வெளியில எங்காவது இருப்பான். எல்லாத்து முன்னாடியும், அவன் சட்டைய புடிச்சு கேக்கணும்" என்று நினைத்துக்கொண்டு தேடினான்.

"அப்போது, ஒரு பெரியலாரி கம்பெனிக்குள் நுழைந்தது. காவலாளி கேட்டை திறந்துவிட, லாரி, துணிரோல்கள் இருக்கும் கிடங்கு பக்கம்வந்து நின்றது. அங்குதான், மேனேஜர் நின்று கொண்டிருந்தார். லாரியில் துணிரோல்கள் இருந்தன. இறக்குவதற்கு ஆட்களை காணவில்லை. அப்போது, தேநீர் இடைவேளை நேரம் வேறு. ஊழியர்கள் டி குடித்துக் கொண்டிருந்தனர். அருகில் இருந்தவர்களை, சத்தம் போட்டு அழைத்தார் மேனேஜர். உடனே எறக்கி வைங்க. அப்புறம், டி குடிக்கலாம்" என்று சத்தமிட்டார்.

லாரி ஒட்டிவந்த ஒட்டுனரைப் பார்த்து, "உங்க கம்பெனியில இருந்து, இந்த ரோல் எல்லாம் நேத்தே வரவேண்டியது. இன்னைக்கு வரை, என்ன செஞ்சுட்டு இருந்தீங்க?"

"ஒட்டுனர் விழித்தார். தனக்கு என்ன தெரியும்? லோடு ஏத்திவிட்டா, கொண்டுபோய் எறக்குறதுதான் என்னோட வேலை. இந்த கேள்விகள என்கிட்ட கேட்டா, நா என்ன செய்றது" என்று மனதில் வெறுப்போடு நினைத்தான். "ஒருத்தரும், ஒரு வேலையையும் சரியா பார்த்துடாதீங்க" என்று மேனேஜர் கத்தினார்.

பங்கஜை, மூவரும் காலையில் இருந்து பார்க்கவில்லை. "இந்த பங்கஜ் எங்கே போனான்?" என்று லட்சுமி கேட்க,

"தெரியல. டி குடிக்கக்கூட காணோம்" என்று கவிதா சொன்னாள்.

"ஒருவேள, ஊருக்குப்போக தேவையானத பேக் செஞ்சிட்டு இருப்பார். எப்படியும், சாப்பாட்டு நேரத்துல வந்துடுவார்". "உன் ஊட்டுக்காரரையும் காணோம்" என்று மீனா, டியை குடித்துக்கொண்டே சொன்னாள்.

"அவரா... அவர, இன்னைக்கு கையில புடிக்கவே முடியாது. பேங்க், பணமுனு சுத்திட்டு இருப்பார். போனஸ் இன்னைக்குத் தானே தருவாங்க. அதான், தலைவருக்கு ஒரே வேலை. இன்னைக்குப்போய், நா ஏதாவது சொன்னா அவ்வளவு தான். மனுசன் கோவமாயிடுவார்" என்று சிரித்தாள் கவிதா.

மேனேஜர் நிற்பதை பார்த்த செந்தில், அவரை நோக்கிவந்து சண்டையிட ஆரம்பித்தான். "நா, ஆளுங்கள கஷ்டப்பட்டு, ஏதேதோ

பொய் சொல்லி கூட்டிட்டு வந்தா, நீங்க நோகாம, எனக்கு சேரவேண்டிய பணத்த எடுத்துக்குறது என்ன நியாயம்?" அங்கிருந்த அனைவரும், இவர்களை பார்த்துக் கொண்டிருந்தனர்.

"டேய்... வாய மூடு. என்னோட ரூமுக்கு, வா பேசிக்கலாம்".

"அதெல்லாம் முடியாது. எனக்கு இங்க, இப்பவே பணத்த கொடுங்க. நா வாங்குறதே கமிசன். நீங்க, அதிலையும் கமிசன் அடிச்சா எப்படி?"

மேனேஜருக்கு கோபம் வந்தது. "எல்லார் முன்னாடியும் என்னைப்பத்தி பேசுறானே". அருகில், லாரியிலிருந்து துணிகளை இறக்கி கொண்டிருந்தவர்கள், இவர்களையே பார்த்துக்கொண்டிருந்தனர். "இங்க, என்ன படமா ஓடுது. சீக்கிரம் எறக்கி வச்சுட்டு, வேற வேலைய பாருங்க. இங்கயே, நின்னு நாள கடத்திட்டு இருக்காதீங்க" என்று கோபமாய் மேனேஜர் கத்த, ஆட்கள் வேகமாய் துணிரோல்களை இறக்கினர்.

டிரைவர், மேனேஜர் சண்டை போட்டுக் கொண்டிருப்பதை பார்த்துச் சிரித்தான். இதைக்கவனித்த மேனேஜர்,. இவன் எல்லாம் என்னைப்பார்த்து சிரிக்கும் நிலைமைக்கு வந்துவிட்டோமா என்று நின்னைத்துக்கொண்டு, செந்திலிடம், "உனக்கு பணந்தானே வேணும். சரி, தர்றேன். எல்லாரு முன்னாடியும் சத்தம் போட்டா அப்புறம், இந்த கம்பெனியில, நீ கால் வைக்கமுடியாது". ரோல்கள் இறக்கிமுடிந்து, லாரி கிளம்பத் தயாரானது.

"சார். இப்படியெல்லாம் பயமுறுத்தி எல்லாம், என்னை ஒன்னும் செய்யமுடியாது. எனக்கு, என்னோட பணம் இப்பவே வேணும்" என செந்தில் கத்த, அவன்மீது இருந்த கோபத்தில், "இன்னும், என்னய்யா பண்ணிட்டு இருக்கே. வண்டிய எடுத்துட்டு கெளம்பு. இங்கயே, பாயப்போட்டு படுக்கலாமுனு நெனப்பா" என்று மேனேஜர் கத்தினார்.

கொஞ்சம் ரிவர்ஸ் எடுத்தபின்பு தான், கேட்டை நோக்கி வண்டி போகமுடியும். வண்டியை எடுக்க சாவியைப்போட்டு ஆன் செய்ய, வண்டி ஆன் ஆகவில்லை. மீண்டும், மீண்டும் ஆன் செய்தான் டிரைவர். பங்கஜ் அப்போதுதான், லாரி அருகே வந்தான். மீனா, கவிதா, மற்றும் லட்சுமி டி குடித்துவிட்டு வெளியே வந்தார்கள்.

என்ன சொல்லியும், செந்தில் இடத்தை விட்டு நகரவில்லை. லாரியும் நகரவில்லை. மேனேஜருக்கு, இருந்த கோபத்தில் என்ன செய்வதென்றே தெரியவில்லை. "டேய்... வண்டிய எடுனு சொன்னா, தடவிட்டு இருக்கே. எடு டா..." என்று அவர் திட்ட ஆரம்பித்தார்.

மீண்டும் முயற்சி செய்ய, வண்டி ஆன் ஆகிவிட்டது. தன்னை திட்டியதால் டிரைவருக்கும் சரியான எரிச்சல். வண்டியின் பின்பக்கம்

யாராவது வருகிறார்களா என்றுகூட பார்க்காமல், வேகமாக ரிவர்ஸ் எடுத்தான்.

"அங்கே பாருங்க. பங்க.............." என்று மீனா சொல்லி முடிப்பதற்குள், லாரி பின்பக்கமாக வந்து, பங்கஜின் மீது மோதியது. வண்டியின் பின்பக்கம் பங்கஜின் தலையில் அடித்ததால், தடுமாறி கீழே விழுந்தான். அனைவரும் சத்தமிட ஆரம்பிப்பதற்குள், கணநேரத்தில் லாரியின் சக்கரங்கள், அவன் மீது ஏறியது. மூவரும் உறைந்து போய் நின்றனர். அருகில் இருப்பவர்கள், ஓடிப்போய் பார்த்தனர். ஒருவர் ஆம்புலன்ஸ்க்கு போன் செய்தார்.

மூவரும், கூட்டத்தை விலக்கிக்கொண்டு உள்ளே ஓடினர். "அவனுக்கு எதுவுமில்ல" என்று லட்சுமி, மனதில் சொல்லிக்கொண்டே போய்ப்பார்த்தாள். பார்த்தவர்கள், அனைவரும் கத்த ஆரம்பித்தனர்.

"அக்கா... அக்கா... ஒன்னுமில்லல.... பங்கஜ்க்கு ஒன்னுமில்லல..." என்று மீனா திரும்பத்திரும்ப கேட்டாள். லட்சுமியிடம் பதில் இல்லை.

கவிதா, அந்த கோரத்தை பார்க்கமுடியாமல் கூட்டத்தில் இருந்து வெளியேவந்து அழுதாள்.

"கவி, நீயாவது சொல்லு. பங்கஜ் அண்ணனுக்கு ஒன்னுமில்லனு" மீனா அவளிடம் வந்து அழுதாள்.

"ஐயோ...... ஐயோ......." என்று கத்திக்கொண்டு, மீனாவை கட்டிப்பிடித்து அழுதாள் கவிதா. காவலாளிகள், அங்குவந்து கூட்டத்தை விலக்கினர். அந்த டிரைவர், தலையில் அடித்துக்கொண்டு அழுதான். சரியாக பார்த்து வண்டியை எடுத்திருந்தா, இப்படி ஆகி இருக்குமா? எல்லாம், சில நொடியில நடந்து முடிஞ்சுடுச்சே. இந்த சத்தம் கேட்டு, கம்பெனியில் இருந்த அனைவரும், சம்பவம் நடந்த இடத்திற்கு வந்து சேர்ந்தனர்.

மேனேஜர், செந்திலைப் பார்த்தார். நீ மூடிட்டு இருந்திருந்தா நானும், அவன சத்தம் போட்டிருக்கமாட்டேன். போ... போய்த்தொல..." என்று அங்கிருந்து அறையை நோக்கி நகர்ந்தார்.

ஹச்-ஆர், அங்குவந்து நிலைமையைப் பார்த்தார். அருகில் இருந்தவர்கள், இறந்துவிட்டான் என்று சொன்னார்கள். காவல்துறைக்கு தகவல் தெரிவித்தார். "எல்லாம் நல்லாப் போகுதுனு காலையிலதா பேசிட்டு இருந்தோம், அதுக்குள்ள, எல்லாமே தலைகீழா போய்டுச்சேனு" ஒரு ஒரமாய் உட்கார்ந்துகொண்டு மீனா சொல்ல, அவளருகில், லட்சுமி

தலையில் கைவைத்து அமர்ந்திருந்தாள். அங்கு பெண்கள் கூட்டமாய் நின்றிருந்தனர்.

கவிதா அழுவதை நிறுத்தவேயில்லை. "அன்னைக்கு நைட், தன்னப்பத்தி கவலப்படாம, எனக்காக வந்தார்றே. இப்போ, நம்மகூட இல்லயே" என்று அவள் மனம் வேதனையில் துடித்தது. ஐவரும் சிரித்துப்பேசியதை நினைத்தாள். இப்போ, அதுல ஒருத்தர் இல்லயே.

"ஐயோ.... கடவுளே.... அம்மாவையும், அக்காவையும் இங்க கூட்டிட்டு வரணும். தனியா ஊடு எடுத்து, எல்லாரும் ஒன்னா இருக்கணும். அம்மா கையால சாப்புடனுமுனு நெனைச்சவனுக்கு, அதுல, ஒன்னுகூட நெறவேறலயே. நாம எல்லாம், ஆசைப்படுறதுக்கு கூட தகுதியில்லாதவங்க" என்று கூறிக்கொண்டு அழுதாள் மீனா.

லட்சுமியால், இதை ஜீரணிக்கவே முடியவில்லை. அவனின் அப்பாவியான முகம் மட்டுந்தான் மீண்டும், மீண்டும் தோன்றியது அவளுக்கு. தூரத்தில், அவன் உடல் அசைவற்று கிடந்ததை பார்த்தாள். கவிதா, குருவுக்கு போன் செய்திருந்தாள். ஆனால், அவன் எடுக்கவில்லை. சற்றுநேரத்தில், ஆம்புலன்ஸ் வந்தது. கூடவே, காவல்துறையும் வந்தது. கம்பெனியின் வளாகத்தில் அனைவரும் கூட்டமாய் நின்றிருந்தனர். வெள்ளைத்துணியால் பங்கஜின் உடலை மூடி வண்டியில் ஏற்றினார்கள்.

அங்கு என்ன நடந்தது என்று காவல்துறை விசாரித்தது. பங்கஜின் உடல் இருந்த வாகனம் செல்வதைப்பார்த்த கவிதா, மீண்டும் கத்திக்கொண்டு அழுதாள். விசாரணை முடிவில், அந்த டிரைவரை கைதுசெய்து கூட்டிச்சென்றது காவல்துறை. கணக்காளருக்கு, கம்பெனியில் இருந்து போன் வந்தது. விஷயத்தை கேட்டுவிட்டு, "நம்ம கம்பெனியில, யாரோ ஒருத்தர் மேல லாரி ஏறிடுச்சாம். அடிபட்டதுல, அந்த ஆள் செத்துட்டாராம்" என்று குருவிடம் சொன்னார். "கடவுளே..." என்று குரு மனதிற்குள் நினைத்தான். ஆனால், யார் என்று இருவருக்கும் தெரியவில்லை.

லட்சுமி மீனாவையும், கவிதாவையும் அங்கிருந்து, தான் வேலைசெய்யும் பகுதிக்கு அழைத்துச்சென்றாள்.

****

"எல்லாம், இந்த மேனேஜரால வந்த வினை. அந்தாள் தான், இதுக்கெல்லாம் காரணம். வண்டியை சீக்கிரம் எடுக்கச்சொல்லி கட்டாயப்படுத்தியதால

தான், அந்த டிரைவரும் பார்க்காமல் வண்டிய எடுத்து, அந்தப்பையன் மேல மோதிட்டான்" என்று ஊழியர்கள் பேசிக்கொண்டனர்.

இதையெல்லாம் கூட்டமாய் பார்த்துக்கொண்டிருந்த, இந்திபேசும் ஊழியர்களுக்கு கோபம் அனலாய் எரிந்தது. ஏற்கனவே, நல்ல சாப்பாடு இல்ல, தங்குமிடம், பாத்ரூமுனு நமக்கு ஒன்னையும் உருப்படியா கொடுக்கல. இதைப்பத்தி புகார் சொல்லியும், எந்த நடவடிக்கையும் இல்ல. நம்மள, ரொம்பவும் கேவலமா நடத்துறாங்க. இப்போ, நம்ம ஆள் ஒருத்தன் செத்ததுக்கும், அந்த மேனேஜர் காரணமா இருந்துருக்குறான். இனி, பொறுமையா இருந்து பயனில்ல" என்று அங்கு வேலை செய்யும் இந்திக்காரர்களில் ஒரு பகுதியினர், கையில் கற்கள், கட்டைகள் என்று எடுத்தனர்.

கேண்டினுக்குள் புகுந்து அங்கிருக்கும் பொருட்கள், மேசைகள், கண்ணாடிப்பொருட்கள் என்று அடித்து நொறுக்கினர். அங்கிருந்த, கேண்டின் ஆட்களுக்கும் அடி விழுந்தது. பின்பு, வெளியில் வந்து கம்பெனியின் மற்ற பகுதிகளுக்கும் ஆவேசமாய் ஓடினார்கள். இப்போது, கண்ணில்பட்ட அனைத்தையும் அடித்து நொறுக்கினார்கள். நிறுவனத்தின் வளாகமே கலேபரமானது.

அவர்களை நிறுத்துங்கள் என்று சொல்ல, ஒருவர்கூட இல்லை. அலுவலத்தை நோக்கியும் ஒருகுழு கட்டைகளை தூக்கிக்கொண்டு வந்தது. ஹச்-ஆர் தடுத்துப்பார்த்தார். அவருக்கும் அடிவிழுந்தது. அங்கிருந்த ஆட்கள், அவரை அங்கிருந்து பாதுகாப்பாக, ஒரு அறைக்குக் கூட்டிச்சென்றனர்.

சத்தம்கேட்டு, மீனா ஜன்னல் வழியாய் பார்த்தாள். அனைவரும் ஆளுக்கொரு திசையில் ஓடிக்கொண்டிருந்தனர். அவளுக்கு, ஒன்றும் புரியவில்லை. லட்சுமியை கூப்பிட்டு காண்பித்தாள். ஆட்கள், கட்டைகள் கொண்டு வண்டி, வாகனங்களை அடித்து நொறுக்கினர். கம்பெனி பேருந்தின் கண்ணாடிகளை ஆட்கள் அடித்ததை மூவரும் பார்த்தனர். எத்தனை நாட்கள் அதில் வந்திருப்போம். இன்று, அந்த பேருந்தின் நிலைமையை பார்க்க அவர்களுக்கு வேதனையாய் இருந்தது. சற்று நேரத்தில், அந்த பேருந்திற்கு தீ வைத்தனர்.

மூவரும் இருந்த இடத்தில், மேலும் பல பெண்களும் இருந்தனர். இந்த கலேபரங்களை பார்த்த அனைவரும் பயந்து போயிருந்தனர். அவர்கள், இருந்த பகுதிக்குள் வந்த ஆண்கள் சிலபேர், பெண்களைப் பார்த்து, "கொஞ்சநேரம் இங்கயே பாதுகாப்பா இருங்க. வெளியே

நெலம சரியியில்ல. வெளியே போனா உங்களுக்கும் அடிபடும். அதனால, கதவுகள சாத்திட்டு, இங்கேயே இருங்கனு" சொல்லிவிட்டு சென்றனர்.

அலுவலக கண்ணாடிகள் அனைத்தும், கற்கள் கொண்டு அடித்து உடைக்கப்பட்டன. மேசைகள் மேலிருந்து தூக்கி வீசப்பட்டன. கணினிகளை உடைத்து வீசினர். சற்று நேரத்தில், மொத்த அலுவலகத்தையும் துவம்சம் செய்தனர். காவல்துறைக்கு தகவல் தெரிவிக்கப்பட்டு வந்து கொண்டிருந்தனர். காவலாளிகள், கேட்டின் வெளியே பயத்துடன் நின்றனர். ஒருவளைப் போட்டு, ஒருகுழு சரமாரியாய் அடித்தது. அது செந்தில் தான். இவ்வளவு நாள், தான் சம்பாரிப்பதற்காக பொய் சொல்லி, எத்தனை ஆட்களை இங்கு கொண்டுவந்து விட்டிருப்பான். அதற்குத்தான் இந்த அடி என்பதுபோல் இருந்தது.

கம்பெனியை விட்டு, வெளியே ஓடிவருபவர்கள் மீது கற்கள் வந்து விழுந்து, ஒரு சிலருக்கு மண்டை பிளந்தது. அலுவலகத்தில், மேனேஜரை தேடினார்கள். ஆள் கிடைக்கவில்லை. தூரத்தில், கார் நிறுத்துமிடத்தில் மேனேஜர் பதற்றமாக இருந்தார். "இங்கிருந்து எப்படி போறதுனு தெரியலயே? மெயின் கேட்டு பக்கத்துலேயும் ஆளுங்க இருக்குறாங்க. என்ன செய்றது? வேறு வழியில்ல" என்று வேகமா காரை ஓட்டினார். கார் வேகமாய் வருவதைப்பார்த்த ஆட்களுக்கு, அது மேனேஜர் தான் என்று தெரிந்தது. வழியில் இருந்த, ஒருசில ஆட்கள் மீது மோதிவிட்டு, காரை வேகமாக கேட்டை நோக்கி ஓட்டினார். கோபத்தில் இருந்த ஆட்கள், அந்த கார் மீது கற்களை கொண்டு அடித்தனர். அதில் தடுமாறிய கார், கேட்டின் சுவர்மீது போய் மோதியது.

காரைச்சுற்றி நிறையப்பேர் கூடினார்கள். காரை விட்டு, வெளியே வரவே பயப்பட்டார் மேனேஜர். அவரின் உதவிக்கு, இப்பொழுது முதலாளியின் மருமகன் கூட இல்லை. மருமகன் மதியத்திற்கு மேல்தான் கம்பெனி வருவதாக இருந்தது. ஆட்கள், காரின் மேல் ஏறிநின்று காரை அடித்தனர். காரிலிருந்து மேனேஜரை வெளியே இழுத்துப்போட்டு, சரமாரியாய் அடிக்க ஆரம்பித்தனர்.

லட்சுமி மற்றும் பெண்கள் கதவை இழுத்துச் சாத்தினர். அவர்கள் இருந்த பகுதி, ஒரு கட்டிடத்தின் முதல் மாடி. தரைத்தளத்தில் துணிரோல்கள் அடுக்கி வைக்கப்படிருக்கும் கிடங்கு இருந்தது. அவர்கள் இருந்த பகுதியை நோக்கி கற்கள் வீசப்பட்டன. அதில், கண்ணாடி ஜன்னல்கள் உடைந்து, கண்ணாடி சிதில்கள் சிதறின. மீனா ரொம்பவே பயந்தாள். "ஒன்னுமில்ல. பயப்படாதே" என்று லட்சுமி, அவளைத்

தேற்றினாள். மேலும், கற்கள் பறந்து வந்து விழுந்தன. பயந்துபோய் கவிதாவும், மீனாவும் கீழே உட்கார்ந்தார்கள். அவர்கள் அருகில் கற்கள் வந்து விழுந்தன. லட்சுமி, இருவர் மீதும் கற்கள்படாமல் பாதுகாப்பாய் அவர்களை கட்டிப்பிடித்துக்கொண்டு அமர்ந்தாள். ஒரு கல் பறந்துவந்து, லட்சுமியின் பின்மண்டையைத் தாக்கியது. வலியால் பல்லை கடித்துக்கொண்டாள்.

மேனேஜரை சரமாரியாய் தாக்கினர். அப்போது, போலீஸ் ஜீப் உள்ளே வந்துசேர, காவலர்கள், இந்திக்காரர்களிடம் இருந்து மேனேஜரை மீட்டனர். அவரின் வாய், மூக்கு, கை, கால்கள் உடைந்து இரத்தம் கொட்டியது. அதேநேரத்தில், அங்கு வேலைசெய்த ஒருபாதி இந்தி பேசும் ஆட்கள், கலவரத்தில் ஈடுபட்ட நபர்களைத் தடுத்து, மற்ற ஆட்கள் வெளியே செல்ல உதவினார்கள்.

கவிதா, மீண்டும் குருவுக்கு போன் செய்தாள். பேசியவனுக்கு அதிர்ச்சி. இறந்தது பங்கஜ் தான் என்று தெரிந்ததும், துடிதுடித்துப்போனான். இங்கு, கலவரமாய் இருப்பதாகவும், பெண்கள் வேலை செய்யும் அறையில், நாங்கள் இருப்பதாகவும் சொன்னாள் கவிதா. "பயப்படாதே. நா பக்கத்துல வந்துட்டேன். யாருக்கும் ஒன்னுமாகாது" என்று குரு சமாதானப்படுத்தினான்.

போலீஸ், கலவரத்தில் ஈடுபட்ட சிலரைப் பிடித்தது. ஆனால், கலவரத்தில் அதிகமானோர் ஈடுபட்டிருந்தனர். அவர்களுக்கு, எந்த நோக்கமும் இல்லை. கோபம் மட்டுமே இருந்தது. தங்களை வஞ்சித்துவிட்டார்கள் என்ற கோபம்தான். அதனால், கண்ணில் படுவதை எல்லாம் அடித்தார்கள். அப்போது, ஒரு கட்டிடத்தில் தீ மளமளவென்று பற்றியெரிந்தது. தீயணைப்பு வாகனத்தை வரச்சொல்லி, காவலர்கள் தகவல் சொன்னார்கள். தீப்பற்றிய கட்டிடம், துணிரோல்கள் வைக்கப்படிருக்கும் பெரிய கிடங்கு என்று ஹச்-ஆர், காவலர்களிடம் சொன்னார்.

அந்த கட்டிடத்தின் மேல்மாடியில் இருந்து அழுகுரல்கள் கேட்டது. அனைவரும் பதறியடித்து சென்று பார்க்க, அங்கு பெண்கள் இருப்பது தெரிந்தது. அவர்கள் வெளியே வரமுடியாதபடி தீ எரிந்தது.

"சார், லேடீஸ் இருக்குற அறை, அந்த கெடங்கோடா மேல்மாடியில இருக்கு. அவங்க, வர்றவழி முழுசும் தீ எரியுது. அவங்க படி மூலமா வர்றதுக்கு வாய்ப்பே இல்ல. மொட்டைமாடியோட கதவும் பூட்டியிருக்கும். அதுவுமில்லாம, அந்த கட்டிடத்துக்கு பக்கத்துல, பெரிய பாய்லரும்

இருக்குது. அதனால, சீக்கிரம் தீயை அணைக்கலைனா, அவங்கள காப்பாத்துவது கஷ்டம்" என்று காவலர்கள் பேசிக்கொண்டனர்.

தீ கட்டிடம் முழுவதும் பரவியது. குரு கம்பெனிக்கு வந்து சேர்ந்தான். கம்பெனியே அலங்கோலமாய் இருந்தது. அனைத்தும் உடைக்கப்பட்டுக் கிடந்தன. உள்ளே, கடைசியில் ஒரு கட்டிடம் தீ பிடித்து எரிந்து கொண்டிருந்ததை பார்த்தான். அப்போது, தீயணைப்பு வாகனம் உள்ளே வேகமாய் வந்தது.

பில்டிங் முழுசா புகையா இருக்கு. வெளியில போகவே முடியல. எங்க பார்த்தாலும் தீ. இருக்குற ஒரேவழி, கதவு மட்டுந்தான். ஆனா, இப்போ அது வழியாவும் போகமுடியாது. இங்கயே இருந்தா, எல்லாரும் சாகவேண்டியது தான்" என்று பெண்கள் அழுதனர்.

"என்னால தான், இங்கவந்து, நீங்களும் மாட்டிட்டீங்க" என்று லட்சுமி சொல்ல, "அக்கா, இதுல உங்க தப்பு எதுவுமில்ல. இதுக்காக, நீங்க கவலப்படாதீங்க. நாம, சீக்கிரம் வெளியில போய்டலாம்" என்று கவிதா சொன்னாள். கம்பெனி முழுவதும் கவிதாவை தேடினான். எங்கேயும் காணவில்லை. ஒருவேளை, தீப்பிடித்த கட்டிடத்தில் மாட்டியிருப்பாளோ?" என்று பயந்தான் குரு.

தாங்கள் மாட்டியிருப்பதையும், வெளியே செல்ல வழியில்லை என்பதையும் கவிதா, போனில் குருவிடம் சொன்னாள். தீயணைப்பு வாகனம் தண்ணீரை பீய்ச்சி அடித்தது. தீ அணைந்தபாடில்லை. கட்டிடத்தின் உள்ளே செல்ல, ஆட்கள் முயன்றனர். ஆனால், தீ எரிந்துகொண்டே இருந்தது. உள்ளே ஏகப்பட்ட துணி ரோல்கள் இருந்ததே, இதற்கு காரணம். அறை முழுவதும் புகையாய் இருந்தது. மாடியில், ஜன்னல்கள் இருந்தன. ஆனால், ஜன்னல் கம்பிகள் அவர்கள் வெளியேறுவதற்கு தடையாய் இருந்தது.

சிலர், பக்கத்து கட்டிடத்தின் மீது ஏறி, தீப்பற்றி எறியும் கட்டிடத்தின் மீது தாவினார்கள். ஆனால், மொட்டைமாடியில் இருந்து கீழ்தளத்திற்கு செல்ல இரும்புக்கதவு தடையாய் இருந்தது. அந்தக்கதவு எப்பவும் உள்பக்கமாக பூட்டப்பட்டு இருக்கும். தொழிலாளர்கள் மொட்டைமாடியில் சென்று அரட்டை அடிக்கக்கூடாது என்று அதை பூட்டி வைத்திருந்தார்கள். அந்தக்கதவை எவ்வளவோ உதைத்துப் பார்த்தார்கள். திறக்க முடியவில்லை. குருவும், அவர்களோடு சேர்ந்து கதவை திறக்க முயற்சித்தான். முடியவில்லை. தீயின் வேகம் பலமாய் இருந்தது. பெண்கள் இருந்த பகுதி முழுவதும் புகையாய் மாறியது. ஒவ்வொருவரும் கடுமையாய் இருமினர்.

லட்சுமிக்கு அந்த புகையில் இருக்க முடியவில்லை. அவளுக்கு மூச்சு மேலும், கீழுமாய் வாங்கியது. ஒரு இடத்தில் தள்ளாடி உட்கார்ந்தாள். பெரும் புகையாய் இருந்ததால், யார் எங்கே இருக்கிறார்கள் என்று தெரியவில்லை. புகையால், மீனா மயக்கம்வந்து விழுந்தாள்.

பெரிய கட்டர்கள், பெரிய சுத்தியல்கள் என்று பக்கத்து கட்டிடத்தில் இருந்து வீசினர். அதைக்கொண்டு குருவும், சில ஆட்களும் கதவை உடைக்கமுயற்சித்தனர். தீயணைப்பு வீரர்கள், அங்குவந்து கதவை உடைக்க உதவினர். சிறிதுநேரத்தில் கதவு உடைந்தது. தீயணைப்பு வீரர்கள் உள்ளே செல்ல, மற்றவர்களை உள்ளே வரவேண்டாம் என்று சொல்லிவிட்டனர். உள்ளே புகை பலமாய் இருந்தது. வெகுசீக்கிரமே, கட்டிடம் முழுவதும் தீ பரவிவிடும். அதற்குள், பெண்கள் இருக்குமிடத்திற்கு செல்ல வேண்டும். பெண்கள் இருந்த பகுதியை நோக்கிச் சென்ற வீரர்கள், கதவை பலமாய் தட்டினர். கதவை உள்பக்கமாக பெண்கள் பூட்டிருந்தனர்.

கதவு தட்டு சத்தம் கேட்டாலும், பெண்களால் கதவை திறக்கமுடியவில்லை. வீரர்கள், கதவை உடைக்க ஆரம்பித்தனர். குருவால் அதற்குமேலே காத்திருக்க முடியவில்லை. உள்ளே சென்றான். தட்டுத்துமாறி படிகளில் இறங்கினான். கதவை உடைத்து உள்ளே சென்ற வீரர்களோடு, குருவும் சென்றான். புகையால் உள்ளே இருப்பது யார் என்றே தெரியவில்லை. "கவி.... கவி...." என்று சத்தமிட்டுக்கொண்டே தேடினான். அனைவரையும் வீரர்கள் பாதுகாப்பாய் பக்கத்து கட்டிடம் கூட்டிவந்தனர். அந்தக்கூட்டத்தில், தன் மனைவியைத் தேடினான் குரு.

கவிதாவும், கூட்டத்தில் மீனா, லட்சுமிக்கா என்று கத்திக்கொண்டு இருந்தாள். "உள்ளே பக்கத்துலேயே தான் இருந்தோம். ஆனா, வெளியே வரும்போது காணோமே" என்று பதறினாள். தன் கணவன், கூட்டத்தில் இருப்பதை பார்த்தவள், ஓடிச்சென்று அவனைக் கட்டிக்கொண்டாள். அவளுக்கு எதுவும் ஆகவில்லை என்று தெரிந்தபோது, குருவுக்கு சற்று நிம்மதியாய் இருந்தது. மீனாவும், அவர்களைப் பார்த்துவிட்டு, அவர்களிடம் வந்தாள். மீனாவை பார்த்த இருவருக்கும் சந்தோசம். கவிதா, மீனாவையும் கட்டிக்கொண்டாள்.

"அக்கா....... இந்த கூட்டத்தில் காணோம்" என்று மீனா சொன்னாள். மூவரும் அந்தக் கூட்டத்தில் தேடினர். ஆனால், லட்சுமியை காணவில்லை.

"ஒருவேள.... ஒருவேள.... உள்ளேயே மாட்டியிருந்தா?" என்று கவிதா பயந்தாள்.

"சரி... நா உள்ளே போய்ப்பார்க்குறேன்" என்று குரு செல்ல, அங்கிருந்த தீயணைப்பு வீரர்கள், குருவை தடுத்து நிறுத்தினர். "இனிமே, உள்ளே போறது ஆபத்து. தீ மேல்மாடிக்கும் பரவிடும்.

"சார், உள்ளே இன்னும் ஒருத்தர் இருக்காங்க. உள்ளே போயே ஆகணும்".

"எங்களாலேயே உள்ளே போகமுடியாது" என்று தீயணைப்பு வீரர் சொல்வதை கேட்கமறுத்து, அவர்களைத் தள்ளிவிட்டுட்டு, உள்ளே ஓடினான் குரு. வீரர்களும் வேறுவழியின்றி உள்ளே வந்தனர். மேல்மாடியிலும் தீ பரவியது. உள்ளே சென்று அக்கா.... அக்கா.... என்று கத்தினான். எங்கேயும் காணவில்லை. வெப்பத்தால், அவனால், மேலும் அங்கேயிருக்க முடியவில்லை. இருந்தாலும், தன் முயற்சியை கைவிடவில்லை. ஒவ்வொரு பகுதியாய் தேடினான். புகை, அந்த அறை முழுவதும் நிரம்பியிருந்தது. அறையின் மூலையில், ஒருவர் அமர்ந்த நிலையில் இருப்பதை பார்த்தவன், அங்கு ஓடிப்போய் பார்த்தான். லட்சுமி தான்.

அவள் முகம் முழுவதும், புகையால் கருமையாய் மாறியிருந்தது. பேச்சற்று மயக்கநிலையில் இருந்தாள். அங்குவந்த வீரர்களும், லட்சுமியை தூக்கிகொண்டு வெளியே வந்தனர். கம்பெனியின் வெளியே, ஆம்புலன்ஸ்கள் தயாராய் இருந்தது. லட்சுமியை கொண்டு சென்றவர்கள், ஆம்புலன்ஸில் ஏற்றி சோதித்தனர். மூச்சு வரவில்லை. நெஞ்சில் கைவைத்து அழுத்தினர். அசைவே இல்லை. வெளியே மீனா பதட்டத்துடன் இருந்தாள். ஏதும் தவறாக நடக்கக்கூடாது என்று குரு வேண்டிக்கொண்டான். மீண்டும் முயற்சித்துப் பார்த்தார்கள்.

லட்சுமி அசையவே இல்லை.

*****

பயணத்தின் முடிவு

ஊரே, பண்டிகை நாளில் மகிழ்ச்சியில் திளைத்துக் கொண்டிருந்தது. சிறுவர்கள், புத்தம்புது ஆடைகளை அணிந்துகொண்டு, கையில் ஊதுபத்திகளை வைத்துக்கொண்டு, பட்டாசுகளை வெடித்துக் கொண்டிருந்தனர். லட்சுமியின் வீடு மட்டும் பெண்களின் அழுகுரல் கூடாரமாய் மாறியிருந்தது. வீட்டின் நடுவே, லட்சுமியின் உடல் வைக்கப்பட்டிருந்தது. அவள் நெற்றியில் திருநீறு பூசப்பட்டு, காசு வைக்கப்பட்டு இருந்தது. மீனாவும், கவிதாவும் லட்சுமியின் அருகில் அமர்ந்து அழுது கொண்டிருந்தனர். கார்த்தி வெளியில் நின்றிருந்தான். உள்ளே வரும் ஆண்கள், அவனின் கைகளைத்தொட்டு வணக்கமிட்டுக் கொண்டு, துக்கம் விசாரித்தனர்.

"அந்த விபத்துல, தலையில அடிபட்டுடுச்சு, ரொம்பநேரம் பொகைல இருந்ததுனால மூச்சுத்தெணறி இறந்துட்டாங்கனு" சொன்னான். இதை ஒவ்வொருமுறையும் சொல்லும்போது, அவனை அறியாமல் கண்களில் கண்ணீர் வழிந்தது. அப்பாவைத் தேடினான். தூரத்தில், அவரது நண்பர்கள் வாங்கிவந்திருந்த சாராயத்தை குடித்துக் கொண்டிருந்ததைப் பார்த்தான். இப்பொழுதுகூட, தன்னுடைய மனைவி அருகில் இல்லாமல், குடிப்பதை பெரிதாய் நினைத்த அப்பாவைப்பார்த்து, முதன்முதலாக வெறுத்து கார்த்தி பேச்சின்றி அமைதியாய் நின்றான்.

லட்சுமியின் கணவன், போதையில், அங்கு அமர்ந்திருக்கும் நபர்களை கட்டிப்பிடித்து, "எம் பொண்டாட்டி செத்துட்டா" என்று அழுதான். அவர்களும் வேண்டாவெறுப்பாய் பொறுத்துக்கொண்டனர். கந்தசாமி வந்து, லட்சுமியின் உடல் மீது மாலையை வைத்து கையெடுத்து கும்பிட்டுவிட்டு, குருவின் பக்கத்தில் வந்து நின்றார். சுப்பிரமணி தாத்தா, லட்சுமியை பார்த்து அழுதுவிட்டு, தடுமாறி வெளியே வந்தார். அவரை தாங்கிப்பிடித்த குரு, அவரை உட்காரவைத்தான். "என்னைமாறி வயசானதுகள, இன்னும் இந்த ஒலகத்துல, வாழவைக்குற, இந்த கருணையில்லா கடவுள், இவளமாறி ஆளுங்கள சீக்கிரம் கூட்டிட்டு போய்டுறார்!

லட்சுமியின் கணவன், போதையில் உளறிக்கொண்டு இருப்பதைப் பார்த்த தாத்தா, இனிமேலாவது அவ, யார் தொல்லையும் இல்லாம தூங்குவா" என்றார். சுடுகாட்டிற்கு, அவளது உடலை எடுப்பதற்கு முன், அவள் அணிந்திருந்த நகைகளை கழட்டி மீனாவிடம் தந்தனர்.

நகையா.. எங்கே இருக்கும்? கழுத்தில் ஒரு மஞ்சக்கயிறு, காதில் ஒருஜோடி கவரிங் கம்மல்கள், காலில் அந்த பழைய வெள்ளி மெட்டி. அவ்வளவு தான். நகையென்று, அவளிடம் இருந்தது அந்த தங்க வளையல்கள் மட்டுந்தான். அவள் ஆசையாய் அணிந்த அந்த வளையல்களை கழட்டினர். உண்மையில், அந்த வளையல்களை அணிந்துகொள்ள கொடுப்பனை இல்லை என்பதை இப்போது, லட்சுமியின் உடல் நினைத்திருக்கும்.

லட்சுமியின் உடலை எடுத்தனர். மீனாவும், கவிதாவும் கதறி அழுதனர். "ஐயோ.... எல்லாம் முடிஞ்சுடுச்சே. எங்களுக்காக, அக்கா அவங்க உயிர விட்டுடுட்டாங்க" என்று கத்தினர். கார்த்தி முன்னேசெல்ல, அவள் உடல் பின்னே எடுத்து சென்றார்கள். கணவன் குடிபோதையில் வீட்டிலேயே மயங்கிக் கிடந்தான்.

*****

அடுத்தநாள் காலையில், வீட்டில் லட்சுமியின் படம்வைக்கப்பட்டு, அதன்முன்னே விளக்கேற்றி வைக்கப்பட்டிருந்தது. கார்த்தி மௌனமாய் அதன்முன்னே அமர்ந்திருந்தான். அவன் அப்பா குடிபோதையில் தூங்கிக்கொண்டிருந்தான். அப்போது, மூவரும் உள்ளே வந்தனர். அவர்கள் வந்ததைப்பார்த்த கார்த்தி எழுந்து நின்றான்.

குரு, அவனிடம் வந்து, கையில் ஒன்றை வைக்க, கார்த்தி என்னவென்பது போல் பார்த்தான். அது அம்மாவின் வளையல்களும், சீட்டுப்பணமும். இது, உன்னோட அம்மா கடைசியா போட்டிருந்த வளையலும், சீட்டுப்பணமும்.

பழையதை நினைத்துப்பார்த்தான் கார்த்தி. அம்மா, அந்த வளையல்களை மீட்க, ஒவ்வொருமுறையும் பணம் சேர்த்தபோது, தங்களுக்கு வேண்டுமென்று வாங்கிக்கொண்டதை நினைத்து வருந்தினான். அந்த வளையல்கள் நெருப்புபோல், தன் கைகளில் கொதிக்கிறது என்று கார்த்தி நினைத்தான். இதை கையில் ஏந்துவதற்கு, தனக்கு எந்த தகுதியும் இல்லை. எத்தனை முறை, அவரின் பேச்சை கேட்காமல், அவங்கள சங்கடப்படுத்தியிருப்போம்.

அந்த வளையல்களை தாங்கும் சக்தி அவனுக்கு இல்லை. கைகள் நடுங்கின. அவன் கண்ணில் கண்ணீர் கொட்டியது. அம்மாவின் படத்தை பார்த்து, முட்டிபோட்டுக்கொண்டு அழுதான். "அம்மா....... நீ விபத்துல சாகல மா. நாங்களே கொன்னுட்டோம். நீ செத்ததுக்கு, நாங்க மட்டுந்தான் காரணம். ஒருவேள, நாங்க சரியா இருந்திருந்தா,

நீ வேலைக்கே போயிருக்க வேண்டியதில்ல. இத்தன கஷ்டங்கள தாங்கியிருக்கவும் வேண்டியதில்ல".

"அம்மா..... அம்மா......... அப்பாவ போல ஜாலியாய் இருக்கணுமுனு ஆசப்பட்டனே தவிர, உன்னமாறி, ஒரு நாளாவது இருக்கணுமுனு எனக்குத் தோணலயே. மா.... நா எல்லாம் பாவிமா. எனக்கு எல்லாம் மன்னிப்பே கெடையாது" என்று தேம்பித்தேம்பி அழுதான். இந்த வளையல்களை தொடக்கூட எனக்கு அருகதையில்லமா.

அம்மா, நா வேலைக்கு போறேன்மா. எந்த வேலையா இருந்தாலும் போறேன்மா. உனக்கு, நா சம்பாரிச்சு சாப்பாடு போடுறேன்மா. திரும்பிவா மா. நீ இல்லாம, இந்த ஊடு சுடுகாடா இருக்குதுமா. உனக்கு, இந்த ஓட்டு ஊட்டமாத்தி, மாடி ஊடு கட்டனும் அவ்வளோதானே. நா கட்டுறேமா. ஊட்டுக்கு சுண்ணாம்பு அடிக்கனுமா... நான் அடிக்குறேமா. ஒரு தடவ, என்கிட்ட பேசுமா. மா... இனிமேல, நா சரியா இருப்பேமா. ஐயோ.... நீ இருக்கும்போது, உன்னோட அரும, எனக்குத் தெரியலயே. நீ, இப்படி என்னை அனாதையா விட்டுட்டு போய்ட்டயே" என்று கதறி அழுதான்.

அவன், அழுவதைப்பார்த்த மீனாவும் அழுதாள். பின்பு, அவனின் தோளைத்தொட்டு சமாதானம் செய்தாள். சிறிதுநேரம், அனைவரும் அமைதியாய் உட்கார்ந்திருந்தனர்.

"பங்கஜ்.... இப்போது..." என்று கவிதா சோகமாக கேட்டாள்.

"பங்கஜோட பாடி, கவர்மென்ட் ஆஸ்பிட்டல்ல இருக்குது. விபத்துல, அவனோட ஒடம்பு ரொம்பவே சேதமடைஞ்சுடுச்சு. ரொம்ப நாள் வச்சிருக்கமாட்டாங்க".

"அப்போ, பங்கஜ் வீட்டுக்கு தகவல் சொல்லியாச்சா...."

"ம்ம்ம்.... அவனோட ரூம்ல தங்கியிருந்த சிலபேரோட உதவியால சொல்லியாச்சு. பாவம், அவனோட அம்மா கதறியத, என்னால கேக்கமுடியல. அவங்க, இங்க வந்ததுக்கு அப்புறம் பேசிக்கலாம்".

மூவரும் கிளம்பும்போது கார்த்தி, மீனாவை அழைத்தான். "மீனா, உன்கிட்ட மன்னிப்பு கேக்கறதுக்கு, எனக்கு தகுதி இருக்குதானு தெரியல. இந்த வளையல் இங்க இருக்கறதவிட, உன்னோட கையில இருக்கறதுதான், அம்மாவுக்கும் புடிக்கும்" என்று அவள் கையில வளையல்களை வைத்தான். அவளால் வேண்டாமென்று மறுக்க முடியவில்லை.

"உண்மையான பாசத்த, இருக்கும்போது அலட்சியப்படுத்திட்டு, இல்லாதபோது அழுது என்ன பலன். எ அம்மாவோட பாசத்தையும், நா

புரிஞ்சுக்கல. உன்னோட காதலையும், நா புரிஞ்சுக்கல. ஒருவேள, அந்த காதல் உனக்கு மறுபடியும் வர்றவரைக்கும், உனக்காக காத்திருப்பேன்" என்று சொல்லிவிட்டு, கார்த்தி அறைக்குள் சென்றுவிட்டான்.

*****

கம்பெனியின் ஒரு பகுதி முழுவதுமாக எரிந்ததுபற்றி, முதலாளியிடம் விளக்கினார் மருமகன். "நா, அன்னைக்கு மத்தியானம் கம்பெனி போறதா இருந்தது. அதுக்குள்ள இதெல்லாம் நடந்துடுச்சு".

"அங்க பாதிக்கப்பட்ட நபர்களுக்கு, சேரவேண்டிய தொகைகளை முழுவதுமாக கொடுக்கச்சொன்னார் முதலாளி. கம்பெனியால, மறுபடியும் பழைய நெலைக்கு வரமுடியும். ஆனா, செத்து போனவங்கள திரும்ப கூட்டிட்டு வரமுடியாது. அந்த விபத்துக்கு காரணமான டிரைவரோட சேத்து, மேனேஜர் மேலயும் வழக்கு பதியச்சொல்லுங்க" என்று முதலாளி சொன்னதைக்கேட்டு, சரியென்றார் மருமகன்.

கவிதாவும், குருவும் பங்கஜ் உடல் எரியூட்டப்படும் இடத்திற்கு சென்றனர். பங்கஜின் அம்மாவும், அக்காவும் வந்திருந்தனர். மிகவும், வாடிய முகத்தில் இருந்த அம்மா, முழுவதுமாக வெள்ளைத்துணியால் கட்டப்பட்ட பங்கஜின் உடலைப்பார்த்து அழுதார். அவனுக்குண்டான இழப்பீட்டுத் தொகையை ஹெச்-ஆர் வழங்கினார். பங்கஜின் உடல் எரிந்துகொண்டிருந்தை அழுதுகொண்டே பார்த்துக்கொண்டிருந்தாள் கவிதா. லட்சுமிக்கு, சேரவேண்டிய தொகைக்கான காசோலையும் குருவிடம் கொடுத்து, அவர் வீட்டில் கொடுக்கச்சொன்னார் ஹெச்-ஆர்.

*****

அந்த கொடூர நிகழ்வுக்குப் பிறகு, மூவராலும் தொழிலில் கவனம் செலுத்தமுடியவில்லை. ஏகப்பட்ட ஆர்டர்கள் வந்திருந்தன. கவிதாவும், மீனாவும் ஊறுகாய்களை தயார் செய்து கொண்டிருந்தனர். ஆனால், இருவரும் பேசிக்கொள்ளவில்லை. தேமேயென்று இருவரும் வேலை செய்து கொண்டிருந்தார்கள். பழைய சந்தோசம் இப்போது இல்லை. விளையாட்டுகள் இல்லை. அடிக்கடி, மீனா எதையோ நினைத்து அழுதாள். கவிதாவும், அவளை சமாதானபடுத்த முயலவில்லை. மீனா அழுவதை பார்த்து, கவிதாவும் அழுதாள்.

அழுகுரல் கேட்டதால், குரு சமையலறைக்கு வந்தான். இருவருமே அழுது கொண்டிருப்பதை பார்த்துவிட்டு, என்ன சொல்வதென்று தெரியாமல் அப்படியே நின்றான். வேறு ஏதாவது பேசி, அவர்களின் அழுகையை மடைமாற்ற வேண்டுமென்று நினைத்தான். "கவி, ஆர்டர் நெறய இருக்கு. கொஞ்சம் சீக்கிரம் முடிங்க".

கவிதா கண்ணீரை துடைத்துக்கொண்டு, வேலையை செய்ய ஆரம்பித்தாள். மீனாவால் முடியவில்லை. "மீனா.... எங்களவிட உனக்குத்தான் வலி அதிகமுனு தெரியும். இருந்தாலும், இப்படியே அழுதுட்டு இருந்தா, அவங்க திரும்பி வந்துவிடுவாங்களா? நாமதான், அதிலிருந்து வெளியேவரணும். நமக்கு வேலை அதிகமா இருக்குது" என்று குரு சொன்னவுடன், கவிதா இடைமறித்தாள்.

"குரு, கொஞ்சமாது புரிஞ்சுட்டு பேசு. உடனே, எல்லாத்தையும் மறந்துட்டு, உன்னமாறி சகஜமா இருக்கமுடியாது. எல்லாரும், சேந்து செஞ்ச வேலை இது. இப்போ, இதுல ரெண்டுபேர் இல்லணு நெனைக்கும்பொது, வலிக்கத்தான் செய்யும். ஆம்பிளைனா, உணர்ச்சிகள காட்டவே கூடாதுனு அர்த்தமா? தயவுசெஞ்சு, கொஞ்சம் வெளியே போ. நாங்க வேலைய முடிச்சுக் கொடுக்குறோம்" என்று கோபமாக சொன்னாள் கவிதா.

"இல்ல... நா சொல்ல வந்தது என்னென்னா...." என்று குரு வாயெடுக்க, "எதுவும் பேசவேண்டாம். நீ மொதல்ல இங்கேயிருந்து கெளம்பு" என்று கவிதா மீண்டும் சொல்லும்போது, மீனா அழுது கொண்டிருந்தாள்.

*****

கவிதாவுக்கு தூக்கமே வரவில்லை. அவர்கள் இருவர் உருவமும், அடிக்கடி அவள் நினைவில் வந்துசென்றது. இந்த வீட்டில், அனைவரும் சந்தோசமாய் பேசிக்கொண்டும், விளையாடிக்கொண்டும் இருந்ததை நினைத்துக்கொண்டு அழுதவள், திரும்பிப்படுத்தாள். படுக்கையில் குருவை காணவில்லை. பயத்துடன் எழுந்தாள். எங்கே அவன்? கதவை திறந்துகொண்டு வெளியே வந்து பார்த்தாள். இருளில், வானத்தைப் பார்த்துக்கொண்டு குரு அமர்ந்திருப்பதை பார்த்தபின் தான், கவிதாவுக்கு பயம் விலகியது. அவனருகில் சென்று அமர்ந்து கொண்டாள்.

"ஏய்... நீ இன்னும் தூங்கலயா" என்று வேறுபக்கமாக பார்த்துக்கொண்டு குரு கேட்டான்.

"இல்ல. எனக்கு தூக்கம் வரல".

"நீ, ஏ இங்க உக்காந்துட்டு இருக்கே. நடுராத்திரி ஆயிடுச்சு. குளிரும் நல்லா அடிக்குது. இப்போ, ஏ இங்க வந்தே?"

"ஒன்னுமில்ல.. சும்மா தான்" என்று அவளைப் பார்க்காமல் சொன்னான் குரு.

"ஏ, வேற எங்கயோ பார்த்துட்டு இருக்கே" என்று அவன் முகத்தை, தன் பக்கம் திருப்பினாள், அவன் முகத்தை, திருப்பியவளுக்கு அதிர்ச்சி. அவன் கண்கள் முழுவதும் கலங்கியிருந்தது. நா வர்றதுக்கு முன்னாடி அழுதுட்டு இருந்துருக்கான் என்று தெரிந்துகொண்டாள். "குரு... என்ன இது... நீயே இப்படி அழுதுட்டு இருக்கே. எங்களுக்கு, இப்போ நீதான் தைரியம் சொல்லணும். ஆனா, நீயே அழுதா நாங்க என்ன செய்றது? நா, காலையில பேசுனது தப்புதான். நா அப்படி பேசியிருக்கக்கூடாது".

குரு மீண்டும் உடைந்து அழுதான். "என்னால முடியல கவி. எத்தன நாள்தான் அழுகைய அடக்கமுடியும். ஆம்பிளைனா, அவங்க நெஞ்சு என்ன கல்லுலயா படைச்சிருக்கு? எங்களால, உங்களமாறி வேதனைகள வெளிப்படுத்த முடியலங்கிறது உண்மைதா. அதுக்காக, பாசம் இல்லன்னு அர்த்தமில்ல. ஒரு அம்மாவ, ஒரு தம்பிய எழந்தா எப்படி வலிக்குமோ, அதுமாறி, வேதனையத்தான் நா அனுபவிச்சுட்டு இருக்கேன். முடிஞ்சளவு உன்னையும், மீனாவையும் தேத்தத்தான் முயற்சி செஞ்சேன். ஆனா, முடியல. அவங்க நெனப்பு, நம்மளச்சுத்தி இருந்துட்டேதான் இருக்கும். இந்த வேதனையில இருந்து வெளிய வர்றதுக்கு, நமக்கு ரொம்ப காலம் புடிக்கும். அதுவரைக்கும், நாம இத தாங்கிக்கத்தான் வேணும்.

கவிதா, அவன் கண்ணீரை துடைத்துவிட்டாள். இப்போது, அவள் மனதில் ஒன்று தோன்றியது. நாம் இதை செய்வதுதான், அனைவருக்கும் நல்லது என்று மனதில் நினைத்துக்கொண்டு, குருவை வீட்டிற்குள் அழைத்துச்சென்றாள்.

*****

லட்சுமி இறந்தபிறகு, அவளின் கணவனிடம் யாருமே பேசவில்லை. கார்த்தி கூட, தான் செய்த தவறை உணர்ந்து தினமும் அழுதான். ஆனால் கணவனுக்கு, மனைவி இல்லை என்ற உணர்வே இல்லை. இனி, நம்மை கேள்வி கேட்க மனைவி இல்லை என்றே நினைத்தான். தினமும் குடித்துக்கொண்டு வந்தான். கார்த்தி அழுவதைப்பார்த்து, போலியாய் சிலநேரம் அழுவான். பின்பு, "அவதான் போய்ட்டா. இனி என்ன செய்றது? அதுக்காக கவலப்பட்டுட்டே இருக்க முடியுமா?. அதுதான், அவளோட சீட்டுப்பணம் இருக்குதுல. நீ, அத வச்சுக்கோ. அந்த வளையல, நா எடுத்துக்குறேன். இப்போ, வித்தாலும் நல்ல வெலைக்குப்போகும். அவ இல்லன்னா என்ன? சமைக்கறதுக்கு ஆளா இல்ல. அப்படியும் இல்லன்னா, சாப்புடுறதுக்கு கடையா இல்ல" என்று வளையல்களை தேடினான் லட்சுமியின் கணவன்.

அமைதியாய் அமர்ந்திருந்த கார்த்திக்கிற்கு, கோபம் பொத்துக்கொண்டு வந்தது. அப்பாவை பிடித்து நிறுத்தினான். "அப்பானு... உன்ன கூப்புடக்கூட, எ வாய் கூசுது. ஆனா, இத செய்யலனா, நா செஞ்ச பாவத்துக்கு விமோச்சனமே கெடையாது" என்று கார்த்தி, அப்பாவின் இரு கன்னத்திலும் தொடர்ந்து அறைந்தான்.

"டேய்.... டேய்.... நா... உன்... அப்.... டேய்... வலிக்குது விடுடா...." என்று அப்பா அலற, ஆனால், அதையெல்லாம் கார்த்தி சட்டை செய்யவே இல்லை. மீண்டும், மீண்டும் அறைந்தான். அப்பாவின் கன்னம் இரண்டும் நன்றாக சிவந்தன. ஒரு கட்டத்தில், வலியால் அலறிக்கொண்டு, தடுமாறிக் கீழே விழுந்தான். கார்த்திக்கிற்கு கோபம் குறையவே இல்லை.

கார்த்தி, அப்பாவை பார்த்து, "டேய்...... உனக்கு ஒரு விசயம் புரியுதா. எ அம்மா, அதாவது உன்னோட பொண்டாட்டி செத்துட்டா. அவள, நாம ரெண்டுபேரும் சேந்து கொல செஞ்சிருக்கோமுனு, உனக்கு இப்போவாது புரியுதா? ஒருத்தன கத்தியால குத்துனாக்கூட, கொஞ்ச நேரத்துல செத்துடுவான். அவனுக்கு, வலியும் கொஞ்சநேரம் தான். ஆனா, நாம இருபது வருசத்துக்கு மேல, அவளோட இதயத்த குத்திட்டே இருந்துருக்கோம். இத்தன வருசமா, அவ அனுபவிச்ச வலிய, இப்பக்கூட புரிஞ்சுக்கலனா, நாம மனுசங்களே இல்ல".

"ஏய்... நீ.... ஒருநாளாவது குடும்பத்த சரியா பார்த்துருந்தா, அம்மா வேலைக்கு போகவேண்டிய தேவையே இருந்திருக்காது. அம்மா வேலைக்கு போனதால, என்னையும் கவனிச்சுக்கவும், அம்மாக்கு வாய்ப்பில்லாம போய்டுச்சு. எனக்கும், இது வசதியா போய்டுச்சு. என்ன, யாரும் கேள்வி கேட்க ஆளில்லனு நானும், உன்னமாறி ஊர் சுத்த ஆரம்பிச்சேன். ஒரு நாளாவது, நீ எனக்கு அப்பாமாறி நடந்துருக்கியா? ஒரு நாளாவது, நா என்ன படிக்குறேனு கேட்டிருக்கியா? ஒரு நாளாவது, நா தப்பு செஞ்சா கண்டிச்சிருக்கியா? உனக்குத்தேவை சாராயம், லாட்டரி சீட்டு. இப்பக்கூட, நீ புரிஞ்சுக்காம இருக்கறத பார்க்கும்போது, உன்ன கொல்லனுமுனு எனக்குத் தோனுது. நீ தப்பு செய்யும்போது, உன்னையும் யாராவது இதேமாறி அடிச்சிருந்தா, திருந்தி இருப்பயோ என்னமோ" என்று கார்த்தி சொன்னான்.

"டேய்.... டேய்.... அப்பாவயே அடிச்சுட்டே. இரு... இரு... உன்ன பார்த்துக்குறேன்" என்று வெளியில் செல்ல எழுந்தான் லட்சுமியின் கணவன்.

"ஒருநிமிசம் நில்லு. வெளியே போய்ச்சொல்லு. எம்பையன், என்னை அடிச்சுட்டான்னு. எதுக்கு அடிச்சான்னு கேப்பாங்க? அப்போ சொல்லு, நா, தெனமும் குடிச்சுட்டு போனதால, பையன் அடிச்சான். இனிமேல, குடிச்சுட்டு ஊட்டுக்கு வந்தா, கொல்லவும் தயங்கமாட்டான்னு சொல்லு" என்று கார்த்தி சொல்லும்போது, ஒருநிமிடம் திடுக்கிட்டு நின்றான் லட்சுமியின் கணவன்.

"இவன் வயசுக்கு என்னை அடிக்குறான். நா இல்லாம, இவன் பொறந்திருக்க முடியுமா? என்னமோ, ஒலகத்துல நா மட்டுந்தான் குடிக்கறனா? சாராயக்கடைல வந்து பாரு. எத்தனபேர் அங்கேயே கெடக்குறாங்கனு அப்பத்தெரியும். ஒவ்வொருத்தன்கிட்ட, பிச்சை வாங்கி குடிக்குற ஆளுங்களத் தெரியுமா? குடிக்கறதுக்காக, சொத்துகள எழந்தவங்கப்பத்தி தெரியுமா? இவங்களமாறியா நா இருக்கேன். என்னை மட்டும் கொற சொல்றாங்க" என்று மனதில் நினைத்துக்கொண்டு, விறுவிறுவென்று வெளியில் நடந்தான் லட்சுமியின் கணவன்.

அவன், தெருவில் நடந்து போகும்போது ஒருசிலர், அவன் காதுபடவே பேசினார்கள். "லட்சுமி புருசன், அவன் பையன் நல்லா அடிச்சுட்டான் போல. சத்தம் இங்குவரைக்கும் கேட்டுச்சு. இனிமேலயும், இவன் திருந்தலனா, மனுசனே இல்ல" என்று பெண்களும், ஆண்களும் பேசிக்கொண்டார்கள். இதைக்கேட்ட, லட்சுமியின் கணவனுக்கு கோபம் வந்தது. அவர்களுடன் சண்டைபோட வேண்டும் என்று தோன்றியது. ஆனால், சண்டையை தடுக்க, அவன் மனைவி இல்லையே. சண்டை போட்டால், அடி வாங்கிக்கொண்டு தான் போகவேண்டும். மகனும் அடித்துவிட்டான். இனி, ஊர்க்காரர்களிடமும் அடிவாங்க வேண்டும். எதற்கு வம்பு, பேசாமல் போகலாம் என்று நடந்தான்.

தெருக்கள் தாண்டி நடந்தான். ஆனால், எங்கே போக வேண்டும் என்ற தெளிவில்லை அவனுக்கு? எங்கே போலாம்? சாராயகடைக்கா? இல்ல, வேலைக்கா? என்று யோசித்துக்கொண்டு போய், எதிரே வந்த மிதிவண்டியின் மீது மோதிவிழுந்தான்.

மிதிவண்டியில் வந்த சுப்ரமணி தாத்தா, மிதிவண்டியை நிறுத்திவிட்டு அவனைத் தூக்கினார். "உங்களுக்கு, எதுவும் அடிபடலயே? கொஞ்சம் பார்த்து வாங்க" என்று சொன்னார். அப்போது, அருகில் இருந்தவர்கள் என்ன நடந்தது என்று தாத்தாவிடம் கேட்டனர். "ஒன்னுமில்ல. ரெண்டுபேரும் மோதிட்டோம்".

"யார் இவரு" என்று பெண்கள் கேட்க, "இவரு, எனக்கு தெரிஞ்சவர்தான். லட்சுமியோட ஊட்டுக்காரர் தான் இவரு. இவர

உங்களுக்குத் தெரியலயா" என்று தாத்தா கேட்க, "ஓ... செத்து போனாங்களே, அந்தக்காவோட ஊட்டுக்காரரா?"

"ஆமா..." என்று, அங்கிருந்தவர்களை செல்லச்சொன்னார் தாத்தா.

லட்சுமியின் கணவனுக்கு கோபம் வந்தது. "ஏ கிழவா? எனக்குத்தான் பேர்னு ஒன்னு இருக்குல. அதென்ன, எல்லாரும் என்னை, லட்சுமி ஊட்டுக்காரன், லட்சுமி ஊட்டுக்காரன்னு சொல்லீட்டு இருக்கீங்க. அவளே போயிட்டா, இனியும் லட்சுமி ஊட்டுக்காரன்னு சொல்லிட்டு இருப்பீங்களா. என்னோட பேராவது, உங்களுக்கு ஞாபகம் இருக்குதா?" என்று கோபமாக கேட்டான்.

தாத்தா சிரித்துக்கொண்டே, "உண்மதான். உன்னோட பேர் என்ன? எனக்கு, உம்பேர கேட்டதா ஞாபகமே இல்ல. எனக்கு மட்டுமில்ல. நெறய பேருக்கு, உன்னோட பேரே தெரியாது. அவங்களுக்கு தெரிஞ்சது எல்லாம் லட்சுமி ஊட்டுக்காரன் தான். அது, ஏன்னு தெரியுமா?"

லட்சுமியின் கணவனுக்கு, ஏன் என்று பதில் தெரியவில்லை என்பது, அவன் முழிப்பதில் இருந்தே தெரிந்தது. மேலும் தொடர்ந்தார் தாத்தா. "என்னோட பேர் என்னன்னு, உனக்குத் தெரியுமா?"

"தெரியுமே. சுப்பிரமணி கெழம்".

"ம்ம்ம்... என்னோட பொண்டாட்டி தெரியுமுல".

"ஆமா. அதுக்கென்ன" என்று வேண்டாவெறுப்பாய் சொன்னான்.

"எம் பொண்டாட்டி பேரச்சொல்லு".

"அந்த கெழவியோட பேர், எனக்கு எப்படித் தெரியும். எல்லாரும் சுப்பிரமணி சம்சாரமுனு தான் கூப்புடுறத பார்த்துருக்கேன்".

"சரிதா. இங்க நெறயதடவ பாத்திரம் வித்துட்டு வர்றேன். அதனால, என்னோட பேர் பரிச்சயம். அதேபோலத்தான், உன்னோட பொண்டாட்டியும் வேலைக்குப்போனா. குடும்பத்த, இதுவரைக்கும் அவதான் கவனிச்சுட்டு வந்துருக்கா. உண்மையில, ஆம்பிளை போல எல்லாத்தையும் சமாளிச்சா. ஆனா நீ, குடிச்சுட்டு ஊர் சுத்துனே. அவ சம்பாத்தியத்துல சோறு திண்ணே. அதாவது, பொறுப்பு ஏத்துநடத்த பயந்துட்டு, பொண்டாட்டி பின்னால ஒளிஞ்சுக்கிட்ட. பிரச்சனைய, உன்னோட பொண்டாட்டி தானே சமாளிச்சா, நீ ஒன்னும் சமாளிக்கலயே. அப்படியிருக்கும் போது, உன்னோட பேரா மத்தவங்களுக்கு ஞாபகம் வரும். அவ பேர் தான், எல்லாருக்கும் ஞாபகம் வரும்".

"இங்கிருக்குற எல்லாருக்கும், அவங்களோட பெத்தவங்க பேர் வச்சிருக்காங்க தான். ஆனா, அவங்க தனக்குனு, ஒரு பேர சம்பாரிக்கனும். அதுதான், கடைசிவரைக்கும் நெலச்சிருக்கும். நீ ஒன்னு சொன்னேல்ல, அவதான் செத்துட்டா, அப்புறமும் உன்ன, லட்சுமி ஊட்டுக்காரன்னு எல்லாரும் சொல்றாங்கனு. அவ, சாகுறவரைக்கும் இல்ல, நீ சாகுறவரைக்கும். ஏ, நீ செத்ததுக்கப்புறமும் லட்சுமி ஊட்டுக்காரன்கிற பேர் தான் உன்னோட வரும். எனக்கு வேலை இருக்குது. நா வர்றேன் லட்சுமி ஊட்டுக்காரரே" என்று மிதிவண்டியை அழுத்திக்கொண்டு சென்றார் சுப்பிரமணி தாத்தா.

இட்லி பாத்திரம் வாங்கலையோ.... இட்லி பாத்திரம் இருக்கு, தோசைக்கல் இருக்கு. வாங்கலையோ... பாத்திரம் வாங்கலையோ என்று தாத்தா கத்திக்கொண்டு செல்லும்போது, லட்சுமியின் கணவன் அங்கேயே உறைந்து நின்றான். இதயத்தில் பெரிய ஈட்டி பாய்ந்தது போலிருந்தது. இப்பொழுது, யாரும் அடிக்காமலே, அவன் கண்ணில் கண்ணீர் வழிந்தது. "ஆயிரம் தோட்டக்களால் உருவாக்க முடியாத பயத்தை, ஓர் உறுதியான குரல் ஏற்படுத்தி விடும்" என்பதுபோல், எத்தனையோ அறிவுரைகளை பலர் சொல்லிக் கேட்டிருந்தாலும், இதுவரை அவன் மனதில் சிறு சலசலப்பு கூட வந்தது இல்லை.

தன் மகன் அடிக்கும்போது கூட, தனக்கு கோபம்தான் வந்தது என்று நினைத்தான். ஆனால், சுருக்கென்ற ஒரு வார்த்தையை கேட்டதும், அவன் மனம் தவறை ஒப்புக்கொண்டது. அவள் பெயரில்தான், நான் இதுவரை வாழ்ந்தேன். இன்னுமும் வாழ்ந்து கொண்டிருக்கிறேன் என்ற வார்த்தைதான், அவனை உலுக்கியது. தன் கண்ணை துடைத்துக்கொண்டு, இப்பொழுது நடக்க ஆரம்பித்தான். மனதில், எங்கே செல்ல வேண்டும் என்ற தெளிவு இருந்தது. வேகமாக நடந்தான். ஆனால், இப்பொழுது அவன் வேகமாக நடப்பது, சாராயக்கடையை நோக்கி அல்ல என்பதை மட்டும் உறுதியாகச் சொல்லமுடியும்.

*****

மருத்துவமனையில், மேனேஜர் கட்டுகளுடன் படுத்திருந்தார். எழுந்து நடப்பதற்கு மற்றும் கழிவறைக்கு செல்வதற்கு இன்னொருவரின் உதவி தேவைப்பட்டது அவருக்கு. அவரின் மனைவிதான், பக்கத்திலிருந்து உதவிகளை செய்தார். ஹச்-ஆர், மேனேஜரை பார்க்க வந்தார்.

"வாயா.... இப்பத்தான், நா இருப்பது உனக்குத் தெரிஞ்சுதா. நீ சொல்லித்தான் போலீஸ், இந்த கேஸ்ல என்னையும் சேர்த்துருக்குதுனு தெரியும். அந்த பாழப்போன டிரைவர், ஆள் வர்றது தெரியாம

வண்டி எடுத்ததுக்கு, நா எப்படி பொறுப்பாவேன். உனக்கும், அந்த மொதாலளிக்கும் நா தப்பா தெரியறனா? ஒரு நிறுவனத்த நடத்துறது எவ்ளோ செரமம் தெரியுமா? எல்லாருக்கும் புடிச்சமாரி நடந்துக்கறதுக்கு, நா என்ன சினிமா நடிகனா? இந்த நிறுவனத்துக்கு எவ்ளோ சேமிச்சு கொடுத்திருக்கேனு தெரியுமா?" என்று மேனேஜர் கத்தினார்.

"மன்னிக்கனும் சார். லாரிய வேகமா எடுத்ததுக்கான வழக்குல, உங்கள சேக்கல. அந்த கலவரத்துக்கு மூலகாரணமே நீங்கதான். அதனாலதான், உங்கள கலவரத்த உண்டாக்குன வழக்குல சேக்கச்சொல்லி, மொதலாலி சொன்னார்".

"என்ன?" என்று பதட்டமாய் கேட்டார் மேனேஜர்.

"சார்... மொதல்ல மேனேஜர்னா என்னன்னு தெரிஞ்சுக்கோங்க. ஒரு நிறுவனத்துல மொதலாளிங்கிறவர் எப்போதும் ரெண்டாம்பட்சம் தான். பணத்த மொதலீடு செய்வார். அப்புறம், அதுல இலாபத்த எதிர்பார்ப்பார். அவருக்கு உள்ளே என்ன நடக்குதுனு முழுசா தெரியாது. ஆனா, ஒரு மேனேஜர் அப்படியில்ல. அவர்தான் எல்லாத்துக்குமே பொறுப்பு. அவர், உற்பத்திக்கு மட்டுமே மேனேஜர் இல்ல. அங்க, வேலைசெய்யுற தொழிலாளர்களுக்கும், அவர் தான் பொறுப்பு. நாம எல்லாருமே வேலை செய்யத்தான் வந்துருக்கோம். ஒவ்வொரு பொறுப்புக்கு ஏத்தமாறி, மத்தவங்கமேல, நாம அதிகாரம் பண்ண வழிவகை செஞ்சு கொடுத்திருக்காங்க. அந்த அதிகாரம், வேலை நடக்குறதுக்காக மட்டுந்தான்னு, நம்மில் சிலபேருக்கு தெரியறதில்ல. அப்படிப்பட்ட அதிகாரம் கையில கெடைச்சவுடன், நாம கடவுள்னு நெனச்சுக்குறோம். அப்படி நெனைக்கும்போது, நாம செய்றதுதான் சரிங்கிற மனப்பான்மை தான் இருக்கும். ஒரு தொழிலோட நுணுக்கத்த மட்டும் தெரிஞ்சா மட்டும், நம்மால பெருசா சாதிக்க முடியாது. அந்த வேலையில இருக்குற, தொழிலாளியோட கஷ்டத்தையும் புரிஞ்சுக்கிட்டாத்தான், அந்த தொழிலும் வளரும்.

உங்களமாறி ஆளுங்க, பெரிய வீட்டுல சந்தோசமா இருக்கும்போது, சின்ன ரூம்ல தொழிலாளிங்க எப்படி தங்குவாங்கனு யோசிக்கணும். பெரிய கட்டில்ல நீங்க பொரண்டு, பொரண்டு படுக்கும்போது, அந்த சின்ன ரூம்ல தொழிலாளிங்க படுக்க எடமில்லாம நெருக்கிட்டு தூங்குனது, கொஞ்சமாவது உங்களோட நெனவுக்கு வந்துருக்கனும். வகைவகையா நீங்களும், உங்க குடும்பமும் சாப்புடும்போது, நம்ம கம்பெனி கேண்டீன்ல போடற சாப்பாட்டு தரத்தப்பத்தி கவலப்பட்டிருக்கனும். நீங்க, இலட்சத்துல சம்பளம் வாங்கியும், உங்களுக்குப் போதலைனு தோணுது. ஆனா, நீங்க தொழிலாளிங்க சலுகைகள புடுங்குனீங்க.

அவங்களுக்கு நியாயமா சேரவேண்டியத தடுத்தீங்க. அவங்க வாங்குற சம்பளம் போதுமானதா இருக்குதானு யோசிச்சீங்களா? இல்ல, நீங்க ஒருதடவயாது மொதலாளிகிட்டப் போய், தொழிலாளிகளோட தேவைகள எடுத்து சொல்லியிருக்கீங்களா?

இங்க, வேலைக்கு வர்ற பொண்ணுங்க பெரிய, பெரிய படிப்புகள படிச்சுட்டு வர்றவங்க கெடையாது. அவங்களோட, குடும்பச் சூழ்நிலையால வேறுவழியில்லாம வேலைக்கு வர்றாங்க. நீங்கதான், இந்த நிறுவனத்துக்கு பொறுப்பு. அதுக்காக, அவங்ககிட்ட அத்துமீற வேணுமுனு எங்கேயும் சொல்லலயே. உங்க சம்சாரம் வேலைக்குப் போகும்போது, அங்கிருக்குற மேலதிகாரி, அவங்கிட்ட அத்துமீறுனா உங்களுக்கு எப்படியிருக்கும்?" என்று ஹெச்-ஆர் சொல்லும்போது, மேனேஜருக்கு தூக்கிவாரிப்போட்டது. இதையெல்லாம், கேட்டுக்கொண்டிருந்த அவரின் மனைவி, தன் கணவரின் செயலை நினைத்து வருந்தினாள். அதேநேரம், அவர் பெண்ணிடம் அத்துமீறியதைக் கேட்டு, கோபத்தில் பல்லை கடித்துக்கொண்டு நின்றாள்.

ஹெச்-ஆர் மேலும் தொடர்ந்தார். "உங்களமாறி ஆளுகளுக்கு நிறுவனத்தப்பத்தியோ, அந்த நிறுவனத்துல வேலை செய்யுற ஆளுங்களப்பத்தியோ கொஞ்சங்கூட கவல இருக்குறதில்ல. அந்த நிறுவனத்துல இருந்து எவ்ளோ சம்பாரிக்க முடியுமோ, அப்புறம் எதுல, எதுல கமிசன் வாங்க முடியுமோ, அதுல மட்டுந்தான் உங்க கவனம் இருக்குது. நாளைக்கு, அந்த நிறுவனமே நொடிஞ்சு போனாலும், நீங்க கவலப்பட போறதில்ல. ஏன்னா, இந்த கம்பெனி, இல்லன்னா, இன்னொரு கம்பெனிங்கிற உங்க மனநெல தான், இன்னைக்கு நம்ம கம்பெனி, இப்படி இருக்கறதுக்கு காரணம்.

பலவருசம் நெலச்சு நின்ன நிறுவனங்கள, உங்களமாறி அதிமேதாவிங்க சில வருசத்துலேயே சாய்ச்சுடுறீங்க. இப்படி, கேவலமான வழியில பணம் சேத்து, நீங்க அப்படி என்ன சாதிச்சீங்க. நீங்க எப்படி இருக்கீங்களோ, அப்படித்தான் உங்க புள்ளைங்களும் வளரும். இதத்தான், உங்கள் புள்ளைகளுக்கும் சொல்லி தரப்போறீங்களா? இனிமேலாவது, கொஞ்சம் மாறதுக்கு முயற்சி செய்யுங்க. இல்லன்னா, மறுபடியும் ஒரு கலவரத்த, உங்கள் வாழ்நாள்ல பார்க்குறமாறி ஆயிடும்" என்று ஹெச்-ஆர் கிளம்பத் தயாரானார்.

மேனேஜர் எதுவும் பேசாமல், எங்கேயோ பார்த்துக்கொண்டு இருந்தார்.

"சார், நீங்க அடிபட்டத சந்தோசமா எடுத்துட்டு, உங்களப் பார்க்கவரல. ஒரு நிறுவனத்துல, அடிமட்ட தொழிலாளி தப்பு செய்யும்போது, அதனால ஏற்படுற பாதிப்புங்கிறது கொஞ்சந்தான். ஆனா, மேல்மட்டத்துல இருக்குற ஒருத்தர் செய்யுற சின்னதப்பு கூட, அந்த நிறுவனத்த ஆட்டம்காணச் செஞ்சுடும். இதெல்லாம், உங்ககிட்ட சொல்லனும்னு தோணுச்சு. அதனால தான் வந்தேன். உடம்ப பார்த்துக்கோங்க. நா வர்றேன்" என்று அங்கிருந்து கிளம்பிச் சென்றார் ஹெச்-ஆர்.

*****

"குரு, நா உன்கிட்ட ஒன்னு சொல்லனும். ஆனா, நீ அத தப்பா எடுத்துக்க கூடாது" என்று கவிதா தயங்கிக்கொண்டே கேட்டாள். என்ன என்பதுபோல் பார்த்தான் குரு.

"நாம ஊருக்கு போலாமா?"

"ம்ம்ம்... போலாம். நானும் அதத்தான் யோசிச்சேன். போயிட்டு வரலாம்".

"நாம போறது, திரும்பி வர்றதுக்கு இல்ல" என்று மென்மையாய் சொன்னாள் கவிதா.

"ஏ.... என்னாச்சு. நம்ம நண்பர்களுக்கு நடந்ததுல, உனக்கு வருத்தம் இருக்குதுனு தெரியுது. இருந்தாலும், இப்பத்தான் நாம கொஞ்சம் சம்பாரிக்க ஆரம்பிச்சிருக்கோம். அதுவுமில்லாம, நாம எல்லாரும் சேந்து ஆரம்பிச்ச தொழில, அப்படியே போட்டுட்டு போமுடியுமா? இதனால, ஒரு ஏத்தம் வருமுனு, நாம எல்லாரும் நம்புனோமுல. இப்போவந்து, நீ இப்படி சொன்னா எப்படி?" என்று குரு கேட்டான்.

"நா, இதுக்கு பதில் சொல்றேன். ஆனா, அதுக்கு முன்னாடி, உன்கிட்ட ஒரு தகவல சொல்லனும் என்று என்னோட அம்மாகிட்ட, உனக்குத்தெரியாம இதுக்கு முன்னாடி பேசிருக்கேன் என்றும், அவங்க நம்மள ஏத்துக்கிட்டாங்க" என்றும் கவிதா சொல்ல,

அனைத்தையும் கேட்ட குரு, "நல்ல விசயம் தான். அவங்க மனசு மாறிடுவாங்கனு தெரியும். என்ன, கொஞ்சகாலம் எடுக்குமுனு நெனச்சேன். இருந்தாலும், ஒரே வருசத்துல நம்மள, அவங்க மன்னிக்கத்தயாரா இருக்கிறாங்கங்குறது மகிழ்ச்சி தான். நீதான், தனியா நின்னு சாதிக்கவேணுமுனு சொன்னே. இப்போ, நீயே அங்கே போலாமுனு சொல்றத, நா எப்படி எடுத்துக்கறதுனு தெரியல".

"கொஞ்சம் பொறுமையா கேளு குரு. நா, அங்க போலாமுனு சொல்றது நம்மோட கடைசி எக்ஸாம்ஸ் எழுதிட்டு, நமக்கேத்த வேலைகள தேடுறதுங்கிறது தான். அங்க போறதால, மறுபடியும் அப்பா, அம்மாகூடயே இருக்கலாமுனு இல்ல. அவங்கள, விட்டுட்டு வந்துதான் கல்யாணம் பண்ணிக்கிட்டோம். தனியா வாழ்ந்து காட்டுவோமுங்கிறதுல இருந்து நா இம்மியளவும் மாறல. நாம போறதே, அவங்கள பாக்கமட்டும் தான். நீ முன்னாடியே சொல்லிருக்கே தானே. நெலம சீரானதுக்கப்புறம், எக்ஸாம எழுதிட்டு, நமக்கேத்த வேலைகள பார்ப்போம்" என்று சொன்னாள் கவிதா.

"சரிதான். ஆனா, இப்போ நாம, இவங்கள விட்டுப்போறது நல்லா இருக்காது".

"இல்ல. இப்போ நாம, அவங்கள விட்டுப்போறது, நம்மளவிட அவங்களுக்குத்தான் மிகச்சரியா இருக்கும். நம்ம நண்பர்கள, வாழ்நாள்ல ஒரு நாளும், நா மறக்கமாட்டேன். உனக்கும் அப்படித்தான் இருக்கும். இங்க வரும்போது, யாரையும் நமக்குத் தெரியாது. ஆனா, இந்த ஒருவருசத்துல, நாம எத்தன நல்ல ஆளுங்கள சம்பாரிச்சிருக்கோமுனு பார். கந்தசாமி அண்ணன்ல இருந்து சுப்பிரமணி தாத்தா வரைக்கும். இவங்கள எல்லாம் பிரிஞ்சு போறது எனக்கும் கஷ்டம் தான். இருந்தாலும் இதச்செஞ்சு தான் ஆகணும்".

குரு குழப்பமாய் பார்த்தான். "கொஞ்சம் வெளக்கமாச் சொல்லு".

"நம்ம நண்பர்கள, எழந்தது எவ்வளவு வலிய நமக்கு கொடுத்திருக்குனு, நா சொல்லித்தெரிய வேண்டியதில்ல. இதே வலியைத்தான், மீனாவும் அனுபவிச்சுட்டு இருக்குறா. வேலை செய்யுற கம்பெனி, அவங்க வீடு, கம்பெனி பஸ்னு எதப்பார்த்தாலும் பங்கஜ், அப்புறம் லட்சுமிக்காவோட மொகந்தான், நம்ம ஞாபகத்துக்கு வரும். இதுவே, நம்மள இன்னும் சோகத்துலதான் தள்ளும். ஏன்னா, அவங்கள, நம்ம குடும்பத்துல ஒருத்தராவே பார்த்தோம்.

நம்ம மூணு பேரும், இனிமே ஒன்னா வேலை செய்யும்போதும், அப்புறம் நம்ம தொழில செய்யும்போதும், அந்த ரெண்டுபேரோட நெனப்பு, நம்மள சுத்திட்டே இருக்கும். மீனாவும் பழையமாறி இருக்கமாட்டா. நம்ம மூணு பேருக்குள்ளே, அந்த பழைய சிரிப்பு, சந்தோசமுனு எதுவுமே இருக்காது. சோகமும், அழுகையும் மட்டுந்தான் இருக்கும். கார்த்தியும், தன்னோட தப்ப புரிஞ்சிருக்கான். இந்தநேரம், இதச்செய்றது தான் சரியா இருக்கும். நாம ஆரம்பிச்ச தொழில மூடவேணுமுனு சொல்லல. அத மீனா, கார்த்தி பொறுப்புலேயே விட்டுடலாம். நாம

ஒன்னா இருந்து, சோகத்துலேயே மூழ்கி இருக்கறதவிட, அவங்களவிட்டு வெலகிப்போனா, அவங்களையும் சோகத்துல இருந்து மீட்கலாம்.

மீனாவும், கார்த்தியும் நாம இல்லாம இருந்தாத்தான், நாளடைவுல பழசு மறந்து, சகஜ நெலமைக்கு வருவாங்க. அவங்க சேந்து ஆரம்பிக்குற புது வாழ்க்க தான், அவங்கள சோகத்துல இருந்து மீட்கும். கொஞ்சகாலம், நாமளும் வெளியில இருந்தாத்தான், நம்மோட இழப்ப சரி செய்யமுடியும். மீனாவால, நம்மள விட தொழில நல்லா நடத்துவானு உனக்கே தெரியும். அதேநேரம், கார்த்திகிட்ட பொறுப்ப கொடுக்கும்போதுதா, அவனப்பத்தி அவனே தெரிஞ்சுக்குவான். தான்செஞ்ச தப்ப, வெளிப்படையா ஒத்துக்குறவன், மறுபடியும் தப்பு செய்யமாட்டான்னு எனக்குத் தோணுது. அவங்க ரெண்டுபெரும் சேந்து தொழிலையயும், வாழ்க்கையையும் நடத்தும்போது, அந்த சோகம் எல்லாம் நெனவுகளா மாறிடும். தொழில் நல்லாப்போனா, மீனாவோட குடும்ப நெலமையும், இதனால கொஞ்சம் மேல வந்துடும். நா சொல்றத கொஞ்சம் யோசிச்சுப்பார். நாம, ஒன்னா இருந்து, வலியிலேயே வாழ்க்கைய நடத்தலாமா? இல்ல, மீனாவுக்காகவும், கார்த்திக்காகவும் பிரிஞ்சுபோய், அவங்கள சோகத்துல இருந்து மீட்கலாமா?" என்று கவிதா சொல்லிமுடிக்கும் போது, அவளையே பார்த்துக் கொண்டிருந்தான் குரு.

"நீ சொல்றது நூத்துக்குநூறு உண்மை. கஷ்டமான நேரத்துல, நண்பர்கள் ஒன்னா இருக்கனுமுனு தான் நெனைச்சேன். ஆனா, இத யோசிக்கல. அவங்களோட இழப்ப, நம்மால என்னைக்கும் சரி செய்யமுடியாது. இருந்தாலும், நம்மால செய்யமுடியுறது, அவங்களவிட்டுப் போறதுதான் சரின்னா, அத கண்டிப்பா செய்யலாம். தன்னோட பையன் சம்பாத்தியத்துக்கு வரும்போது, அவங்க வீட்டு நெலம மாறிடுமுனு லட்சுமிக்கா நெனைச்சாங்க. அவங்களுக்காக இத செய்றதுதா சரியா இருக்கும்.

மீனாவால, கண்டிப்பா இந்த தொழில ரொம்பநல்லாப்பண்ணமுடியும். கண்டிப்பா, அடுத்த நெலைக்குக் கொண்டுபோவாங்கிறதுல, எனக்கு சந்தேகமில்ல. நண்பர்கள் சேந்திருப்பதுலதா சந்தோசமுனு இன்னைக்கு வரைக்கும் நெனச்சிருந்தேன். ஆனா, பிரிஞ்சிருந்தாலும் அந்த சந்தோசம் இருக்குமுனு, உன்னால இன்னைக்கு நா தெரிஞ்சுட்டேன். உன்னமாறி ஒரு மனைவி அமையும்போது, எந்த சூழ்நிலையும் சரியா மாறிடும். அதேபோல மீனாவும், கார்த்திக்குக்கு ஒரு நல்ல துணையா இருப்பா. எல்லா சூழ்நிலையிலும் ஒருத்தரயொருத்தர் தாங்கி புடிச்சுக்குவாங்கனு நம்பிக்க வருது. இருந்தாலும், நாம சொல்லப்போறத, அவங்க எப்படி எடுத்துக்குவாங்கனு தெரியலனு" சொன்னான் குரு.

"சில கஷ்டமான முடிவுகள எடுத்ததுக்கப்புறம், சொல்றதுக்கு யோசிக்கக்கூடாது. நாம செய்றது, அவங்களோட நன்மைக்குத்தா. அதனால, அவங்க தடுத்தாலும், நாம இங்கிருந்து போறதுதா சரி. பங்கஜ் அண்ணன் உண்மையில எவ்ளோ அருமையான மனுசன். நா, அவர ஒரு சகோதரனாவே பாக்குறேன். அந்த கொடுமையான இராத்திரியில, குடிகாரங்களுக்கு பயந்து என்னை விட்டுப் போயிருக்கலாம். ஆனா, அத அவர் நெனைக்கல. அவருக்கு என்ன ஆனாலும் பரவால்லன்னு, எனக்கு ஒன்னும் ஆகக்கூடாதுனு தானே நெனச்சார். ஒருத்தனோட நெறம், மொழி, இனமுனு எதுவும் அவனப்பத்தி சொல்லாது. அவனோட மனசு மட்டுந்தான், அவன யார்னு சொல்லும். அதுல, பங்கஜ் உசந்த எடத்துல இருக்குறார்" என்று கவிதா கண்ணீர் சிந்தினாள்.

"ஆமா. பங்கஜ் மாறி ஆளுங்கள, இனி பாக்கறது கஷ்டம் தான். நம்ம வாழ்க்கைல, இவங்க நண்பர்களா வந்ததுல, நமக்கு அதிர்ஷ்டம் தான். என்ன ஒரேயொரு கொற. இந்த கொஞ்ச காலத்துல, இத்தன சந்தோசங்கள அள்ளிக்கொடுத்த இறைவன். அத, சீக்கிரமே புடுங்கிக்கிட்டான். ஒருத்தர் கஷ்டத்துலயே மாட்டிட்டு இருக்கும்போது, அவனுக்கு கொஞ்சூண்டு சந்தோசத்த காட்டிட்டு, கடைசியில அவன்கிட்டயே கூட்டிட்டு போய்ட்டான் இறைவன்" என்று கண்கலங்கினான் குரு. அவன் தோளில், ஆதரவாக சாய்ந்துகொண்டாள் கவிதா.

*****

மீனாவும், கார்த்தியும் குருவின் வீட்டிற்கு வந்தனர். குருவும், கவிதாவும் பெட்டி படுக்கைகளுடன் தயாராய் இருந்தனர்.

"கவிதா சொல்றதக்கேளு. நீங்களும், எங்கள விட்டுட்டுப் போய்டாதீங்க" என்று மீனா சொன்னாள்.

"ஏய்..... நாங்க, எங்கே போகப்போறோம். எங்க ஊருக்குத்தானே. கூப்புட்டா, வந்து பார்க்கப்போறோம். எங்களுக்கும், வீட்டோட ஞாபகம் வருது".

"இருந்தாலும், இந்த தொழில நாம் எல்லாரும் சேந்து ஆரம்பிச்சது தானே..."

"ஆமா. இருந்தாலும், உன்னாலதான் ஒரு பெயரெடுக்கும் அளவுக்கு வளந்துருக்கு. எங்களவிட, இந்த தொழில நல்லா நடத்துவேனு நம்பிக்க எங்களுக்கு இருக்குது. லட்சுமி அக்காவோட ஆசையும் அதுதா" என்றாள் கவிதா.

கார்த்தி, மீனா இருவரிடமும் லட்சுமியின் மரணதிற்கு இழப்பீடாக கொடுக்கப்பட்ட காசோலையை, குரு கொடுத்தான். "கார்த்தி, வாழ்க்க நமக்கு ஒருதடவ தான் வாய்ப்பு கொடுக்கும். அத, நாம கெட்டியா புடிச்சுக்கிட்டா, நம்ம வாழ்க்க, கடல்மேல போற படகுமாறி, எங்கு வேணுமுனாலும் போகமுடியும். இல்லன்னா, கரையில நின்னு, கடசிவரை வேடிக்க மட்டுந்தான் பார்க்கமுடியும். பணம், இப்போ கையில இருக்கு. அதனால, வாழ்க்கைய பழையமாறி வாழ நெனச்சா, ஒருநாள் இந்தப்பணம் கரைஞ்சுடும். இது, உன்னோட அம்மா கடைசியா, உனக்காக விட்டுப்போன சொத்து. அதை வளக்கறதும், இல்ல கரைக்கறதும் உன்னோட கையிலதா இருக்கு".

"கெடச்ச வாய்ப்ப வீணடிக்கும் எண்ணமில்ல. கண்டிப்பா, பேர் சொல்லுற புள்ளையா வாழ்ந்து காட்டுவேன்" என்று கார்த்தி சொல்ல, மீனா அவன் கையை இறுகப் பற்றிக்கொண்டாள்.

"காதலுக்கு கூட, சில நேரங்கள்ல எதிர்பார்ப்புக இருக்கும். ஆனா, நட்புக்கு அப்படி எதுவும் தேவையில்ல. அழகோ, பணமோ, சாதியோ, மதமோ, மொழியோ, இனமோ தேவையில்ல. மனசு மட்டுமே இருந்தாப்போதும். அத, இந்த நட்புல, நா உணர்ந்தேன். என்ன, அவங்க ரெண்டுபேரும் இருந்திருந்தா, இன்னும் சந்தோசமா இருந்திருக்கும். ஆனா, வாழ்க்க நம்மள சோதிக்க, சில பாடங்கள கொடுக்கும். அத, நாம ஏத்துட்டுத்தான் வாழவேணும். நீங்க, எங்கேயிருந்தாலும், நா நெனச்சுட்டே இருப்பேன். எங்கள, நீங்களும் மறக்காதீங்க. எங்க கல்யாணத்துக்கு சொல்லும்போது, தட்டாம வந்துடணும்" என்று கண்ணீருடன் கவிதாவை கட்டிகொண்டாள் மீனா.

குருவும், கவிதாவும் ஆட்டோவில் ஏறி பேருந்துநிலையம் சென்றனர். பேருந்து நிற்குமிடத்திற்கு நடந்துசெல்லும் போது, வெளியூரில் இருந்து ஒரு பேருந்து உள்ளே வந்தது. அந்த பேருந்தில் பெண்களும், ஆண்களும் பெட்டிபடுக்கைகளுடன் வந்து இறங்கினர். அதில் சிலர், அப்போதுதான் முதல் தடவை, இந்த நகரத்தை பார்ப்பது போல் நின்றிருந்தனர். கண்களில் ஏக்கம், வறுமை மற்றும் மனதில், ஏதோ கொஞ்சமாவது சம்பாரித்து விடமாட்டோமா என்ற எண்ணம். இவர்களை கூட்டிச்செல்ல கம்பெனி வண்டிகளும் வந்திருந்தன. இதையெல்லாம் பார்த்துக்கொண்டு குருவும், கவிதாவும் நடந்து சென்று, பேருந்தில் ஏறி அமர்ந்தனர்.

நடத்துனர் வழக்கம்போல் டிக்கெட்டை கொடுத்துக்கொண்டிருந்தார். பேருந்தில் பாடல்கள் ஒலித்துக்கொண்டிருந்தன. பேருந்தில் ஏறிய

சிலபேரின் முகங்கள், சொந்த ஊருக்கு போகும் மகிழ்ச்சியில் திளைத்துக் கொண்டிருந்தன. சிறுவர்கள், பேருந்தில் ஏறி அங்குமிங்கும் ஓடிக்கொண்டிருந்தார்கள். பேருந்தில் சிலர் ஏறி நிலக்கடலை, அண்ணாச்சிப்பழம், வெள்ளரிக்காய் என்று விற்றுக்கொண்டிருந்தனர்.

"நான், இந்த ஊருக்கு வரும்போது என்ன மனநிலையில் இருந்தேன். புதிதாக கல்யாணம் செய்துகொண்டு வரும்போது, மகிழ்ச்சியைவிட பயமே அதிகமிருந்தது. எப்படி வாழப்போகிறோம் என்ற கேள்வியே என்னை உலுக்கியெடுத்தது. இப்பொழுது, இந்த நகரத்தை விட்டுப் போகும்போது பயம் என்பது இல்லை. வாழ்க்கையைப்பற்றிய ஒரு தெளிவு பிறந்திருக்கிறது" என்று நினைத்தான் குரு.

கவிதாவுக்கு, இந்த நகரம் முதலில் பிடிக்கவே இல்லை. இருவரும் இருந்த அறை, குளியல் அறை, நாற்றமடிக்கும் சாக்கடைகள், குப்பை குவியல்கள், நகரத்தின் நடுவே ஓடும் சாக்கடை கலந்த ஆறு என்று அவளுக்கு பிடிக்காததே அதிகமிருந்தது. ஆனால், போகப்போக வாழப் பழகிக்கொண்டாள். இன்று, அவள் இந்த நகரத்தை விட்டுச்செல்கிறாள். சொந்த ஊருக்கு செல்லும் மகிழ்ச்சி என்பது துளிகூட இல்லை.

மிகப்பெரிய நினைவலைகளை சுமந்துகொண்டு இருப்பதால் பேருந்திற்கு கணம் அதிகமாகவில்லை. ஆனால், அவளின் மனம் கணத்தது என்பது, அவளின் கண்களில் வழிந்த கண்ணீரே சொல்லியது. அவர்கள் இருவரும் இல்லையென்று, அவளால் நம்பவே முடியவில்லை. பங்கஜ், ஒருவேளை ஒரு நொடி மெதுவாக வந்திருந்தாலும் அல்லது ஒரு நொடி வேகமாக வந்திருந்தாலும், இங்கு அனைத்துமே மாறியிருக்கும். அப்படி நடந்திருந்தால், இன்று அனைவரும் கைகோர்த்து நடந்திருக்கலாம். லட்சுமி அக்காவுடன் ஊறுகாய் தயார் செய்து கொண்டிருக்கலாம். மீனாவுடன் விளையாடிக் கொண்டிருக்கலாம். இன்று, நாங்கள் இருவரும் சோகமாக சொந்த ஊரை நோக்கி சென்றிருக்க வேண்டியதில்லை.

ஆனால், அனைத்தையுமே முடிவு செய்ய, நாம் என்ன கடவுளா? இல்லையே. வாழ்க்கை சூழ்நிலைகளை, உண்மையான அர்த்தங்களை, மனிதர்களை பற்றி இருபது வருடங்களில் கற்றுக்கொண்டதை விட, இந்த ஒருவருடம் நமக்கு கற்றுக் கொடுத்துவிட்டது இந்த நகரம். மீனா, உன்னவிட்டு போய்விட்டோம் என்று தவறாக நினைக்காதே. இனிதான், நம் அனைவருக்கும் உண்மையான வாழ்க்கை ஆரம்பிக்கிறது. அதனால், நாங்கள் செய்ததை சரியென்று ஒருநாள் உணர்ந்துகொள்வாய் என்று அமைதியாக அமர்ந்திருந்தாள் கவிதா. அப்போது, அங்கு ஓடி விளையாடிக் கொண்டிருந்த சிறுவர்கள், அவர்கள் மீது வந்து விழுந்தார்கள். அவள் சிரித்துக்கொண்டே, மெதுவாய் விளையாடுங்கள் என்றாள்.

பேருந்தின் ஜன்னல் வழியாக குரு, மனிதர்களைப் பார்த்தான். யார் இவர்கள்? ஏன் ஓடுகிறார்கள்? எதற்கு இப்படிப்பட்ட வாழ்க்கை? நிற்கக்கூட அல்லது எதிரில் வரும் மனிதர்களைப் பார்த்து புன்னகை புரியக்கூட நேரம் இல்லாமல் ஏன் அவ்வளவு வேகத்தில் செல்கிறார்கள்? இந்த கேள்விகளுக்கு, முதன்முதலாய் நகரத்தில் அடியெடுத்து வைக்கும்போது, பதில்கள் தெரியாமல் இருந்திருக்கலாம். ஆனால், இப்பொழுது இந்த கேள்விகளே தேவையற்றது என்று நினைத்தான்.

தொழிலாளர்களை எத்தனை வகைகளாக பிரிக்கலாம்? எத்தனை வகைகளாக கூடவும் பிரிக்கமுடியும். எத்தனை வகைகளாக பிரித்தாலும், அதில் கடைசியில் இருப்பவர்கள் தான், நான் பார்க்கும் இந்த தொழிலாளர்கள். இவர்களை மதம், சாதி, மொழி, இனம் என்று வேறுபடுத்த முடியாது. இவர்கள் அனைவரும் வறுமை என்ற ஒரு கோட்டின் மேல் நிற்பவர்கள். இவர்கள் ஓடுவதால் மட்டுமே, இந்த பூமி சுழலும் என்று எண்ணத் தோன்றுகிறது. ஏனென்றால், இவர்கள் இல்லாத உலகத்தை நினைத்துப்பாருங்கள். மாட்டுவண்டியில், மாடுகள் இல்லாத கதைதான். அதன்பின்பு, சாட்டையை தூக்கிக்கொண்டு யாரை அடிப்பான் வண்டிக்காரன். இவர்கள் இல்லையென்றால், இங்கு எதுவுமே முழுமை பெறாது. இவர்கள் தான், உலகத்தில் முதன்மையாக போற்றப்படக் கூடியவர்கள். ஆனால், உண்மையில் அப்படியா இருக்கிறது.

கிட்டத்தட்ட, ஒரு வேற்றுகிரகவாசியை போல் தான் இவர்களை, மற்றவர்கள் பார்க்கிறார்கள். பணம் இல்லை, வீடில்லை, நல்ல வாழ்க்கை இல்லை. இருந்தாலும், நாளை விடியலை நோக்கி ஆயிரம் கனவுகளோடு பயணிக்கிறார்கள். பெரிய நகரங்களில், வாழும் மக்களின் நிலைகளை நினைத்துப் பாருங்கள். அவர்கள், கொடுக்கும் வீட்டு வாடகைதான், இங்குள்ள மக்களின் மாத வருமானமே. அந்த மாத வருமானத்தை கொண்டுதான், குடும்பத்தையே நடத்தவேண்டும். பிள்ளைகளுக்கு பால் வாங்குவதில் இருந்து, கொசுக்களிடம் இருந்து தப்பிக்க கொசுவர்த்தி வாங்கும்வரை, அனைத்தையும் இந்த வருமானத்தில் இருந்துதான் சமாளிக்க வேண்டும். இடையில், சாராய அரக்கன், வருமானத்தின் ஒரு பகுதியை கொள்ளையடித்து சென்றுவிடுவான். அவனிடமிருந்து, ஒரு மாதமாவது வருமானத்தை காப்பாற்றுவது என்பது குடும்ப பெண்களுக்கு தலையாய கடமையாகும். ஒருவேளை, அந்த அரக்கன் இந்த நகரத்தை விட்டு, ஏன் இந்த நாட்டை விட்டு போகும்போது, இன்னும் செழிப்பாகும் என்பதுதான் அனைவரின் எண்ணமும்.

ஒருவன், படித்து முடிக்கும்வரை தான், உலகம் அவனுக்கு அழகாய்த் தெரியும். அதன்பின்பு தான், உலகத்தின் உண்மையான

சொரூபம் தெரியும். ஆம். நாம், குழந்தையாய் இருக்கும்போது, நமக்கு என்ன கவலை இருந்தது அல்லது படிக்கும்பொழுது என்ன கவலை இருந்தது. ஆசிரியர் அடிப்பார், தேர்வில் தோல்வி அடையக்கூடாது இதுபோன்ற கவலைகளைத்தானே சந்தித்திருப்போம். வேலைக்குச் சென்று சம்பாரிக்கவேண்டும் என்ற கவலை நமக்கு இருந்ததில்லை. வீட்டில் பணம் இல்லையென்றால், பலரிடம் கடன் வாங்கவேண்டும் என்ற கவலையில்லை. கடன் கொடுத்தவன் வீட்டில் வந்து சத்தமிடும் போது, கூனிக்குறுக வேண்டியதில்லை. பண்டிகை நாட்களில், குழந்தைகளுக்காவது புதுத்துணிகள் எடுக்கவேண்டும் என்று கவலையில்லை. பிள்ளைகளுக்கு, எப்பாடுபட்டாவது நல்ல படிப்பை கொடுக்கவேண்டும் என்றும், அதற்காக, கடன் வாங்கவேண்டும் என்ற கவலையில்லை. இதெல்லாம், நாம் பொறுப்புகளை எடுத்துக்கொள்ளும்வரை தான். அதன்பின்பு, அனைத்தும் தலைகீழ். நாமும், வீட்டின் பொறுப்புகளை சுமக்கும்போது, கவலைகள் தானாகவே வந்து நம்மிடம் ஒட்டிக்கொள்ளும். அதன்பின்பு கல்யாணம், குழந்தைகள் என்ற நிலை வரும்போது, நம் பெற்றோர்கள் இருந்த நிலையை நாமும் அடைந்துவிடலாம்.

ஒரே வகுப்பில், ஒன்றாக படித்த நபர்களை சில வருடங்கள் கழித்து சந்தித்துப் பாருங்கள். ஒரு சிலருக்கு மட்டும்தான் தாங்கள் விரும்பிய வேலை, நல்ல சம்பளத்துடன் கிடைத்திருக்கும். ஒருசிலர், முட்டிமோதி ஒரளவு நல்ல வேலையில் இருப்பார்கள். மற்றவர்கள் எல்லாம் கிடைத்த வேலைகளில் மற்றும் குறைவான ஊதியத்தில் காலத்தை ஓட்டுவார்கள். முதலில் பொறுப்புகளை சுமக்கும்போது தடுமாறினேன். வேலைக்கு செல்வது என்பது எனக்கு பெரிய தலைவலியாய் இருந்தது. இதையெல்லாம், ஏன் செய்யவேண்டும் என்ற எண்ணம், எனக்கு ஏகமும் நிறைந்திருந்தது. ஆனால், நம் பெற்றோர்கள், இதையெல்லாம் இத்தனை காலங்கள் சுமந்துகொண்டு தானே இருந்தார்கள். ஆனால், நாம் சோம்பேறியாய் இருக்க விரும்புகிறோம் என்ற எண்ணம், என்னை மாற்றிவிட்டது என்று நினைத்தான் குரு.

மனிதனுக்கு, அன்பு எவ்வளவு தேவை என்பதை இங்கே பார்த்தேன். மனிதர்கள் உழைக்க ஆரம்பித்தபிறகு, இயந்திரங்களாகவே மாறிவிடுகிறார்கள். இனி, அவர்களுக்கென்று எந்த ஆசையும் இருக்கக்கூடாது என்ற எழுதப்படாத விதி இருக்கிறது. ஒவ்வொரு தொழிலாளிக்கு பின்னாலும், ஆயிரம் வேதனைகள் இருக்கும். அதில், அவனின் ஆசைகள் புதைந்துவிடும். தன் குழந்தை, சுவையான சாப்பாட்டை சாப்பிடும்போது, மீதமிருக்கும் பழைய சோற்றை சாப்பிடும்

அப்பாக்கள், இன்றும் இங்கு இருக்கிறார்கள். தன் பிறந்தநாளை, விமர்சையாக கொண்டாடும் எத்தனை நபர்களுக்கு, தங்கள் பெற்றோரின் பிறந்தநாள் எப்போது என்று தெரியும். நாம் யார் என்பது, இதுபோன்ற நகரங்கள் நன்றாகவே உணரவைத்து விடுகின்றன.

பணம் என்பது வெறும் காகிதம் தான். ஒருநாள் பணம் செல்லாமல் போகும். பணத்தை கட்டிக்கொண்டு என்ன செய்வார்கள்? கோடிக்கணக்கான பணம் வைத்திருப்பவர்கள் கூட, நிம்மதியில்லாமல் அனைத்தையும் துறந்துவிட்டு சென்ற கதைகளை கேட்டதுண்டா? ஏன் பணம், பணம் என்று அலைந்து, பின்பு எதுவுமில்லாமல் இறந்தவர்களை பற்றித் தெரியாதா என்று தத்துவம் பேசும் சிலரை நான் பார்த்திருக்கிறேன். அது உண்மைதான்.

ஆனால், அது முழு உண்மையில்லை. பணம் என்பது பேராயுதம். அது யாரிடம் இருக்கிறதோ, அவனே அதிகாரம் படைத்தவன். எவனொருவன், எதை அதிகமாக அனுபவிக்கிறானோ, அதில் அவனுக்கு பிடிமானம் இல்லாமல் போய்விடும். அவனுக்குத் தெரியுமா? ஒரு நூறு ரூபாய் இருந்தால், ஒரு குடும்பம் ஒருநாள் நிம்மதியாய் சாப்பிடுமென்று. அடிமட்ட தொழிலாளர்கள் அனைவரும், இந்த பணத்தை நோக்கித்தான் ஓடிக்கொண்டிருக்கிறார்கள். ஆனால், அவர்களுக்கு கோடிகளை குவிக்கச்செய்யும் இரகசியம் தான் தெரியவில்லை. அவர்கள் தினமும் ஓடுகிறார்கள். ஏன், வருடம் முழுவதும் ஓடுகிறார்கள், இளமையில் ஓடுகிறார்கள், வயதான பின்பும், ஓடுகிறார்கள். ஆனால், ஓட்டம் தான் முடியவில்லை. உங்கள் தெருக்களில், நீங்கள் வேலை செய்யும் நிறுவனங்களில் அல்லது சாலையில் செல்லும்போது கவனித்துப் பாருங்கள். பல உண்மைகள், உங்கள் கண்முன்னே வரும். நிறுவனங்களில், வாட்ச்மேன் வேலைக்கு வரும் வயதானவரிடம் கேட்டுப்பாருங்கள். பணம் எவ்வளவு மதிப்பு வாய்ந்தது என்று தெரியும். சாலையில் பிச்சை எடுப்பவர்களிடம் கேட்டுப்பாருங்கள். உணவின் மதிப்பு தெரியும்.

பறவைகள், தினமும் உணவுக்காக இரை தேடச்செல்லும். அந்த பறவைகளை போல்தான், இந்த தொழிலாளர்களும். அவர்கள், வாழ்நாள் முழுவதும் ஓடிக்கொண்டிருக்க வேண்டும். அதன்பிறகு, உண்மையில் இந்த உலகம் அழகாகவா இருக்கிறது என்று உங்களுக்கு கேள்வி கேட்கத்தோன்றும்.

இந்த ஒருவருட காலத்தில், நடந்த அனைத்தையும் மீண்டும் ஒருமுறை அசைபோட்டான் குரு. இங்குவந்த புதிதில் வழிகாட்டியாக

இருந்த கந்தசாமி அண்ணன், அவரின் உதவியால் இருவருக்கும் வேலை கிடைத்தது, முதன்முதலாக சம்பளத்தை கையில் வாங்கியது, மாதம் முழுவதும் கஷ்டப்பட்டு சம்பரித்து, சில நாட்களிலேயே பணம் கரைந்துபோனது, இருவரும் சண்டை போட்டுக்கொண்டது, காதலை உணர்ந்துகொண்டது, பங்கஜ், மீனா மற்றும் லட்சுமி அக்காவின் நட்பு கிடைத்தது, நண்பர்கள் அனைவரும் சேர்ந்து மகிழ்ச்சியை கொண்டாடியது, கவலைகளை பகிர்ந்துகொண்டது, ஒருவருக்கொருவர் உதவிக்கொண்டது, கடைசியில் எங்களை கண்ணீரில் ஆழ்த்திவிட்டு பங்கஜ் மற்றும் லட்சுமி அக்கா இருவரும் சென்றது என்று அனைத்து நினைவுகளும், அவன் கண் முன்னால் நிழலாடின. அனைத்தும் ஒரேநாளில் நடந்து முடிந்தது போலவே தோன்றியது அவனுக்கு.

அனைவரும், சேர்ந்து இருந்த நாட்கள் மீண்டும் ஒருமுறை வராதா? அப்படி நடந்தால் எப்படி இருக்கும்? ஆனால், அதற்கு வாய்ப்பு இல்லையே என்று அவன் மனதிற்கு யார் எடுத்துச் சொல்வார்கள்? எங்களின் நட்பிற்குள், ஒருநாளும் பாகுபாடுகள் இருந்ததில்லை. யார் பெரியவர்கள் என்ற ஆணவம் இருந்ததில்லை. எங்கிருந்தோ வந்து ஒன்றானோம். காலம் முழுவதும் கை கோர்த்து நடக்கவே ஆசைப்பட்டோம். ஆனால், விதி வேறுவிதமாக முடிவு செய்துவிட்டது.

இந்த நகரத்தைப்பற்றி புரிந்துகொள்பவனுக்கு, இதுவொரு தங்கச்சுரங்கம். அதுவே, வாழ்க்கையில் திசைமாறி போகிறவனுக்கு திக்குத்தெரியாத காடு. இந்த வாக்கியம், கிட்டத்தட்ட அனைத்து நகரங்களுக்கும் பொருந்தும். ஒவ்வொரு நகரங்களுக்கும், ஆயிரம் கதைகள் இருக்கும். நீங்களும், அந்த கதைகளை கேட்டுப்பாருங்கள். அந்த கதைகள், உங்கள் நகரத்தின் அழகான பிம்பத்தை சுக்குநூறாக உடைத்துவிடும். எங்கள் பயணம் என்பது, இங்கு முடிந்துவிட்டது. உங்களின் பயணத்தை ஆரம்பியுங்கள் என்று கண்ணில் வழிந்த கண்ணீரை துடைத்துக்கொண்டு, இருக்கையில் சாய்ந்தான் குரு.

பேருந்து கிளம்பியது. இடையில், சில நிறுத்தங்களில் நின்று ஆட்களை ஏற்றிக்கொண்டது. அப்போது, இரயில்நிலையம் முன்புவந்து பேருந்து நின்றது. கவிதாவும், குருவும் ஜன்னல் வழியாக பார்க்க, இரயிலில் இருந்து இறங்கிய வடஇந்தியக் குழு ஒன்று, வெளியே நின்று கொண்டிருந்தது. அந்த கூட்டத்தின் நடுவே பங்கஜ் நின்றிருந்தான். அவன் முகம் பொன்னிறமாய் ஜொலித்தது. பங்கஜ், இவர்களைப்பார்த்து, சிரித்துக்கொண்டு கையசைத்தான். பேருந்து கிளம்பியது.

முற்றும்

முடிவுரை

இந்தக்கதை ஒரு தொழிலாளியின் தேவை, அவனின் கனவைப் பற்றியது மற்றும் அவனின் பார்வையில் இந்த உலகம் எப்படிப்பட்டது என்பது தான். இந்த கதையில் வரும் மீனா, உங்கள் வீட்டின் அருகில்கூட இருக்கலாம். படிப்பை பாதியில் விட்டுவிட்டு குடும்பத்திற்காக, வேலைக்கு ஓடும் ஆயிரம் மீனாக்கள் ஒவ்வொரு நகரத்திலும் இருப்பார்கள்.

லட்சுமியைப் பற்றி சொல்லவே வேண்டாம். குடியால் அழிந்த குடும்பங்களை, மேலும் சரியவிடாமல் தாங்கிப்பிடிக்கும் தூண்கள். மீனாவைப் போன்று, லட்சுமியும் ஒவ்வொரு தெருவிலும் வாழ்ந்து கொண்டிருக்கிறார். இந்த இருவரை போன்றவர்கள் வாழும் உலகத்தை நினைத்துப் பாருங்கள். பலரின் கேலி, கிண்டல் பேச்சுகளை தாண்டித்தான் ஒவ்வொருமுறையும் வேலைக்குச் செல்வார்கள். அவர்கள், வேலைக்கு செல்லும் பேருந்தில் இருந்து நிறுவன ஆட்கள் வரை எத்தனை கிசுகிசுக்கள், அத்துமீறல்கள் என்று அனைத்தையும் குடும்பத்திற்காக சகித்துக்கொண்டு செல்கிறார்கள்.

ஒருவன் வேற்றுமொழி பேசுகிறான் என்பதாலே, அவனிடம் இருந்து நாம் ஒதுங்க வேண்டியதில்லை. வறுமை என்பது கொடியது. அதைவிடக்கொடியது, அப்படி வறுமையில் இருப்பவர் மீது வெறுப்பை உமிழ்வது. பங்கஜ் போன்ற மனிதர்களும், இன்றும் நம்முடன் வாழ்கிறார்கள். ஆனால், அவனை கண்டுபிடிக்க நமக்கு நேரமில்லை. பொறுப்புகளை ஏற்காமல் சுற்றும் கார்த்தியை வெறுக்கும் நம்மில், எத்தனை பேர் அவனைபோல் இருக்கிறோம் என்று நாம் சுய பரிசோதனை செய்துகொள்ள வேண்டும்.

குரு மற்றும் கவிதா என்பவர்கள் அனைத்து காலங்களிலும், அனைத்து இடங்களிலும் நீக்கமற நிறைந்திருக்கிறார்கள். எந்த வேறுபாடுகளும் காதலில் எடுபடாது. எந்த எதிர்ப்புகளும் காதலர்களை ஒன்றும் செய்யாது. ஆனால், வாழ்க்கை அவர்களை வெகுவாக சோதிக்கும். இருவரும் வாழ்க்கையை ஆரம்பித்தபிறகு, காதல் மெல்ல ஆட்டம் காணும். எப்பொழுதும் ஒன்றாகவே இருப்போம் என்று கைகோர்த்து நடந்த காதலர்கள், வாழ்க்கையை ஆரம்பித்தபிறகு, சோதனைகளை எதிர்கொள்ள முடியாமல் ஆளுக்கொரு திசையில் செல்லும் கதைகளை, நாம் காத்துவாக்கில் கேட்டிருப்போம். ஆனால், அந்த சோதனைகளைத் தாண்டி வாழ்ந்து, சாதித்த ஜோடிகளும் இருக்கிறார்கள் என்று மறுப்பதற்கில்லை.

சுப்பிரமணி தாத்தா என்பவர் உங்கள் வீட்டிற்கு காய்கறி விற்கவரும் நபர் போன்றவர் தான். வயதான காலத்திலும் பிழைப்பிற்காகவும், சுயமரியாதைக்காகவும் ஓடிக்கொண்டிருப்பவர். திருப்பூர் நகரைப்பற்றியும், அங்கு வாழும் மனிதர்களைப் பற்றியும் இந்தக்கதை பேசினாலும், ஒவ்வொரு நகரத்திற்கும் இந்தக் கதை பொருந்தும். ஏனென்றால், இந்த கதையில் வரும் அனைத்து நபர்களும், உங்கள் கண்முன்னே தான் நடமாடுகிறார்கள். நீங்கள் செல்லும் வேகத்தை குறைத்து, கவனித்துப்பாருங்கள். அவர்கள், உங்கள் கண்ணில் தென்படுவார்கள்.

நகரங்களும், ஒருவித காடு போன்றது. காடு என்பது அனைத்துவிதமான விலங்குகளை உள்ளடக்கியது தான். அங்கு பயமில்லாத புலிகளும் இருக்கும். கூட்டமாய் வேட்டையாடும் சிங்கங்களும் இருக்கும். அந்த சிங்கங்களையே வேட்டையாடும் கழுதைப்புலிகளும் இருக்கும். கம்பீரமான யானைகளும் இருக்கும். தந்திரக்கார நரிகளும் இருக்கும். வேகமாய் ஓடும் சிறுத்தைகளும் இருக்கும். அப்பாவியான மான்களும் இருக்கும். காடு எந்த விலங்குகளுக்கும் தயவு காண்பிக்காது. அதுபோல் தான் நகரமும். உனக்காக, ஒருபோதும் வருந்தாது. நாம்தான், அந்த காட்டிற்கு ஏற்றாற்போல் மாறிக்கொள்ள வேண்டும். அப்படி மாறவில்லை என்றால், நம்மை அந்த காடு மண்ணில் அழுத்தும் அல்லது புதைத்துவிடும்.

இந்த கதையை எழுத ஆரம்பிக்கும்போது இருந்த திருப்பூர் நகரத்தின் நிலை, கதையை முடிக்கும்போது இல்லை. சரியாக 2022 ஆம் ஆண்டு தீபாவளி பண்டிகைக்கு பிறகு, நகரம் ஆட்டம் காண ஆரம்பித்திருந்தது. மழை வெள்ளத்தால் இல்லை. வேலையின்மையால்.

நூல் விலையேற்றம், ஆர்டர்கள் குறைந்தது என நகரம் தத்தளிக்க ஆரம்பித்துள்ளது. தீபாவளி பண்டிகைக்குப்பிறகு, பல நிறுவனங்களில் இன்னும் வேலை ஆரம்பிக்கவே இல்லை. பெரிய நிறுவனங்களிடம், ஒரளவு ஆர்டர் இருப்பதால் சமாளிக்கின்றன. ஆனால், சிறிய நிறுவனங்களுக்கு அப்படிப்பட்ட வாய்ப்பும் இல்லை. அந்த, சிறிய நிறுவனங்களை நம்பியிருக்கும் பல குடும்பங்கள் வருமானம் இல்லாமல் தவிக்கின்றன.

எனக்குத்தெரிந்த ஒருவர், சொன்ன விஷயம் என்னை கொஞ்சம் சங்கடப்படுத்தியது. பண்டிகைக்கு பிறகு வேலையே இல்லை. சொல்வதற்கு வெட்கமாகத்தான் இருக்கிறது. நிலைமையை சமாளிக்க,

கட்டிடட வேலைக்குச் செல்கிறேன். ஏதாவது செய்துதானே ஆகவேண்டும் என்று வருந்தினார் அவர்.

இந்த நகரம், இதுபோன்று நிலையை சிலமுறை அடைந்திருக்கிறது. மீண்டும், அந்த நிலைமையை சரி செய்துகொண்டு, வீறுகொண்டும் நடந்திருக்கிறது. அதனால், இந்த தேக்கமும் சிறிது காலம்தான் என்று சொல்லத்தோன்றியது எனக்கு. இந்த நம்பிக்கை தான் உன்னையும், என்னையும் தைரியமாய் ஓடச்செய்கிறது. *"இந்த ஓட்டத்தின் முடிவு என்பது முடிவேயில்லாதது".*

*****